ഇരുപത്തൊന്നാം നൂറ്റാണ്ടിലെ സോഷ്യലിസം

irupathonnam noottandile socialism
•
prakash karat
•
translation
raghavan vengad
•
first edition
september 2008
•
typesetting
nakshathra graphotech, poojappura
•
published
chintha publishers, thiruvananthapuram
•

•
cover
shahul aliyar
•

•

വിതരണം
ദേശാഭിമാനി ബുക്ക് ഹൗസ്
H O തിരുവനന്തപുരം–695 001

ബ്രാഞ്ചുകൾ
ദേശാഭിമാനി റോഡ് തിരുവനന്തപുരം • ഓവർബ്രിഡ്ജ് തിരുവനന്തപുരം • കെ എസ് ആർ ടി സി ബസ് സ്റ്റേഷൻ ആലപ്പുഴ • കെ എസ് ആർ ടി സി ബസ് സ്റ്റേഷൻ എറണാകുളം • ഐ ജി റോഡ് കോഴിക്കോട് • കെ എസ് ആർ ടി സി ബസ് സ്റ്റേഷൻ കോഴിക്കോട് • എൻ ജി ഒ യൂണിയൻ ബിൽഡിംഗ് കണ്ണൂർ

CO -1181 / 2049

ഇരുപത്തൊന്നാം നൂറ്റാണ്ടിലെ സോഷ്യലിസം

പ്രകാശ് കാരാട്ട്

വിവർത്തനം

രാഘവൻ വേങ്ങാട്

ചിന്ത പബ്ലിഷേഴ്സ്
തിരുവനന്തപുരം-695 001

ഉള്ളടക്കം

ഭാഗം I

ഭാഗം II

ഭാഗം I

കാൾ മാർക്സ്

അനശ്വരമായ പ്രത്യയശാസ്ത്രം പ്രവർത്തനം

കാൾ മാർക്സ് ജനിച്ചത് 1818 മെയ് 5ന് ആയിരുന്നു. അതിനു ശേഷം 150 വർഷങ്ങൾ കടന്നുപോയി. എന്നാൽ അദ്ദേഹത്തിന്റെ ആശയങ്ങൾ ഇന്നും പ്രസക്തങ്ങളായി നിലനിൽക്കുന്നു. മാർക്സും സഹപ്രവർത്തകൻ ഫ്രെഡറിക് എംഗൽസും ചേർന്ന് തയാറാക്കിയ ചരിത്രത്തിന്റെ ഭൗതിക വ്യാഖ്യാനമായ *കമ്യൂണിസ്റ്റു മാനിഫെസ്റ്റോ* തൊഴിലാളിവർഗപ്രസ്ഥാനത്തിനു ശാസ്ത്രീയ സോഷ്യലിസത്തിന്റെ പ്രത്യയശാസ്ത്രം പ്രദാനം ചെയ്തു. അന്നുമുതൽ ഭരണവർഗം ആ ആശയങ്ങളെ വിലകുറച്ചു കാട്ടാനും അടിച്ചമർത്താനുമുള്ള അവിരാമമായ ശ്രമത്തിലാണ്. എന്നാൽ ആ ചിന്തയുടെ ചൈതന്യം കാലത്തിന്റെ അവസ്ഥാന്തരങ്ങളെ അതിജീവിച്ച് ഇന്നും നിൽക്കുന്നു.

*കമ്യൂണിസ്റ്റ് മാനിഫെസ്റ്റോ*വിന്റെ പ്രസിദ്ധീകരണത്തിന്റെ 150–ാം വാർഷികം 1998 ൽ ആചരിച്ചപ്പോൾ, പ്രമുഖരായ പ്രസംഗകരും പത്രപ്രവർത്തകരും മുതലാളിത്ത വ്യവസ്ഥയുടെ നിലനില്പിനെ ന്യായീകരിച്ചെങ്കിലും *മാനിഫെസ്റ്റോ*വിലെ ആശയസ്ഫുടതയും ദീർഘദർശിത്വവും തിരിച്ചറിഞ്ഞു. വലതുപക്ഷവാരികയായ *ദ ഇക്കണോമിസ്റ്റി*ന്റെ വിലയിരുത്തലിൽ, *മാനിഫെസ്റ്റോ*വിലെ മുതലാളിത്ത ആഗോളീകരണ വിശകലനം 'അത്ഭുതകാരമാം വിധം കാലികപ്രസക്തമായി കാണപ്പെടുന്നു' എന്നു പ്രസ്താവിച്ചിട്ടുണ്ട്. 'ആഗോളീകരണത്തെപ്പറ്റി അദ്ദേഹം നൽകിയ വിവരണം 150 വർഷം മുമ്പ് എന്നതുപോലെ ഇന്നും സൂക്ഷ്മത പുലർത്തുന്നു.' ആഗോളീകരണത്തെപ്പറ്റി മാർക്സ് അവതരിപ്പിച്ച കാഴ്ചപ്പാട് അംഗീകരിച്ച ചില ബൂർഷ്വാ സൈദ്ധാന്തികർ മാർക്സ് വിഭാവനം ചെയ്തത് മുതലാളിത്തം സാക്ഷാത്കരിച്ചിരിക്കുന്നു എന്ന് തങ്ങൾക്ക് അനുകൂലമായി വ്യാഖ്യാനിച്ചു.

19–ാം നൂറ്റാണ്ടിൽ പ്രസക്തമായ ചിന്താപദ്ധതിയാണ് മാർക്സിസം എന്നും സമകാലിക ലോകത്തിൽ അതിന് അസ്തിത്വമില്ലെന്നും ഉള്ള ആവർത്തനവിരസമായ ആക്രമണം നടത്താൻ ഇന്നും ആളുകളുണ്ട്.

ശാസ്ത്രീയ സോഷ്യലിസത്തിന്റെ ആവിഷ്കർത്താവും പ്രയോക്താവുമാണ് കാറൽ മാർക്സ്. എംഗൽസുമായി ചേർന്ന്, വൈരുദ്ധ്യാധിഷ്ഠിത ഭൗതികവാദം അദ്ദേഹം ആവിഷ്കരിച്ചു. അതിനെ അടിസ്ഥാനമാക്കി നടത്തുന്ന ചരിത്രത്തിന്റെ ഭൗതികസങ്കല്പനമാണ്, ചരിത്രപരമായ ഭൗതികവാദം. ഉല്പാദനശക്തികളേയും ഉല്പാദനത്തിന്റെ സാമൂഹികബന്ധങ്ങളെയും ആശ്രയിച്ച് സമൂഹം ഏതുവിധം വികാസം പ്രാപിച്ചു എന്ന് അത് വ്യാഖ്യാനിക്കുന്നു. മുതലാളിത്ത ഉല്പാദനരീതികളേയും അതിന്റെ വൈരുദ്ധ്യങ്ങളേയും അത് വിശകലനം ചെയ്യുന്നു. മുതലാളിത്ത വ്യവസ്ഥിതി തകർത്ത് സോഷ്യലിസം സ്ഥാപിക്കാൻ തൊഴിലാളിവർഗവും വർഗസമരവും വഹിക്കുന്ന പങ്കിനെപ്പറ്റി അവസാനഭാഗത്ത് വിശകലനം ചെയ്യുന്നു. വ്യവസ്ഥിതിയുടെ പരിവർത്തനത്തിൽ തൊഴിലാളിവർഗം ചാലകശക്തിയായി ഏതുവിധം പ്രവർത്തിക്കുന്നു എന്ന് *മാനിഫെസ്റ്റോ* വിശദീകരിക്കുന്നു. സാങ്കല്പികവും ആദർശാത്മകവുമായ ആഖ്യാനങ്ങളാണ് അതുവരെ സോഷ്യലിസത്തെ സംബന്ധിച്ച് നിലവിലുണ്ടായിരുന്നത്. എന്നാൽ യഥാർത്ഥമായ സാമൂഹിക സത്യങ്ങളും അതിന്റ ചരിത്രപരമായ വികാസവും വിലയിരുത്തി മാർക്സും എംഗൽസും രൂപപ്പെടുത്തിയതാണ് മാർക്സിസം. അതിനെ വെറും സിദ്ധാന്തമായല്ല, പ്രവർത്തനത്തിനുള്ള വഴികാട്ടിയായാണ് കണക്കാക്കേണ്ടത്.

40–ാം വയസ്സിലാണ് കാറൽ മാർക്സ്, കമ്യൂണിസ്റ്റുമാനിഫെസ്റ്റോ രചിച്ചത്. തുടർന്നുള്ള വർഷങ്ങളിൽ, മുതലാളിത്ത വ്യവസ്ഥയുടെയും അതിന്റെ ആന്തരചലനശാസ്ത്രത്തിന്റെയും ഗവേഷണങ്ങളിലും പഠനങ്ങളിലും അദ്ദേഹം മുഴുകി. *മൂലധന*ത്തിന്റെ ആദ്യത്തെ വാല്യം, മാർക്സ് ജീവിച്ചിരുന്നപ്പോൾ പ്രസിദ്ധീകരിച്ചു. എന്നാൽ അടുത്ത രണ്ടു വാല്യങ്ങൾ എംഗൽസാണ് എഡിറ്റു ചെയ്തതും പ്രസാധനം നിർവഹിച്ചതും. അപൂർണമായ നാലാം വാല്യം, *മിച്ചമൂല്യത്തിന്റെ സിദ്ധാന്തങ്ങൾ* എന്ന പേരിൽ പിന്നീട് പ്രസിദ്ധീകരിച്ചു. ചരിത്രത്തെ സ്വാധീനിച്ച ഒരു കൃതി *മൂലധന*ത്തെപ്പോലെ മറ്റൊന്നില്ല.

ശുദ്ധസൈദ്ധാന്തികനോ ചാരുകസേര പണ്ഡിതനോ ആയിരുന്നില്ല കാറൽ മാർക്സ്. യുവാവായിരുന്നപ്പോൾ തൊഴിലാളികളുടെ ഇടയിൽ പ്രവർത്തിക്കുകയും സംഘടനാ രൂപീകരണത്തിൽ സഹായിക്കുകയും ചെയ്തിരുന്നു – ജർമ്മനിയിലെ തൊഴിലാളികളുടെ ചെറിയ പാർട്ടിയായിരുന്ന കമ്യൂണിസ്റ്റ് ലീഗിനുവേണ്ടിയാണ് *കമ്യൂണിസ്റ്റ് മാനിഫെസ്റ്റോ* എഴുതിയത്. തുടർന്ന്, പ്രഥമ ഇന്റർനാഷണൽ എന്നറിയപ്പെടുന്ന, ഇന്റർനാഷണൽ വർക്കിംഗ്മെൻസ് അസോസിയേഷൻ സ്ഥാപിക്കുന്നതിൽ മാർക്സും എംഗൽസും ഏർപ്പെട്ടു.

മുതലാളിത്തത്തിന്റെ വികസനഘട്ടം വിശകലനം ചെയ്യുന്നതിലും

തൊഴിലാളിസംഘടന രൂപീകരിക്കുന്നതിലും കാറൽ മാർക്സിന്റെ പ്രവർത്തനരീതി മുന്നോട്ടു കൊണ്ടുപോകാൻ ലെനിനാണ് പിന്നീട് കാര്യമായി ശ്രമിച്ചത്. മുതലാളിത്ത വികസനം പക്വത എത്തുമ്പോഴാണ് കുത്തക വളരുന്ന പ്രവണത കാണുക എന്ന് മാർക്സ് ഭാവി സൂചന നല്കിയതുപോലെ, കുത്തകമുതലാളിത്തത്തിന്റെ വികാസത്തിനൊത്ത് സാമ്രാജ്യത്വം വളർച്ച നേടുന്നതിനെ സംബന്ധിച്ച സിദ്ധാന്തം ലെനിൻ രൂപപ്പെടുത്തി. തൊഴിലാളിവർഗത്തിന് സംഘടിതമായ പാർട്ടി കെട്ടിപ്പെടുക്കാൻ ആവശ്യമായ പ്രാരംഭനടപടികൾ മാർക്സ് ആരംഭിച്ചിരുന്നു. വിപ്ളവാത്മക തൊഴിലാളിവർഗ പാർട്ടിയുടെ പങ്ക് വിശദീകരിച്ചുകൊണ്ട്, പാർട്ടി രൂപീകരിക്കാനുള്ള പ്രായോഗികനടപടികളും സംഘടനാരൂപവും ലെനിൻ കണ്ടെത്തി.

ഇംഗ്ലണ്ടിലും യൂറോപ്പിലും മുതലാളിത്തം വികസിച്ചുവന്ന വിധം വിവരിക്കാനാണ് മാർക്സ് കൂടുതൽ ഊർജ്ജം ചെലവിട്ടത്. കൊളോണിയലിസത്തിന്റെ പ്രശ്നങ്ങളുടെ പഠനം അദ്ദേഹം അവഗണിച്ചിരുന്നില്ല. ഇന്ത്യയെ സംബന്ധിച്ച അദ്ദേഹത്തിന്റെ ലേഖനങ്ങൾ പത്രപ്രവർത്തകശൈലി പുലർത്തുന്നതാണെങ്കിലും അഗാധമായ കാഴ്ചപ്പാട് അനാവരണം ചെയ്യുന്നുണ്ട്. ബ്രിട്ടീഷ് കൊളോണിയലിസം പരമ്പരാഗത സമൂഹത്തെ തകർക്കുകയും ജനങ്ങളെ അടിച്ചമർത്തുകയും ചെയ്തിരുന്നു. എങ്കിലും അതേ അവസരത്തിൽ, മുതലാളിത്ത വികസനബന്ധമുള്ള നവീനസമുദായസൃഷ്ടിക്കുള്ള അടിത്തറ പാകുകയും ചെയ്തു. അതിന്റെ അനന്തരഫലം ദേശീയ സ്വാതന്ത്ര്യസമരത്തിന്റെ വിജയമായി കലാശിക്കുമെന്നും അദ്ദേഹം കണ്ടെത്തി.

നാലു പതിറ്റാണ്ട് നീണ്ടുനിന്ന, ബൃഹത്തായ പ്രവർത്തനമാണ് മാർക്സ് നിർവഹിച്ചത്. സർഗാത്മകജീവിതത്തിന്റെ മുക്കാൽ പങ്കും ലണ്ടനിലായിരുന്നു. അദ്ദേഹവും കുടുംബവും അവിടെ ഇല്ലായ്മയിലും വല്ലായ്മയിലും വിഷമിച്ചു ജീവിച്ചു. അദ്ദേഹത്തിന്റെ ശ്രമഫലം അക്കാലത്ത് ശ്രദ്ധിക്കപ്പെട്ടിരുന്നില്ല. അതുകൊണ്ടാണ് ശവസംസ്കാരസമയത് എംഗൽസ് ഇപ്രകാരം പ്രസ്താവിച്ചത്, "പുരുഷാന്തരങ്ങളിലൂടെ അദ്ദേഹത്തിന്റെ നാമം നിലനിൽക്കും; അദ്ദേഹത്തിന്റെ കൃതികളും." ആ വാക്കുകൾ പ്രവചനംപോലെ ഫലിച്ചത് നൂറ്റാണ്ടു പിന്നിട്ടപ്പോൾ നാം കണ്ടു. തനിക്കു ശേഷമുള്ള തലമുറകളുടെ ജീവിതവും ചിന്തയും മാർക്സ് വിപ്ലവാത്മകമാക്കി. ഇരുപതാം നൂറ്റാണ്ടിൽ സോഷ്യലിസം യാഥാർത്ഥ്യമാകുന്നു. സാമ്രാജ്യത്വവും മുതലാളിത്തവും ഇന്നും ചാഞ്ചാട്ടം തുടരുന്നു. വർഗപരവും സാമൂഹികവുമായ എല്ലാ അടിച്ചമർത്തലുകൾക്കും പ്രതിവിധി സോഷ്യലിസമാണെന്ന മാർക്സിന്റെ പ്രവചനം ഇന്നും പ്രസക്തമാണ്.

നമ്മുടെ ലോകത്ത് നടമാടുന്ന അനീതിയും അടിച്ചമർത്തലും അവസാനിക്കണം എന്ന് ആഗ്രഹിക്കുന്നവരെല്ലാം മാർക്സിലേക്കു മടങ്ങണം. അദ്ദേഹത്തിന്റെ വാക്കുകൾ മനസ്സിലാക്കണം. *മാനിഫെസ്റ്റോ*യിലെ ഉജ്ജ്വ

ലമായ പാഠം, ബൂർഷ്വാദാർശനികരെ വിമർശിച്ചുകൊണ്ടുള്ള വിവാദം, ലൂയി നെപ്പോളിയന്റെ പതിനെട്ടാം *ബ്രൂമെർ പോലുള്ള മഹത്തായ ചരിത്രരചനകൾ, അത്യന്തം സങ്കീർണ്ണമായ *മൂലധനം*–എല്ലാം വായിക്കണം. മാർക്സിനെ മനസ്സിലാക്കിയാൽ മനസ്സിന്റെ മോചനവും വീക്ഷണത്തിന്റെ വിപ്ലവാത്മകതയും വർദ്ധിക്കും. മാർക്സ് കലാപകാരിയായിരുന്നു എന്ന കാര്യം വിസ്മരിക്കരുത്. 'നിലവിലുള്ള എല്ലാറ്റിനേയും വിമർശിക്കാനാണ്' അദ്ദേഹം യൗവനത്തിന്റെ നാളുകൾ വിനിയോഗിച്ചത്. മരിച്ചു മരവിച്ച ആശയം മാത്രമായി മാർക്സിസത്തെ മാറ്ററുത്.

മാനവവിമോചനത്തിനും സാമൂഹികവിപ്ലവത്തിനും പണിപ്പെടുന്നവർക്കെല്ലാം ശാസ്ത്രീയവിശകലനത്തിന്റെയും പ്രത്യയശാസ്ത്ര വീക്ഷണത്തിന്റെയും ശക്തമായ ആയുധങ്ങൾ മുതലാളിത്തത്തിനും സാമ്രാജ്യത്വത്തിനും എതിരെ വെല്ലുവിളി ഉയർത്താനും പൊരുതാനും മാർക്സ് നൽകിയിരിക്കുന്നു. അപ്രസക്തമായതിനെ അവഗണിക്കാനും പ്രസക്തമായ പുതിയവ ഉൾക്കൊള്ളാനും സദാ ശ്രമിക്കുക എന്നതാണ് മാർക്സിസത്തിന്റെ മാർഗ്ഗം. മാർക്സിസത്തിന്റെ സത്ത ഉൾക്കൊണ്ടുകൊണ്ട് ലെനിൻ പ്രസ്താവിച്ചു, "ഒരിക്കലും മാറ്റമില്ലാത്ത എന്തോ എന്ന മട്ടിൽ മാർക്സിസത്തെ നാം ആരും സമീപിക്കരുത്; ഒരു ശാസ്ത്രത്തിന്റെ അടിത്തറ മാത്രമാണത്. ജീവിതവുമായി ചുമലോടുചുമൽ ചേർന്നുപോകണമെങ്കിൽ, സോഷ്യലിസ്റ്റുകാർ അവിടെനിന്ന് പിന്നെയും മുന്നോട്ടുപോകേണ്ടതുണ്ട്."

(Student Struggle, മെയ് 2003)

*ബ്രൂമെർ – ഫ്രഞ്ചു വിപ്ലവസ്മാരകമായുള്ള കലണ്ടറിലെ രണ്ടാമത്തെ മാസം

മൗവിന്റെ വിപ്ലവപാരമ്പര്യവും ഇന്ത്യയും

ചൈനീസ് വിപ്ലവത്തെ സംബന്ധിച്ചത് എന്തും അതിബൃഹത്താണ് – 6000 നാഴിക ദൈർഘ്യമുള്ള ലോങ്ങ് മാർച്ച്, ജാപ്പനീസ് ആക്രമണകാരികളെ തുരത്താൻ ജനകീയമോചനസേന (പി എൽ എ) യിൽ അണിനിരന്ന ജനലക്ഷങ്ങൾ, കമ്യൂണിസ്റ്റുകാരും കുമിന്താങ്ങ് സൈനികരും തമ്മിൽ ഒറ്റ യുദ്ധമുന്നണിയിൽ നടന്ന ലക്ഷകണക്കിന് സൈനികരുടെ ആയിരക്കണക്കിന് നാഴിക ദൈർഘ്യമുള്ള പോർനിരയിലെ ഏറ്റുമുട്ടൽ. ചൈനീസ് കമ്യൂണിസ്റ്റുപാർട്ടിയും അതിന്റെ അതുല്യനേതാവ് മൗ സെ ദൊങ്ങും നേതൃത്വം നൽകിയ ചൈനീസ് വിപ്ലവം അത്തരമൊരു നാടകീയമായ ചിത്രപടത്തിലാണ് ആലേഖനം ചെയ്യപ്പെട്ടിരിക്കുന്നത്. ലോകവിപ്ലവപ്രസ്ഥാനത്തിന്റെ മുന്നണിയിൽ സ്ഥാനം നേടാൻ മൗവിന്റെ വിപ്ലവപ്രവർത്തനത്തിന്റെ അതുല്യത സഹായിക്കും. ചൈനയിലെ സമൂർത്തസാഹചര്യങ്ങളിൽ മാർക്സിസ്റ്റ് സിദ്ധാന്തം പ്രായോഗികമാക്കാൻ, അസാമാന്യശേഷി മൗ പ്രദർശിപ്പിച്ചു. കർഷകരുടെ വിപ്ലവവീര്യം അറിയാനും തൊട്ടുണർത്താനും അദ്ദേഹത്തിനു കഴിഞ്ഞു. അസാമാന്യ സൈനികവിന്യാസസാമർത്ഥ്യവും സമരപാടവവും അദ്ദേഹം പ്രദർശിപ്പിച്ചു. യുദ്ധമുന്നണിയിലെ കൗശലംപോലെ, തത്ത്വചിന്താരംഗത്തും സംഭാവന നൽകി. ഭൂമിയെ പിടിച്ചുകുലുക്കിയ വിപ്ലവവീര്യമാണ് അദ്ദേഹം കാട്ടിയത്.

ഈ മഹാനായ വിപ്ലവകാരിയുടെ ജീവിതവും പ്രവർത്തനവും പകർന്നുനൽകുന്ന പാഠങ്ങൾ പഠിക്കാനുള്ള അവസരമായി, അദ്ദേഹത്തിന്റെ ജന്മശതാബ്ദിയെ ഉപയോഗപ്പെടുത്താം. വിമർശനശൂന്യമായി എല്ലാം ഉൾക്കൊള്ളേണ്ടതില്ല; നിഷേധാത്മകമായ വശങ്ങൾ ഒഴിവാക്കാനും ശ്രദ്ധിക്കേണ്ടതാണ്.

ശക്തമായ സ്വാധീനം

അറുപതുകളിൽ ഇന്ത്യയിലെ കമ്യൂണിസ്റ്റു പ്രസ്ഥാനത്തിലേക്കു കടന്നുവന്ന ഞങ്ങളെപ്പോലുള്ളവരെ രണ്ടു ലോകനേതാക്കളാണ് ഏറെ ആകർഷിച്ചത്; മൗസെ ദൊങ്ങും ഹോ ചിമിനും. യു എസ് സാമ്രാജ്യത്തിനെതിരെ വിയറ്റ്നാം ജനത നേടിയ ഐതിഹാസിക വിജയവും സാംസാകാരികവിപ്ലവ സമയത്ത് ചൈന അനുഭവിച്ച സാമൂഹിക സംക്ഷോഭത്തിന്റെ കൊടുംവേദനയും ഇടതുപക്ഷ പ്രസ്ഥാനത്തിലേക്ക് ആകൃഷ്ടരായ യുവാക്കളുടെ ശ്രദ്ധയിൽ സ്വാധീനം നേടി.

വിപ്ലവകാരി എന്ന നിലയിൽ മൗവിന്റെ ഔന്നത്യം അസാമാന്യമായിരുന്നു. ക്രൂഷ്ചേവിയൻ റിവിഷനിസത്തെ വെല്ലുവിളിക്കാൻ അദ്ദേഹം അസാധാരണ പാടവം കാട്ടി. നവീന ചൈനയുടെ നിർമ്മാതാവ്, സാമ്രാജ്യത്വ വിരുദ്ധപ്പോരിലെ മുൻനിരപ്പടയാളി എന്നീ നിലകളിൽ അത്യുന്നത ദീപസ്തംഭമായി അദ്ദേഹം മൂന്നാം ലോകത്ത് തിളങ്ങി. മൂന്നാം ലോകത്തു മാത്രമല്ല, അറുപതുകളുടെ രണ്ടാം പകുതിയിൽ, മുതലാളിത്ത മുന്നണി രാജ്യങ്ങളിലും വിദ്യാർത്ഥികളുടെ വിപ്ലവവീര്യത്തെ ജ്വലിപ്പിച്ചു നിർത്തിയ പ്രതീകമായിരുന്നു മൗ.

പിന്നീട് തിരിഞ്ഞു നോക്കിയപ്പോൾ, ആ കാലഘട്ടത്തിൽ കാല്പനികകാന്തി കലർന്ന ആരാധനാവിഗ്രഹമായി അദ്ദേഹം മാറിയതായി കാണാം. ഇത് ഒട്ടൊരു നിഷേധാത്മകമായ അവസ്ഥയിലേയ്ക്കു നീങ്ങുകയും ചെയ്തു. മൗവും ചൈനീസ് കമ്യൂണിസ്റ്റു പാർട്ടിയും മുന്നോട്ടു വെച്ച, പതിറ്റാണ്ടു നീണ്ടുനിന്ന സാംസ്കാരികവിപ്ലവത്തിന്റെ സാഹസികതയുടെ പാത വിമർശനശൂന്യമായി പകർത്തുക എന്ന പരിപാടിയിലേക്ക് പലരും വഴിതെറ്റിവീണു. പല പാർട്ടികൾക്കും പ്രസ്ഥാനങ്ങൾക്കും പിശകുകൾ പിണഞ്ഞിരുന്നു. മുമ്പ് മോസ്കോവിൽ നിന്ന് വന്ന റിവിഷനിസത്തിന്റെ വിപത്തുപോലെ തന്നെയായിരുന്നു പുതിയ സംഭവവികാസവും.

ഇന്ത്യയിൽ കമ്യൂണിസ്റ്റു പ്രസ്ഥാനത്തിൽ സി പി ഐ (എം) പ്രതിനിധാനം ചെയ്ത വലിയ വിഭാഗം ഈ അപായത്തിൽനിന്ന് രക്ഷനേടി. മാർക്സിസം – ലെനിനിസത്തിനു ചെയർമാൻ മൗ നൽകിയ സൈദ്ധാന്തികവും പ്രായോഗികവുമായ സംഭാവനകളെ പാർട്ടി സധൈര്യം നേരായ വിധം വിലയിരുത്തി. അതുകൊണ്ട്, മൗവിനെ അന്ധമായി പിന്തുടരുന്ന അപായം ഒഴിവായി. അതിതീവ്രവാദികളായ നക്സലൈറ്റു വിഭാഗം ചിന്താശൂന്യമായി മൗ മാർഗം പിന്തുടർന്നു. മൗവിന്റെ വിപ്ലവപങ്കാളിത്തത്തെ, സി പി ഐ (എം) വിലയിരുത്തിയ രീതി ശരിയായിരുന്നു എന്ന് കാലത്തിന്റെ പരീക്ഷണം തെളിയിച്ചു.

അത്ഭുതകരങ്ങളായ നേട്ടങ്ങൾ

സാംസ്കാരിക വിപ്ലവനായകനായ മൗവിനെ അന്ധമായി അനുകരിക്കാനും വിഗ്രഹപൂജനടത്താനും അതിസാഹസം കാട്ടിയ നക്സലൈ

റ്റുവിഭാഗത്തിനും വിവേചനാരഹിതമായി വിമർശിച്ച് അവഗണിച്ച സി പി ഐ ക്കും പറ്റിയ പാളിച്ചകളെ ഒഴിവാക്കി, സി പി ഐ (എം) നേതൃത്വം യുക്തിഭദ്രവും വിവേകപൂർണവുമായ മാർക്സിസ്റ്റ് മാർഗ്ഗം സ്വീകരിച്ചു.

ചൈനയിലെ സാഹചര്യങ്ങൾക്ക് ഇണങ്ങുന്ന വിധം മാർക്സിസം –ലെനിനിസത്തെ വിശകലനം ചെയ്ത്, വിപ്ലവപാതയിലൂടെ ലോകത്തിലെ ഏറ്റവും ജനസംഖ്യയുള്ള ചൈനയെ നയിച്ച്, ലോകകമ്യൂണിസ്റ്റു പ്രസ്ഥാനത്തിന് സ്വന്തം സംഭാവന പ്രദാനം ചെയ്യുകയാണ് മൗ ചെയ്തത്. ഐതിഹാസികമായ ചൈനീസ് വിപ്ലവത്തിലൂടെ, ഈ നൂറ്റാണ്ടിലെ ഏറ്റവും ഉന്നതനായ വിപ്ലവനേതാവായി അദ്ദേഹം ഉയർന്നു.

മൗവിന്റെ വിപ്ലവപാരമ്പര്യത്തിന്റെ അന്ത:സത്ത ഉൾക്കൊള്ളാനും മാർക്സിസത്തിന്റെ പഠനത്തിന് ഉപയോഗപ്പെടുത്താനും ഇന്ത്യയുടെ സമൂർത്ത സാഹചര്യത്തിന് ഇണങ്ങുന്ന വിധം പ്രയോജനപ്പെടുത്താനും സി പി ഐ (എം) തയ്യാറായി. ചൈനയിലെ വിപ്ലവപ്രസ്ഥാനത്തിലെ ഏറ്റവും സന്ദിഗ്ദ്ധമായ സന്ദർഭത്തിൽ, അർധകൊളോണിയൽ രാജ്യം എന്ന നിലയിൽ കർഷകജനവിഭാഗത്തിന്റെ വിപ്ലവവീര്യം തിരിച്ചറിയുകയും, അവരെക്കൂടി പങ്കെടുപ്പിച്ചുകൊണ്ട് അടിസ്ഥാന വർഗ്ഗങ്ങളുടെ താല്പര്യസംരക്ഷണത്തിന് മുന്നോട്ടുപോവുകയും ചെയ്തു. അപ്പോഴും അന്തർദ്ദേശീയ വീക്ഷണം നിലനിർത്തുകയും സാമ്രാജ്യത്വത്തിന്റെയും ഫാസിസത്തിന്റെയും വിപത്തുകൾ തിരിച്ചറിയുകയും ചെയ്തു.

ഇന്ത്യയിലെ കമ്യൂണിസ്റ്റുകാരുടേയും പുരോഗമനശക്തികളുടേയും ചിന്തയിലും പ്രവർത്തനത്തിലും ചൈനയിലെ വിപ്ലവം ചരിത്രപരമായി അഗാധമായ സ്വാധീനം ചെലുത്തി. ഏഷ്യയിലെ രണ്ടു വൻകിടരാജ്യങ്ങൾ തമ്മിലുള്ള സാദൃശ്യം കാരണം ബന്ധത്തിന്റെ ഈ ദൃഢത സ്വാഭാവികമത്രെ. സാമ്രാജ്യത്വത്തിന്റെ ചൂഷണത്തിനെതിരെ പുലർത്തിയ പൊതുതന്മയീഭാവം, ദാരിദ്ര്യവും പിന്നോക്കാവസ്ഥയും തുടച്ചുനീക്കാൻ കാട്ടുന്ന ജാഗ്രത, വിമോചനത്തിനു കൈക്കൊണ്ട സമരതീവ്രതയുടെ സഞ്ചാരപഥം എന്നിവയാണ് ആ സാദൃശ്യങ്ങൾ.

സി പി ഐ (എം) ഉൾക്കൊണ്ട നേരായ പാഠങ്ങൾ

മൗവിന്റെ വിപ്ലവപാരമ്പര്യത്തിന്റെ പരിശോധന ഇത്രയും കൊണ്ട് അവസാനിപ്പിക്കാനാവില്ല. ചൈനീസ് വിപ്ലവത്തെക്കുറിച്ച് ഇനിയും അഗാധവും പരിപൂർണവുമായ പഠനം അത്യാവശ്യമത്രെ. ഇന്ത്യയിലെ കമ്യൂണിസ്റ്റു പ്രസ്ഥാനത്തിന്റെ നേരായ ദിശാനിർണയത്തിന് ചൈനയിലെ അനുഭവപാഠങ്ങളുടെ വിശകലനവും ചർച്ചയും സഹായകമാകും. 1950 –51 കാലത്ത്, ചൈനയുടെ വിപ്ലവമാർഗ്ഗത്തെ സംബന്ധിച്ച് ഗൗരവമേറിയ ചർച്ച ഇന്ത്യയിൽ നടന്നിരുന്നു. 1964 ലെ ഏഴാം പാർട്ടി കോൺഗ്രസ്സിൽ പാർട്ടിയുടെ പരിപാടിയെപ്പറ്റി പര്യാലോചന നടന്നപ്പോൾ, റിവിഷനിസത്തെപ്പറ്റി നടത്തിയ പതിറ്റാണ്ടു നീണ്ടുനിന്ന ഉൾപ്പാർട്ടിസമരത്തിന്റെ പാഠങ്ങളും അനുഭവങ്ങളും സി പി ഐ (എം) ഉൾക്കൊണ്ടിരുന്നു. ചൈന

യിലെ വിപ്ലവമാർഗ്ഗത്തിന് പരിഗണന ലഭിക്കുമാറ് മൂന്നു വർഷത്തിനു ശേഷം ഇടതുപക്ഷ സാഹസികതയുടെ വെല്ലുവിളി ഉയർന്നു വന്നു. 1966 മുതൽ സാംസ്കാരിക വിപ്ലവത്തിന്റെ സന്ദർഭത്തിൽ, പ്രസക്തി ഏറിവന്ന മൗ സെദൊങ്ങിന്റെ ചിന്തയെപ്പറ്റി പാർട്ടി വിമർശനാത്മകമായ വിശക ലനം അപ്പോൾ നടത്തി. സി പി ഐ (എം) നടത്തിയ ഗൗരവപൂർണ മായ ഈ ചർച്ചയുടെ ഫലങ്ങളാണ് ഇനി പറയുന്ന രേഖകൾ – ചൈനീസ് കമ്യൂണിസ്റ്റു പാർട്ടിയുമായുള്ള ഞങ്ങളുടെ വ്യത്യസ്ത വീക്ഷണങ്ങൾ (1967), കൊച്ചിൻ കോൺഗ്രസ്സിന്റെ രാഷ്ട്രീയ – സംഘടനാ റിപ്പോർട്ട്, ബർദ്വാൻ പ്രത്യയശാസ്ത്രപ്ലീനം രേഖകൾ, ഒമ്പതാം കോൺഗ്രസ്സിനെ സംബന്ധിച്ച പിബിയുടെ പ്രസ്താവന (1969).

ചൈനീസ് കമ്യൂണിസ്റ്റ് പാർട്ടിയുടെയും മൗസെദൊങ്ങിന്റെയും കൂട്ടുനേതൃത്വത്തിന്റെ ഫലമായി നേടിയ ചൈനീസ് വിപ്ലവത്തിന്റെ വിജ യവും അതിൽനിന്ന് അന്താരാഷ്ട്രാ കമ്യൂണിസ്റ്റു പ്രസ്ഥാനം ആർജിച്ച മേന്മയും സി പി ഐ (എം) വിലമതിക്കുന്നുണ്ടെങ്കിലും ചൈനയിലെ വിപ്ലവാനുഭവം എല്ലാ രാജ്യങ്ങളിലെയും സകല സാഹചര്യങ്ങളിലും പ്രയോഗിക്കാം എന്ന വാദം അപലപനീയമാണ്. 'ലോകത്തിലെ ഗ്രാമ ങ്ങൾ നഗരങ്ങളെ വളയുക', 'വിപ്ലവ സമരത്തിന്റെ ഏകമാർഗ്ഗം സായു ധസമരം', 'ചെയർമാൻ മൗ നമ്മുടെ ചെയർമാൻ' തുടങ്ങിയ മുദ്രാവാ ക്യങ്ങൾ, അവയിലടങ്ങിയ അപക്വമായ ആശയങ്ങൾ നിമിത്തം അവഗ ണനാർഹങ്ങളാണ്.

സോവിയറ്റ് യൂണിയന്റേത് സോഷ്യൽ സാമ്രാജ്യത്വമാണെന്നും മൂന്നു ലോകങ്ങൾ നിലനിൽക്കുന്നുണ്ടെന്നുമുള്ള ചൈനീസ് കമ്യൂണിസ്റ്റ് പാർട്ടിയുടെ സിദ്ധാന്തം സി പി ഐ (എം) തള്ളിക്കളഞ്ഞു. മൗവിന്റെ സംഭാവനയുടെ വിപ്ലവസത്ത ഉയർത്തിപ്പിടിക്കുകയും അതിന്റെ നിഷേ ധാത്മകവശങ്ങളെ നിരസിക്കുകയും ചെയ്തുകൊണ്ടുള്ള പ്രത്യയ ശാസ്ത്ര സമരമാണ് സി പി ഐ (എം) നടത്തിയത്. അതുകൊണ്ട് ഇന്ത്യയിലെ ഇടതുപക്ഷ പ്രസ്ഥാനത്തിലും കമ്യൂണിസ്റ്റു പ്രസ്ഥാന ത്തിലും പ്രബല ശക്തിയായി മുന്നേറാൻ സി പി ഐ (എം) നു സാധ്യ മായി.

പെറ്റിബൂർഷ്വാ മൗയിസം

മൗയിസത്തിന്റെ സഹായികളെന്ന നാട്യത്തിൽ, പെറ്റിബൂർഷ്വാ വിപ്ല വസാഹസികത പ്രദർശിപ്പിച്ച് നാശോന്മുഖമായ ഭീകര പ്രവർത്തനങ്ങ ളിലേർപ്പെട്ട് ബഹുജനങ്ങളിൽനിന്ന് ഒറ്റപ്പെട്ട് ഒടുങ്ങുകയാണ് വിപ്ലവകാ രികൾ ചെയ്തത്. "ജനങ്ങളിൽനിന്ന് പഠിക്കുക" എന്ന മൗവിന്റെ നിർദ്ദേശം അവർ അവഗണിച്ചു. നക്സലൈറ്റുകൾ, സി പി ഐ (എം) വിരുദ്ധ ഭീകരത പ്രകടിപ്പിച്ചപ്പോഴും സി പി ഐ (എം) വിപ്ലവപക്വത പ്രദർശിപ്പിച്ചു. അവർ നക്സലിസത്തോട് പൊരുതി. അതുപോലെ ചൈ നീസ് കമ്യൂണിസ്റ്റുപാർട്ടിയുടെ സാംസ്കാരികവിപ്ലവകാലഘട്ടത്തിലെ

അതിതീവ്ര ഇടതുപക്ഷനിലപാടിനോടും അവർ പ്രത്യയശാസ്ത്രസമരം നടത്തി. അപ്പോഴും ഒരു സന്ദർഭത്തിലും സി പി ഐ (എം) ചൈനാ വിരുദ്ധ വികാരം പ്രദർശിപ്പിച്ചില്ല. മൗവിന്റെ രാഷ്ട്രീയ സംഭാവനയുടെ വാസ്തവികമേന്മയെ അവഗണിച്ചതുമില്ല.

വ്യക്തിമഹത്വവാദം തള്ളിക്കളഞ്ഞു

സംഘാംഗങ്ങൾക്കുമീതെ നേതാവിന് ഉയർന്ന സ്ഥാനം അനുവദിക്കുന്ന എല്ലാ വ്യക്തി മഹത്വരീതികൾക്കും എതിരെ സി പി ഐ (എം) സ്ഥിരമായ നിലപാട് സ്വീകരിച്ചു. ചൈനയിൽ അതിതീവ്രമായ ഇടതുവാദം ശക്തിപ്പെട്ട കാലത്ത് നിലനിന്ന മൗവിന്റെ വ്യക്തിമഹത്വവാദത്തെ സി പി ഐ (എം) ഒരിക്കലും അനുകൂലിച്ചില്ല. സൈദ്ധാന്തികവും പ്രായോഗികവുമായ മൗവിന്റെ എല്ലാ നിലപാടുകളേയും അടച്ച് അധിക്ഷേപിക്കുകയും തള്ളിക്കളയുകയും ചെയ്ത റിവിഷനിസ്റ്റുകളുടെ നയത്തിനു വിപരീതമായി, വ്യക്തിയുടെ നേതൃത്വപരമായ സ്ഥാനം സംബന്ധിച്ച് ലെനിനിസ്റ്റു സിദ്ധാന്തം അനുശാസിക്കുന്ന ആശയമാണ് സി പി ഐ (എം) ഉയർത്തിപ്പിടിച്ചത്. അത്തരമൊരു നേതാവിന്റെ സംഭാവന സമഗ്രമായി വിലയിരുത്തണം– അനുകൂലവും പ്രതികൂലവുമായ അംശങ്ങളെ വേർതിരിച്ചു കാണണം. പ്രസ്ഥാനത്തിന്റെ പ്രവർത്തനത്തിന്റെയും കാലഘട്ടത്തിന്റെ ചരിത്രപശ്ചാത്തലത്തിന്റെയും ഭാഗമായി വേണം നേതാവിന്റെ സ്ഥാനം നിർണയിക്കാൻ. മൗ സെ ദൊങ്ങിന്റെ കാര്യത്തിൽ സി പി ഐ (എം) അത്തരമൊരു സമീപനമാണ് സ്വീകരിച്ചത്.

ചൈനീസ് കമ്യൂണിസ്റ്റുപാർട്ടിയെ സമതുലിതമായി വിലയിരുത്തുന്നു

ഉൾപ്പാർട്ടി സമരത്തിനുശേഷം ചൈനീസ് കമ്യൂണിസ്റ്റുപാർട്ടി, സാംസ്കാരികവിപ്ലവത്തിലെ അതിതീവ്ര ഇടതുപക്ഷനയങ്ങളെയും വഴിവിട്ട അതിക്രമങ്ങളെയും പരസ്യമായി നിരാകരിച്ചു. ചൈനീസ് പാർട്ടി അതിന്റെ ആറാം പ്ലീനറി സമ്മേളനത്തിൽ, അംഗീകരിച്ച "*ചൈനീസ് കമ്യൂണിസ്റ്റ് പാർട്ടിയുടെ ചരിത്രം (1949–81) സംബന്ധിച്ച പ്രമേയ*" ത്തിൽ, ഇതുസംബന്ധിച്ച സമഗ്രമായ വിലയിരുത്തൽ നടത്തിയിട്ടുണ്ട്. (ഈ പ്രമേയത്തെപ്പറ്റിയുള്ള വിശദവിവരങ്ങൾക്ക് *പീപ്പിൾസ് ഡമോക്രസി* ഡിസംബർ 19 ന്റെ ലക്കം കാണുക). ചൈനീസ് വിപ്ലവത്തിലും സോഷ്യലിസ്റ്റ് നിർമാണത്തിലും മൗ സെ ദൊങ്ങിന്റെ പങ്കിനെപ്പറ്റി, വസ്തുനിഷ്ഠവും സന്തുലിതവുമായ വിലയിരുത്തൽ അതിൽ നിർവഹിച്ചിട്ടുണ്ട്. വിമർശനത്തിന് അതീതമായ അത്യുന്നത പീഠത്തിൽ മൗവിനെ പ്രതിഷ്ഠിക്കാൻ അതിൽ ശ്രമിച്ചിട്ടില്ല. അതുപോലെ, പിൽക്കാലത്ത് പിശകുകളും പാളിച്ചകളും അദ്ദേഹത്തിന്റെ പക്ഷത്തു പറ്റിയിട്ടുണ്ട് എന്നതുകൊണ്ട് അദ്ദേഹം കൈവരിച്ച നേട്ടങ്ങളെ വിലകുറച്ചു കണ്ടിട്ടുമില്ല. ചൈനയിലെ വിപ്ലവം സംഘടിപ്പിക്കുന്നതിലും സോഷ്യലിസ്റ്റ് ചൈനയുടെ അടിത്തറ സൃഷ്ടി

ക്കുന്നതിലും മൗ സെ ദൊങ്ങ് വഹിച്ച മഹത്തായ പങ്കിനെ 1981 ലെ ചൈനീസ് കമ്യൂണിസ്റ്റുപാർട്ടി പ്രമേയം പുനരവലോകനം ചെയ്തിട്ടുണ്ട്. 'കൂടുതൽ കൂടുതൽ അനിയന്ത്രിതമായും ആത്മനിഷ്ഠമായും' പ്രവർത്തിച്ചതിൽ മൗവിന്റെ വ്യക്തിപരമായ ഉത്തരവാദിത്വം കൃത്യമായി നിർണയിച്ചിട്ടുണ്ടെങ്കിലും കുറ്റം മുഴുവൻ അദ്ദേഹത്തിൽ ആരോപിച്ചിട്ടില്ല. "പാർട്ടിയുടെയും രാഷ്ട്രത്തിന്റെയും രാഷ്ട്രീയജീവിതത്തിൽ കൂട്ടുനേതൃത്വത്തിന്റെയും ജനാധിപത്യ കേന്ദ്രീകരണത്തിന്റെയും തത്ത്വങ്ങളെ തുരങ്കംവയ്ക്കുന്നതിലും ദുർബലപ്പെടുത്തുന്നതിലും പ്രധാന ഉത്തരവാദി മൗ ആണെന്നും ഈ വ്യതിയാനം കണ്ടെത്തുന്നതിലും തിരുത്തുന്നതിലും ഭാഗികമായ ഉത്തരവാദിത്വം കേന്ദ്രകമ്മറ്റിക്കാണെന്നും പ്രമേയം ചൂണ്ടിക്കാട്ടി. ചൈനീസ് സമൂഹത്തിൽ ഇത്തരമൊരു പ്രതിഭാസം എന്തുകൊണ്ടുസംഭവിച്ചു എന്ന് വിശകലനം ചെയ്യാനും പ്രമേയം ശ്രദ്ധിച്ചിട്ടുണ്ട്- "ഫ്യൂഡൽ സ്വേച്ഛാധിപത്യം നൂറ്റാണ്ടുകളായി നിലനിൽക്കുകയും ദുർബലമായ ജനാധിപത്യത്തിന്റെ അന്തരീക്ഷം ഉടലെടുക്കുകയും ചെയ്ത സാഹചര്യത്തിൽ വ്യക്തികൾ പാർട്ടിയിൽ അമിതമായ അധികാരം കൈയടക്കുകയും വ്യക്തിമഹത്വവാദം ശക്തിപ്പെടുകയും ചെയ്തു."

1981 ലെ ചൈനീസ് കമ്യൂണിസ്റ്റു പാർട്ടിയുടെ പ്രമേയത്തിൽ മൗവിന്റെ സംഭാവനയെ വിലയിരുത്തിയ പ്രമേയത്തിൽ അദ്ദേഹത്തിന്റെ പ്രവർത്തനങ്ങളെ അങ്ങേയറ്റം അംഗീകരിക്കുകയും വിലമതിക്കുകയും ചെയ്തിരുന്നു.

> മൗ സെ ദൊങ്ങ്, മഹാനായ മാർക്സിസ്റ്റും മഹാനായ തൊഴിലാളിവർഗനേതാവും പ്രത്യയശാസ്ത്രവിദഗ്ധനും തത്ത്വദർശിയും ആയിരുന്നു. എന്നാൽ, 'സാംസ്കാരികവിപ്ലവ' സന്ദർഭത്തിൽ അദ്ദേഹത്തിന് ഗുരുതരമായ പാളിച്ചകൾ പറ്റി. എന്നാൽ മൊത്തം സേവനങ്ങൾ വിലയിരുത്തുമ്പോൾ ചൈനീസ് വിപ്ലവത്തിന് അദ്ദേഹം നൽകിയ സംഭാവനകൾ, അത്തരം പിശകുകളെ നിഷ്പ്രഭമാക്കുന്നു എന്നു കാണാം. അദ്ദേഹത്തിന്റെ നേട്ടങ്ങൾ ഒന്നാംതരമാണ്. കോട്ടങ്ങൾ രണ്ടാംകിടയും. നമ്മുടെ പാർട്ടിയും വിമോചനസേനയും സ്ഥാപിക്കുകയും ചൈനയിലെ ജനങ്ങളെ വിജയത്തിലേക്കു നയിക്കുകയും ചൈന ജനകീയ റിപ്പബ്ലിക്കിന്റെ സ്ഥാപനത്തിലൂടെ സോഷ്യലിസത്തിലേക്ക് മുന്നേറുകയും ചെയ്യാൻ അദ്ദേഹം അളവറ്റ സേവനമാണ് നൽകിയത്. ലോകത്തിലെ അടിച്ചമർത്തപ്പെട്ട അന്യരാജ്യങ്ങളുടെ മോചനത്തിനും മനുഷ്യവർഗത്തിന്റെ പുരോഗതിക്കും അദ്ദേഹം നൽകിയ സംഭാവന അതിരില്ലാത്തതാണ്.

ആവേശജനകമായ പാരമ്പര്യം

മാർക്സിസ്റ്റ് പ്രത്യയശാസ്ത്രത്തിന്റെ കൃത്യമായ വിശകലനത്തി

ലൂടെ വിപ്ലവപ്രവർത്തനം നടത്തി ജനങ്ങൾക്ക് നേതൃത്വം നൽകുന്നതിൽ ഒരു നേതാവിന് എത്രത്തോളം ഉയരാൻ സാധ്യമാണ് എന്നതിന്റെ ഏറ്റവും മികച്ച ഉദാഹരണമാണ് മൗ സെ ദൊങ്ങിന്റെ ജീവിതവും പ്രവർത്തനവും. മൗവിന്റെ ഈ ഐതിഹാസിക വിജയം ചരിത്രം എക്കാലവും ഓർമ്മിക്കും. അതേ അവസരത്തിൽ അദ്ദേഹത്തിന്റെ അവസാന ജീവിതഘട്ടം നിഷേധാത്മകമായ മുന്നറിയിപ്പിന്റെ പാഠങ്ങളും നൽകുന്നുണ്ട്. പാർട്ടിയുടെ സംഘടിതശക്തിയുടെ മീതെ ഏതു നേതാവിനേയും എത്ര മഹാനാണെങ്കിലും അത്യുന്നത പീഠത്തിൽ പ്രതിഷ്ഠിക്കുന്നത് അസ്ഥാനത്താണ്. കേന്ദ്രീകൃത ജനാധിപത്യത്തിന്റെ ചട്ടക്കൂടിനകത്ത്, ഉൾപ്പാർട്ടി ജനാധിപത്യം സദാ അവലംബിച്ചില്ലെങ്കിൽ ഒരു പാർട്ടിക്കും അസ്തിത്വമില്ല എന്ന് ഇത് തെളിയിക്കുന്നു. മൗവിന്റെ പ്രത്യയശാസ്ത്രപരവും പ്രായോഗികവുമായ പ്രവർത്തനങ്ങളിലെ സർഗ്ഗാത്മകവും ശാസ്ത്രീയവും വിപ്ലവാത്മകവുമായ വശങ്ങളെ സി പി ഐ (എം) ഉയർത്തിപ്പിടിക്കുകയും ആ മഹാനായ വിപ്ലവകാരിയുടെ സമ്പന്നമായ വിപ്ലവപാഠങ്ങൾ ഉൾക്കൊള്ളാൻ ശ്രമിക്കുകയും ചെയ്യും. അദ്ദേഹത്തിന്റെ ജീവിതത്തിനും പാരമ്പര്യത്തിനും സി പി ഐ (എം) ആദരം അർപ്പിക്കുന്നു.

(People's Democracy, ഡിസംബർ 26, 1993)

എ കെ ജി:
കമ്യൂണിസ്റ്റു പ്രസ്ഥാനത്തിലെ അതികായൻ

ഇന്ത്യയിൽ കമ്യൂണിസ്റ്റുപാർട്ടിയുടെ വളർച്ചയിൽ അവിസ്മരണീയ സംഭാവനകൾ സമർപ്പിച്ച നിരവധി നേതാക്കന്മാരുണ്ട്; അവരെല്ലാം സാമ്രാജ്യത്വ വിരുദ്ധസമരങ്ങളിലും സ്വാതന്ത്ര്യപ്രസ്ഥാനത്തിലും അളവറ്റ ത്യാഗങ്ങൾ അനുഭവിച്ചവരാണ്. എന്നാൽ ജനങ്ങളോട് ഏറെ അടുപ്പം കാട്ടുകയും അവരെ പാർട്ടിയിലേക്ക് ആകർഷിക്കുകയും പാർട്ടി കെട്ടിപ്പടുക്കാൻ പണിപ്പെടുകയും ചെയ്തവർ ഏറെയില്ല. അക്കൂട്ടത്തിൽപ്പെട്ട നേതാവായിരുന്നു എ കെ ഗോപാലൻ.

സാമ്രാജ്യത്വവിരുദ്ധവും ഫ്യൂഡൽവിരുദ്ധവുമായ സമരങ്ങളിലൂടെയാണ് കമ്യൂണിസ്റ്റുപാർട്ടി പടുത്തുയർത്താനുള്ള ബഹുജനകീയ അടിത്തറ കെട്ടിപ്പടുത്തത്. എ കെ ഗോപാലന്റെ ജീവിതവും പ്രവർത്തനവും അനുസ്മരിക്കുന്ന അവസരത്തിൽ പഴയ സമരപാരമ്പര്യവും ഓർക്കുന്നത് സമുചിതമത്രെ. രണ്ടു പ്രധാന പ്രവർത്തനമേഖലകളിലൂടെയാണ് എ കെ ജിയുടെ രാഷ്ട്രീയ ജീവിതം കടന്നുവന്നത്. സ്വാതന്ത്ര്യസമരവും ഇന്ത്യയിലെയും കേരളത്തിലെയും കർഷകപ്രസ്ഥാനവും.

സ്വാതന്ത്ര്യസമരത്തിൽ കമ്യൂണിസ്റ്റുകാരുടെ പങ്കിനെപ്പറ്റി പുതിയ തലമുറ അജ്ഞതയിലാണ്. ആ നിലയ്ക്ക് എ കെ ജിയുടെ ജീവചരിത്രം പ്രചരിപ്പിക്കപ്പെടേണ്ടതുണ്ട്. ഗാന്ധി നേതൃത്വം നൽകിയ ദേശീയ പ്രസ്ഥാനത്തിലേക്ക് എടുത്തുചാടിയ സാഹസികനായ പ്രാഥമിക വിദ്യാലയ അധ്യാപകൻ ഉരുക്കുപോലെ ഉറച്ച കമ്യൂണിസ്റ്റുകാരനായി വളർന്ന കഥയുടെ പുനരവതരണവും അനുസ്മരണവും അത്യാവശ്യമത്രെ. ബി ജെ പിയും ആർ എസ് എസും അവരുടെ കപട ദേശീയത പ്രദർശിപ്പിച്ച്, ദേശാഭിമാനത്തിന്റെ അന്തഃസത്ത കളഞ്ഞുകുളിക്കുമ്പോൾ, എ കെ ജിയും അതുപോലുള്ള ആയിരക്കണക്കിനു വിപ്ലവ ദേശീയ പ്രബുദ്ധ

രായ യുവാക്കളും പിന്തുടർന്ന പാത അജയ്യമായി, അനുകരണീയമായി നിലകൊള്ളുന്നു.

രാജ്യത്ത് എങ്ങുമുള്ള അധ്വാനിക്കുന്നവരുടെ ഹൃദയങ്ങളിൽ എ കെ ജിക്ക് സവിശേഷ സ്ഥാനമാണുള്ളത്. നാലു പതിറ്റാണ്ടുകൾ നീണ്ട സമർപ്പിതസേവനമാണ് അദ്ദേഹം കമ്യൂണിസ്റ്റുപാർട്ടിക്ക് നൽകിയത്. അമ്പതുകളിൽ ഈ നേതൃത്വസ്ഥാനം സി പി ഐ (എം) സ്ഥാപിച്ചപ്പോഴും തുടരുകയും തന്റെ മരണംവരെ നിലനിർത്തുകയും ചെയ്തു. സി പി ഐ (എം) ന്റെ തുടക്കം മുതൽ അദ്ദേഹം പോളിറ്റ് ബ്യൂറോവിലും കേന്ദ്ര കമ്മറ്റിയിലും അംഗമായിരുന്നു. 1952 മുതൽ 1977 വരെ അഖിലേന്ത്യാ കിസാൻ സഭയുടെ പ്രസിഡന്റായിരുന്ന അദ്ദേഹം ആദ്യം അവിഭക്ത കമ്യൂണിസ്റ്റ് പാർട്ടിയുടെയും പിന്നീട് സി പി ഐ (എം) ന്റെയും ഗ്രൂപ്പിന്റെ നേതാവായി 25 വർഷം പാർലമെന്റിൽ സേവനം നിർവഹിച്ചു.

ഗുണവിശേഷങ്ങൾ

ഈ പറഞ്ഞതിൽ നിന്നൊന്നും എ കെ ജി യുടെ വ്യക്തിത്വത്തിന്റെ ഗുണവിശേഷങ്ങൾ വ്യക്തമാകില്ല. ഒരു സാധാരണ പ്രാഥമിക വിദ്യാലത്തിലെ അധ്യാപകൻ എന്ന നിലയിൽനിന്ന്, ആളുന്ന സാമ്രാജ്യത്വവിരോധത്തിലൂടെ വളർന്ന് കർഷകരുടെയും തൊഴിലാളികളുടെയും പ്രിയങ്കരനായ നേതാവായി അദ്ദേഹം ഉയർന്നു. ഭാഷയുടെയും പ്രദേശത്തിന്റെയും രാജ്യത്തിന്റെയും അതിരുകൾ ഭേദിച്ച് ഹിന്ദു മുസ്ലീം ക്രിസ്ത്യൻ ജനവിഭാഗങ്ങളുടെ സ്നേഹബന്ധം നേടാൻ അദ്ദേഹത്തിനു സാധിച്ചു.

1930 മുതൽ 1970 വരെയുള്ള അദ്ദേഹത്തിന്റെ രാഷ്ട്രീയ ജീവിതം, രാജ്യത്തിലെ പ്രധാന രാഷ്ട്രീയ പ്രസ്ഥാനങ്ങളും മുന്നേറ്റങ്ങളുമായി വളരെയേറെ ബന്ധപ്പെട്ടുകൊണ്ടാണ് നീങ്ങിയത്. 1930ലെ സത്യഗ്രഹ-ജയിൽവാസത്തിൽനിന്ന് ആരംഭിച്ച പൊതുപ്രവർത്തനത്തിൽ പിന്നെ പിൻമടക്കം ഉണ്ടായിരുന്നില്ല. ആദർശശാലിയായ ദേശാഭിമാനിയുടെ മികച്ച ദൃഷ്ടാന്തമായിരുന്നു അദ്ദേഹം. ആകെ പതിനാറു വർഷം ജയിൽവാസം അനുഭവിച്ചതിൽ, പത്തു വർഷം ബ്രിട്ടീഷ് ഭരണത്തിൻകീഴിൽ ആയിരുന്നു. രാജ്യത്തിലെ പ്രധാന രാഷ്ട്രീയ പ്രസ്ഥാന പ്രവാഹത്തിലൂടെയാണ് അദ്ദേഹത്തിന്റെ ജീവിതവും മുന്നോട്ടു നീങ്ങിയത് - ഗാന്ധിയനായി കോൺഗ്രസിന്റെ പരിപാടികളിൽ പങ്കാളിയായി. ആദ്യം കോൺഗ്രസ് സോഷ്യലിസ്റ്റു പാർട്ടിയുടെ (കേരളത്തിൽ ആ പാർട്ടിയുടെ സ്ഥാപകരിൽ ഒരാളായിരുന്നു) പ്രമുഖനായ പ്രവർത്തകനായി. ഒടുവിൽ കമ്യൂണിസത്തിലൂടെ തൊഴിലാളി വർഗ സാർവദേശീയ നേതാവായി.

കേരളത്തിൽ അദ്ദേഹത്തിന് പ്രത്യേക സ്ഥാനമുണ്ടായിരുന്നു. പി കൃഷ്ണപിള്ള, ഇ എം എസ്, എ കെ ജി എന്നീ ത്രിശക്തികൾ നേതൃത്വം നൽകിയ ഇടതുപക്ഷ-കമ്യൂണിസ്റ്റു പ്രസ്ഥാനത്തിന്റെ കേരളത്തിലെ ജനപ്രിയത പ്രത്യേകത ഉള്ളതായിരുന്നു. വ്യത്യസ്തമായ സവിശേഷതകൾ ഉള്ളവരായിരുന്നു ഓരോ നേതാവുമെങ്കിലും എ കെ ജി ജനങ്ങളുടെ

നേതാവായി അറിയപ്പെട്ടു. അവരുമായുള്ള അദ്ദേഹത്തിന്റെ ബന്ധം സവിശേഷമായിരുന്നു.

അതുല്യമായ ധീരതയുടെ ഉടമയായിരുന്ന എ കെ ജി യൗവനകാലത്ത് ജാതിമേധാവിത്വത്തിനും സാമ്രാജ്യത്വ അധിനിവേശത്തിനും എതിരെ പൊരുതി. ഗുരുവായൂർ ക്ഷേത്രപ്രവേശന സമരത്തിൽ സാരമായ പങ്കുവഹിച്ചു. മർദ്ദനവും വിലക്കും ഏറ്റുവാങ്ങേണ്ടിവന്നു. ബ്രാഹ്മണമേധാവിത്വത്തിനെതിരെ അവർണ-സവർണസമത്വത്തിനായി നടത്തിയ സമരത്തിൽ എ കെ ജിയുടെ പങ്ക് നിസ്തുലമായിരുന്നു. മർദ്ദനം ഏറ്റുവാങ്ങി ദിവസങ്ങളോളം അവശനായി കഴിയേണ്ടതായി വന്നു. 1941 ൽ വെല്ലൂർ ജയിലിൽനിന്ന് കാവൽക്കാരെ കബളിപ്പിച്ച് പുറത്തുകടന്ന സംഭവം ജനശ്രദ്ധയെ ആകർഷിച്ചിരുന്നു. സാമ്രാജ്യത്വത്തിന്റെ വിലക്കുകൾ വകവെക്കുകയില്ല എന്ന് പ്രതീകാത്മകമായി പ്രഖ്യാപിക്കുന്നതായിരുന്നു പ്രസ്തുത സംഭവം. അമരാവതിയിലെ പാവപ്പെട്ട ക്രിസ്ത്യാനി കർഷകരുടെ താല്പര്യസംരക്ഷണത്തിന് എ കെ ജി നടത്തിയ നിരാഹാരസമരം കടുത്ത കമ്യൂണിസ്റ്റു വിരുദ്ധനായ ഫാദർ വടക്കനെപ്പോലും സമരസന്നദ്ധനായി രംഗത്തിറക്കി. വിലക്കുകളെ വകവെക്കാത്ത ധീരപ്രകൃതത്തിന്റെ ഉടമയായിരുന്നു എ കെ ജി.

പാർലമെന്ററി പ്രവർത്തനത്തിൽ കമ്യൂണിസ്റ്റുകാർ ഏതുവിധം പങ്കെടുക്കണമെന്ന് മാതൃകാപരമായി കാണിച്ചുതന്ന നേതാവായിരുന്നു എ കെ ജി. 25 വർഷം തുടർച്ചയായി പാർലമെന്റിൽ പ്രശംസാർഹമായി പ്രവർത്തിക്കാൻ അദ്ദേഹത്തിന്നു കഴിഞ്ഞു. അംഗങ്ങൾക്കു ലഭ്യമായ അനുകൂല്യങ്ങൾ അനുഭവിച്ച് ആലസ്യത്തിലാഴാൻ അദ്ദേഹം ഒരുങ്ങിയിരുന്നില്ല. കർത്തവ്യനിർവഹണത്തിൽ വിട്ടുവീഴ്ചയില്ലാത്ത പെരുമാറ്റം അദ്ദേഹം കാഴ്ചവെച്ചു. ബഹുജനസമ്പർക്കം ഒരിക്കലും ഉപേക്ഷിച്ചില്ല. ബൂർഷ്വാസിയുടെ കാപട്യം തീണ്ടിയില്ല.

എ കെ ജി കർത്തവ്യനിരതനായ വ്യക്തിയായിരുന്നു. അദ്ദേഹത്തിന്റെ ആത്മാർത്ഥത വെറും നാട്യമായിരുന്നില്ല. മാർക്സിസത്തോട് അഗാധമായ പ്രതിബദ്ധത പ്രകടിപ്പിച്ചു. ജനങ്ങളുമായി നിരന്തരം ബന്ധം പുലർത്തി. എവിടെയെങ്കിലും ഏതെങ്കിലും സമരത്തെക്കുറിച്ച് കേട്ടാൽ ഉടനെ അവിടെ ഓടിയെത്തും. അതിലേക്ക് എടുത്തുചാടും. ഗുജറാത്ത് ജനത ഭാഷാസംസ്ഥാനത്തിനുവേണ്ടി സമരം ആരംഭിച്ചപ്പോൾ അതിൽ പങ്കാളിയായി. പഞ്ചാബിലെ കർഷകർ നികുതിപരിഷ്കരണത്തിനായി പോരാടിയപ്പോൾ എ കെ ജിയുടെ സാന്നിധ്യം അവിടെയും ഉണ്ടായി. ഇന്ത്യയിൽ ഏതു ഭാഗത്തും ഉണ്ടായ ഏതു ജനകീയ സമരത്തിലും അദ്ദേഹത്തിന്റെ പങ്കാളിത്തം ഉണ്ടായിരുന്നു. അമിതാധികാരത്തിൽ അധിഷ്ഠിതമായ അടിയന്തരാവസ്ഥക്കെതിരായ അടരാട്ടത്തിലായിരുന്നു അദ്ദേഹത്തിന്റെ അന്ത്യദിനങ്ങൾ അവസാനിച്ചത്. അടിയന്തരാവസ്ഥ പ്രഖ്യാപിച്ചപ്പോൾ, അതിനെതിരെ അദ്ദേഹം പാർലമെന്റിൽ ചെയ്ത പ്രസംഗം അവിസ്മരണീയമത്രെ.

പുരോഗമനേച്ഛുക്കളും വിപ്ലവോന്മുഖരുമായ ഇന്നത്തെ യുവതീയുവാക്കൾ എ കെ ജിയുടെ ജീവിതത്തിൽനിന്ന് ആദ്യമായി ഉൾക്കൊള്ളേണ്ട പാഠം ജാതിവിരുദ്ധമനോഭാവവും ജാതിക്കെതിരായ സമരസന്നദ്ധതയുമാണ്. അദ്ദേഹത്തിന്റെ സാമൂഹികപ്രവർത്തന സന്നദ്ധത പ്രകടമായ ആദ്യത്തെ സംഭവം ക്രൂരമായ മർദ്ദനം ഏറ്റുവാങ്ങാൻ ഇടവന്ന ഗുരുവായൂർ സത്യഗ്രഹമായിരുന്നു. ജാതി സംബന്ധമായ അടിച്ചമർത്തലിനെതിരെ ഇ എം എസിനേയും പി സുന്ദരയ്യയേയുംപോലെ എ കെ ജിയും പോരാട്ടം തുടങ്ങുകയും ഒടുവിൽ അത് പരിപൂർണമായ സോഷ്യലിസ്റ്റ് അവബോധമായി വികസിക്കുകയും ചെയ്തു.

മാർക്സിസ്റ്റ് വീക്ഷണം കൈവിടാതെ കാത്തുസൂക്ഷിച്ചാൽ മാത്രമെ, പൂർണ വികാസം പ്രാപിച്ച കമ്യൂണിസ്റ്റുകാരനാകാൻ കഴിയുകയുള്ളൂ എന്ന പാഠവും എ കെ ജിയുടെ ജീവിതത്തിൽനിന്ന് പഠിക്കാം. കമ്യൂണിസ്റ്റു പ്രസ്ഥാനത്തിന്റെ പ്രവർത്തനത്തിലും വളർച്ചയിലും ഓരോ ഘട്ടത്തിലും മാർക്സിസത്തിന്റെ അടിസ്ഥാനപ്രമാണങ്ങളിൽ ഉറച്ചുനിൽക്കാൻ മാർക്സിസ്റ്റ്–ലെനിനിസ്റ്റ് അവബോധംകൊണ്ട് അദ്ദേഹത്തിന് സാധ്യമായി. പ്രസ്ഥാനത്തിന് റിവിഷനിസം നിമിത്തം സംഭവിക്കുന്ന ഭവിഷ്യത്തുകളെയും ഇടതുപക്ഷ വരട്ടുതീവ്രവാദം വരുത്തുന്ന വിനകളെയും തടയാനുള്ള സിദ്ധാന്തപരമായ ധാരണ അദ്ദേഹത്തിന് സിദ്ധിച്ചിരുന്നു. അധ്വാനിക്കുന്നവരുടെ ചിന്താഗതിയുമായി താദാത്മ്യം നേടാനുള്ള വിപ്ലവ വികാരം എ കെ ജി ഉൾക്കൊണ്ടിരുന്നു.

എല്ലാ കമ്യൂണിസ്റ്റുകാർക്കും ജനാധിപത്യവിശ്വാസികൾക്കും പിന്തുടരാൻ പറ്റിയ പാരമ്പര്യം അവശേഷിപ്പിച്ചിട്ടാണ് എ കെ ജി ഇവിടം വിട്ടത്. ജനങ്ങളുടെ മോചനത്തിന് സമർപ്പിക്കുന്ന സമരസന്നദ്ധത, മാർക്സിസം–ലെനിനിസത്തിൽ അധിഷ്ഠിതമായ അഗാധമായ മാനവസ്നേഹം, അടിച്ചമർത്തപ്പെട്ടവരോട്–പ്രത്യേകിച്ച് കർഷകരോട്–കാണിച്ച കൂറ്, പ്രവർത്തകരോടും യുവതലമുറയിൽപ്പെട്ടവരോടും പുലർത്തിയ മമത, പ്രതികൂലാവസ്ഥയിൽപ്പോലും പ്രകടിപ്പിച്ച ആത്മധൈര്യം, നർമ്മബോധം, പാർട്ടിയോടും ജനങ്ങളോടും കാട്ടിയ സ്നേഹം–വർഗചൂഷണത്തിൽനിന്നുള്ള ഇന്ത്യയുടെ മോചനത്തിന് പൊരുതുന്നവർക്കെല്ലാം മാതൃകയാക്കാവുന്ന ആദർശങ്ങളുടെ ഉടമയായിരുന്നു എ കെ ജി.

(Peoples Democracy, ഒക്ടോബർ 3, 2004)

ഇ എം എസ് : മാർക്സിസ്റ്റ് മാർഗദർശി

മാർക്സിസത്തിന്റെ പ്രത്യയശാസ്ത്രത്തിനും പ്രയോഗത്തിനും മാതൃകയാക്കാവുന്നതാണ് ഇ എം എസ് നമ്പൂതിരിപ്പാടിന്റെ ജീവിതവും പ്രവർത്തനവും. അസാധാരണമായ പ്രതിഭാശേഷിയും ഉജ്ജ്വലമായ ഉൾക്കാഴ്ചയുമുള്ള ഇ എം എസിന്റെ കൈയിൽ, സിദ്ധാന്തം ശക്തിയായി മാറുകയും പ്രസ്ഥാനത്തിന്റെ ചാലകശേഷിയായി പ്രവർത്തിക്കുകയും ചെയ്തു. ഇ എം എസിന്റെ ചിന്തയും പ്രവർത്തനവും ജനങ്ങളെ കർമ്മനിരതരാക്കുകയും കേരളത്തിന്റെ ഇരുപതാംനൂറ്റാണ്ടിലെ ചരിത്രത്തെ മാറ്റിമറിക്കുകയും ചെയ്തു. കേരളത്തിലെയും ഇന്ത്യയിലെയും സാഹചര്യങ്ങളുടെ സവിശേഷതകൾ അനുസരിച്ച് മാർക്സിസത്തെ പ്രയോഗത്തിൽ വരുത്താൻ, സമകാലികരായ ആരെക്കാളും ദൂരക്കാഴ്ച അദ്ദേഹത്തിന് ഉണ്ടായിരുന്നു. തന്റെയും പാർട്ടിയുടെയും ആശയങ്ങൾ ജനങ്ങളെ നേരായവിധം ബോധ്യപ്പെടുത്താനും രാഷ്ട്രീയ ചാലകശക്തിയാക്കി മാറ്റാനും അദ്ദേഹത്തിന് കഴിഞ്ഞു.

പാർട്ടിയുടെ നയങ്ങളെ സിദ്ധാന്തവൽക്കരിക്കാനും പ്രവർത്തനപഥത്തിൽ കൊണ്ടുവരാനും അതുല്യമായ സംഭാവനകൾ സമർപ്പിക്കാൻ ഇ എം എസ്സിനു സാധിച്ചു. മാർക്സിസ്റ്റ് പ്രത്യയശാസ്ത്രവുമായി പരിചയപ്പെട്ടതുമുതൽ അതിനനുസൃതമായി സമകാലികസാമൂഹികസാഹചര്യങ്ങളെ വിശകലനം ചെയ്യാൻ അദ്ദേഹത്തിന് അസാധാരണമായ സാമർത്ഥ്യം ഉണ്ടായിരുന്നു. ജയപ്രകാശ് നാരായണന്റെ *എന്തുകൊണ്ട് സോഷ്യലിസം* എന്ന പുസ്തകം ഇ എം എസ്സിനെ സോഷ്യലിസ്റ്റ് ആശയങ്ങളിൽ ആകൃഷ്ടനാക്കി. പുതിയ ദർശനത്തിന്റെ ജാലകം തുറന്നുകണ്ടപ്പോൾ സമകാലികരും ഉല്പതിഷ്ണുക്കളുമായ മലബാറിലെ മറ്റു കോൺഗ്രസ്സ് യുവാക്കളോടൊപ്പം—പി കൃഷ്ണപിള്ള, എ കെ ഗോപാ

ലൻ, കെ ദാമോദരൻ തുടങ്ങിയവരോടൊപ്പം 1934 ൽ ഇ എം എസ് കോൺഗ്രസ്സ് സോഷ്യലിസ്റ്റുപാർട്ടിയിൽ ചേർന്നു.

സി എസ് പിയിലൂടെ കമ്യൂണിസ്റ്റുപാർട്ടിയുമായി ബന്ധപ്പെട്ടപ്പോഴും 1937 ൽ കേരളത്തിലെ ആദ്യത്തെ കമ്യൂണിസ്റ്റുഗ്രൂപ്പ് രൂപീകരിച്ചപ്പോഴും മാർക്സിസത്തെ സംബന്ധിച്ച ചില പുസ്തകങ്ങൾ ഇ എം എസ്സിനു ലഭിച്ചു. അതു മുതൽ സിദ്ധാന്തപഠനവും കേരളത്തിൽ അതിനനുസരിച്ച പ്രവർത്തനവും ആരംഭിച്ചു. അതോടെ, വിപ്ലവപ്രസ്ഥാനത്തിന്റെ വികാസത്തിനു തുടക്കമായി. 1945 വരെയുള്ള ആദ്യവർഷങ്ങളിൽ, ആശാവഹമായ ആരംഭം ദൃശ്യമായി. മലബാറിലെ കാർഷികസമൂഹം, കേരളത്തിന്റെ ചരിത്രപരമായ വികാസം, മലയാളികളുടെ ഭാഷാ ദേശീയത എന്നിവയെല്ലാം ഉപയോഗപ്പെടുത്തിക്കൊണ്ട്, ഇടതുപക്ഷ പ്രസ്ഥാനത്തിന് പ്രാരംഭം കുറിക്കപ്പെട്ടു.

തുടക്കത്തിൽത്തന്നെ, രാഷ്ട്രീയചിന്തകളിൽ പ്രവർത്തനനിരതമായ ഊർജ്ജസ്വലത പ്രകടിപ്പിക്കാൻ ഇ എം എസിന് സാധിച്ചു. അദ്ദേഹം സമൂഹത്തിലെ വിവിധ വിഭാഗങ്ങളുടെ സാമൂഹിക–സാമ്പത്തിക സാഹചര്യങ്ങൾ പഠിക്കുകയും പ്രസ്തുത സാഹചര്യം ഓരോ വർഗത്തെയും സ്വാധീനിക്കുന്ന രീതി മനസിലാക്കുകയും ഈ വിശകലനത്തിൽനിന്ന് സൈദ്ധാന്തികമായ നിഗമനങ്ങളിലെത്തുകയും അത് പ്രവർത്തനത്തിന് മാർഗ്ഗദർശനമാക്കുകയും ചെയ്തു.

കർഷകസമരത്തിന്റെ സൈദ്ധാന്തികൻ

മലബാറിലെ കാർഷികബന്ധങ്ങളിലാണ് അദ്ദേഹം ഈ സൈദ്ധാന്തികരീതി ആദ്യമായി ഉപയോഗപ്പെടുത്തിയത്. 1939 ൽ മദിരാശി ലജിസ്ലേറ്റീവ് അസംബ്ലി നിയമിച്ച മലബാർ കുടിയാൻ അന്വേഷണ കമ്മറ്റിയുടെ റിപ്പോർട്ടിന് അദ്ദേഹം ഒരു വിയോജനക്കുറിപ്പ് തയാറാക്കി. മലബാറിലെ ജന്മി–കുടിയാൻ ബന്ധം, അത് കൃഷിക്കാരിലും സമൂഹത്തിലും ചെലുത്തുന്ന സ്വാധീനം എന്നിവയെപ്പറ്റി അസാധാരണമായ ഉൾക്കാഴ്ചയോടെ എഴുതിയ ആ രേഖ ആറു പതിറ്റാണ്ടിനുശേഷം ഇന്നും ആധികാരികമായ പുതുമയും മൗലികതയും നിലനിർത്തുന്നു. മലബാറിലെ കർഷകപ്രസ്ഥാനത്തിന് പ്രായോഗിക നിർദ്ദേശങ്ങൾ നൽകാൻ ഇ എം എസ് ഉപയോഗിച്ചത് ഈ രേഖയായിരുന്നു. ഫ്യൂഡൽവിരുദ്ധ സമരങ്ങളുടെ തീവ്രത നിമിത്തം രാജ്യത്തിലെ കിസാൻസഭയുടെ ഏറ്റവും ശക്തമായ ശാഖ സ്വാതന്ത്ര്യലബ്ധിക്കുശേഷവും മലബാറിലെ കർഷകസംഘമായിരുന്നു. കേരളത്തിലെ സാമ്രാജ്യത്വവിരുദ്ധ സമരത്തിന്റെ കുന്തമുന കർഷകപ്രസ്ഥാനമായിരുന്നു. അവിടെനിന്നു നേടിയ അനുഭവജ്ഞാനം അഖിലേന്ത്യാ കിസാൻ സഭയ്ക്കു നൽകാനും അതിന്റെ ജോയിന്റ് സെക്രട്ടറിയാകാനും ഇ എം എസ്സിനു സാധിച്ചു. 1953 ൽ ഡൽഹിയിലെ പാർട്ടി സെന്ററിൽ അദ്ദേഹം ചേർന്നപ്പോൾ ലഭിച്ച ചുമതല കിസാൻസഭയുടെ പ്രവർത്തനങ്ങളുടെ മേൽനോട്ടമായിരുന്നു. ഈ മേഖലയിലെ

കർത്തവ്യങ്ങളുടെ രൂപരേഖ 1954–ൽ സെൻട്രൽ കമ്മറ്റി തയാറാക്കിയ "*കർഷകരുടെ ഇടയിൽ നമ്മുടെ കർത്തവ്യങ്ങൾ*" ആയിരുന്നു. ആ രേഖ തയാറാക്കുന്നതിൽ ഇ എം എസിനായിരുന്നു പ്രധാന പങ്ക്.

ആധുനിക കേരളത്തിന്റെ അടിത്തറകൾ

പ്രമുഖ ബൂർഷ്വാ നേതാക്കന്മാർ ദേശീയപ്രസ്ഥാനത്തിൽ മുന്നോട്ടുവച്ച, ഒരു രാഷ്ട്രം ഒരു സംസ്കാരം, എന്ന മാതൃകക്കു വിപരീതമായി, ഇന്ത്യയിലെ ഭാഷാ–ദേശീയ പ്രശ്നങ്ങളുടെ പഠനം മുന്നോട്ടു വച്ചത് കമ്യൂണിസ്റ്റുകാരായിരുന്നു. മലയാളം സംസാരിക്കുന്ന ജനതയുടെ ഭാഷാപരവും ദേശീയവുമായ വികാസം ചരിത്രപരമായി പിന്തുടർന്നു പഠിക്കുകയും ഐക്യകേരളം സ്ഥാപിക്കേണ്ടതിന്റെ ആവശ്യത്തെ സൈദ്ധാന്തികമായി ഉന്നയിക്കുകയും ചെയ്തത് ഇ എം എസ്സായിരുന്നു. 1945 ൽ അദ്ദേഹം പ്രസിദ്ധീകരിച്ച *ഒന്നേകാൽ കോടി മലയാളികൾ* എന്ന മലയാളപുസ്തകം, കൂടുതൽ വിശദമായ പഠനത്തിനുശേഷം *ദ നാഷണൽ ക്വസ്റ്റ്യൻ ഇൻ കേരള* (കേരളത്തിലെ ദേശീയപ്രശ്നം) എന്ന പേരിൽ 1952 ൽ ഇംഗ്ലീഷിൽ പ്രസിദ്ധപ്പെടുത്തി. ഇന്ത്യയിലെ ഒരു പ്രമുഖ ദേശീയ ജനവിഭാഗത്തെപ്പറ്റി മാർക്സിസ്റ്റ്–ലെനിനിസ്റ്റ് സമീപനത്തിൽ ആദ്യമായി ആവിഷ്കരിക്കപ്പെട്ട പുസ്തകം ഇതായിരുന്നു. പി സുന്ദരയ്യയുടെ വിശാലാന്ധ്ര, ഭവാനി സെന്നിന്റെ നതുൻ ബംഗ്ലാ എന്നിവയെപ്പോലെ ഇ എം എസ്സിന്റെ "ഐക്യകേരള"വും ഭാഷാ സംസ്ഥാനരൂപീകരണത്തിനുള്ള ആഹ്വാനമായിരുന്നു. ഇ എം എസ്സിന്റെ പഠനം കുറേക്കൂടി അഗാധവും പ്രൗഢവുമായിരുന്നു എന്നു പറയാം. കൊളോണിയലിസംവരെയുള്ള വിവിധ കാലഘട്ടങ്ങളിൽ സാമൂഹികവും സാമ്പത്തികവുമായ മേഖലകളിലുണ്ടായ മാറ്റങ്ങളിലൂടെ കേരളം എന്ന ആശയം ഉരുത്തിരിഞ്ഞുവന്നതിന്റെ ചരിത്രപരമായ ഉൾക്കാഴ്ച ഇ എം എസ്സിന്റെ പഠനത്തിൽ ദൃശ്യമായി. തിരുവിതാംകൂർ, കൊച്ചി, മലബാർ എന്നിവയുടെ സംയോജനത്തിലൂടെ കേരളം രൂപീകരിക്കാനുള്ള ശ്രമത്തിന് അടിത്തറ പാകാൻ ആ പുസ്തകത്തിനു കഴിഞ്ഞു.

ജാതിയുടെ വർഗവിശകലനം

ഇന്ത്യയിലെ ജാതിവ്യവസ്ഥയെ വിശകലനം ചെയ്യാനും ഇതേ സമീപനരീതിയാണ് ഇ എം എസ് സ്വീകരിച്ചത്. ബ്രിട്ടീഷ് കോളനി ഭരണംവരെയുള്ള കേരളത്തിന്റെ പ്രാചീന ചരിത്രം പഠിച്ചതിനുശേഷം അതിൽ ജാതി വഹിച്ച പങ്ക് അദ്ദേഹം വിലയിരുത്തി.

കേരളത്തിലെ ഫ്യൂഡൽ സമ്പ്രദായം, ജാതി–ജന്മി–നാടുവാഴി മേധാവിത്വം ഉള്ള ഒന്നായിരുന്നു എന്ന് സ്ഥാപിക്കാൻ അദ്ദേഹത്തിനു കഴിഞ്ഞു. ജാതിവിരുദ്ധ സാമൂഹികപരിഷ്കരണ പ്രസ്ഥാനത്തിൽ പങ്കെടുക്കുകയും പിന്നീട് വർഗാടിസ്ഥാനത്തിലുള്ള സംഘടനകൾ രൂപീകരിക്കുകയും കമ്യൂണിസ്റ്റുപാർട്ടി സ്ഥാപിക്കുകയും ചെയ്യാൻ ഇ എം എസ്

സ്വന്തം വിശകലനശേഷിയും പ്രതിഭാവിശേഷവും ഉപയോഗപ്പെടുത്തുകയും ആദ്യകാല അനുഭവങ്ങളുടെ വെളിച്ചത്തിൽ വർഗ–ജാതി ബന്ധത്തെ വ്യക്തമായി വിശകലനം ചെയ്യുകയും ചെയ്തു. ജാതിവ്യവസ്ഥ സമൂഹത്തിൽ ശക്തമായി നിലനിന്നിരുന്നതിനാൽ, തൊഴിലാളിവർഗ വിപ്ലവപ്രസ്ഥാനത്തിന്റെ പ്രവർത്തനങ്ങൾക്ക് അതിനെക്കുറിച്ചുള്ള അറിവ് അത്യാവശ്യമായിരുന്നു. ഇ എം എസിന്റെ പഠനം കാലത്തിന്റെ ആവശ്യമായിരുന്നു.

ജാതിയുടെയും വർഗത്തിന്റെയും പഠനത്തിന് മാർക്സിസ്റ്റ് സമീപനമാണ് ഇ എം എസ് സ്വീകരിച്ചത്. സാമൂഹികസ്വാതന്ത്ര്യത്തിനും ജാതിവ്യവസ്ഥ അവസാനിപ്പിക്കുന്നതിനും ഉള്ള സമരത്തിൽ തൊഴിലാളിവർഗപ്രസ്ഥാനം സമൂഹത്തിൽ ഏറ്റവും അടിത്തട്ടിലുള്ള ദളിതരുടെ പ്രശ്നങ്ങൾ പഠിച്ച് അവരെക്കൂടി പങ്കെടുപ്പിക്കണമെന്ന് ഇ എം എസ് വിലയിരുത്തി. കേരള സമൂഹപഠനത്തിൽ ജാതിയും വർഗവും സ്വത്തും തമ്മിലുള്ള ബന്ധം വിലയിരുത്തുകയും ജാതിവിരുദ്ധസമരത്തിൽകൂടി ജനാധിപത്യ കാർഷികവിപ്ലവം നടത്തുകയും ചെയ്യണമെന്ന് അദ്ദേഹം സ്ഥാപിച്ചു. അതിന് വർഗസംഘടനകളുടെ രൂപീകരണത്തിന് അദ്ദേഹം പ്രാധാന്യം നൽകി. ഉന്നതജാതിക്കാരുടെ അടിച്ചമർത്തലുകൾക്കെതിരെ അധഃകൃതർ നടത്തുന്ന സമരത്തിന് തൊഴിലാളിവർഗ പ്രസ്ഥാനത്തിന്റെ പിന്തുണ നൽകണമെന്ന് കേരളത്തിലെ കമ്യൂണിസ്റ്റുകാർ വിശ്വസിച്ചു.

രണ്ടുവശത്തുനിന്നുള്ള സമരത്തെപ്പറ്റി ഇ എം എസ് സൂചിപ്പിക്കുമായിരുന്നു :

> നാം ഇരുഭാഗത്തുനിന്നും സമരം നടത്തേണ്ടതുണ്ട്. "ദേശീയതയുടെയും സോഷ്യലിസത്തിന്റെയും തത്ത്വങ്ങളിൽനിന്ന് അകലുന്ന"തായി നമ്മെ ചിലർ കുറ്റപ്പെടുത്തുന്നു. അടിച്ചമർത്തപ്പെട്ടവരുടെയും മതന്യൂനപക്ഷക്കാരുടെയും പക്ഷംപിടിക്കുന്നതുവഴി അതാണ് ചെയ്യുന്നത് എന്നാണ് അവരുടെ പക്ഷം. പിന്നാക്കക്കാരുടെ "വിഭാഗീയ" ലക്ഷ്യങ്ങൾക്കുവേണ്ടിയാണത്രെ നാം നിലകൊള്ളുന്നത്. എന്നാൽ, നേരേമറിച്ച് അടിച്ചമർത്തപ്പെട്ട വർഗത്തിന്റെ താല്പര്യ സംരക്ഷണത്തിന്റെ മറവിൽ അവരെ ചിലർ തൊഴിലാളിവർഗത്തിന്റെ മുഖ്യധാരയിൽനിന്ന് അകറ്റിനിർത്തുകയാണ്. (*ജാതികളെയും വർഗങ്ങളെയും പറ്റി ഒരിക്കൽക്കൂടി*, തിരഞ്ഞെടുത്ത കൃതികൾ വാല്യം 1)

ഇ എം എസ് ഈ വാദഗതി ഉടനീളം പുലർത്തി :

> ഞങ്ങളുടെ പാർട്ടിയും അതിലെ പ്രവർത്തകൻ എന്ന നിലയിൽ ഞാനും വർഗസമരത്തിന്റെ മാർക്സിസ്റ്റ് സിദ്ധാന്തമാണ് സ്വീകരിച്ചിട്ടുള്ളത്. അതനുസരിച്ച്, ചൂഷകവർഗങ്ങൾക്കെതിരെ ചൂഷിതരുടെ ഐക്യനിര പടുത്തുയർത്തുമ്പോൾ, ഇരുപക്ഷത്തുമുള്ളവരുടെ ജാതി പരിഗണിക്കാറേയില്ല (തിര. കൃതികൾ, വാല്യം 1)

മുതലാളിത്തം വികസിച്ചപ്പോൾ, പഴയ വ്യവസ്ഥ തകരുകയും സ്വത്തുടമസ്ഥരായ മേൽജാതിക്കാർ പാപ്പരാവുകയും ഗ്രാമനഗരങ്ങളിലെ തൊഴിലാളിവർഗക്കാരായി മാറുകയും ചെയ്തു. അതേ അവസരത്തിൽ മറ്റു പിന്നാക്കസമുദായങ്ങളിൽപെട്ടവർ, സാമൂഹിക-സാമ്പത്തികമാറ്റങ്ങളുടെ ഫലമായി സമൂഹത്തിന്റെ മേൽത്തട്ടിലേക്ക് വിദ്യാഭ്യാസം, ജോലി, മെച്ചമായ ധനസ്ഥിതി എന്നിവ വഴി എത്തിച്ചേരുകയും ചെയ്തു. 1957 ൽ ഇ എം എസ് മുഖ്യമന്ത്രിയായിരുന്നപ്പോൾ ഭരണപരിഷ്കരണ റിപ്പോർട്ടിൽ ഈ കാര്യം ചൂണ്ടിക്കാട്ടിയിരുന്നു. പിന്നാക്ക സമുദായ സംവരണം തുടരണമെന്നും എന്നാൽ പ്രസ്തുത സമുദായത്തിൽ സാമ്പത്തിക വളർച്ച നേടിയവരെ ഒഴിവാക്കണമെന്നും പ്രസ്തുത റിപ്പോർട്ടിൽ നിർദ്ദേശിച്ചു. "ക്രീമിലെയർ വിവാദം" ചൂടുപിടിക്കുന്നതിന് മൂന്നു പതിറ്റാണ്ടു മുമ്പുതന്നെ ഇ എം എസ് ഇക്കാര്യം ശ്രദ്ധിച്ചിരുന്നു. മണ്ഡൽ കമ്മിഷൻ റിപോർട്ട് വന്നതിനുശേഷം ഇ എം എസ്, സംവരണകാര്യത്തിലെ നിലപാട് വിശാലമായി വിശകലനം ചെയ്തു. 1989-ൽ നടപ്പിൽ വരുത്തിയപ്പോൾ, മേൽപ്പറഞ്ഞ വർഗധാരണയിൽ, അധ്വാനിക്കുന്ന വർഗത്തിലെ എല്ലാ വിഭാഗങ്ങളുടെയും ഐക്യവും ഉറപ്പുവരുത്തിയിരുന്നു. തൊഴിലെടുക്കുന്ന വർഗത്തിൽത്തന്നെ ചില വിഭാഗങ്ങൾ ചരിത്രപരമായും സാമൂഹികമായും ആനുകൂല്യം നിഷേധിക്കപ്പെട്ടവരും അടിച്ചമർത്തപ്പെട്ടവരുമാണെന്നും അതിന് ജാതിവ്യവസ്ഥയാണ് കാരണമെന്നും മാർക്സിസ്റ്റുകാർ മനസിലാക്കണം. രാഷ്ട്രീയ സ്വാതന്ത്ര്യം നേടി പതിറ്റാണ്ടുകളുടെ മുതലാളിത്ത വികസനം നടപ്പാക്കിയിട്ടും ഈ ജാതിസംബന്ധമായ അടിച്ചമർത്തലിന് അറുതിവരുത്തിയിരുന്നില്ല. ഈ ജനവിഭാഗങ്ങളെ പൊതുധാരയിലേക്കു കൊണ്ടുവരാനും ക്രമേണ ജാതിയുടെ വേർതിരിവ് അവസാനിപ്പിക്കാനുമാണ് നിശ്ചിത ലക്ഷ്യത്തോടെ കുറച്ചുകാലത്തേക്കുകൂടി സംവരണം തുടരണമെന്ന് മാർക്സിസ്റ്റുകാർ വാദിച്ചത്. സങ്കുചിത മേൽജാതി 'വർഗസ്നേഹി'കൾക്കും "പിന്നാക്ക സമുദായങ്ങളു"ടെ ഇടയിൽ വളരുന്ന ബൂർഷ്വാ-പ്രഭു ശീലക്കാരുടെ വാലിൽത്തൂങ്ങികൾക്കും" എതിരെ, അവരുടെ സംവരണനയങ്ങൾ സംബന്ധിച്ച് ഇ എം എസ് മുന്നറിയിപ്പ് നൽകി.

മഹിളാ പ്രസ്ഥാനം : മോചനത്തിന്റെ കാഴ്ചപ്പാട്

ജനാധിപത്യ മഹിളാ പ്രസ്ഥാനത്തിന് ശരിയായ ദിശാബോധം നൽകാൻ ഇ എം എസ് മൗലികമായ സംഭാവന നൽകി. നമ്പൂതിരി സമുദായത്തിലെ യാഥാസ്ഥിതിക അവസ്ഥകൾക്കെതിരെ ആദ്യമായി രംഗത്തുവന്ന യുവാവായ ഇ എം എസിന്റെ ശ്രദ്ധയിൽ നമ്പൂതിരി സ്ത്രീകളുടെ പ്രശ്നം ഉയർന്നുവന്നു. വിവാഹസ്വാതന്ത്ര്യനിഷേധവും മൂടുപടസമ്പ്രദായവും സഹിക്കുന്ന നമ്പൂതിരി സ്ത്രീകളുടെ കാര്യത്തിന് സാമൂഹികപ്രവർത്തനത്തിൽ ഇ എം എസ് മുൻഗണന നൽകി. യോഗക്ഷേമസഭയിലെ സഹപ്രവർത്തകരും ഇ എം എസും തയാറാക്കിയ ലേഖ

നങ്ങളിലും നാടകങ്ങളിലും നമ്പൂതിരിസ്ത്രീകൾ അനുഭവിച്ച ഫ്യൂഡലിസ്റ്റ് ലിംഗവിവേചനവും അടിമത്തവുമാണ് വിഷയമായത്.

ഫ്യൂഡൽവിരുദ്ധ, സാമ്രാജ്യത്വവിരുദ്ധ സമരങ്ങളിൽ ജനാധിപത്യ പ്രസ്ഥാനത്തിലൂടെ സ്ത്രീകളെ കൂടുതലായി പങ്കെടുപ്പിക്കാൻ പിൽക്കാലത്ത് ഇ എം എസ് പ്രത്യേകം ശ്രദ്ധിച്ചു. മറ്റൊരിടത്തും കാണാത്ത മട്ടിലാണ് പരമ്പരാഗത കേരളസമൂഹം മിക്ക ജാതികളിലേയും സ്ത്രീകളുടെ അവകാശപ്രശ്നത്തിൽ പെരുമാറുന്നതെന്ന് അദ്ദേഹം 1942–ൽ തന്റെ ലേഖനങ്ങളിൽ വിലയിരുത്തി. സാമൂഹികപരിവർത്തനം സാധിക്കണമെങ്കിൽ, സ്ത്രീകൾക്കും തുല്യമായ പങ്ക് അനുവദിക്കണമെന്ന് അദ്ദേഹം അഭിപ്രായപ്പെട്ടു. 1954–56 ൽ ആദ്യമായി പാർട്ടി–സെന്ററിൽ പ്രവർത്തിച്ചപ്പോൾ, അദ്ദേഹത്തിന് മഹിളാ സംഘടനകൾക്ക് മാർഗ്ഗനിർദ്ദേശം നൽകേണ്ട ചുമതലയായിരുന്നു. അതിനാവശ്യമായ വ്യക്തമായ രൂപരേഖ അദ്ദേഹം തയാറാക്കി. വ്യത്യസ്ത വർഗങ്ങളിൽപ്പെട്ട എല്ലാ സ്ത്രീകൾക്കും സംഘടനയിൽ സ്ഥാനം അനുവദിക്കണം. കാരണം, എല്ലാ സ്ത്രീകളും ലിംഗഭേദത്തിന്റെ പേരിൽ അസ്വാതന്ത്ര്യം അനുഭവിക്കുന്നുണ്ട്. തൊഴിലാളി–കർഷക വർഗങ്ങളിൽ നിന്നുവന്ന സ്ത്രീകളായിരിക്കും സംഘടനയിൽ കൂടുതൽ ഉണ്ടാവുക. അവർ രണ്ടുവിധം അടിച്ചമർത്തലുകൾക്ക് വിധേയമത്രെ: വർഗവിവേചനവും സാമുദായികവിവേചനവും.

പിൽക്കാലത്ത്, സി പി ഐ (എം) ന്റെ നേതാവായി ഉയർന്നപ്പോൾ ശക്തമായ അടിത്തറയുള്ള ജനാധിപത്യ മഹിളാസംഘടന കെട്ടിപ്പടുക്കാൻ നേതൃത്വം നൽകാൻ ഇ എം എസിനു സാധ്യമായി. സംഘടനാകാര്യത്തിൽ മൂന്നു വസ്തുതകൾ പ്രത്യേകം ശ്രദ്ധിക്കണമെന്ന് അദ്ദേഹം നിർദ്ദേശിച്ചു. ഒന്ന്, ബൂർഷ്വാ–അർദ്ധ ഫ്യൂഡൽ സമൂഹത്തിൽ, എല്ലാ വർഗങ്ങളിലുംപെട്ട സ്ത്രീകൾ ലിംഗവിവേചനത്തിന്റെ പേരിൽ അടിച്ചമർത്തലിനു വിധേയരാകുന്നുണ്ട്. രണ്ട്, കാർഷിക–വ്യാവസായിക മേഖലകളിൽ പണിചെയ്യുന്ന സ്ത്രീകൾ തൊഴിലാളികൾ എന്ന നിലയിൽ വർഗചൂഷണത്തിന് വഴങ്ങേണ്ടിവരുന്നു. മൂന്ന്, സ്ത്രീകൾക്ക് പൗരന്മാർ എന്ന നിലയിൽ പുരുഷന്മാരോടൊപ്പം ജനാധിപത്യ അവകാശങ്ങൾക്കും ജനാധിപത്യത്തിനും നീതിനിറഞ്ഞ സമൂഹത്തിനുംവേണ്ടി പൊരുതേണ്ടിവരുന്നു. ഈ മൂന്നു വസ്തുതകളും കണക്കിലെടുത്ത് സംയുക്തമായി വ്യക്തമായ മാർഗ്ഗനിർദ്ദേശത്തോടെ എല്ലാ വിഭാഗങ്ങളിലുംപെട്ട സ്ത്രീകളെ പങ്കെടുപ്പിച്ചുകൊണ്ട്, സ്ത്രീകൾ നേരിടുന്ന അസമത്വം, വർഗചൂഷണം, ലിംഗവിവേചനം എന്നിവയ്ക്കെതിരെ സമരം സംഘടിപ്പിക്കേണ്ടതുണ്ട് എന്ന് ഇ എം എസ് വിലയിരുത്തി.

പാർലമെന്ററി പ്രവർത്തനത്തിന്റെ പരിപ്രേക്ഷ്യം

പാർലമെന്ററി ജനാധിപത്യത്തിൽ കമ്യൂണിസ്റ്റുകാർ പങ്കെടുക്കുന്നതിനെ സംബന്ധിച്ച് ഇ എം എസ്സിനു നിശ്ചിതവും സവിശേഷവുമായ

കാഴ്ചപ്പാട് ഉണ്ടായിരുന്നു. 1957 ൽ ആദ്യത്തെ തിരഞ്ഞെടുക്കപ്പെട്ട കമ്യൂണിസ്റ്റുമന്ത്രിസഭയുടെ തലവൻ എന്ന നിലയിൽ പ്രവർത്തിച്ചപ്പോൾ ഭരണഘടനാനുസൃതമായി സ്റ്റേറ്റിന് പരിമിതമായ അധികാരങ്ങളേ ഉള്ളൂ എന്നും കേന്ദ്രം മറ്റെല്ലാം കൈയടക്കിവച്ചിരിക്കുകയാണെന്നും അദ്ദേഹം മനസ്സിലാക്കി.

ഇ എം എസ് നേതൃത്വം നൽകിയ പ്രഥമ കമ്യൂണിസ്റ്റു മന്ത്രിസഭ കേരളത്തിൽ ദൂരവ്യാപകമായ ഫലങ്ങൾ പ്രദാനം ചെയ്യാൻ ഉതകുന്ന നടപടികൾക്ക് ആരംഭം കുറിച്ചു. കുടിയൊഴിപ്പിക്കൽ റദ്ദുചെയ്യുന്ന ഓർഡിനൻസാണ് ആദ്യം പുറപ്പെടുവിച്ചത്. തുടർന്ന് കാർഷികബന്ധ ബിൽ പാസ്സാക്കി. വാരം പാട്ടം പുതുക്കി നിശ്ചയിക്കൽ, കുടിയാന്മാർക്ക് ഭൂമിയിൽ സ്ഥിരാവകാശം, മിച്ചഭൂമി വിതരണം തുടങ്ങി പലതും നിയമനിബന്ധനകളിൽ ഉൾപ്പെടുത്തി.

ഭൂപരിഷ്കരണ നിയമവും വിദ്യാഭ്യാസ നിയമവും വന്നപ്പോൾ പിന്തിരിപ്പൻ ശക്തികൾ ഗവൺമെന്റിന് എതിരെ ഒത്തുകൂടി അതിനെ മറിച്ചിടാൻ ഒരുക്കം തുടങ്ങി. ഇതിനകം മറ്റൊരു ശ്രദ്ധേയമായ മാറ്റവും സംഭവിച്ചിരുന്നു. ഇ എം എസ് മന്ത്രിസഭ പിന്തുടർന്ന പോലീസ് നയം. സ്വാതന്ത്ര്യലബ്ധിക്കുശേഷം ആദ്യമായി ഒരു സ്റ്റേറ്റിൽ ജനാധിപത്യശൈലിയിലുള്ള പോലീസ്നയം കേരളത്തിൽ നടപ്പായി. തൊഴിൽത്തർക്കങ്ങളിലും ജന്മി-കുടിയാൻ പ്രശ്നങ്ങളിലും പോലീസ് ഇടപെടരുത് എന്നതായിരുന്നു പുതിയ പോലീസ് നയത്തിന്റെ കാതൽ. ഏതെങ്കിലും വിഭാഗം നിയമം കൈയിലെടുത്ത് ക്രമസമാധാനം തകരാനിടവരുമ്പോഴേ പോലീസിന്റെ ഇടപെടൽ അനുവദിച്ചുള്ളൂ. കർഷകരുടെയും തൊഴിലാളികളുടെയും സമരം പൊളിക്കാൻ ജന്മിമാർക്കും മുതലാളിമാർക്കും ഉപയോഗിക്കാനുള്ളതല്ല പോലീസ് സംവിധാനമെന്ന് പുതിയ നയം അനുശാസിച്ചു. ഈ നയം വിശദമാക്കി ഇ എം എസ് ചൂണ്ടിക്കാട്ടി :

> തൊഴിലാളി യൂണിയനുകളെ അടിച്ചമർത്തൽ, ഏതെങ്കിലും ബഹുജനസംഘടനകളുടെ കർഷക ജനകീയ പ്രക്ഷോഭങ്ങളെ തടയൽ, രാഷ്ട്രീയ കക്ഷിയുടെ രാഷ്ട്രീയ പ്രവർത്തനത്തിന് പ്രതിബന്ധം സൃഷ്ടിക്കൽ എന്നിവയൊന്നും പോലീസിന്റെ കൃത്യനിർവഹണമല്ല എന്നതായിരുന്നു പുതിയ പോലീസ് നയത്തിന്റെ കാതൽ. സാധാരണ കുറ്റകൃത്യങ്ങൾ കണ്ടെത്തലും ശിക്ഷാപരിധിയിൽ പെടുത്തലുമാണ് അവരുടെ ചുമതല. (*കേരളത്തിലെ ഇരുപത്തിയെട്ടു മാസങ്ങൾ*, തിരഞ്ഞെടുത്ത കൃതികൾ, വാല്യം 2)

ഈ പോലീസ് നയം ആദ്യത്തെ കമ്യൂണിസ്റ്റു മന്ത്രിസഭയുടെ കാലത്ത് പൂർണ്ണമായി നടപ്പിലാക്കാൻ സാധിച്ചിരുന്നില്ല. 1967-70 കാലഘട്ടത്തിൽ ഐക്യമുന്നണി ഗവൺമെന്റ് അധികാരത്തിൽ എത്തിയപ്പോൾ സി പി ഐ (എം) പ്രസ്തുത നയം പുതിയ മാറ്റങ്ങളോടെ നടപ്പിൽവരുത്തി.

സമ്മതിദായകരുടെ സമ്മതത്തോടെ പരിഷ്കരണം വരുത്താമെന്ന "കേരളമാർഗ്ഗം" 1964 ലെ പാർട്ടിയുടെ പിളർപ്പിനുമുമ്പുതന്നെ ഇ എം എസ് നിരാകരിച്ചിരുന്നു. നെഹ്റു നേതൃത്വം വഹിക്കുന്ന കോൺഗ്രസ്സ്, വർഗതാൽപ്പര്യം പിന്തുടരുന്ന നയങ്ങൾ കടുംപിടുത്തത്തോടെ അനുസരിക്കുന്നതു കണ്ടപ്പോൾ അധകാരത്തിലേറാൻ പാർലമെന്ററി മാർഗ്ഗം തുറക്കപ്പെട്ടതായി അദ്ദേഹത്തിനു വിശ്വാസം വന്നില്ല. ഡൽഹിയിൽ അധികാരത്തിലേറാൻ പറ്റിയവിധം കേരളരീതിയിലുള്ള വിജയം പിന്നെ തുടർന്നു വന്നതുമില്ല. എന്നാൽ, വർഗസമരം ശക്തിപ്പെടുത്താൻ പറ്റിയ തിരഞ്ഞെടുപ്പു വിജയങ്ങളുടെ സാധ്യത കമ്യൂണിസ്റ്റുകാർക്ക് ഉണ്ടെന്ന് അദ്ദേഹം ദീർഘദർശനം ചെയ്തു.

ആദ്യത്തെ കമ്യൂണിസ്റ്റുമന്ത്രിസഭയുടെ അനുഭവം ഇ എം എസ് ഈ വിധം വിവരിക്കുന്നു:

> കേരളത്തിലെ "പരീക്ഷണം" വല്ലതും ചൂണ്ടിക്കാട്ടുന്നുണ്ടെങ്കിൽ, അത് ഇതാണ് : ഭൂരിപക്ഷം നേടി സ്റ്റേറ്റ് ഗവൺമെന്റ് രൂപീകരിക്കുന്നതും വർഗസമരത്തിന്റെ ഒരു രൂപമാണ്. പാർലമെന്ററി പ്രവർത്തനരംഗത്ത് പാർലമെന്ററി ഇതര സമരവും സംയോജിപ്പിച്ചുകൊണ്ടുപോകേണ്ടതുണ്ട്." (*ഒരു ഇന്ത്യൻ കമ്യൂണിസ്റ്റിന്റെ സ്മരണകൾ*)

ബൂർഷ്വാ-ഭൂപ്രഭു വ്യവസ്ഥിതിയുടെ കീഴിൽ സ്റ്റേറ്റ് ഗവൺമെന്റുകൾ രൂപീകരിക്കുന്നതു സംബന്ധിച്ച് തന്ത്രങ്ങൾ മെനയാൻ സി പി ഐ (എം) നെ സഹായിച്ചത് ഈ അനുഭവമാണ്. 1964 ലെ പാർട്ടി പരിപാടി രൂപപ്പെടുത്തിയപ്പോൾ, ഹർകിഷൻസിങ്ങ് സുർജിത് സൂചിപ്പിച്ചതുപോലെ, സ്റ്റേറ്റ് ഗവൺമെന്റിന്റെ ഭരണത്തിൽ പങ്കെടുക്കുന്നതിനെപ്പറ്റി ഇ എം എസ് ഗവൺമെന്റിന്റെ ഉദാഹരണം അടങ്ങുന്ന ഖണ്ഡിക കൂട്ടിച്ചേർത്തു. തുടർന്ന് കേന്ദ്ര കമ്മറ്റി *പുതിയ സാഹചര്യവും കടമകളും* (1967) എന്ന രേഖയിൽ, 1967 ൽ പശ്ചിമ ബംഗാളിലും കേരളത്തിലും നിലവിൽ വന്ന സി പി ഐ (എം) നേതൃത്വം നൽകിയ കൂട്ടുമന്ത്രിസഭകളുടെ അനുഭവങ്ങൾ ഉൾപ്പെടുത്തി. 1967 ൽ വീണ്ടും കേരളത്തിലെ മുഖ്യമന്ത്രിയായി വന്ന ഇ എം എസ്സാണ് ഭരണവും സമരവും മുന്നോട്ടുകൊണ്ടുപോകേണ്ട അടവുകൾ രൂപപ്പെടുത്തിയത്. സ്റ്റേറ്റ് ഗവൺമെന്റിൽ പങ്കാളിയാകുമ്പോൾത്തന്നെ ആ സൗകര്യം ഉപയോഗപ്പെടുത്തി ബഹുജനപ്രസ്ഥാനങ്ങളും ജനകീയസമരങ്ങളും സംഘടിപ്പിച്ച് മുന്നോട്ടുപോകുകയെന്ന നയം സ്വീകരിക്കണമെന്ന ആശയം അംഗീകരിക്കപ്പെട്ടു. എന്നാൽ ആ സന്ദർഭത്തിൽ ആ മുദ്രാവാക്യം സി പി ഐ അംഗീകരിച്ചില്ല. ഇടതുപക്ഷ നേതൃത്വത്തിലുള്ള സ്റ്റേറ്റ് ഗവൺമെന്റ് സമരത്തിനുള്ള ഉപകരണമാണ് എന്ന് ഇ എം എസ് വാദിച്ചു.

വർഗീയതക്ക് എതിരായ സമരതന്ത്രങ്ങൾ

തൊട്ടടുത്ത കാലത്തിനും ദീർഘകാലത്തിനും യോജിച്ച തന്ത്രങ്ങൾ രൂപപ്പെടുത്താൻ ഇ എം എസ്സിന് സവിശേഷമായ രാഷ്ട്രീയജ്ഞാനപാടവം ഉണ്ടായിരുന്നു. ഒരിക്കൽ ഒരു രാഷ്ട്രീയ സംഭവം ഉണ്ടായാൽ അതിനെ തുടർന്നു വരാവുന്ന വികാസ പ്രത്യാഘാതങ്ങൾ ദീർഘദർശനം ചെയ്യാനും വിലയിരുത്താനും അദ്ദേഹത്തിന് തുല്യനായി ആരുമുണ്ടായിരുന്നില്ല. അതനുസരിച്ച് അടുത്ത ഘട്ടത്തിന് ഇണങ്ങിയ തന്ത്രം രൂപപ്പെടുത്തും. അല്ലെങ്കിൽ നിലവിലുള്ള പ്രവർത്തനരീതിയിൽ മാറ്റം വരുത്തും. മിക്കപ്പോഴും അദ്ദേഹത്തിന്റെ സഹപ്രവർത്തകരും പാർട്ടിയും അദ്ദേഹത്തിന്റെ മാറുന്ന ധാരണകളുമായി പിന്നിലാകാതെ ഒപ്പംതന്നെ സഞ്ചരിച്ചു. ഇതിന് മികച്ച ഒരുദാഹരണം ചൂണ്ടിക്കാട്ടാം. വളർന്നുവരുന്ന വർഗീയശക്തികളുടെയും വിഘടനവാദികളുടെയും ഭീഷണിയെ സംബന്ധിച്ച് അദ്ദേഹം മുൻകൂട്ടി കണ്ടിരുന്ന ധാരണകൾക്ക് അനുസൃതമായാണ് വിജയവാഡാ കോൺഗ്രസ്സിൽ പാർട്ടി നയരൂപീകരണം നടത്തിയത്. അതിന് കേരളത്തിലെ ഉദാഹരണം ചൂണ്ടിക്കാട്ടാനുണ്ടായിരുന്നു. വർഗീയശക്തികളുമായുള്ള ബന്ധം വിച്ഛേദിക്കാൻ പാർട്ടി ജനറൽ സെക്രട്ടറി എന്ന നിലയിൽ അദ്ദേഹമാണ് മുൻകൈയെടുത്തത്. പാർട്ടി നേതൃത്വം നൽകിയ ഐക്യമുന്നണി സർക്കാരിൽ അഖിലേന്ത്യാ മുസ്ലിംലീഗ് (മുസ്ലിംലീഗിൽനിന്ന് വേർപിരിഞ്ഞത്) ഘടകകക്ഷിയായിരുന്നു. വർഗീയാടിസ്ഥാനത്തിലുള്ള പാർട്ടിക്ക് കേരളത്തിൽ ആനുകൂല്യം അനുവദിച്ചാൽ ഭൂരിപക്ഷവർഗീയതക്കും മറ്റു വിഘടിതശക്തികൾക്കും എതിരെയുള്ള അഖിലേന്ത്യാ സമരം അശക്തമാകുമെന്ന് ഇ എം എസ് മനസിലാക്കി. 1987 ലെ അസംബ്ലി തിരഞ്ഞെടുപ്പിൽ ഇ എം എസ് തിരഞ്ഞെടുപ്പ് പ്രചാരണത്തിന് നേതൃത്വം നൽകി. അദ്ദേഹം മുന്നോട്ടുവച്ച ആശയം വർഗീയ രാഷ്ട്രീയത്തിന് എതിരായിരുന്നു. വർഗീയരാഷ്ട്രീയം കാലത്തിന് അനുയോജ്യമല്ലെന്ന് മുന്നറിയിപ്പു നൽകുകയും കേരളത്തിലെ ആധുനിക ജനാധിപത്യ വ്യവസ്ഥയിൽ വർഗീയ രാഷ്ട്രീയം അനുവദിക്കരുത് എന്ന ആശയം വിജയിക്കുകയും ചെയ്തു. ഇടതുപക്ഷ ജനാധിപത്യ മുന്നണിയുടെ വിജയം പാർട്ടി നയത്തിനു ലഭിച്ച ജനസമ്മതിയായിരുന്നു. ഒപ്പം ഇ എം എസ്സിന്റെ രാഷ്ട്രീയ ജീവിതത്തിലെ മനോഹരവും നിർണ്ണായകവുമായ നിമിഷമായിരുന്നു ആ വിജയമുഹൂർത്തം.

വർഗീയതയെ സംബന്ധിച്ച പ്രശ്നത്തിൽ ഇ എം എസ്സിന്റെ മറ്റൊരു സംഭാവനയുണ്ട്. ദേശീയ തലത്തിൽ എൺപതുകളിൽ ഭൂരിപക്ഷ വർഗീയത വളർച്ചനേടിവരികയായിരുന്നു. ഇ എം എസ് ആ അവസരത്തിൽ പാർട്ടിയുടെ അഖിലേന്ത്യാ ജനറൽ സെക്രട്ടറി ആയിരുന്നു. അയോദ്ധ്യയിലെ ബാബറി മസ്ജിദ് ലക്ഷ്യംവച്ച് വളർന്നുവന്ന രാമജന്മഭൂമി പ്രശ്നം, ആർ എസ് എസ്സിന്റെ നേതൃത്വത്തിൽ പൊട്ടിപ്പുറപ്പെട്ട വർഗീയ ലഹളകൾ, വളർന്നുവരുന്ന ഹിന്ദുത്വ ശക്തിയുടെ ഭീഷണി എന്നിവ മതേതര ജനാധിപത്യത്തിനു ഭീഷണിയാണെന്ന് ഇ എം എസ്സ് മനസിലാക്കി. ആർ

എസ് എസ്സിന്റെ പിന്തുണയോടെ ബി ജെ പിയും ഹിന്ദുത്വശക്തികളും ഇന്ത്യൻ രാഷ്ട്രീയത്തിൽ പിടിമുറുക്കിവരികയാണെന്നും അവരുടെ വർഗീയ ഭീഷണി വർദ്ധിച്ചുവരുമെന്നും ഇ എം എസ്സാണ് സമകാലിക രായ മറ്റു മതേതര നേതാക്കന്മാരേക്കാൾ മുമ്പേ തിരിച്ചറിഞ്ഞ് മുന്നറിയിപ്പു നൽകിയത്. പുതിയ ഭീഷണി സാമ്രാജ്യത്വ വിരുദ്ധ സമരത്തിനും പാരമ്പര്യത്തിനും തിരിച്ചടിയാകുമെന്നും അദ്ദേഹം മനസിലാക്കി. സ്വാതന്ത്ര്യത്തിനു മുമ്പും സ്വാതന്ത്ര്യലബ്ധിക്കുശേഷം നാലു പതിറ്റാണ്ടു പിന്നിട്ടിട്ടും വർഗീയ ഭീഷണി വർദ്ധിക്കാൻ കാരണം ബൂർഷ്വാ–ഭൂപ്രഭുത്വ സമ്പ്രദായത്തിന്റെ വർഗസ്വഭാവമാണെന്നും അവർ വർഗീയ ശക്തികളുമായി വിട്ടുവീഴ്ചാനയം പിന്തുടരുന്നതാണെന്നും ഇ എം എസ് വിലയിരുത്തി. ബി ജെ പി–ആർ എസ് എസ് ബന്ധം വർഗീയ ശക്തികളുടെ കൂട്ടുകെട്ടു മാത്രമല്ലെന്നും ഇന്ത്യയിലെ വലതുപക്ഷ പിന്തിരിപ്പൻ ശക്തികളുടെ മുഴുവൻ പിന്തുണ അതിനുണ്ടെന്നും ഇ എം എസ് കണ്ടെത്തി.

ഈ തെളിഞ്ഞ കാഴ്ചപ്പാടു കാരണമാണ്, പാർട്ടി കേന്ദ്രകമ്മറ്റിയിലും പോളിറ്റ് ബ്യൂറോയിലും സമർപ്പിച്ച് ഇരു മാർഗ്ഗനയം ഇ എം എസ്സ് അംഗീകരിച്ചത്. ഒന്ന്, ബി ജെ പി–ആർ എസ് എസ്–വി എച്ച് പി കൂട്ടുകെട്ട് രാജ്യത്തിന്റെ മതേതര ജനാധിപത്യ ഘടനയ്ക്ക് ഭീഷണിയാണ്, അതിനെ ഒറ്റപ്പെടുത്തണം. രണ്ട്, എല്ലാ പ്രതിപക്ഷ വിഭാഗങ്ങളെയും മതേതര ശക്തികളെയും ഒന്നിച്ചുചേർത്ത് അന്നത്തെ രാജീവ്ഗാന്ധി സർക്കാരിനെതിരെ പൊരുതാനും കോൺഗ്രസ്സ് വിരുദ്ധ ചേരിയിൽ ഉൾപ്പെടാൻ ശ്രമിക്കുന്ന ബി ജെ പിയെ ഒറ്റപ്പെടുത്തി അകറ്റാനും ശ്രദ്ധിക്കണം. കോൺഗ്രസ്സിനെതിരായ ജനരോഷവും അസംതൃപ്തിയും കണക്കിലെടുത്ത് "അഖില പ്രതിപക്ഷ ഐക്യം" സംഘടിപ്പിക്കാനും അതിൽ ബി ജെ പിയെയും ഉൾപ്പെടുത്താനും ഉള്ള നീക്കത്തെ ചെറുത്തു തോല്പിക്കാൻ ഇ എം എസ് ഉറച്ച തീരുമാനം കൈക്കൊണ്ടു. നാഷണൽ ഫ്രണ്ട് രൂപീകരിച്ചപ്പോൾ ചില ബൂർഷ്വാ പാർട്ടികൾക്ക് ബി ജെ പിയേയും അതിൽ ഉൾപ്പെടുത്തണമെന്ന അഭിപ്രായം ഉണ്ടായിരുന്നു. രാജീവ്ഗാന്ധിക്ക് എതിരെ ഗ്യാനി സെയിൽസിങ്ങിനെ പിന്തുണക്കുന്നതുപോലെ നിശ്ചിത പ്രശ്നങ്ങളിൽ ബി ജെ പിയേയും ഉൾപ്പെടുത്താനുള്ള ശ്രമം നടന്നു. ഈ കാര്യങ്ങളിലെല്ലാം പാർട്ടിയുടെ രാഷ്ട്രീയ നിലപാടും ഇടപെടലും നിർണയിക്കുന്നതിൽ ഇ എം എസ്സ് പ്രധാന പങ്കുവഹിച്ചു. ദേശീയമുന്നണിയിൽനിന്ന് ബി ജെ പിയെ അകറ്റാനും ഇടതുപക്ഷവുമായി ദേശീയമുന്നണിയെ ബന്ധപ്പെടുത്താനും സഹകരണത്തിന്റെ അടിത്തറ പാകാനും ഇ എം എസ് സഹായിച്ചു.

തൊഴിലാളിവർഗത്തിന്റെ ആധിപത്യത്തിനുവേണ്ടി

സാമ്രാജ്യത്വ വിരുദ്ധസമരം തൊട്ട് ഇടതുപക്ഷത്തിന് ഇന്ത്യയുടെ രാഷ്ട്രീയരംഗത്ത് എന്താണ് സ്ഥാനമെന്ന് നിർണയിക്കുന്നതിലും നിർവചിക്കുന്നതിലുമാണ് ഇ എം എസ്സിന്റെ മറ്റൊരു സവിശേഷ സംഭാവന.

രാഷ്ട്രീയ പ്രവർത്തനത്തിന്റെ പ്രാരംഭകാലത്ത് സജീവ കോൺഗ്രസ്സുകാരനായിരുന്ന ഇ എം എസ് പിന്നീട് കോൺഗ്രസ്സ് സോഷ്യലിസ്റ്റുപാർട്ടി പ്രവർത്തകനും ഒടുവിൽ കമ്യൂണിസ്റ്റുകാരനുമായി. അപ്പോഴെല്ലാം ഇടതുപക്ഷം സാമ്രാജ്യത്വവിരുദ്ധ പ്രസ്ഥാനത്തിൽ വഹിച്ച നിർണായകമായ പങ്ക് കൃത്യമായി അടയാളപ്പെടുത്താനൊക്കും. സ്വന്തം അനുഭവജ്ഞാനം ഇ എം എസ് പ്രസ്ഥാനവുമായി പങ്കുവച്ചു. കോൺഗ്രസ്സിനുള്ളിൽ നടന്ന ഇടതു വലതു സമരം, 1935ൽ നെഹ്റു അധ്യക്ഷനായ ലഖ്നൗ സമ്മേളനം മുതൽ സുഭാഷ് ചന്ദ്രബോസ് അധ്യക്ഷസ്ഥാനത്തെത്തിയ ത്രിപുരി സമ്മേളനംവരെയുള്ള കാലഘട്ടത്തിലെ അനുഭവങ്ങൾ അങ്കുരാവസ്ഥയിലുള്ള കമ്യൂണിസ്റ്റുപാർട്ടിയുടെ പങ്ക്, സാമ്രാജ്യത്വവിരുദ്ധ സമരത്തിൽ ഒക്ടോബർ വിപ്ലവ വിജയം ചെലുത്തിയ സ്വാധീനം, എ ഐ ടി യു സി പോലുള്ള തൊഴിലാളി സംഘടനയുടെയും മറ്റു ബഹുജന സംഘടനകളുടെയും രൂപീകരണം—സ്വാതന്ത്ര്യസമരത്തിൽ ബൂർഷ്വാ മേധാവിത്വമുള്ള പ്രസ്ഥാനത്തിൽ തൊഴിലാളിവർഗ/ഇടതുപക്ഷ സ്വാധീനം ഏതുവിധം വളർന്നുവന്നു എന്ന് ഈ പറഞ്ഞ സംഭവവികാസങ്ങൾ സൂചിപ്പിക്കുന്നു.

ഇവയൊന്നും യാന്ത്രികവും ലളിതവുമായ ഗതിക്രമങ്ങൾ ആയിരുന്നില്ല. മഹാത്മാഗാന്ധിയുടെ നേതൃത്വത്തെ വിലയിരുത്തിയ മാർഗ്ഗം ഇതിന് തെളിവാണ്. വർഗസമീപനത്തിൽ ഗാന്ധി ബൂർഷ്വാ നേതാവായിരുന്നെങ്കിലും ദേശീയ പ്രസ്ഥാനത്തിൽ അദ്ദേഹത്തിന്റെ സ്ഥാനം അഗാധജ്ഞാനത്തോടെ അടയാളപ്പെടുത്താൻ ഇ എം എസ്സിനു സാധിച്ചു. 1958ൽ *മഹാത്മാ ആന്റ് ദ ഇസം* പ്രസിദ്ധപ്പെടുത്തി. 1955–56 ൽ *ന്യൂ ഏജിൽ* വന്ന ലേഖനങ്ങളുടെ സമാഹാരമായിരുന്നു ആ പുസ്തകം. കോൺഗ്രസ്സ് നേതൃത്വം നൽകിയ സ്വാതന്ത്ര്യപ്രസ്ഥാനത്തിൽ ഗാന്ധി വഹിച്ച പങ്കിനെ ഒരു മാർക്സിസ്റ്റ് നേതാവ് വിലയിരുത്തിയ ആദ്യത്തെ പുസ്തകമായിരുന്നു അത്. ഗാന്ധിയുടെ പ്രവർത്തനത്തിന്റെ ഗുണപരമായ വശം കൃത്യവും സത്യവുമായി വരച്ചുകാട്ടുന്നതിനോടൊപ്പം പ്രവർത്തനത്തിന്റെ പരിമിതികളും വിലയിരുത്തപ്പെട്ടു. വ്യക്തിപരമായ പരാജയമായിട്ടല്ല ആ പരിമിതികളെ കണ്ടത്. ദേശീയ ബൂർഷ്വാസിയുടെ താല്പര്യത്തിന്റെ മൊത്തത്തിലുള്ള പ്രതിഫലനമായിട്ടാണ്. ഗാന്ധി നടപ്പിലാക്കിയ സമരരീതികളുടെ—വ്യക്തിസത്യഗ്രഹം, സിവിൽ നിയമലംഘനം തുടങ്ങിയവയുടെ സവിശേഷത വരച്ചുകാട്ടി ഗാന്ധിയുടെ മഹത്വവും രാജ്യത്തിന് അദ്ദേഹം നൽകിയ സംഭാവനയും ചൂണ്ടിക്കാട്ടി. സാമ്രാജ്യത്വവിരുദ്ധ, ഫ്യൂഡൽ വിരുദ്ധ പ്രവർത്തനങ്ങളിൽ കമ്യൂണിസ്റ്റുകാരും ബൂർഷ്വാ നേതൃത്വത്തിലുള്ള കോൺഗ്രസ്സും സ്വീകരിച്ച വിഭിന്ന നിലപാടുകളും പുസ്തകത്തിൽ പരാമർശിക്കപ്പെട്ടിട്ടുണ്ട്.

ഈ മൗലിക കൃതിയെ ഇ എം എസ് തന്റെ പ്രധാനപ്പെട്ട പുസ്തകമായാണ് പരിഗണിച്ചിരുന്നത്. സ്വാതന്ത്ര്യസമരത്തിലെ രണ്ടു പ്രമുഖ പ്രവർത്തനധാരകളെ–ബൂർഷ്വാസിയുടെയും തൊഴിലാളിവർഗത്തിന്റെയും –വിലയിരുത്തി വിഭിന്നങ്ങളായ വർഗ താല്പര്യങ്ങൾ നിലനിർത്തിക്കൊണ്ട്

സാമ്രാജ്യത്വശക്തിയോട് പൊരുതുക എന്ന പൊതു ലക്ഷ്യത്തിന് ഏതു വിധം പ്രവർത്തിച്ചു എന്ന് ഈ കൃതി വിലയിരുത്തുന്നു. ബൂർഷ്വാ രാഷ്ട്രീയപ്രവർത്തനത്തിന്റെ കുത്തകയെ സർഗാത്മകമായ തൊഴിലാളി വർഗ നിലപാട് എങ്ങനെ തകർത്തു എന്ന് ഇതിൽ ചൂണ്ടിക്കാട്ടിയിട്ടുണ്ട്. ഇടതുപക്ഷത്തിന്റെ സാമ്രാജ്യത്വവിരുദ്ധ പാരമ്പര്യത്തെ ആരംഭംമുതൽ പിന്തുടർന്നുകൊണ്ട് അത്, കോൺഗ്രസ്സിന്റെ ബൂർഷ്വാ, പെറ്റി ബൂർഷ്വാ പ്രവണതകളെ ചെറുക്കുന്നതിൽ എന്തു പങ്കുവഹിച്ചു എന്നും ഭരണ വർഗത്തിന്റെ പ്രത്യയശാസ്ത്ര കുത്തകയെ എങ്ങനെ തകർത്തു എന്നും വിശകലനം ചെയ്യുന്നതിൽ ഇ എം എസ് ശ്രദ്ധിച്ചിരിക്കുന്നു. സാമ്പത്തിക സമരങ്ങളോ രാഷ്ട്രീയ മുദ്രാവാക്യങ്ങളോ കൊണ്ടു മാത്രം ഭരണവർഗ ത്തിന്റെ ആധിപത്യത്തെ ചെറുക്കാനാവില്ല. ഇടതുപക്ഷത്തിന്റെ വ്യത്യസ്ത മാർഗ്ഗത്തിലുള്ള പരിപ്രേക്ഷ്യം ആവിഷ്കരിക്കാൻ മാധ്യമ ങ്ങളെയും സാംസ്കാരിക പ്രവർത്തനങ്ങളെയും ഉപയോഗപ്പെടുത്തണ മെന്ന് ഇ എം എസ് രാഷ്ട്രീയ ജീവിതത്തിന്റെ ആരംഭകാലം മുതൽ മനസിലാക്കിയിരുന്നു. തൊഴിലാളിവർഗപ്രസ്ഥാനത്തിന്റെ കൃത്യമായ ആശയപ്രചാരണത്തിന് മാധ്യമങ്ങളും സാംസ്കാരിക സ്ഥാപനങ്ങളു മായി നിരന്തരമായ ബന്ധം പുലർത്തുന്നതിൽ ഇ എം എസ് സവിശേഷ മായ താല്പര്യം രാഷ്ട്രീയ ജീവിതത്തിൽ ഉടനീളം പുലർത്തിയിരുന്നു.

സോഷ്യലിസ്റ്റ് സാർവദേശീയത

സി പി ഐ (എം) ന്റെ കൂട്ടു നേതൃത്വവുമായി ഇ എം എസ് പങ്കു വച്ചിരുന്ന സോഷ്യലിസ്റ്റ് സാർവദേശീയതയെപ്പറ്റി വിശദമായി പ്രതിപാ ദിക്കേണ്ടതുണ്ട്. സി പി ഐ യിൽനിന്ന് വിഭിന്നമായി സി പി ഐ (എം) പുലർത്തിയ ഈ വീക്ഷണത്തിന്റെ പ്രത്യേകത ഏതെങ്കിലും വിദേശ കമ്യൂണിസ്റ്റുപാർട്ടിയുടെ പക്ഷംപിടിക്കലോ മാർക്സിസം-ലെനിനിസ ത്തിന്റെ പ്രയോഗത്തിലുള്ള പരിമിതപ്പെടുത്തലോ ആയിരുന്നില്ല. സാമ്രാ ജ്യത്വത്തിന്റെ കടന്നാക്രമണം സോഷ്യലിസത്തിനുനേരെ ഉണ്ടാകു മ്പോൾ-അത് സോവിയറ്റുയൂണിയനു നേരെയോ ചൈനയുടെ നേരെയോ എന്നു നോക്കാതെ—സി പി ഐ (എം) നേതൃത്വം അതിന്റെ അവിഭാജ്യ ഘടകമായിരുന്ന ഇ എം എസ്സിന്റെ പങ്കാളിത്തത്തോടെ അതിനെ എതിർത്തിരുന്നു. സാർവദേശീയത സി പി ഐ (എം) ന്റെ സവിശേഷ തയായിരുന്നുവെങ്കിലും ഇന്ത്യയിൽ സ്വീകരിക്കേണ്ട അടവും തന്ത്രവും സംബന്ധിച്ച് പുറത്തുനിന്നുള്ള മാർഗ്ഗനിർദ്ദേശത്തിന് പഴുത് അനുവദി ച്ചിരുന്നില്ല. തത്ത്വാധിഷ്ഠിതമായ കമ്യൂണിസ്റ്റുമാർഗ്ഗം ആസൂത്രണം ചെയ്യേണ്ട കർത്തവ്യം ഇ എം എസ്സിനായിരുന്നു. 1962 ലെ ഇന്ത്യാ-ചീനാ അതിർത്തിത്തർക്കത്തിന്റെ കാലത്തും 1965 ലെ ഇന്ത്യാ-പാകിസ്ഥാൻ യുദ്ധസന്ദർഭത്തിലും മറ്റു സഹപ്രവർത്തകർ ജയിലിലായിരുന്നപ്പോൾ രാഷ്ട്രീയനയരൂപീകരണത്തിന്റെ ചുമതല ഇ എം എസ്സിന്റെ ചുമലിലാ യിരുന്നു. അയൽ രാജ്യങ്ങൾ തമ്മിലുള്ള തർക്കം ചർച്ചയിലൂടെ പരിഹ

രിക്കണമെന്നും യുദ്ധം നേരായ മാർഗ്ഗമല്ലെന്നും ദേശീയ വീരസാഹസ ത്തിന്റെ വക്താക്കളുടെ എതിർപ്പു വകവയ്ക്കാതെ തുറന്നു പറയാൻ ഇ എം എസ് മടികാണിച്ചില്ല.

സോഷ്യലിസ്റ്റു രാജ്യങ്ങളെയും അന്തർദേശീയ തൊഴിലാളിവർഗ പ്രസ്ഥാനങ്ങളെയുംപറ്റി പിൽക്കാലത്ത് രണ്ടു പ്രവണതകൾ അദ്ദേഹം ചൂണ്ടിക്കാട്ടിയിരുന്നു. അന്താരാഷ്ട്ര കമ്യൂണിസ്റ്റുപ്രസ്ഥാനത്തിലുണ്ടായ പിളർപ്പിനുശേഷമായിരുന്നു അത്. റിവിഷനിസത്തെയും സെക്ടേറിയ നിസത്തെയും അദ്ദേഹം നിരസിച്ചു. ഓരോ രാജ്യത്തിലെയും വിപ്ലവപാർട്ടി സോഷ്യലിസത്തെ സംബന്ധിച്ച് സ്വന്തമായ പാത തിരഞ്ഞെടുക്കണ മെന്നും മറ്റാരെങ്കിലും അടിച്ചേല്പിക്കുന്നതോ മറ്റെവിടെ നിന്നെങ്കിലും പകർത്തിയെടുക്കുന്നതോ ആയ കർശന നിയന്ത്രിതരീതി ഇല്ലെന്നും മാർക്സിസം-ലെനിനിസത്തിന്റെ പേരിലോ തൊഴിലാളി വർഗ സാർവ ദേശീയതയുടെ പേരിലോ അത്തരം മാതൃകകൾ പകർത്തരുതെന്നും ഇ എം എസ് നിർദ്ദേശിച്ചു. ചൈനീസ് വിപ്ലവത്തിന് നൽകിയ വലിയ സംഭാ വനകളുടെ വെളിച്ചത്തിൽ മൗ സേ ദൊങ്ങിന്റെ സിദ്ധാന്തം ഗൗരവമേ റിയ പഠനം അർഹിക്കുന്നുവെന്നും എന്നാൽ അത് യാന്ത്രികമായി ഇന്ത്യ യുടെ സാഹചര്യങ്ങളിൽ പ്രയോഗിക്കുന്നത് യുക്തിസഹമല്ലെന്നും അദ്ദേഹം അഭിപ്രായപ്പെട്ടു. അറുപതുകളുടെ അന്ത്യത്തിലും എഴുപതു കളുടെ ആരംഭത്തിലും അദ്ദേഹത്തിന്റെ ആശയങ്ങളെ എതിർത്തു കൊണ്ട് ആരംഭിച്ച നക്സലൈറ്റ് പ്രസ്ഥാനത്തിന്റെ പശ്ചാത്തലം ഇത ത്രെ.

സോവിയറ്റുയൂണിയന്റെ തകർച്ച സോഷ്യലിസ്റ്റു സമൂഹക്രമം സ്ഥാപിക്കാൻ ശ്രമിച്ച ആദ്യപരീക്ഷണത്തിന്റെ ആരംഭം മുതൽ പതനം വരെയുള്ള വിവിധ ഘട്ടങ്ങളെ വിശകലനം ചെയ്യാൻ ഗൗരവമേറിയ ശ്രമം നടത്തേണ്ടതിന്റെ ആവശ്യകത അദ്ദേഹത്തെ ബോധ്യപ്പെടുത്തി. ലെനിന്റെ കാലഘട്ടം, നവ സാമ്പത്തിക നയം, ഡോഗ്മാറ്റിസം, റിവിഷ നിസം, സോവിയറ്റു മോഡൽ എന്നിവയെപ്പറ്റി നിരവധി ലേഖനങ്ങൾ അദ്ദേഹം എഴുതി. സോവിയറ്റു യൂണിയൻ വരുത്തിയ തകരാറുകൾ പരി ഹരിക്കാൻ സാമ്പത്തിക പരിഷ്കരണത്തിൽ ചൈന വരുത്തിയ മാറ്റ ങ്ങളെ ഈ സന്ദർഭത്തിൽ ഇ എം എസ് സഹഭാവപൂർവം നിരീക്ഷിച്ചു. ഡെങ്ങ് സിയാഓപിങ്ങ് മുൻകൈയെടുത്ത് ചൈനയിൽ വരുത്തിയ പരി ഷ്കരണങ്ങൾ ചൈനയിലെ സോഷ്യലിസത്തിന് ഭാവിയിൽ ദോഷം വരു ത്തുമെന്നും അത് നിഷേധാത്മകമായ വികാസമാണെന്നും ഉള്ള വീക്ഷ ണത്തോട് ഇ എം എസ് വിയോജിച്ചു.

സോവിയറ്റു യൂണിയനിലെ സോഷ്യലിസ്റ്റു നിർമ്മാണത്തിൽ സംഭ വിച്ച പതനവും അവിടത്തെ അനുഭവങ്ങളും പുനരവലോകനം നടത്ത ണമെന്നും അന്തർദേശീയ തൊഴിലാളിവർഗം വർത്തമാനകാലത്തു നട ത്തുന്ന സോഷ്യലിസ്റ്റു സമരത്തിൽ അത് പ്രയോജനപ്പെടുത്തണമെന്നും ഇ എം എസ് അദ്ദേഹത്തിന്റെ ജീവിതത്തിന്റെ അന്ത്യവർഷങ്ങളിൽ

പാർട്ടിയോട് നിർദ്ദേശിച്ചിരുന്നു. 1992 ലെ പതിനാലാം പാർട്ടി കോൺഗ്രസ്സ് പാസ്സാക്കിയ പ്രത്യയശാസ്ത്രപ്രമേയത്തിന്റെ വെളിച്ചത്തിൽ പാർട്ടി വേണ്ടത്ര മുന്നോട്ടുപോയിട്ടില്ല എന്ന് അദ്ദേഹത്തിന് അഭിപ്രായമുണ്ടായിരുന്നു. ലോകവ്യാപകമായ സോഷ്യലിസ്റ്റു പദ്ധതിയുടെയും അതിന് അനുബന്ധമായ ഇന്ത്യയിലെ പ്രത്യയശാസ്ത്രപ്രവർത്തനത്തിന്റെയും തുടർച്ചയ്ക്ക് ഇ എം എസിന്റെ അന്വേഷണത്വരയോടെ നാം ശ്രമിക്കേണ്ടതുണ്ട്.

ജനകീയ സംവാദം

ബഹുജനങ്ങൾക്ക് മാർഗനിർദ്ദേശം നൽകുന്നതിൽ ഏതു നേതാവിനേക്കാളും വിജയിച്ചിരുന്നത് ഇ എം എസ് ആയിരുന്നു. ഈ ആവശ്യത്തിന് ജനകീയ മാധ്യമങ്ങളെ ഉപയോഗപ്പെടുത്താൻ അദ്ദേഹത്തിന് സവിശേഷ വിരുതുണ്ടായിരുന്നു. രാഷ്ട്രീയ എതിരാളികളുടെ പ്രചാരണ തന്ത്രങ്ങളെ ചെറുക്കാൻ അദ്ദേഹം പ്രത്യേകം ശ്രദ്ധിച്ചു. ഡൽഹിയിൽ പ്രവർത്തിച്ചിരുന്ന കാലത്തും കേരളത്തിലെ രാഷ്ട്രീയ സംവാദങ്ങളിലും പത്രമാധ്യമങ്ങളിലെ പതിവുപംക്തികളിലും അദ്ദേഹത്തിന്റെ സജീവസാന്നിധ്യം മുടങ്ങിയിരുന്നില്ല. ദിനപത്രങ്ങളിലെ ലേഖനങ്ങൾ, ആഴ്ചപ്പതിപ്പുകളിലെ പംക്തികൾ, മുഖപ്രസംഗങ്ങൾ, പുസ്തകാഭിപ്രായങ്ങൾ, സാംസ്കാരിക സംഭവങ്ങൾ എന്നിവ വഴി കേരളത്തിലെ പൊതുജീവിതത്തിൽ സജീവ സാന്നിധ്യമായിരുന്ന അദ്ദേഹത്തിന്റെ ബൃഹത്തായ പ്രവർത്തനക്രമം ഇന്ത്യൻ കമ്യൂണിസ്റ്റുപ്രസ്ഥാനചരിത്രത്തിലെ അപൂർവതയായി ഏതു കാലത്തും നിലനിൽക്കും. സ്വാതന്ത്ര്യാനന്തര ഇന്ത്യയിൽ പൊതുജനങ്ങളുമായി ആശയസംവാദം ഇ എം എസ്സിനെപ്പോലെ വ്യാപകമായി മറ്റാരെങ്കിലും നടത്തിയിട്ടുണ്ടോ എന്ന് സംശയമാണ്. ഉൽകൃഷ്ടമായ മാർക്സിസ്റ്റ് പ്രത്യയശാസ്ത്രത്തിന്റെയും പ്രയോഗത്തിന്റെയും ഉത്തമമായ ഉദാഹരണമായിരുന്നു അദ്ദേഹത്തിന്റെ രാഷ്ട്രീയ ചിന്തയും പ്രവർത്തനവും.

റോസാ ലക്സംബർഗിന്റെ പാരമ്പര്യം

നാല്പത്തിയെട്ടാം വയസ്സിലാണ് റോസാ ലക്സംബർഗ് രക്തസാക്ഷിത്വം വരിച്ചത്. സ്പാർട്ടക്കസ്സ് ലീഗ് നേതൃത്വം നൽകിയ വിപ്ലവമുന്നേറ്റത്തിന്റെ പരാജയത്തെ തുടർന്ന്, ജർമൻ സൈനികർ തടവിലാക്കിയ ആ മഹതിയെ 1919 ജനുവരി 19ന് മൃഗീയമായി വധിക്കുകയാണ് ചെയ്തത്. ജർമൻ സോഷ്യൽ ഡെമോക്രാറ്റിക് പാർട്ടിയിൽനിന്ന് ഭിന്നിച്ചുപോയ ജർമൻ കമ്യൂണിസ്റ്റുപാർട്ടിയുടെ ആദ്യ സംഘടനാരൂപമായിരുന്നു സ്പാർട്ടക്കസ്സ് ലീഗ്. കാൾ ലീബ്നെക്ട്, ഫ്രാൻസ് മെഹ്റിങ്ങ്, ക്ലാര സെട്കിൻ എന്നീ പ്രമുഖ കമ്യൂണിസ്റ്റുകാരുടെ നിരയിലായിരുന്നു റോസാ ലക്സംബർഗിന്റെ സ്ഥാനം.

മാർക്സിസത്തിനും വിപ്ലവപ്രസ്ഥാനത്തിനും റോസാ ലക്സംബർഗ് നൽകിയ ബഹുമുഖമായ സംഭാവനകൾ സംരക്ഷിക്കപ്പെടേണ്ടതും പ്രചരിപ്പിക്കപ്പെടേണ്ടതുമാണ്. അധ്വാനിക്കുന്ന വർഗത്തിന്റെ പ്രസ്ഥാനത്തിനും പ്രത്യയശാസ്ത്രത്തിനും ഈ തൊഴിലാളിവർഗ വനിതാ നേതാവ് അതുല്യമായ സംഭാവനകളാണ് സമർപ്പിച്ചത്. ജർമൻ സോഷ്യൽ ഡെമോക്രാറ്റിക് പാർട്ടിയിൽ വ്യാപിച്ച റിവിഷനിസത്തിനെതിരെ പൊരുതി മാർക്സിസത്തെ സംരക്ഷിച്ചുനിർത്താൻ നിർവഹിച്ച പ്രതിരോധ നടപടികളുടെ പേരിൽ റോസ അനുസ്മരിക്കപ്പെടും. തികഞ്ഞ അന്തർദേശീയവാദിയായ അവർ, സങ്കുചിതവും വിവേകശൂന്യവുമായ ദേശസ്നേഹത്തിനെതിരെ നിലയുറപ്പിച്ച്, തൊഴിലാളിവർഗ പ്രസ്ഥാനത്തെ സംരക്ഷിച്ചുനിർത്തി. സമർത്ഥയായ സിദ്ധാന്തവാദിയായിരുന്നു അവർ. മുതലാളിത്തത്തിന്റെ ആന്തരവൈരുധ്യങ്ങളെപ്പറ്റി അഗാധമായ അറിവു നേടിയ റോസ സാമ്രാജ്യത്വവും മുതലാളിത്തവും ശാശ്വതമാണെന്ന വാദത്തെ ഖണ്ഡിച്ചു.

ദ്വിമുഖ സമരം

അന്താരാഷ്ട്ര തൊഴിലാളിവർഗപ്രസ്ഥാനത്തിൽ, രണ്ടുവശമുള്ള സമരം–പരിഷ്കരണവാദത്തിനെതിരെ പ്രസ്ഥാനത്തിനകത്തും സാമ്രാജ്യത്വത്തിനെതിരെ പുറത്തും–ശക്തമായി നടന്ന പശ്ചാത്തലത്തിൽവേണം റോസാ ലക്സംബർഗിന്റെ ജീവിതവും പ്രവർത്തനവും വിലയിരുത്താൻ. റിവിഷനിസത്തിനെതിരെ പൊരുതി, മാർക്സിസത്തിന്റെ വിപ്ലവ ഉള്ളടക്കം നഷ്ടപ്പെടാതെ സംരക്ഷിക്കാനുള്ള സമരത്തിൽ, റോസാ ലക്സംബർഗ്ഗ് സുപ്രധാന പങ്കുവഹിച്ചു. റഷ്യൻ പോളണ്ടിൽ ഒരു ജൂതകുടുംബത്തിൽ ജനിച്ച റോസ, ആദ്യം പോളണ്ടിലെ സോഷ്യലിസ്റ്റു രാഷ്ട്രീയത്തിലും പിന്നീട് ജർമൻ സോഷ്യലിസ്റ്റുപാർട്ടിയിലും പ്രവർത്തിച്ചു. 19–ാം നൂറ്റാണ്ടിന്റെ ഒടുവിൽ യൂറോപ്പിലെ ഏറ്റവും വലിയ തൊഴിലാളിവർഗ പാർട്ടിയായിരുന്നു ജർമൻ പാർട്ടി. ജർമൻ പാർട്ടിയിലെ പ്രവർത്തനത്തിലൂടെയാണ് റോസയുടെ രാഷ്ട്രീയവ്യക്തിത്വം ആദ്യം ശ്രദ്ധേയമായിത്തീർന്നത്. ബൺസ്റ്റീന്റെ റിവിഷനിസത്തിന് എതിരായി മാർക്സിസത്തെ സംരക്ഷിച്ചുനിർത്താൻ നടത്തിയ സമരമാണ് റോസയെ പ്രസ്ഥാനത്തിന്റെ മുൻനിരയിൽ എത്തിച്ചത്. ബൺസ്റ്റീന് എതിരായ സമരത്തിൽ ഒപ്പം പ്രവർത്തിച്ച കൗട്സ്കിക്ക് എതിരെ പിന്നീട് റോസക്ക് അതുപോലെ പ്രത്യയശാസ്ത്രപോരാട്ടം നടത്തേണ്ടിവന്നു.

ജർമൻ പാർട്ടിയിലും രണ്ടാം ഇന്റർനാഷണലിലും വളർന്നുവന്ന സങ്കുചിതദേശീയതയ്ക്ക് എതിരായും റോസാ ലക്സംബർഗ് സമരം നയിച്ചു. രണ്ടാം ഇന്റർനാഷണലിലും അന്തർദേശീയതലത്തിലും സങ്കുചിത ദേശീയതയ്ക്ക് എതിരെ ലെനിൻ സമരം ഏറ്റെടുക്കുംമുൻപേ തന്നെ വാസ്തവത്തിൽ റോസ, ജർമനിയിൽ അത്തരം പോരാട്ടത്തിന് തുടക്കമിട്ടിരുന്നു. വിപ്ലവത്തേയും പരിഷ്കരണവാദത്തെയും വേർതിരിച്ച് കണ്ടുകൊണ്ട് വിപ്ലവത്തെ അനുകൂലിച്ചവരിൽ റോസയുടെ പേര് സ്ഥിരമായി നിൽക്കും. ലെനിന്റെ സമകാലികപ്രവർത്തക എന്ന നിലയിൽ, രണ്ടു വിപ്ലവകാരികളുടെയും വീക്ഷണത്തിൽ പ്രത്യയശാസ്ത്ര സമാനത ദർശിക്കാൻ പറ്റും. റിവിഷനിസത്തിനും വർഗസഹകരണത്തിനും എതിരായ പോരാട്ടത്തിൽ നേടിയ അനുഭവമായിരുന്നു ഇരുവരുടെയും കൈമുതൽ.

നിർഭാഗ്യവശാൽ, ലെനിന്റെ നിര്യാണത്തിനുശേഷം സോവിയറ്റു യൂണിയന് അകത്തും പുറത്തും റോസാ ലക്സംബർഗിന്റെ പൈതൃകം ലെനിനിസ്റ്റ് വിരുദ്ധമായാണ് വ്യാഖ്യാനിക്കപ്പെട്ടത്. മുതലാളിത്തത്തെപ്പറ്റിയും വിപ്ലവ ബഹുജനപ്രസ്ഥാനത്തെപ്പറ്റിയുമുള്ള ലക്സംബർഗിന്റെ സൈദ്ധാന്തിക രചനകൾ, യാന്ത്രികമായി, "ആത്മപ്രചോദിത"വും "കാല്പനിക"വുമായി വിശേഷിപ്പിക്കപ്പെട്ടു. ഫാസിസ്റ്റുകാരുടെ തടവറയിൽ അകാലചരമം അടഞ്ഞ, ഇറ്റാലിയൻ കമ്യൂണിസ്റ്റു നേതാവ് അന്റോണിയൊ ഗ്രാംഷിയുടെ കാര്യത്തിലെന്നപ്പോലെ, ലക്സംബർഗിന്റെ സിദ്ധാന്തത്തെയും പ്രയോഗത്തെയും ലെനിനിസത്തിനു വിരുദ്ധമായാണ് ഒരുകൂട്ടം പാശ്ചാത്യ മാർക്സിസ്റ്റുകാർ കണക്കാക്കിയത്. അന്തർദേശീയ

കമ്യൂണിസ്റ്റുപ്രസ്ഥാനത്തിന്റെ ചട്ടക്കൂടിനകത്തും ലോകത്തിലെ പ്രഥമ സോഷ്യലിസ്റ്റു വിപ്ലവമായ റഷ്യൻ വിപ്ലവത്തിന്റെ പശ്ചാത്തലത്തിലും റോസാ ലക്സംബർഗിന്റെ സ്ഥാനവും പ്രധാന സംഭാവനയും അടയാളപ്പെടുത്തേണ്ടത് അത്യാവശ്യമത്രെ.

സോഷ്യലിസമോ കാടത്തമോ?

ലക്സംബർഗിന്റെ ജീവിതവും പ്രവർത്തനവും അനുഭാവപൂർവവും വിമർശനാത്മകവുമായ പഠനം അർഹിക്കുന്നു. ലോക മുതലാളിത്തത്തെയും അതിന്റെ നാശത്തെയും സംബന്ധിച്ച് റോസ ആവിഷ്കരിച്ച ചില സിദ്ധാന്തങ്ങൾ, പൂർണമായും ശരിയല്ല എന്നതിൽ യാതൊരു സംശയവുമില്ല. എന്നാൽ അവർ ജീവിച്ച കാലഘട്ടം തൊഴിലാളിവർഗ വിപ്ലവത്തിന്റെ അടിയന്തരമായ ആവശ്യകതയെ ബോധ്യപ്പെടുത്തുന്ന മട്ടിലുള്ളതായിരുന്നു. സ്വന്തം ആന്തരവൈരുധ്യങ്ങളാൽ മുതലാളിത്തവ്യവസ്ഥ നാശമടയുമെന്ന മുൻധാരണ റോസാ ലക്സംബർഗിന്റെ വധത്തിനുശേഷം ദശകങ്ങൾ പിന്നിട്ടിട്ടും പലരും വച്ചുപുലർത്തുന്നു.

സൈദ്ധാന്തികമായ സങ്കീർണത, ലക്സംബർഗിന്റെ രചനകൾക്കുണ്ട്. ജർമൻ പാർട്ടിക്കുള്ളിൽ റോസ നടത്തിയ റിവിഷനിസത്തിന് എതിരായ സമരത്തിന്റെ പശ്ചാത്തലത്തിൽ വേണം മുതലാളിത്തത്തിന്റെ നാശത്തെ സംബന്ധിച്ച് അവർ എഴുതിയ രചനകളെ കാണാൻ. “സോഷ്യലിസമോ കാടത്തമോ” എന്നതാണ് നമ്മുടെ കാലഘട്ടത്തിന്റെ കേന്ദ്ര സംഘട്ടനമെന്ന് ലക്സംബർഗ് വിലയിരുത്തി. മുതലാളിത്തം, മൃഗീയമായ കാടത്തത്തിൽ ചെന്നൊടുങ്ങും. കാടത്ത മുതലാളിത്തത്തിന്റെ ചിത്രം, ഇരുപതാംനൂറ്റാണ്ടിന്റെ ചരിത്രം കാണിച്ചുതന്നിട്ടുണ്ട്– രണ്ട് ലോക മഹായുദ്ധങ്ങൾ, ഫാസിസം, വർണവിവേചനം, കോളനികളുടെ മൃഗീയ ചൂഷണം.

ദേശീയ വീരസാഹസപ്രകടനത്തിനെതിരെ

തൊഴിലാളിവർഗ സാർവദേശീയതയുടെ അന്ത:സത്ത ജീവിതത്തിൽ ഉടനീളം വച്ചുപുലർത്താൻ റോസ ലക്സംബർഗ് ശ്രദ്ധിച്ചു. ഓരോ ദേശീയ സമരത്തെയും തൊഴിലാളിവർഗ താല്പര്യങ്ങളുടെ നിലപാടുവച്ചാണ് അവർ നിരീക്ഷിച്ചത്. അടിച്ചമർത്തൽ അനുഭവിക്കുന്ന പോളിഷ് ജനവിഭാഗത്തിൽപ്പെട്ടതുകൊണ്ട്, പോളണ്ടിലെ ഭരണവർഗത്തിന്റെ സങ്കുചിത ദേശീയ വികാരപ്രകടനങ്ങളോട് പൊരുതാൻ റോസ സദാ ജാഗ്രത പുലർത്തി. ദേശീയ വികാരങ്ങളേക്കാളും ദേശീയ മോചന ലക്ഷ്യത്തെക്കാളും അവർ പലപ്പോഴും മുൻഗണന നൽകിയത് തൊഴിലാളി വർഗത്തിന്റെ ഐക്യത്തിനും അഖണ്ഡതയ്ക്കും ആയിരുന്നു. അതുനിമിത്തം റോസാ ലക്സംബർഗിനോട് ലെനിൻ വിയോജിപ്പ് പ്രകടിപ്പിച്ചു. ദേശീയമായ അടിച്ചമർത്തലിനെതിരെ തൊഴിലാളിവർഗം പൊരുതണമെന്നും അത്തരം പോരാട്ടങ്ങളെ സങ്കുചിതദേശീയതയായി പരിഗണി

ക്കാൻ പറ്റില്ലെന്നും ലെനിൻ, *സ്വയം നിർണയാവകാശത്തിന് രാഷ്ട്ര ങ്ങൾക്കുള്ള അവകാശ*ത്തിൽ വ്യക്തമാക്കി. എന്നാൽ, യൂറോപ്പിലെ തൊഴിലാളിവർഗ സംഘങ്ങളിൽ അതിക്രമിച്ചു കടന്ന ബൂർഷ്വാ ദേശീയ തയ്ക്ക് എതിരെ റോസ പോരാട്ടവീര്യം കാട്ടി. ഒന്നാം ലോക മഹായുദ്ധ ത്തിനും ജർമൻ ഭരണവർഗത്തിന്റെ അതിക്രമ ദേശീയതാ പ്രകടന ത്തിനും സങ്കുചിത ദേശീയതയോട് ജർമൻ സോഷ്യൽ ഡമോക്രാറ്റിക് പാർട്ടി കാട്ടിയ വിട്ടുവീഴ്ചയോടും വീറുറ്റ വിയോജിപ്പിന്റെ സ്വരം ഉയർത്താൻ റോസ ലക്സംബർഗും കാൾ ലീബ്നെഷ്ടും മാത്രമെ ഉണ്ടാ യിരുന്നുള്ളു.

പാർട്ടി കെട്ടിപ്പടുക്കുന്നതിനെപ്പറ്റി ലെനിൻ മുന്നോട്ടുവച്ച സിദ്ധാ ന്തത്തോട് വിയോജിപ്പു പ്രകടിപ്പിക്കുന്നതാണ് റോസയുടെ സൈദ്ധാന്തിക രചനകളിൽ പ്രമുഖം. റഷ്യൻ വിപ്ലവത്തിനുമുമ്പ് 1903–04 കാലഘട്ടത്തിൽ റഷ്യൻ സോഷ്യൽ ഡമോക്രാറ്റിക് പാർട്ടിയിൽ സംഘടനാ രൂപീകരണ കാര്യത്തിന്റെ ചർച്ച നടന്നപ്പോഴും പിന്നീട് റഷ്യൻ വിപ്ലവത്തിന്റെ വിജ യത്തിനുശേഷവും റോസ ലക്സംബർഗ് ജനാധിപത്യകേന്ദ്രീകരണ തത്ത്വത്തിൽ വിമർശനസ്വരം നിലനിർത്തി. ലെനിൻ മുന്നോട്ടുവച്ച കേന്ദ്രീ കൃതമായ പാർട്ടി എന്ന ആശയത്തോട് റോസ യോജിച്ചില്ല. കേന്ദ്രീകൃ തമായ അത്തരമൊരു പാർട്ടി തൊഴിലാളിവർഗത്തിന്റെ സർഗാത്മകവീ ര്യത്തെ മരവിപ്പിക്കുമെന്ന് റോസ വാദിച്ചു. ഈ വാദഗതി നിമിത്തമാണ് ലെനിനോടും ബോൾഷെവിക്കുകാരോടും റോസ ലക്സംബർഗ് പ്രാതി കൂല്യം പ്രകടിപ്പിക്കുന്നു എന്ന വാദം ഉയർത്തിക്കാട്ടാൻ ഇടവന്നത്. പ്രത്യേകിച്ച് സോവിയറ്റുയൂണിയന്റെ വിഘടനത്തിനുശേഷം സോവിയറ്റു കമ്യൂണിസ്റ്റുപാർട്ടിയുടെ പതനത്തിൽ ഈ വാദഗതി വ്യാപകമായി ഉപ യോഗിക്കപ്പെട്ടു.

പാർട്ടിയുടെ സംഘടനാ രൂപീകരണത്തിലുള്ള വിയോജിപ്പുകൾ

ലെനിന്റെ പാർട്ടി സംഘടനാ സങ്കൽപ്പനവും റോസയുടെ ബഹു ജനപ്പാർട്ടി ആശയവും തമ്മിൽ അടിസ്ഥാനപരമായ വിഭിന്നത ഉണ്ട്. ജർമൻ എസ് പി ഡി യുടെ ചരിത്രം പരിശോധിച്ചാൽ, ആദ്യം അത് ബഹുജന തൊഴിലാളിവർഗ പാർട്ടിയായിരുന്നു എന്നും പിന്നീട് പരിഷ്ക രണവാദത്തിൽ വഴുതിവീണ് ഒടുവിൽ "മുതലാളിത്ത വ്യവസ്ഥിതിയുടെ മാനേജർമാരാ"യി മാറിപ്പോയി എന്നും മനസിലാകും. ഇരുപതാംനൂറ്റാ ണ്ടിന്റെ രണ്ടാം ദശകത്തിൽ ആ പാർട്ടിയുടെ അവസ്ഥ അതായിരുന്നു. ആ പ്രവണതയ്ക്ക് എതിരെ റോസ പൊരുതിയെങ്കിലും, ആ പോരാട്ടം പുതിയ സംഘടനാരൂപീകരണത്തോളം ചെന്നെത്തിയില്ല. ബഹുജനപ്ര സ്ഥാനത്തിൽനിന്ന് ഒരു വിപ്ലവകക്ഷിയെ രൂപപ്പെടുത്തിയെടുക്കുന്നതിനും സ്പാർട്ടക്കസ്റ്റ് ഗ്രൂപ്പിൽനിന്ന് പുതിയ പാർട്ടിയെ പണിതുണ്ടാക്കുന്നതിനും ശ്രമിക്കുന്നതിനു മുമ്പേ റോസയുടെ ദാരുണമായ അന്ത്യം സംഭവിച്ചു. പാർട്ടിക്ക് ലെനിനിസ്റ്റ് ധാരണ അത്യാവശ്യമാണെന്ന് ചരിത്രപരമായ

അനുഭവം തെളിയിക്കുന്നു. അത്തരമൊരു പാർട്ടിക്കു മാത്രമെ ജനങ്ങളിൽനിന്ന് വിപ്ലവപ്രസ്ഥാനം വളർത്തിയെടുക്കാനും ഭരണവർഗത്തിൽനിന്ന് അധികാരശക്തി പിടിച്ചെടുക്കാനും സ്വന്തം ഭരണകൂടം സ്ഥാപിച്ച് പുതിയ സമൂഹം സൃഷ്ടിക്കാനും സാധ്യമാകു. റോസ ലക്സംബർഗിന്റെ ഗൗരവപൂർവമായ വിമർശനങ്ങൾ ശ്രദ്ധിക്കുന്നതിൽ, പല സോഷ്യലിസ്റ്റ് രാജ്യങ്ങളും വിമുഖത കാട്ടുകയും ജനാധിപത്യ കേന്ദ്രീകരണതത്ത്വങ്ങളിൽ വ്യതിയാനങ്ങൾ വരുത്തുകയും ചെയ്തു.

ജനാധിപത്യ കേന്ദ്രീകരണം ഉപേക്ഷിക്കാതെ, അമിത കേന്ദ്രീകരണത്തിന് തടയിടേണ്ടിയിരിക്കുന്നു.

ബോൾഷെവിക്കുകളെ പ്രതിരോധിച്ചു

പാർട്ടി സംഘടിപ്പിക്കേണ്ട വിധത്തെ സംബന്ധിച്ച് റോസയും ബോൾഷെവിക്കുകളും തമ്മിൽ ഉണ്ടായിരുന്ന അഭിപ്രായവ്യത്യാസങ്ങളുടെ പേരിൽ ഈ പ്രമുഖ വിപ്ലവപ്രവർത്തകയുടെ പ്രത്യയശാസ്ത്രവും പ്രയോഗവും ബോൾഷെവിക്കുകളുടെയും ലെനിന്റെയും നിരാകരണമാണെന്ന് വാദിക്കുന്നത് ശരിയല്ല. മറിച്ച് അതിനെ മനസിലാക്കാനും പ്രതിരോധിക്കാനും തയാറായ പ്രവർത്തകയായിരുന്നു അവർ. ലെനിന്റെയും ബോൾഷെവിക്കുകളുടെയും ചരിത്രപരമായ ദൗത്യത്തെ റോസ വിലയിരുത്തിയ വിധം നോക്കുക :

> ഈ അർത്ഥത്തിൽ അവർ (ബോൾഷെവിക്കുകൾ) അനശ്വരമായ ചരിത്ര ദൗത്യമാണ് നിർവഹിച്ചത്. സാർവദേശീയ തൊഴിലാളിവർഗത്തിന്റെ മുൻനിരയിലാണ് അവരുടെ സ്ഥാനം. അവർ രാഷ്ട്രീയാധികാരം പിടിച്ചടക്കുകയും സോഷ്യലിസത്തിന്റെ പ്രായോഗിക പ്രവർത്തനങ്ങളിൽ ഏർപ്പെടുകയും ചെയ്തു. മൂലധനവും തൊഴിലും തമ്മിലുള്ള പ്രതിക്രിയക്ക് പരിഹാരം കാണാനുള്ള ശ്രമം ലോകമെങ്ങും നടക്കണം. അത് റഷ്യക്കുള്ളിൽവച്ചുമാത്രം പരിഹരിക്കാനുള്ളതല്ല. ആ നിലയിൽ നോക്കുമ്പോൾ എല്ലാ ഇടങ്ങളിലെയും ഭാവി 'ബോൾഷെവിസ'ത്തിന് അവകാശപ്പെട്ടതാണ്.

പിൽക്കാല ജീവിതത്തിന്റെ വലിയ ഭാഗം റോസ ലക്സംബർഗ് തടവറയിലാണ് ചെലവിട്ടത്. റഷ്യൻ വിപ്ലവത്തിന്റെ പരിണാമവും കടുത്ത പ്രതിവിപ്ലവ ആക്രമണങ്ങളും അവർ തടവുമുറിയിൽനിന്ന് ശ്രദ്ധിച്ചു. സോഷ്യൽ ഡമോക്രാറ്റുകളുടെ നിലപാടിന് വിരുദ്ധമായി റോസ, ബോൾഷെവിക്കുകൾ നേതൃത്വം നൽകിയ വിപ്ലവത്തെയാണ് സ്വാഗതം ചെയ്തത്. മെൻഷെവിക്കുകളിൽനിന്നും അതിനു സമാനമായ മറ്റു യൂറോപ്യൻ പാർട്ടിവിഭാഗങ്ങളിൽനിന്നും വ്യത്യസ്തമായി, ബൂർഷ്വാ ജനാധിപത്യഘട്ടം പൂർത്തിയാകാൻ കാത്തിരിക്കാതെ തൊഴിലാളിവർഗം അധികാരം പിടിച്ചടക്കുകയാണു വേണ്ടത് എന്ന് റോസ അഭിപ്രായപ്പെട്ടു.

ഒക്ടോബർ വിപ്ലവത്തിന്റെ രക്ഷയ്ക്ക് സഹായകമാംവിധം ജർമൻ വിപ്ലവം വിജയിക്കണമെന്ന അത്യാകാംക്ഷയിലായിരുന്നു റോസ ജീവിതത്തിന്റെ അവസാനനാളുകൾ ചെലവിട്ടത്. റഷ്യൻ വിപ്ലവത്തെ തകർക്കാൻപോന്ന ശക്തിയും പിന്തിരിപ്പൻ രീതികളും ജർമൻ സ്റ്റേറ്റിന് ഉണ്ടെന്ന് റോസ വിശ്വസിച്ചു. അതുകൊണ്ടാണ്, വളർന്നുവരുന്ന പാർട്ടി ജർമനിയിൽ അധികാരം പിടിച്ചടക്കാൻ ശ്രമിച്ചപ്പോൾ, ആകാംക്ഷയോടെയും ആവേശത്തോടെയും റോസ അതിനു പിന്തുണ നൽകിയത്. വിപ്ലവം പരാജയപ്പെട്ടു. അപക്വവും അതിസാഹസികവുമായ പാളിച്ച ആ വിപ്ലവമുന്നേറ്റത്തിൽ സംഭവിക്കുന്നത് റോസ ലക്സംബർഗ് നിരീക്ഷിച്ചിരുന്നു. പരാജയം മുൻകൂട്ടി മനസിലാക്കിയിട്ടും വിപ്ലവത്തിന് പരസ്യമായി പിന്തുണ നൽകാൻ റോസയെ പ്രേരിപ്പിച്ചത് അവരുടെ വിപ്ലവപ്രതിബദ്ധത ഒന്നുമാത്രമായിരുന്നു. ആ ധീരസാഹസികമായ മുന്നേറ്റങ്ങൾ വിവരിക്കാൻ ഇപ്പോൾ ഉദ്ദേശിക്കുന്നില്ല. പ്രതിവിപ്ലവശക്തികൾ വിപ്ലവത്തെ തകർത്തു. വിരോധാഭാസമെന്നു പറയാം. റോസയേയും കാൾ ലീബ്ക്നെക്ടിനേയും തടവിലിടുകയും വധിക്കുകയും ചെയ്തത് സോഷ്യൽ ഡെമോക്രാറ്റിക് ഭരണകൂടമായിരുന്നു. തടവിലാക്കിയ അന്നുതന്നെ റോസ ലക്സംബർഗിനെ തോക്കിന്റെ പാത്തികൊണ്ട് തല തല്ലിത്തകർത്ത് കൊന്നുകളഞ്ഞു.

മരണത്തിന് നാലുനാൾ മുമ്പ് റോസ എഴുതിവച്ചു : "ജർമൻ വിപ്ലവത്തിന്റെ തകർച്ച പരാജയമല്ല. സോഷ്യലിസത്തിന്റെ അന്തിമ വിജയം സ്ഥാപിക്കാൻ പോകുന്ന ഉറപ്പേറിയ പാറക്കെട്ടാണത്."

റോസ ലക്സംബർഗിന്റെ ലേഖനത്തിലെ വരികൾ നമ്മുടെ കാതുകളിൽ മുഴങ്ങുന്നു:

> "ബർലിനിൽ ക്രമസമാധാനം സ്ഥാപിച്ചുപോലും! നിങ്ങൾ വിഡ്ഢികളായ ക്ഷുദ്രകിങ്കരന്മാർ! നിങ്ങളുടെ 'ക്രമസമാധാനം,' പൂഴിപ്പരപ്പിനു മുകളിലാണ് പണിതിരിക്കുന്നത്. നാളെ വിപ്ലവം വീണ്ടും തലയുയർത്തും. നിങ്ങളെ ഭീതിയിലാഴ്ത്തുന്ന പ്രഖ്യാപനം പൊങ്ങും. വിജയകാഹളം മുഴങ്ങും:

"ഇന്നലെ ഞാൻ ഉണ്ടായിരുന്നു, ഇന്നിതാ ഉണ്ട്, നാളെയും ഉണ്ടായിരിക്കും!"

റോസ ലക്സംബർഗിന്റെ തീവ്രമായ വിപ്ലവബോധം ലെനിനെ അഗാധമായി ആകർഷിച്ചു. ആ വീരസ്മരണയുടെ മുന്നിൽ ആദരം അർപ്പിച്ചുകൊണ്ട് ലെനിൻ പ്രസ്താവിച്ചു:

"ചിലപ്പോൾ പരുന്തുകൾ പിടക്കോഴികളേക്കാൾ താഴ്ന്നു പറക്കും. എന്നാൽ ഒരിക്കലും പിടക്കോഴികൾക്ക് പരുന്തുകളുടെ ഉയരത്തിൽ പറക്കാൻ പറ്റുകയില്ല..... പിശകുകൾ പിണഞ്ഞിരുന്നെങ്കിലും.....നമ്മെ സംബന്ധിച്ച്.......അവർ പരുന്തുതന്നെയാണ്."

ബൂർഷ്വാസി വിജയംവരിച്ചു വരുന്ന ഇന്നത്തെ നാളുകളിൽ, സോഷ്യലിസത്തിനുവേണ്ടി മുഴങ്ങിയ റോസ ലക്സംബർഗിന്റെ ശക്തിയേറിയ ശബ്ദം നമുക്ക് അനുസ്മരിക്കാം. വർഷങ്ങൾ കഴിഞ്ഞിട്ടും ആ ശബ്ദത്തിന്റെ മുഴക്കം കുറഞ്ഞിട്ടില്ല.

(Peoples Democracy, ഡിസംബർ 11, 1994)

ജോർജ് ദിമിത്രോവിന്റെ ജീവിതവും വിപ്ലവപ്രവർത്തനവും ചില കുറിപ്പുകൾ

ബൾഗേറിയൻ കമ്യൂണിസ്റ്റു നേതാവ്, ദേശാഭിമാനി, സാർവദേശീയ തൊഴിലാളിവർഗപ്രവർത്തകൻ, ഫാസിസവിരുദ്ധ സമരയോദ്ധാവ് എന്നീ നിലകളിൽ അദ്വിതീയനാണ് ജോർജി ദ്വിമിത്രാവ് അദ്ദേഹത്തിന്റെ സമ്പന്നവും സമൃദ്ധവുമായ സംഭാവനകളെ ഒരു ലഘുലേഖനത്തിൽ അവതരിപ്പിക്കുന്നത് അപ്രായോഗികവും അദ്ദേഹത്തോടു കാട്ടുന്ന അനാദരവും ആയിപ്പോകും. അതുകൊണ്ട് അന്തർദേശീയ തൊഴിലാളി പ്രസ്ഥാനത്തിന് അദ്ദേഹം നൽകിയ സംഭാവനകളെയും ഇരുപതാംനൂറ്റാണ്ടിന്റെ അവസാനദശകങ്ങളിൽ വിപ്ലവ ശക്തികൾ അതിൽനിന്ന് നേടിയ പാരമ്പര്യത്തെയും സംബന്ധിച്ച ചില കുറിപ്പുകളാണ് ചുവടെ ചേർക്കുന്നത്.

ഫാസിസത്തിന്റെ ഉജ്ജ്വലമായ തുറന്നുകാട്ടൽ

1930 കളിലെയും 1940 കളിലെയും യൂറോപ്പിലെ ചരിത്രം പ്രധാനമായും ഫാസിസത്തിനെതിരായി നടന്ന ജീവന്മരണ പോരാട്ടവുമായി ബന്ധപ്പെട്ടതാണ്. ഒരുവശത്ത് തകരുന്ന മുതലാളിത്ത വ്യവസ്ഥിതിയുടെ കിരാതശക്തികളും മറുവശത്ത് സംസ്കാരത്തിന്റെയും സാമൂഹികപുരോഗതിയുടെയും സമാധാനത്തിന്റെയും ശക്തികളും തമ്മിലായിരുന്നു ആ സമരം. ആ സമരചരിത്രവുമായി ദിമിത്രോവിന്റെ ജീവിതം ബന്ധപ്പെട്ടിരിക്കുന്നു. ജർമൻ ഫാസിസത്തിനെതിരെ ധീരോദാത്തമായ പോരാട്ടമാണ് ദിമിത്രോവ് നടത്തിയത്. ജർമൻ പാർലമെന്റ് മന്ദിരം റീഷ്സ്റ്റാഗിന്റെ തീവയ്പുകേസിന്റെ ലീപ്സിഗിലെ വിചാരണയിൽ ദിമിത്രോവിന്റെ പ്രതിരോധ പ്രകടനം യൂറോപ്പിൽ ഫാസിസത്തിനെതിരായി വളർന്നുവന്ന ജനകീയ സമരത്തിന്റെ പ്രതീകമായിരുന്നു. ഫാസിസത്തിന്റെ ഭീകരത

ലോകത്തിന്റെ ശ്രദ്ധയിൽപ്പെടുത്താൻ ദിമിത്രോവ് ചെയ്ത സേവനം വിലപ്പെട്ടതത്രെ. ഈ ഫാസിസ്റ്റ് ഭീകരതയെ ചെറുക്കാൻ സ്വീകരിക്കേണ്ട തന്ത്രങ്ങളുടെ വർഗസ്വഭാവം വിലയിരുത്തുന്നതിലും അദ്ദേഹം വലിയ പങ്കുവഹിച്ചു. ആ കാലഘട്ടത്തിന്റെ വിപ്ലവചരിത്രത്തിൽ മറ്റൊരു വ്യക്തിയും ഇത്ര വ്യക്തമായി ഫാസിസത്തിന്റെ സിദ്ധാന്തം എന്തെന്ന് വിലയിരുത്തുകയും അതിനെതിരെ തൊഴിലാളിവർഗം സ്വീകരിക്കേണ്ട പ്രായോഗിക പ്രതിരോധതന്ത്രങ്ങളെന്തെന്ന് കണ്ടെത്തുകയും ചെയ്തിട്ടില്ല. ദിമിത്രോവിന്റെ ജീവിതത്തിന്റെയും പ്രവർത്തനത്തിന്റെയും സ്ഥിരമായ ആകർഷണം ഇതുതന്നെയാണ്.

1923 ൽ ബൾഗേറിയ ഫാസിസ്റ്റുകളുടെ കൈയിൽ അമർന്നപ്പോൾ അതിനെതിരെ പൊരുതാൻ ബൾഗേറിയൻ കമ്യൂണിസ്റ്റുകാരുടെ നേതാവ് എന്ന നിലയിൽ മുന്നിട്ടിറങ്ങിയവരിൽ ദിമിത്രോവ് ഉണ്ടായിരുന്നു. പോരാട്ടം പരാജയപ്പെട്ടപ്പോൾ അദ്ദേഹം 22 വർഷം രാജ്യഭ്രഷ്ടനായി കഴിഞ്ഞുകൂടി. കമ്യൂണിസ്റ്റ് ഇന്റർനാഷണലിലെ സമകാലികരായ കമ്യൂണിസ്റ്റുകാരിൽ–തെറസ്, കുസിനെൻ, തയെൽമാൻ, ഗോട്വാൾഡ്, പീക്ക്, സോവിയറ്റു കമ്യൂണിസ്റ്റുകാർ–ഫാസിസത്തിന് എതിരായ പോരാട്ടത്തിന്റെ ആദ്യത്തെ അനുഭവസ്ഥൻ ദിമിത്രോവ് ആയിരുന്നു. 1922 ൽ മുസോളിനി ഇറ്റലിയിൽ അധികാരമുറപ്പിച്ചപ്പോൾ, ഇറ്റാലിയൻ കമ്യൂണിസ്റ്റുകാരായ ഗ്രാംഷിയും തൊഗ്ലിയാത്തിയും മറ്റുമായിരുന്നു അതിനു മുമ്പത്തെ ഫാസിസ്റ്റു ഭീകരതയുടെ കെടുതി നേരിട്ടറിഞ്ഞത്.

സ്വദേശത്തുനിന്ന് അഭയംതേടി യൂറോപ്പിലെത്തിയ ദിമിത്രോവ് കമ്യൂണിസ്റ്റ് ഇന്റർനാഷണലിന്റെ പശ്ചിമ യൂറോപ്യൻ ബ്യൂറോ എക്സിക്യൂട്ടീവിന്റെ മേൽനോട്ടം വഹിച്ച്, ബാൾക്കനിലെയും പശ്ചിമ യൂറോപ്പിലെയും കമ്യൂണിസ്റ്റ് പ്രവർത്തനങ്ങളിൽ ഏർപ്പെട്ടു. ഫാസിസത്തെപ്പറ്റി ജാഗ്രത പുലർത്തേണ്ടതിന്റെ പ്രാധാന്യവും പ്രവർത്തനങ്ങളിൽ സ്വീകരിക്കേണ്ട തന്ത്രങ്ങളും ആ അവസരത്തിൽ ബോധ്യമായി. സമകാലികരായ മറ്റു കമ്യൂണിസ്റ്റുപാർട്ടി പ്രവർത്തകരേക്കാൾ മുമ്പേ ഈ രംഗത്ത് വന്നത് ദിമിത്രോവ് ആയിരുന്നു. 24 രാജ്യങ്ങളിൽനിന്നു വന്ന 300 പ്രതിനിധികൾ പങ്കെടുത്ത ഫാസിസ്റ്റ് വിരുദ്ധ സമ്മേളനം 1929 മാർച്ചിൽ ബർലിനിൽ ചേർന്നപ്പോൾ ദിമിത്രോവ് പങ്കെടുത്തു. തുടർന്ന്, ജർമനിയിൽ കോൺസ്റ്റൻസിൽ ചേർന്ന മധ്യ, ദക്ഷിണ–പൂർവ യൂറോപ്യൻ രാജ്യങ്ങളിലെ കമ്യൂണിസ്റ്റുപാർട്ടികളുടെ കോൺഫറൻസിൽ, ആസ്ട്രിയയിലെയും യൂഗോസ്ലാവിയയിലേയും ഫാസിസവിരുദ്ധസമരങ്ങളെപ്പറ്റി ചർച്ച നടന്നു. ദിമിത്രോവ് അതിന് മാർഗനിർദേശം നൽകി.

പിന്നീട്, 1932 ൽ ആസ്ട്രിയയിലെ ഫാസിസത്തിന്റെ ഗതിയെപ്പറ്റി ആലോചന നടന്നപ്പോൾ കോൺസ്റ്റൻസിൽ "ഞങ്ങൾ ആസ്ട്രിയയിലെ ഫാസിസത്തിന്റെ അവസ്ഥയെപ്പറ്റി അമിതമായ ലഘൂകരണത്തോടെയാണ് വിലയിരുത്തിയത്" എന്ന് ദിമിത്രോവ് വിമർശനബുദ്ധിയോടെ വീക്ഷിച്ചു. നിർണായകമായ പോരാട്ടങ്ങളിൽ ഏർപ്പെടാൻ ബഹുജനം

ബോധവാന്മാരാണെന്ന് അമിതവിശ്വാസം പുലർത്തി. ജനകീയ സമരം അടിച്ചമർത്താൻ ബൂർഷ്വാസിക്കുള്ള കഴിവിനെ കുറച്ചുകാണുകയും ചെയ്തു. 1932 ഒക്ടോബറിൽ അദ്ദേഹം കമ്യൂണിസ്റ്റ് ഇന്റർനാഷണലിന്റെ എക്സിക്യുട്ടീവിന് നൽകിയ കത്തിൽ ജർമനിയിലെ സ്വാനുഭവങ്ങളുടെ അടിസ്ഥാനത്തിൽ, ഫാസിസത്തെപ്പറ്റി പ്രസക്തമായ ചോദ്യങ്ങൾ ഉന്നയിക്കുകയും ചിലതിന് ഉത്തരങ്ങൾ നൽകുകയും ചെയ്തു. 1935 ൽ ചേർന്ന കമ്യൂണിസ്റ്റ് ഇന്റർനാഷണലിന്റെ ഏഴാം കോൺഗ്രസ്സിൽ അദ്ദേഹത്തിന്റെ വാദഗതികളുടെ സൂക്ഷ്മത വെളിവായി.

ഫാസിസത്തിന്റെ ഘടന, പ്രവർത്തനവിധം എന്നിവയെപ്പറ്റി വ്യക്തിപരമായും സംഘടനാപരമായും ധാരാളം അനുഭവങ്ങൾ ബൾഗേറിയ, ബാൾക്കൻ രാജ്യങ്ങൾ, പശ്ചിമ യൂറോപ്യൻ രാജ്യങ്ങൾ എന്നിവിടങ്ങളിൽവച്ച് ദിമിത്രോവിന് ഉണ്ടായിരുന്നു. മഹത്തായ മാർക്സിസ്റ്റ്–ലെനിനിസ്റ്റ് കാഴ്ചപ്പാടോടെ, ആ അനുഭവങ്ങളെ സൈദ്ധാന്തികമായി വിശകലനം ചെയ്യുകയും ഏഴാം കോൺഗ്രസ്സിൽ റിപോർട്ട് സമർപ്പിച്ചപ്പോൾ, ആമുഖപ്രസംഗത്തിലും ചർച്ചയിലും പൂർണമായ പക്വതയോടെ അവയെല്ലാം അദ്ദേഹം അവതരിപ്പിക്കുകയും ചെയ്തു. കഴിഞ്ഞ കാലങ്ങളിൽ ഫാസിസ്റ്റ് അപകടത്തെയും ദേശീയ വികാരത്തെയും കുറഞ്ഞ ഗൗരവത്തോടെ കണ്ടത് അദ്ദേഹത്തിന്റെ നിരീക്ഷണത്തിനു വിധേയമായി; ഫാസിസത്തിന്റെ അപകടം തീർച്ചയായും സംഭവിക്കുമെന്ന് അദ്ദേഹം മുന്നറിയിപ്പു നൽകി. സാമ്രാജ്യത്വ ധനമൂലധനത്തിന്റെ പ്രത്യക്ഷവും ഭീകരവും പ്രതിലോമപരവുമായ പ്രകടനമാണ് ഫാസിസമെന്ന് അദ്ദേഹം നിർവചിച്ചു. മുൻകാലങ്ങളിലെ ബൂർഷ്വാ ഭരണക്രമങ്ങളെ അപേക്ഷിച്ച്, ഗുണപരമായി പുതിയ രൂപത്തിലുള്ള ഭരണക്രമം ഫാസിസം കൊണ്ടുവരുമെന്ന് ആദ്യം ഉണ്ടായിരുന്ന ധാരണ തെറ്റായിരുന്നു എന്ന് അദ്ദേഹം തിരുത്തി. ഫാസിസത്തിന്റെ ജനാധിപത്യവിരുദ്ധവും ജനകീയവിരുദ്ധവും മനുഷ്യത്വരഹിതവുമായ പ്രത്യേകതകൾ വെളിവാക്കുകയും കമ്യൂണിസ്റ്റുകാർ ആദ്യമാദ്യം ചെയ്യാറുള്ള നിഷ്ഫലവും ശുഷ്കവുമായ ചർച്ചകളിലെ അമൂർത്തമായ ആശയങ്ങളെ അപലപിക്കുകയും ചെയ്യാൻ അദ്ദേഹം ശ്രദ്ധിച്ചു: എല്ലാ പിന്തിരിപ്പൻ ബൂർഷ്വാ ഭരണക്രമങ്ങളെയും ഫാസിസ്റ്റ് എന്ന് വിളിക്കാമോ, ഇടതുപക്ഷ സോഷ്യൽ ഡമോക്രാറ്റുകൾ ഫാസിസ്റ്റുകളേക്കാൾ അപകടകാരികളാണോ, റൂസ്വെൽട്ടിന്റെ 'ന്യൂ ഡീൽ' ഒരു ഫാസിസ്റ്റ് നടപടിയാണോ – ഇങ്ങനെപോയി വിവാദ വിഷയങ്ങൾ. ഫാസിസം, പെറ്റി ബൂർഷ്വാ പ്രതിവിപ്ലവമാണെന്നും വർഗരഹിത ദേശീയ പ്രസ്ഥാനമാണ് എന്നും മറ്റുമുള്ള പെറ്റി–ബൂർഷ്വാ സിദ്ധാന്തക്കാരുടെ അവകാശവാദങ്ങളെ അദ്ദേഹം ഖണ്ഡിച്ചു.

ഫാസിസത്തിന്റെ പ്രകൃതത്തെ സംബന്ധിച്ച് ഫലപ്രദമായ വിലയിരുത്തലിന്, കമ്യൂണിസ്റ്റ് ഇന്റർനാഷണലിന്റെ ഏഴാം കോൺഗ്രസ്സിനു സാധ്യമായി. അതിനു വഴിയൊരുക്കിയത് പ്രധാനമായും കൂട്ടുനേതൃത്വത്തിന് ദിമിത്രോവ് നൽകിയ പിന്തുണയായിരുന്നു. ഉജ്ജ്വലമായ

റിപോർട്ടിന് കാരണമായതും അതായിരുന്നു. 1935 മുതൽ 1943 വരെ കമ്യൂണിസ്റ്റ് ഇന്റർനാഷണലിന്റെ നേതൃത്വം ദിമിത്രോവിന് ആയിരുന്നു.

ഒരു ലെനിനിസ്റ്റിന്റെ വിജയം

1917 ലെ ഒക്ടോബർ വിപ്ലവത്തിന്റെയും അതിലെ ലെനിനിസ്റ്റ് ഉള്ളടക്കത്തിന്റെയും വിവക്ഷകൾ അടിസ്ഥാനപരമായി അംഗീകരിച്ചുകൊണ്ട്, പ്രവൃത്ത്യുന്മുഖമായ ഫാസിസ്റ്റ്-വിരുദ്ധ ഐക്യമുന്നണി കെട്ടിപ്പടുക്കാൻ മുൻകൈയെടുത്ത ദിമിത്രോവ്, ഒരു സാർവദേശീയ കമ്യൂണിസ്റ്റു നേതാവിന്റെ പദവിയിലേക്ക് ഉയരാൻ തുടങ്ങി. വ്യക്തിപരമായി കഴിവുറ്റവരും സ്വയം ത്യാഗസന്നദ്ധരും ആയ നിരവധി തൊഴിലാളിവർഗ നേതാക്കന്മാർ പഴയ "മാർക്സിസ്റ്റ്" മാതൃകയിൽ ജർമനിയിലും ഇറ്റലിയിലും മറ്റു യൂറോപ്യൻ രാജ്യങ്ങളിലും പ്രവർത്തിച്ചുവന്നിരുന്നു. ദിമിത്രോവിന്റെ തലമുറയിൽപ്പെട്ട അത്തരം പലരും ഒക്ടോബർ വിപ്ലവം സൃഷ്ടിച്ച ലെനിനിസത്തിന്റെ സാധ്യതകൾ ഒറ്റയ്ക്കോ കൂട്ടായോ കണ്ടുപിടിക്കാൻ കഴിയാതെ പ്രവർത്തനരംഗങ്ങളിൽ ലക്ഷ്യം പ്രാപിക്കാതെ വഴിയരികിൽ വീണുപോയി. ആ ഗതികേട് ദിമിത്രോവിനു സംഭവിച്ചില്ല. നിരന്തരമായ പഠനവും ബൾഗേറിയൻ സോഷ്യൽ ഡെമോക്രാറ്റിക് പാർട്ടിയിൽ നടത്തിയ സംഘടനാ പ്രവർത്തനവും വഴി അദ്ദേഹത്തിന് അന്ന് പാർട്ടിയിൽ നിലനിന്നിരുന്ന പ്രത്യയശാസ്ത്രപരമായ 'സങ്കുചിതസോഷ്യലിസ'ത്തിന്റെ വിപ്ലവസത്ത വേർതിരിക്കാനും ലെനിനിസ്റ്റ് ഉള്ളടക്കം ഉദ്ഗ്രഥിച്ച് ബൾഗേറിയയിലെ തൊഴിലാളിവർഗ പ്രസ്ഥാനത്തിന് ഉപയോഗപ്പെടുത്താനും സാധിച്ചു.

യൂറോപ്പിലേയും അമേരിക്കയിലെയും തൊഴിലാളികൾക്ക്" ലെനിൻ 1919 ൽ തയാറാക്കിയ ലഘുലേഖയുടെ മുഖവുര രചിച്ച ദിമിത്രോവ്, ബൾഗേറിയയിലെ സമൂർത്ത സാഹചര്യങ്ങൾക്ക് ഇണങ്ങുന്ന വിധത്തിൽ ലെനിന്റെ പ്രായോഗിക മാർക്സിസം ഉപയോഗിക്കാൻ തീരുമാനിച്ചു. മോസ്കോവിൽ ചേർന്ന കമ്യൂണിസ്റ്റ് ഇന്റർനാഷണലിന്റെ നാലാം കോൺഗ്രസ്സിൽ പങ്കെടുക്കുകയും ലെനിനുമായി കൂടിക്കാഴ്ച നടത്തുകയും ചെയ്ത ദിമിത്രോവ് സ്വന്തം തീരുമാനം തുടർന്നും മുന്നോട്ടുകൊണ്ടുപോകാൻ ആവേശം ഉൾക്കൊണ്ടു.

ഇരുപതുകളിൽ ബൾഗേറിയയിൽ ഫാസിസത്തിന് എതിരായ സമരവും ലെനിനിസ്റ്റ് ധാരണയിലുള്ള പാർട്ടി പുനഃസംഘടനയും ഒപ്പത്തിനൊപ്പം നിർവഹിക്കാൻ ദിമിത്രോവിന് സാധ്യമായി. ബൾഗേറിയൻ കമ്യൂണിസ്റ്റുപാർട്ടിയുടെ അഞ്ചാം കോൺഗ്രസ്സിനുശേഷം ഈ പ്രവർത്തനം കുറേക്കൂടി ഊർജ്ജസ്വലമായി. പാർട്ടി കോൺഗ്രസ്സിൽ അവതരിപ്പിച്ച റിപ്പോർട്ടിൽ അദ്ദേഹം ചൂണ്ടിക്കാട്ടി:

> മാർക്സിസത്തോടുള്ള കൂറ്, തൊഴിലാളിവർഗ സോഷ്യലിസത്തിലും സാർവദേശീയതയിലും ഉള്ള വിശ്വാസം, ബൂർഷ്വാസി

> യോടും അതിന്റെ പരിഷ്കരണ പരിപാടികളോടുമുള്ള വിട്ടുവീഴ്ചയില്ലാത്ത വർഗസമീപനം, തൊഴിലാളിവർഗത്തിന്റെ ഭാവിയിലും കരുത്തിലുമുള്ള അചഞ്ചലമായ വിശ്വാസം, ഉരുക്കുപോലെ ഉറച്ച അച്ചടക്കം എന്നിവയായിരുന്നു സങ്കുചിത സോഷ്യലിസ്റ്റു കാലഘട്ടത്തിൽ പാർട്ടിയുടെ പൊതുവായ പ്രത്യേകതകൾ.

ഇത് ലെനിനിസത്തിൽനിന്ന് ഏതു വിധത്തിലാണ് വ്യത്യാസപ്പെട്ടിരിക്കുന്നത് എന്ന് അദ്ദേഹം വ്യക്തമാക്കി. തൊഴിലാളിവർഗ വിപ്ലവത്തിന്റെ അടിസ്ഥാന സിദ്ധാന്തമായി തൊഴിലാളിവർഗ സർവാധിപത്യത്തെ അംഗീകരിക്കുന്ന ധാരണയിൽനിന്ന് സങ്കുചിത സോഷ്യലിസം വിഭിന്നമായിരുന്നു. അത് തൊഴിലാളിവർഗത്തിന്റെ മുന്നണിപ്പോർനില അംഗീകരിച്ചിരുന്നില്ല. തൊഴിലാളി–കർഷക ഐക്യത്തെ അത് അവഗണിച്ചു. വിപ്ലവ പ്രസ്ഥാനത്തിൽ കർഷകരുടെ പങ്കിനെപ്പറ്റി മൗനം പാലിച്ചു. അദ്ദേഹം ഇങ്ങനെ ചുരുക്കി:

> വിപ്ലവ മാർക്സിസ്റ്റ് പ്രവണതയെ സങ്കുചിത സോഷ്യലിസം അംഗീകരിക്കുന്നു. എന്നാൽ അത് ബോൾഷെവിസത്തിന്റെ ബൾഗേറിയൻ മാതൃകയല്ല. പുതിയതരം പാർട്ടിയായി, ഒരു മാർക്സിസ്റ്റ്–ലെനിനിസ്റ്റ് പാർട്ടിയായി, അതിനെ ബോൾഷെവിസത്തിന് അനുസൃതമായി മാറ്റിയെടുക്കാൻ ദീർഘമായ സമരം നടത്തേണ്ടിയിരിക്കുന്നു.

പാർട്ടിയുടെ പ്രവർത്തനം വിലയിരുത്താൻ സുദൃഢമായ വിമർശനവും ഉൾപ്പാർട്ടി വിമർശനവും ഉപയോഗിക്കുയെന്ന ലെനിനിസ്റ്റ് തത്ത്വം, ദിമിത്രോവ് സ്വീകരിച്ചു. ഉദാഹരണത്തിന്, 1923 ൽ തിരഞ്ഞെടുക്കപ്പെട്ട അഗ്രേറിയൻ പാർട്ടി ഗവൺമെന്റിനെ പിന്തിരിപ്പൻ ശക്തികൾ ഫാസിസ്റ്റ് പട്ടാള വിപ്ലവം സംഘടിപ്പിച്ച് അട്ടിമറിച്ചപ്പോൾ, ബൾഗേറിയൻ പാർട്ടി നിഷ്പക്ഷത പാലിക്കുക എന്ന ഗുരുതരമായ പാളിച്ച കാട്ടിയപ്പോൾ ഇരു പാർട്ടികളും തമ്മിലുള്ള ബന്ധം ശിഥിലമായി. ആ പിശക് ആദ്യം തിരിച്ചറിയുകയും തിരുത്താൻ തിടുക്കം കാട്ടുകയും ചെയ്തത് ദിമിത്രോവ് ആയിരുന്നു. തുടർന്നു നടന്ന പാർട്ടിയുടെ അവലോകനങ്ങളിൽ, ആ തെറ്റായ നിലപാടുകളുടെ ഉത്തരവാദിത്വം ചൂണ്ടിക്കാട്ടുകയും അതിൽ തന്റെ പങ്കു സമ്മതിക്കുകയും ചെയ്തു. അത്തരം പ്രവർത്തനശൈലിയാണ് അദ്ദേഹത്തെ ഒരു ലെനിനിസ്റ്റായി മാറാൻ സഹായിച്ചത്. ഇടതുവലതു വ്യതിയാനങ്ങളിൽനിന്ന് പാർട്ടിയെ സംരക്ഷിക്കാനും നേർവഴിക്കു നയിക്കാനും അദ്ദേഹത്തിനു സാധിച്ചു.

ഐക്യമുന്നണികളുടെ ശില്പി

തൊഴിലാളിവർഗത്തിന്റെ ഐക്യനിര സംഘടിപ്പിക്കുന്ന പ്രശ്നങ്ങളെ സംബന്ധിച്ച് അന്താരാഷ്ട്ര കമ്യൂണിസ്റ്റുപ്രസ്ഥാനത്തിന് ഉണ്ടായ

സമ്പന്നമായ അനുഭവങ്ങൾ ഉപയോഗിച്ച്, തൊഴിലാളിവർഗ ഐക്യമുന്നണി രൂപീകരിക്കാൻ, സൈദ്ധാന്തികൻ എന്ന നിലയിലും തന്ത്രജ്ഞൻ എന്ന നിലയിലും ദിമിത്രോവ് വലിയ പങ്കുവഹിച്ചു. 1923 മുതൽ ബൾഗേറിയയിൽ ഫാസിസത്തിന്റെ വരവിനു തുടക്കമായപ്പോൾ, തൊഴിലാളികളുടെ ഐക്യനിര പടുത്തുയർത്തുന്നതിനെപ്പറ്റി അദ്ദേഹം ഗൗരവമായി ചിന്തിച്ചു. 1935 ൽ കമ്യൂണിസ്റ്റ് ഇന്റർനാഷണലിന്റെ ഏഴാം കോൺഗ്രസിലും 1943 വരെ അതിന്റെ ജനറൽ സെക്രട്ടറി എന്ന നിലയിലും ഐക്യമുന്നണികളുടെ ലെനിനിസ്റ്റ് ധാരണക്ക് ദിമിത്രോവ് സാരമായ സംഭാവനകൾ നൽകി. ലെനിന്റെ ജീവിതകാലത്ത് കമ്യൂണിസ്റ്റ് ഇന്റർനാഷണലിന്റെ മൂന്നും നാലും കോൺഗ്രസ്സുകളിൽ, തൊഴിലാളികളുടെ ഐക്യമുന്നണിയുടെ പ്രശ്നം കോമിന്റേൺ ശ്രദ്ധാപൂർവ്വം പരിഗണിച്ചു. അവിടം മുതൽ ഏഴാം കോൺഗ്രസുവരെ, കമ്യൂണിസ്റ്റ് ഇന്റർനാഷണലിന്റെ കൂട്ടുനേതൃത്വത്തിൻകീഴിൽ നയരൂപീകരണം നടത്തുമ്പോൾ ദിമിത്രോവിന്റെ പങ്കു വലുതായിരുന്നു. 1923 ആഗസ്റ്റ്–സെപ്തംബറിൽ ഐക്യതൊഴിലാളി മുന്നണിയെപ്പറ്റി വെളിപ്പെടുത്തുകയും 1932 ഒക്ടോബറിൽ കമ്യൂണിസ്റ്റ് ഇന്റർനാഷണലിന്റെ എക്സിക്യൂട്ടീവ് കമ്മറ്റിക്ക് ജർമനിയിലെ ഐക്യതൊഴിലാളി മുന്നണിയുടെ അനുഭവങ്ങളെപ്പറ്റി ദിമിത്രോവ് കത്തയക്കുകയും ചെയ്തു.

ആ ശ്രദ്ധേയമായ കത്ത് ബൾഗേറിയൻ പാർട്ടിയുടെ പുരാരേഖാശേഖരത്തിൽ സൂക്ഷിച്ചിട്ടുണ്ട്. ആ കത്തിൽ ദിമിത്രോവ്, "ഫാസിസ്റ്റ് വിരുദ്ധ പ്രക്ഷോഭത്തിന്റെ സങ്കുചിത രീതിയെപ്പറ്റിയും പാർട്ടിയുടെയും അനുഭവികളുടെയും അത്തരത്തിലുള്ള പ്രവർത്തനശൈലിയെപ്പറ്റി"യും സൂചിപ്പിച്ചു. കമ്യൂണിസ്റ്റുപാർട്ടി പ്രവർത്തകരുടെയും സാമൂഹ്യ ജനാധിപത്യപ്രസ്ഥാനപ്രവർത്തകരുടെയും ഐക്യമുന്നണിയുടെ ആവശ്യകത ദിമിത്രോവിനു ബോധ്യമായി. അദ്ദേഹം ഇങ്ങനെ രേഖപ്പെടുത്തി, "ഫാസിസത്തിന് എതിരായി ബഹുജനങ്ങളുടെ ഇടയിൽ നാം നടത്തുന്ന എല്ലാ പ്രവർത്തനങ്ങളുടെയും അച്ചുതണ്ട് അധ്വാനിക്കുന്ന മുഴുവൻ വിഭാഗത്തിന്റെയും കൂട്ടുകെട്ട് ആയിരിക്കണം." ഏഴാം കോൺഗ്രസ്സിന് മൂന്നുവർഷം മുമ്പും ജർമനി നാസികൾക്ക് കീഴടങ്ങുന്നതിനു തൊട്ടുമുമ്പും ഫാസിസത്തിന് എതിരായി യുക്തവും കൃത്യവുമായ നിലപാട് രൂപീകരിക്കാൻ സ്വന്തം അനുഭവംകൊണ്ടും അപഗ്രഥനംകൊണ്ടും ദിമിത്രോവിന് സാധിച്ചു.

ഐക്യമുന്നണി രൂപീകരണം സംബന്ധിച്ച് കമ്യൂണിസ്റ്റു പാർട്ടി വൃത്തങ്ങളിൽ നിലനിന്നിരുന്ന പഴഞ്ചൻ വിഭാഗീയ പ്രവണതകളെ നിരാകരിച്ചുകൊണ്ടു ദിമിത്രോവ് എഴുതുകയും ഏഴാം കോൺഗ്രസ്സിനു മുമ്പുള്ള യോഗങ്ങളിൽ സംസാരിക്കുകയും ചെയ്തു. "ബഹുജന മുന്നണി, ബഹുജനസമരം, ബഹുജന പ്രതിരോധം, ഐക്യമുന്നണി–കമ്യൂണിസ്റ്റു പ്രവർത്തനതന്ത്രത്തിന്റെ ആദിയും അന്തവും അതാണ്."

തൊഴിലാളികളുടെ ഐക്യമുന്നണിയെപ്പറ്റിയും വിശാലമായ

ഫാസിസ്റ്റ് വിരുദ്ധ ജനകീയ മുന്നണിയെപ്പറ്റിയും ദിമിത്രോവ് ഏഴാം കോൺഗ്രസിൽ സമർപ്പിച്ച വിശദമായ ധാരണകൾ ഫാസിസത്തിനും യുദ്ധത്തിനും എതിരായ പോരാട്ടങ്ങളിൽ കമ്യൂണിസ്റ്റ് സേനാനിരകൾക്ക് നീങ്ങാനുള്ള നിലങ്ങൾ ഒരുക്കി. കമ്യൂണിസ്റ്റ് ഇന്റർനാഷണലിന്റെ എക്സിക്യൂട്ടീവ് കമ്മറ്റി ദിമിത്രോവിന്റെ നേതൃത്വത്തിൽ നെയ്തുണ്ടാക്കിയ രീതിയനുസരിച്ചാണ് ഫ്രാൻസ്, സ്പെയിൻ, ഇറ്റലി തുടങ്ങിയ രാജ്യങ്ങളിലെ ഫാസിസ്റ്റ് വിരുദ്ധ ജനകീയ മുന്നണികൾ രൂപപ്പെട്ടത്. ഏഴാം കോൺഗ്രസിനും ദിമിത്രോവിന്റെ പരിശ്രമങ്ങൾക്കും മുമ്പേതന്നെ ഫ്രഞ്ചു പാർട്ടി മുൻകൈയെടുത്ത് രൂപപ്പെടുത്തിയ ജനകീയ മുന്നണി ഇരുകൂട്ടരുടെയും ശ്രമങ്ങൾക്ക് അന്യോന്യം കരുത്തു പകർന്നു. യൂറോപ്പിലെ ജനകീയ മുന്നണികളുടെ അനുഭവവും ദിമിത്രോവ് ഏഴാം കോൺഗ്രസിൽ അവതരിപ്പിച്ച ആശയങ്ങളും ലെനിനിസ്റ്റ് ധാരണകളും അടിസ്ഥാനമാക്കി പല രാജ്യങ്ങളിലും അത്തരം മുന്നണികൾ നിലവിൽ വന്നു. അതിന്റെ ചരിത്രമെഴുതിയ മാർക്സിസ്റ്റുകാരനല്ലാത്ത ജെൻ ഡിഗ്രാസ് രേഖപ്പെടുത്തുന്നു :

> "കമ്യൂണിസ്റ്റുപാർട്ടികളുടെ ചരിത്രത്തിൽ ആദ്യമായി അതതു രാജ്യങ്ങളിൽ, ഓരോ രാജ്യത്തിലെയും സാഹചര്യത്തിനു യോജിച്ച നയങ്ങൾ രൂപീകരിക്കാനും അതാതിടത്തെ രാഷ്ട്രീയ ജീവിതത്തിൽ സ്ഥാനം നേടാനും നേട്ടത്തിൽ പുരോഗതി ആർജിക്കാനും കമ്യൂണിസ്റ്റുപാർട്ടിക്കു കഴിഞ്ഞു."

പശ്ചിമ യൂറോപ്പിലെ കമ്യൂണിസ്റ്റുപാർട്ടികൾക്ക് - പ്രത്യേകിച്ച് ഫ്രഞ്ച്, ഇറ്റാലിയൻ, സ്പാനിഷ് പാർട്ടികൾക്ക്-ഐക്യമുന്നണിയുടെ തന്ത്രമനുസരിച്ച് ഫാസിസ്റ്റ് വിരുദ്ധ സമരം സംഘടിപ്പിക്കാൻ സാധിച്ചു. 1936 ഫെബ്രുവരിയിൽ കോർടസ് (നിയമനിർമാണസഭ) തിരഞ്ഞെടുപ്പു കാലത്ത്, ജനകീയ മുന്നണി വിജയം നേടിയ കാലത്ത്, പാർട്ടി അംഗസംഖ്യ 30,000 ആയിരുന്നു. 1936 ജൂലൈയോടെ അത് 100,000 ആയി ഉയർന്നു. ജനകീയ മുന്നണി രൂപീകരണ സമയത്ത് ഫ്രാൻസിൽ 1935 ൽ അംഗസംഖ്യ 80,000 ആയിരുന്നു. മുന്നണി പ്രവർത്തിച്ചു തുടങ്ങിയതോടെ 1936ൽ അത് അഭൂതപൂർവമാംവിധം 288,000 ആയി ഉയർന്നു.

തൊഴിലാളികളുടെ ഐക്യമുന്നണിയെപ്പറ്റിയും ഫാസിസത്തിന് എതിരായ ജനകീയ മുന്നണിയെപ്പറ്റിയും ദിമിത്രോവ് ഏഴാം കോൺഗ്രസ്സിൽ അവതരിപ്പിച്ച റിപ്പോർട്ട് ഐക്യമുന്നണി രൂപീകരണം സംബന്ധിച്ച് അന്തർദേശീയ കമ്യൂണിസ്റ്റുപ്രസ്ഥാനത്തിന് മാർഗ്ഗനിർദ്ദേശം നൽകി. വർഗശക്തികളുടെ സന്തുലനം, സംഘടിത തൊഴിലാളിവർഗ പ്രസ്ഥാനത്തിന്റെ ശക്തിദൗർബല്യങ്ങൾ, തൊഴിലാളിവർഗവും കർഷകരും മറ്റും അടങ്ങിയ മറ്റു ജനവിഭാഗങ്ങളുമായുള്ള ബന്ധം, സാമ്രാജ്യത്വവും ഫാസിസവുമായി അന്തർദേശീയതലത്തിൽ നടക്കുന്ന സമരത്തിന്റെ നില എന്നിവയെ അടിസ്ഥാനമാക്കി ലെനിനിസ്റ്റ് കാഴ്ചപ്പാടിൽ തയാറാക്കിയതാ

യിരുന്നു ദിമിത്രോവിന്റെ രേഖ. തൊഴിലാളിവർഗവും വിശാല ബഹുജനവിഭാഗവും തമ്മിൽ ബന്ധപ്പെടുമ്പോൾ കമ്യൂണിസ്റ്റുപാർട്ടി പ്രത്യയശാസ്ത്രപരമായ പ്രതിബദ്ധത പുലർത്തണമെന്ന് ദിമിത്രോവ് നിഷ്കർഷിച്ചു.

സോഷ്യൽ ഡമോക്രാറ്റുകളെ 'സോഷ്യൽ–ഫാസിസ്റ്റുകളാ'യി കരുതിയ പഴയ വിഭാഗീയ പിശകുകളെ ദിമിത്രോവ് ദൂരക്കാഴ്ചയോടെ തിരുത്തി. സോഷ്യൽ ഡമോക്രാറ്റിക് ട്രെയിഡ് യൂണിയനുകളുമായും തൊഴിലാളി ഐക്യമുന്നണിയിലെ തൊഴിലാളികളുമായും പെറ്റിബൂർഷ്വാ പാർട്ടികളുമായും ബന്ധപ്പെടുമ്പോൾ പാലിക്കേണ്ട അടിസ്ഥാനതത്ത്വങ്ങളെപ്പറ്റി ദിമിത്രോവ് ആദ്യമായി മാർഗ്ഗനിർദ്ദേശങ്ങൾ അവതരിപ്പിച്ചു. ഇത്തരം ഐക്യത്തിന്റെ ആവശ്യത്തെ അദ്ദേഹം അടിവരയിട്ടു കാട്ടി. ആ ഐക്യം എന്തിനുവേണ്ടി? മുതലാളിത്ത അടിച്ചമർത്തലിനും ഫാസിസത്തിനും യുദ്ധത്തിനും എതിരെ ആയിരുന്നു ആ ഐക്യം. അതുപോലെ, പില്ക്കാലത്ത് രണ്ടാം ലോകമഹായുദ്ധം പൊട്ടിപ്പുറപ്പെട്ടപ്പോൾ, ഫാസിസ്റ്റ് ആക്രമണകാരികൾക്കെതിരെയും ദേശീയമോചനത്തിനു വേണ്ടിയും രൂപപ്പെടുത്തുന്ന മുന്നണികളിൽ ദേശസ്നേഹികളായ ബൂർഷ്വാ വൃത്തങ്ങളെ ഉൾപ്പെടുത്തേണ്ടതിന്റെ ആവശ്യകത ദിമിത്രോവ് ചൂണ്ടിക്കാട്ടി. വിപ്ലവ പ്രസ്ഥാനത്തിന്റെ ഓരോ ഘട്ടവും ഐക്യമുന്നണിയുടെ ലക്ഷ്യം എന്തെന്ന് നിർണയിക്കുന്നു. ലക്ഷ്യത്തിൽ വെള്ളം ചേർക്കാൻ ഒരിക്കലും അനുവദിക്കരുത്. 'സോഷ്യൽ ഡമോക്രാറ്റിക് ആശയ'വുമായി അനുരഞ്ജനം അനുവദിക്കരുതെന്ന് അതേ അവസരത്തിൽ ദിമിത്രോവ് ഊന്നിപ്പറഞ്ഞു. സോഷ്യൽ ഡെമോക്രോററിക്ക് തൊഴിലാളികളുടെ ഇടയിൽ കാണപ്പെടുന്ന വർഗസഹകരണപ്രവണതകൾക്കെതിരെ വിട്ടുവീഴ്ച കാട്ടാതെ പൊരുതാനും അദ്ദേഹം ആഹ്വാനം ചെയ്തു.

കൊളോണിയൽ രാജ്യങ്ങളിൽ സാമ്രാജ്യത്വ–വിരുദ്ധ മുന്നണികളുടെ അടിസ്ഥാനമായി വിപ്ലവ ഐക്യമുന്നണികൾ രൂപീകരിക്കാനുള്ള വ്യക്തമായ കാഴ്ചപ്പാട്, ലെനിന്റെ മാർഗ്ഗനിർദ്ദേശമനുസരിച്ച്, കമ്യൂണിസ്റ്റ് ഇന്റർനാഷണലിന്റെ രണ്ടാം കോൺഗ്രസ്സ് രൂപപ്പെടുത്തി. അതുപോലെ, ഏഴാം കോൺഗ്രസിൽ, മുതലാളിത്ത രാജ്യങ്ങളിലെ ഐക്യമുന്നണികളുടെ അടിസ്ഥാനമാർഗ്ഗം നിർണയിക്കുന്നതിൽ കൂട്ടുനേതൃത്വത്തിന് ദിമിത്രോവ് നൽകിയ സംഭാവന ചെറുതല്ലായിരുന്നു. ജനകീയ ഐക്യം കെട്ടിപ്പടുക്കാനും തൊഴിലാളികളുടെ ഐക്യനിര പണിയാനും ഫലപ്രദമായ ഐക്യമുന്നണി തന്ത്രങ്ങളിൽ ഏർപ്പെടാൻ യൂറോപ്പിലെ കമ്യൂണിസ്റ്റു പാർട്ടികൾക്കു കഴിയണമെങ്കിൽ വിഭാഗീയതയും പരിഷ്കരണവാദവും വർജിക്കണമെന്ന് ദിമിത്രോവ് നിർദ്ദേശിച്ചു. അഭിവൃദ്ധി പ്രാപിച്ച മുതലാളിത്ത രാജ്യങ്ങളിൽ കുത്തക മുതലാളിത്തത്തിനും സാമ്രാജ്യത്വത്തിനും എതിരെ പൊരുതാനുള്ള ഐക്യമുന്നണിയുടെ തന്ത്രത്തിന് ഇന്നും അടിത്തറ ഒരുക്കുന്നത് 1935–ലെ അടിസ്ഥാനതത്ത്വം തന്നെയാണ്.

ദിമിത്രോവിന്റെ പാരമ്പര്യത്തെ സംരക്ഷിക്കുക

ഇടതിലേയും വലതിലേയും പരിഷ്കരണവാദികൾ ഐക്യമുന്നണി രൂപീകരണത്തിൽ ദിമിത്രോവ് വഹിച്ച കേന്ദ്രനേതൃത്വത്തെ നിഷേധിച്ചു. ജനകീയമുന്നണിക്കും തൊഴിലാളികളുടെ ഐക്യമുന്നണിക്കും എതിരെ പ്രധാനമായും അക്കാലത്ത് ആക്രമണം സംഘടിപ്പിച്ചത് അന്നത്തെ പ്രധാന ഇടത്-സെക്ടേറിയൻ വിഭാഗമായ ട്രോട്സ്കിയും സംഘവും ആയിരുന്നു. ഏഴാം കോൺഗ്രസിലെ തീരുമാനങ്ങൾക്കെതിരെ അവർ എതിർപ്പ് അഴിച്ചുവിട്ടു. ഫ്രാൻസിലെ ജനകീയ മുന്നണിയെ അവർ കലർപ്പില്ലാത്ത വർഗസഹപ്രവർത്തനമായി ചിത്രീകരിച്ചു. സ്പെയിനിലെ മുന്നണിയെ തകർക്കാൻ അവർ അരാജകവാദികളെ കൂട്ടുപിടിച്ചു. പെറ്റി -ബൂർഷ്വാ, ബൂർഷ്വാ പാർട്ടികളുമായുള്ള ഏതു ബന്ധത്തെയും അവർ പരസ്യമായി അപലപിച്ചു – ഫാസിസത്തിനെതിരായ സമരത്തിൽ മുന്നോട്ടുപോകാൻ ലെനിനിസ്റ്റുകൾക്ക് ഇത്തരം എതിർപ്പുകളെയെല്ലാം നേരിടേണ്ടിവന്നു. "പാർലമെണ്ടറി വ്യാമോഹത്തിന്റെ താരാട്ടു പാടി കർഷകരുടേയും തൊഴിലാളികളുടേയും പോരാട്ടവീര്യത്തെ ശാന്തമാക്കുന്നു," എന്ന് ഫ്രാൻസിലെ ജനകീയ മുന്നണിയെ ട്രോട്സ്കി കുറ്റപ്പെടുത്തി. അദ്ദേഹത്തിന്റെ അഭിപ്രായത്തിൽ, ഫ്രാൻസിലെ ജനമുന്നണി തൊഴിലാളികളെ ബൂർഷ്വ ജനാധിപത്യത്തിന്റെ മായക്കാഴ്ചയിൽ അകപ്പെടുത്തി തൊഴിലാളിവർഗവിപ്ലവത്തിൽ നിന്ന് പിന്തിരിപ്പിക്കുന്ന പരിപാടിയായിരുന്നു. നേരെ മറിച്ച്, ജനകീയ മുന്നണിയുടെ രൂപീകരണം ഫ്രാൻസിൽ ഫാസിസത്തിന്റെ ഗതിയെ തടുത്തുനിർത്തുകയും കർഷകരുമായി വിശാലമായ ഐക്യം പടുത്തുയർത്താൻ തൊഴിലാളികളെ സഹായിക്കുകയുമാണു ചെയ്തതെന്ന് ചരിത്രം വ്യക്തമാക്കുന്നു. 'വിപ്ലവ' പദപ്രയോഗത്തോട് ട്രോട്സ്കിക്ക് ഉണ്ടായിരുന്ന സ്ഥിരമായ മമത, അദ്ദേഹത്തിന്റെ ഇടത് – വിഭാഗീയ അനുയായികളുടെ കണ്ണുമൂടിക്കെട്ടി. ഫാസിസ്റ്റ് സ്വേച്ഛാപ്രമത്തതയ്ക്കെതിരെ ബൂർഷ്വ ജനാധിപത്യത്തെ പ്രതിരോധിക്കേണ്ടത് ആവശ്യമാണെന്ന ബോധം അദ്ദേഹത്തിന്റെ അനുയായികൾക്ക് നഷ്ടപ്പെട്ടു. ജനാധിപത്യത്തിനു വേണ്ടിയുള്ള പോരാട്ടത്തിൽനിന്നും ഉയർന്ന തോതിലുള്ള സോഷ്യലിസത്തിനു വേണ്ടിയുള്ള പോരാട്ടത്തിൽ നിന്നും എല്ലാ നിറത്തിലുമുള്ള ഇടത്-വിഭാഗീയതക്കാർ ഒഴിഞ്ഞുമാറുകയാണു ചെയ്തത്.

ഐക്യമുന്നണിയുടെ തന്ത്രങ്ങളിൽ, വലതുപക്ഷ അവസരവാദത്തിന്റെ അപകടം നുഴഞ്ഞുകയറുന്നതിനെപ്പറ്റി ദിമിത്രോവ് വളരെയേറെ ബോധവാനായിരുന്നു. പൊരുത്തമില്ലാത്ത പ്രത്യയശാസ്ത്ര ശക്തികളുമായി വിശാലമുന്നണികൾ രൂപപ്പെടുത്തുമ്പോൾ പരിഷ്കരണപരമായ ആനുകൂല്യങ്ങൾ അനുവദിക്കുന്ന പ്രവണതയെപ്പറ്റി ദിമിത്രോവ് ഏഴാം കോൺഗ്രസിന്റെ റിപ്പോർട്ടിൽ മുന്നറിയിപ്പു നൽകി. സോഷ്യൽ ഡമോക്രാറ്റുകളുമായി ഐക്യം സ്ഥാപിക്കാൻ അദ്ദേഹം നടത്തിയ ദൃഢമായ പരിശ്രമങ്ങളിൽ ദിമിത്രോവ് ലെനിനിസ്റ്റ് ധാരണകളിൽ ഉറച്ചുനിന്നു, അതി

നുമുമ്പ് ബർലിനിൽ വെച്ച് മൂന്ന് ഇന്റർനാഷണലുകൾ സമ്മേളിച്ചപ്പോൾ, രാഷ്ട്രീയതത്ത്വങ്ങളിൽ അനിയന്ത്രിതമായ അയവുകൾ വരുത്തുന്നതിന് കമ്മ്യൂണിസ്റ്റ് ഇന്റർനാഷണൽ പ്രതിനിധികളെ ലെനിൻ വിമർശിച്ചു. "അതേ അവസരത്തിൽ, ഐക്യമുന്നണിയെ സംബന്ധിച്ച തത്ത്വങ്ങൾ തെറ്റും അനാവശ്യവുമാണെന്ന് ഇതിന് അർത്ഥമില്ല" എന്നും ലെനിൻ ഓർമ്മപ്പെടുത്തി, 1926ൽ ചെക്ക് പാർട്ടി തത്ത്വദീക്ഷയില്ലാത്ത വിട്ടുവീഴ്ചകൾ ചെയ്തപ്പോൾ, കോമിന്റേണിന്റെ ജനറൽ സെക്രട്ടറി എന്ന നിലയിൽ ദിമിത്രോവ് അതിൽ ഇടപെട്ട് തടയുകയുണ്ടായി. എന്നാൽ, ഇടത്-വിഭാഗീയതക്കാരിൽ നിന്നു വ്യത്യസ്തമായി മാർക്സിസ്റ്റ്-ലെനിനിസ്റ്റ് തന്ത്രങ്ങളിൽ അഗാധമായ അവഗാഹം ഉള്ളതിനാൽ അദ്ദേഹം മൂർത്തമായ സാഹചര്യങ്ങളിൽ ഐക്യമുന്നണിയുടെ ആശയം പിന്തുടരാൻ അനുവദിച്ചു. തത്ത്വദീക്ഷയിൽനിന്ന് ആരെങ്കിലും പിന്തിരിയുകയാണെങ്കിൽ അതിനെ കർശനമായി തടയുകയും ചെയ്തു.

ലിയോൺ ബ്ലൂമിന്റെ നേതൃത്വത്തിൽ വലതുപക്ഷ സോഷ്യൽ ഡമോക്രാറ്റുകൾ അട്ടിമറി നടത്തി ഐക്യമുന്നണിയെ തകർത്തപ്പോൾ, ഒരു തരത്തിലും അത് ദിമിത്രോവ് മുന്നോട്ടുവെച്ച ഐക്യമുന്നണിയുടെ ആശയത്തെ അപ്രസക്തമാക്കിയില്ല. നേരെമറിച്ച്, പെറ്റി ബൂർഷ്വ സോഷ്യലിസ്റ്റുകളുടെ വർഗസഹകരണസ്വഭാവത്തെ ഉറപ്പിച്ചു പ്രഖ്യാപിക്കുകയും അതിന്റെ അടിസ്ഥാനത്തിൽ ഐക്യമുന്നണിയുടെ അടവുകൾ അവഗണിക്കുകയും ചെയ്യുന്നത് വരട്ടുതത്ത്വവാദത്തിന്റെ വൃത്തികെട്ട രീതിയും തൊഴിലാളിവർഗപ്രസ്ഥാനത്തിന്ന് വിനാശകരമായ നയവും ആയിരിക്കും.

യുദ്ധം പൊട്ടിപ്പുറപ്പെടുന്നതുവരെ, കമ്മ്യൂണിസ്റ്റ് ഇന്റർനാഷണലിന്റെ പേരിൽ, ഐക്യത്തിന്നായി ദിമിത്രോവ് പുറപ്പെടുവിച്ച ആഹ്വാനം സോഷ്യലിസ്റ്റ് ഇന്റർനാഷണലിന്റെ സോഷ്യൽ - ഡമോക്രാറ്റിക്ക് നേതൃത്വം ചെവിക്കൊണ്ടിരുന്നെങ്കിൽ പല രാജ്യങ്ങളിലെയും ഫാസിസത്തിന്റെ കടന്നാക്രമണത്തിന് തടയിടാൻ സാധിക്കുമായിരുന്നു. മുസോളിനിയുടെ ഫാസിസ്റ്റ് അതിക്രമവുമായി ബന്ധപ്പെട്ട അബിസീനിയൻ പ്രശ്നം മുതൽ സ്പെയിനിലെ സംയുക്ത നടപടികളും യുദ്ധത്തിനെതിരായ കൂട്ടുമുന്നണിയും വരെയുമുള്ള പ്രശ്നങ്ങളിൽ ദിമിത്രോവിന്റെയും കമ്മ്യൂണിസ്റ്റ് ഇന്റർനാഷണലിന്റെയും നേതൃത്വത്തിന്റെ സോഷ്യല്സ്റ്റ് ഇന്റർനാഷണലിനോടുള്ള ആഹ്വാനം തള്ളപ്പെടുകയോ തീരുമാനം താമസിപ്പിക്കുകയോ ചെയ്തു. അത് അക്ഷന്തവ്യമായ അപരാധമായിരുന്നു. ഇടതുവിഭാഗീയതക്കാരുടെയും വലതു പരിഷ്കരണവാദികളുടെയും ഈ ഇരട്ട കടന്നാക്രമണം ഉണ്ടായിട്ടും ഐക്യമുന്നണികളെ സംബന്ധിച്ച ലെനിനിസ്റ്റ് സിദ്ധാന്തത്തിന്റെ പ്രവൃത്യുന്മുഖ വികസനം കാലത്തിന്റെ പരീക്ഷണങ്ങളെ അതിജീവിച്ച് പരിഷ്കൃത മുതലാളിത്ത രാജ്യങ്ങളിലും കോളനിവൽക്കൃത പൗരസ്ത്യരാജ്യങ്ങളിലും നിലനിന്നു. ഐക്യമുന്നണിയുടെ അടവുകളിൽ ഒറ്റപ്പെട്ട തെറ്റുകളും പാളിച്ച പറ്റിയ നടപടികളും ഉണ്ടായിരുന്നെങ്കിലും അവയൊന്നും അതിന്റെ അടിസ്ഥാനപരമായ

ശരിയെ നിഷേധിക്കുന്നില്ല. ഇന്ത്യയിലെ നമ്മുടെ സ്വന്തം അനുഭവവും അതു ശരിവയ്ക്കുന്നു.

ഇടത് വിഭാഗീയതക്കാർ ഐക്യമുന്നണിയുടെ ആവശ്യകതയെ ആകപ്പാടെ നിഷേധിക്കുമ്പോൾ, വലതു-റിവിഷനിസ്റ്റുകൾ പ്രത്യക്ഷത്തിൽ നിരസിക്കാതെ അതിനെ അംഗീകരിക്കുന്നു. വർഗസഹകരണത്തിന്റെ അംഗീകരണമെന്ന മട്ടിൽ അതിന്റെ വിപ്ലവാത്മകത ചോർത്തിക്കളഞ്ഞാണ് അവരതു ചെയ്യുന്നത്. ഇതിന്റെ സമകാലിക പ്രസക്തി ഇന്ത്യയിലെ അനുഭവങ്ങളിൽനിന്ന് തെളിയുന്നുണ്ട്. വർഗസഹകരണത്തിനുവേണ്ടി റിവിഷനിസ്റ്റുകൾ ഐക്യമുന്നണിയെ ന്യായീകരിക്കുമ്പോൾ അതിന് ദിമിത്രോവിന്റെ പേര് ഉപയോഗിച്ചുകൊണ്ട് അവർ തെറ്റായ വ്യാഖ്യാനം നൽകുകയും ചെയ്യുന്നു. ദിമിത്രോവിന്റെ തൊണ്ണൂറാമത് ജന്മവാർഷികത്തിന് 1972 ൽ സോഫിയയിൽവച്ച് ഒരു അന്തർദേശീയ സെമിനാർ നടന്നപ്പോൾ, ഇന്ത്യയിൽനിന്ന് ഭവാനി സെൻ (അന്നത്തെ സി പി ഐ നാഷണൽ കൗൺസിൽ സെക്രട്ടറി), സതീഷ് ലുംബ (അന്നത്തെ എ ഐ ടി യു സി സെക്രട്ടറി) എന്നിവർ പങ്കെടുത്തിരുന്നു. ഇരുവരും ദിമിത്രോവിന്റെ സംഭാവനയുടെ വെളിച്ചത്തിൽ സി പി ഐയുടെ രാഷ്ട്രീയ നയം വിശദീകരിച്ചു. ഏഴാം കോൺഗ്രസിൽ ദിമിത്രോവ് അവതരിപ്പിച്ച റിപ്പോർട്ടിന്റെ കാഴ്ചപ്പാടിലും ആശയധാരണയിലുമാണ് സി പി ഐയുടെ ദേശീയ ജനാധിപത്യ മുന്നണി എന്ന പരിപാടി രൂപപ്പെടുത്തിയത് എന്നായിരുന്നു സെന്നിന്റെ പ്രസ്താവന. അവിഭക്ത കമ്യൂണിസ്റ്റുപാർട്ടിക്കകത്ത് രൂപപ്പെട്ട "സങ്കുചിത കോൺഗ്രസ്സ് വിരുദ്ധ" വിഭാഗീയ ശക്തികൾക്ക് (അതായത് സി പി ഐ (എം)) എതിരായി രൂപപ്പെട്ടതായിരുന്നു സി പി ഐയുടെ ദേശീയ ജനാധിപത്യമുന്നണി എന്ന് സെൻ അവകാശപ്പെട്ടു. ലുംബ കുറേക്കൂടി കടത്തി പ്രസ്താവിച്ചു; എ ഐ ടി യു സി, ഐ എൻ ടി യു സി, എച്ച് എം എസ് എന്നിവ കൂട്ടുചേർന്ന് 1972 മേയിൽ നാഷണൽ കൗൺസിൽ ഓഫ് ട്രെയ്ഡ് യൂണിയൻസ് രൂപീകരിച്ചത് തൊഴിലാളിവർഗ ഐക്യത്തിനായി ദിമിത്രോവ് ആഹ്വാനം ചെയ്ത ആശയത്തിന് അനുസൃതമാണ് എന്നായിരുന്നു ലുംബയുടെ വ്യാഖ്യാനം. സി പി എം നേതൃത്വത്തിലുള്ള സി ഐ ടി യു സിയും മറ്റു ചിലരും അതിനെ രൂക്ഷമായി എതിർത്തു. എ ഐ ടി യു വും എച്ച് എം എസും വർഗസഹകരണമാണ് നടത്തുന്നത് എന്നതിന്റെ അടിസ്ഥാനത്തിലായിരുന്നു ആ എതിർപ്പ്. ലെനിൻ ചൂണ്ടിക്കാട്ടിയതുപോലെ വിഭാഗീയത 'ബാലാരിഷ്ടത' മാത്രമല്ല എന്നും അതിനപ്പുറം അതു വളർന്ന് ആഴത്തിൽ വേരൂന്നിയിട്ടുണ്ടെന്നും അതു പിഴുതുകളഞ്ഞില്ലെങ്കിൽ തൊഴിലാളിവർഗത്തിന്റെയും മറ്റു ജനവിഭാഗങ്ങളുടെയും ഐക്യനിര വിപ്ലവാഭിമുഖമായി വളർത്തിയെടുക്കുക അസാധ്യമാവുമെന്നും സഖാവ് ദിമിത്രോവ് ചൂണ്ടിക്കാട്ടിയത് അതീവ വാസ്തവമാണ്.

സി പി ഐയും എ ഐ ടി യു സിയും അടിയന്തിരാവസ്ഥയെ അനുകൂലിക്കുന്ന അവസ്ഥവരെ കാര്യം ചെന്നെത്തി. തത്ത്വാധിഷ്ഠിത

മായ ഐക്യത്തിന്റെ ആവശ്യകത ദിമിത്രോവ് ചൂണ്ടിക്കാട്ടിയത് അനുസ്മരണാർഹമാണ്–ഐക്യം മുതലാളിത്തത്തിന് എതിരെ ആയിരിക്കണം, വർഗസമരത്തിനുവേണ്ടിയും. 1972 ലെ എ ഐ ടി യു സി–ഐ എൻ ടി യു സി കൂട്ടുകെട്ട്, ഒരിക്കലും ഒരുതരത്തിലും കുത്തക മുതലാളിത്തത്തിന് എതിരായ തൊഴിലാളികളുടെ ഐക്യനിര ആയിരുന്നില്ല; ലുംബയുടെ അവകാശവാദം പൊള്ളയാണ്. അധികാരപ്രവണതയുടെ അപകടത്തിന് എതിരായ പോരാട്ടത്തെ അത് ബലഹീനമാക്കുകയാണു ചെയ്തത്. ഇന്ത്യയിലെ അടിയന്തിരാവസ്ഥ അതിന് തെളിവാണ്.

ദിമിത്രോവിന്റെ വെളിപ്പെടുത്തലിന് അനുയോജ്യമാണ് ഇന്ത്യയിലെ സംഭവവികാസം. ഐക്യമുന്നണികളെ സംബന്ധിച്ച അത്തരം സുവ്യക്തമായ സംഭവവികാസങ്ങൾ ലോകത്തെങ്ങുമുള്ള കമ്യൂണിസ്റ്റുപാർട്ടികളുടെ മുന്നിൽ വന്നുപെട്ടതിന്റെ നിരവധി അനുഭവങ്ങൾ ദിമിത്രോവ് കോമിന്റേണിന്റെ ദൈനംദിന പ്രവർത്തനങ്ങൾക്കിടയിൽ നേരിട്ടിരിക്കാം. ഒറ്റപ്പെട്ട ചില തിരിച്ചടികളും പരാജയങ്ങളും ഒഴിവാക്കിയാൽ, മൊത്തത്തിൽ അന്താരാഷ്ട്ര കമ്യൂണിസ്റ്റുപ്രസ്ഥാനം ധാർമ്മികവും ഭൗതികവും സംഘടനാപരവുമായ കരുത്ത് കൂടുതൽ ആർജിച്ചിട്ടുണ്ട് എന്ന് കാണാൻ കഴിയും. ജർമൻ ഫാസിസത്തിന്റെ അന്തിമ പരാജയത്തിന് വഴിയൊരുക്കാൻ ദിമിത്രോവിന്റെ വ്യക്തിപരമായ ശേഷിയും കോമിന്റേണിന്റെ കൂട്ടുനേതൃത്വവും സ്റ്റാലിന്റെ നേതൃത്വത്തിലുള്ള സി പി എസ് യുവും സഹായിച്ചു.

വിപ്ലവത്തിന് സമർപ്പിതമായ ജീവിതം

ദിമിത്രോവിന്റെ ജീവിതത്തിലെ അവസാന വർഷങ്ങളിൽ അദ്ദേഹത്തിന്റെ ശ്രമങ്ങൾ മിക്കവയും ഫലപ്രാപ്തി കണ്ടെത്തി. തന്റെ പ്രിയപ്പെട്ട ബൾഗേറിയ ഫാസിസത്തിന്റെ പിടിയിൽനിന്ന് വിമോചനം നേടി. മോസ്കോവിൽനിന്ന് ദിമിത്രോവ് നിരന്തരം മാർഗ്ഗനിർദേശം നൽകിയ 'പിതൃഭൂമി മുന്നണി'യാണ് അതിനു നേതൃത്വം നൽകിയത്. 'ജനകീയ ജനാധിപത്യ'ത്തിൻ കീഴിൽ ബൾഗേറിയ സോഷ്യലിസ്റ്റു നിർമ്മാണം ആരംഭിച്ചു. 1946 ൽ തിരിച്ചെത്തിയ ദിമിത്രോവ് അതിൽ പങ്കുചേർന്ന് ജനകീയ ജനാധപിത്യഭരണകൂടത്തിന് സോഷ്യലിസത്തിലേക്ക് എങ്ങനെ മുന്നേറാൻ കഴിയുമെന്ന് വിശദീകരിച്ചുകൊടുത്തു. അന്തർദേശീയ രംഗത്ത് കോമിന്റേൺ പിരിച്ചുവിടപ്പെട്ടു. ഫാസിസ്റ്റ് വിരുദ്ധ യുദ്ധം അവസാനിച്ചു. ചൈനീസ് വിപ്ലവത്തിന്റെ വിജയവും കിഴക്കൻ യുറോപ്പിലെ ജനകീയ ജനാധിപത്യവിജയങ്ങളും ലോകത്തിന്റെ മൂന്നിലൊന്നു ഭാഗത്ത് ശക്തമായ സോഷ്യലിസ്റ്റു ചേരിയുടെ ഉദയവും ദിമിത്രോവിനെ സന്തോഷിപ്പിച്ച സംഭവവികാസങ്ങളായിരുന്നു.

കരവേലക്കാരുടെ എളിയ കുടുംബത്തിൽപ്പെട്ട പതിമൂന്നുകാരൻ പയ്യൻ അച്ചടിശാലയിലെ പരിശീലനത്തിനു ചേർന്നതോടെ തൊഴിലാളിവർഗത്തിൽ അംഗമായി. അച്ചുകുടത്തിലെ തൊഴിലാളിയായ ദിമിത്രോവ്

ചെറിയ പ്രായത്തിൽത്തന്നെ പണിയാളരുടെ പാർട്ടിയിലെ പ്രവർത്തകനായി. അധ്വാനിക്കുന്ന വർഗത്തിന്റെ പ്രസ്ഥാനത്തിൽ പങ്കുചേർന്നു. ബൾഗേറിയയിലെ ദിമിത്രോവിന്റെ വിപ്ലവപ്രവർത്തനങ്ങളെ വിലയിരുത്തിക്കൊണ്ട് തൊഡൊർ ഷിവ്കൊവ് നൽകിയ സംക്ഷിപ്ത വിവരണം നോക്കുക:

> അച്ചടിവേലക്കാരനായ ജോർജി ദിമിത്രോവ് ഇരുപതാം വയസ്സിൽ പാർട്ടി അംഗമായി. അന്ത്യംവരെ അതിലെ അംഗത്വം നിലനിർത്തി. അദ്ദേഹത്തിന്റെ പല വിപ്ലവമഹത്വങ്ങൾക്കും ആ പാർട്ടിയോട് അദ്ദേഹം കടപ്പെട്ടിരിക്കുന്നു. അതുപോലെ ആ പാർട്ടിക്ക് അദ്ദേഹത്തോടും കടപ്പാടുണ്ട്. ലെനിനിസത്തിന്റെ ആശയങ്ങൾക്കൊത്ത് പാർട്ടിയെ സമരസന്നദ്ധമാക്കാനും പാർട്ടിയെ ലെനിനിസ്റ്റ് രീതിയിലേക്കു മാറ്റാനും തൊഴിലാളി വർഗത്തെ സംഘടിപ്പിച്ച്, വിജയത്തിലേക്കു നയിക്കാനും അധികാരം നേടിയശേഷം രാജ്യത്തിന് സോഷ്യലിസ്റ്റ് വ്യവസ്ഥിതിയുടെ നിർമ്മാണത്തിലേക്ക് മാർഗനിർണയം നൽകാനും ദിമിത്രോവിന്റെ നേതൃത്വത്തിന് സാധിച്ചു.

ശാസ്ത്രീയമായ മാർക്സിസ്റ്റ്–ലെനിനിസ്റ്റ് പ്രത്യയശാസ്ത്രത്തിനൊത്ത് തൊഴിലാളിവർഗത്തിന്റെ പ്രവർത്തനശേഷിയെ കെട്ടഴിച്ചുവിട്ടാൽ അവരിൽനിന്നുതന്നെ പുതിയ നേതാക്കന്മാർ ഉയർന്നുവരും. അത്തരത്തിൽ ഒരു നേതാവായിരുന്നു ദിമിത്രോവ്. താൻ ഉൾപ്പെടുന്ന വർഗത്തിന്റെ എല്ലാ ഗുണവിശേഷങ്ങളും അദ്ദേഹത്തിന് ഉണ്ടായിരുന്നു. അവയെ അദ്ദേഹം മഹത്വവത്കരിച്ചു: നിർഭയത, സമചിത്തത, സഹനശേഷി, പ്രായോഗികത, അറിവ്–എല്ലാറ്റിനുംമീതെ മനുഷ്യപ്പറ്റുംസംസ്കാരമഹിമയും ചരിത്രപ്രക്രിയയിൽ കമ്യൂണിസ്റ്റുകാരായ വ്യക്തികൾ ഉയർന്നുനിൽക്കുന്ന അപൂർവം അവസരങ്ങൾ ഉണ്ടാകും. അവരുടെ പങ്കാളിത്തം നിർണായകമായിത്തീരാറുണ്ട്. അത്തരമൊരു ആളായിരുന്നു ജോർജി ദിമിത്രോവ് എന്ന് നമുക്ക് സന്തോഷപൂർവം സമ്മതിക്കാം.

(Social Scientist, ജൂലായ് 1982)

ഒക്ടോബർ വിപ്ലവത്തെ വികൃതമാക്കുകയെന്നത് അസാധ്യമാണ്

ഒക്ടോബർ വിപ്ലവത്തിന്റെ ഫലമായ സോവിയറ്റു യൂണിയന്റെ വീഴ്ചക്കുശേഷം, ചരിത്രത്തിന്റെ തിരുത്തിക്കുറിക്കൽ വേഗത്തിൽ നടക്കുന്നു. റഷ്യയിലെ പുതിയ വിജയികൾ, പ്രാകൃതവും ആശ്രിതവുമായ മുതലാളിത്തം പുനഃസ്ഥാപിച്ചിരിക്കുന്നു. അതിന്റെ നിലനിൽപ്പിന്, സാമ്രാജ്യത്വത്തിന്റെ തുടർച്ചയായ ആശ്രിതത്വം ആവശ്യമാണ്. സാമ്പത്തികവും രാഷ്ട്രീയവുമായ അടിമത്തം അനുഭവിക്കുന്ന അവർ, ചരിത്രം തിരുത്തുന്ന തിരക്കിലാണ്. അതുവഴി, റഷ്യൻ ജനതയുടെയും ലോകജനതയുടെയും വിപ്ലവപാരമ്പര്യത്തെ തുടച്ചുമാറ്റാമെന്ന് അവർ വ്യാമോഹിക്കുന്നു. മുതലാളിത്തം അടിച്ചേൽപ്പിക്കാനുള്ള ശ്രമം എത്രമാത്രം വേദനാകരമാണെന്ന് അവർ അറിഞ്ഞു. അതുപോലെ ഒക്ടോബർ വിപ്ലവത്തെ അവഹേളിക്കാനും അസാധ്യമാണെന്നന് അവർ അറിഞ്ഞുതുടങ്ങിയിരിക്കുന്നു.

1917 ലെ ഒക്ടോബർ വിപ്ലവത്തിന്റെ വ്യാജവ്യാഖ്യാനവും ചരിത്രത്തിന്റെ നവനിർമ്മാണവും പുതിയ ഭരണവർഗത്തിന്റെ ആശയസാധൂകരണത്തിന് ആവശ്യമത്രെ. അതിനുവേണ്ടി, കാലം ചവച്ചുതുപ്പിയ കള്ളക്കഥകൾ ഒക്ടോബർ വിപ്ലവത്തെപ്പറ്റി വീണ്ടും പറഞ്ഞുപരത്തി. യൂറോപ്പിൽ അറിവുള്ളവരുടെ ഇടയിൽ പണ്ടുകാലത്ത് ഇടംനേടാനൊക്കാത്ത നുണകൾ ഒരിക്കൽക്കൂടി പുറത്തെടുത്തു. ലോകം പിടിച്ചു കുലുക്കിയ ഒക്ടോബർ വിപ്ലവത്തിന്റ ജനകീയ സ്വഭാവത്തെയും വിപ്ലവവീര്യത്തെയും വിലകുറച്ചുകാട്ടാനുള്ള ശ്രമം വീണ്ടും തുടങ്ങി.

യൽത്സിൻ വാഴ്ചക്കാലത്ത് ഒക്ടോബർ വിപ്ലവത്തെപ്പറ്റി പ്രചരിപ്പിച്ച വ്യാഖ്യാനം ഈവിധമായിരുന്നു :

1. അത് ചരിത്രത്തിന്റെ ആകസ്മികതയോ മാർഗഭ്രംശമോ ആയിരുന്നു.
2. അത് ജനപിന്തുണയില്ലാത്ത, പെട്ടെന്ന് പൊട്ടിപ്പുറപ്പെട്ട വിപ്ലവമോ സൈനിക ലഹളയോ ആയിരുന്നു.
3. ആദ്യം അതിനെ താങ്ങി നിർത്തിയത് 'ചുവപ്പു' ഭീകരതയും പിന്നീട് ലെനിൻ ഭരണകാലത്തിന്റെ സമഗ്രാധിപത്യവും ആയിരുന്നു.

സാധാരണഗതിയിൽ, ഒക്ടോബർ വിപ്ലവത്തെക്കുറിച്ചുള്ള ഈ വികൃതവൽക്കരണത്തെ നിയന്ത്രണാതീതമെന്ന നിലയിൽ തള്ളിക്കളയാനേ ഉള്ളു. എന്നാൽ അതിനെ സോഷ്യലിസത്തിന് എതിരായ ബൂർഷ്വാ കടന്നാക്രമണമായി കണക്കാക്കി അടിസ്ഥാനസത്യങ്ങളെ പുനഃസ്ഥാപിക്കേണ്ടതും 1917 ലെ ചരിത്ര സംഭവത്തിന്റെ വിപ്ലവപ്രാമുഖ്യം വിലയിരുത്തേണ്ടതുമാണ്.

റഷ്യൻ വിപ്ലവം അപ്രതീക്ഷിതമായ അപായസംഭവമല്ല

ആഗോള മുതലാളിത്ത വ്യവസ്ഥിതിയിലെ വൈരുധ്യങ്ങളുടെ വളർച്ചയുടെയും സാറിസ്റ്റ് റഷ്യയിലെ ആഭ്യന്തര നിലയിലെ തകർച്ചയുടെയും കൂടിച്ചേർച്ചയിൽ നിന്നാണ് ഒക്ടോബർ വിപ്ലവം സംഭവിച്ചത്. സാമ്രാജ്യത്വ രാജ്യങ്ങളുടെ വൈരുധ്യ തീവ്രതയിൽനിന്ന് ഒന്നാം ലോകമഹായുദ്ധം പൊട്ടിപ്പുറപ്പെട്ടു. യുദ്ധകാലത്ത് സംഭവിച്ച സാമൂഹിക വ്യവസ്ഥയുടെ തകർച്ചയും ദുരിതവും ജനദ്രോഹവും പഴയ ഭരണക്രമങ്ങളുടെ നാശത്തിന്റെ സൂചകമായി. ജനാധിപത്യത്തിനും സാമൂഹ്യനീതിക്കും വേണ്ടിയുള്ള ജനാഭിലാഷത്തിനു മുന്നിൽ പല ഏകാധിപത്യ രാജ്യങ്ങളും തുടർച്ചയായി സംഘർഷത്തിൽ അകപ്പെട്ടു. 1917ൽ സാറിസ്റ്റ് റഷ്യ മാത്രമല്ല തകർന്നത്; വിപ്ലവ തരംഗം വീശിയടിച്ചപ്പോൾ ആസ്ട്രൊ–ഹാപ്സ്ബർഗ് സാമ്രാജ്യത്തിന്റെയും ജർമൻ ചക്രവർത്തിയുടെയും ഭരണകൂടങ്ങൾ ജനകീയ മുന്നേറ്റത്തിൽ തകർന്നുവീണു. പക്ഷേ, വിപ്ലവതരംഗത്തിൽ റഷ്യയിലെ ഒക്ടോബർ വിപ്ലവം മാത്രമേ പഴയ ഭരണക്രമം തകർത്ത് തൽസ്ഥാനത്ത് പുതിയ സാമൂഹിക വ്യവസ്ഥിതി സ്ഥാപിച്ച് മുന്നേറിയുള്ളു. അതിനു കാരണം, അവിടെ മാത്രമെ വിപ്ലവകക്ഷി, മാറ്റത്തിനുവേണ്ടി ജനങ്ങളെ അണിനിരത്തുകയും നേതൃത്വം നൽകുകയും ചെയ്തിരുന്നുള്ളു. ലെനിൻ സംഘടിപ്പിച്ച പുതിയ തരം പാർട്ടിയായിരുന്നു ആ മാറ്റത്തിന്നു പിന്നിൽ പ്രവർത്തിച്ചത്.

റഷ്യൻ വിപ്ലവം ചരിത്രത്തിന്റെ അപഭ്രംശം ആയിരുന്നില്ല. കാൾ മാർക്സ് അദ്ദേഹത്തിന്റെ അന്ത്യദിനങ്ങളിൽ, റഷ്യയിലെ വിപ്ലവസാധ്യതകളെപ്പറ്റി മുന്നറിവു നൽകിയിരുന്നു. കർഷകരും തൊഴിലാളികളും ഒത്തുചേർന്നാണ് റഷ്യയിൽ വിപ്ലവം വരുത്തിയത്. 1917ൽ ആരംഭിച്ച വിപ്ലവതരംഗം വീശിയടിച്ചപ്പോൾ, സാറിസ്റ്റ് സാമ്രാജ്യത്തിന്റെ സ്വേച്ഛാക്രമവും ഭൂപ്രഭുത്വവും അവസാനം മുതലാളിത്തത്തിന്റെ ബന്ധവും തകർന്നടി

ഞ്ഞു. ലോകവിപ്ലവത്തിന്റെ – പ്രത്യേകിച്ച് ജർമൻ വിപ്ലവത്തിന്റെ – മുന്നോടിയായാണ് റഷ്യയിൽ അധികാരം പിടിച്ചെടുത്തതിനെ ലെനിൻ കണക്കാക്കിയത്. 1917–1919 കാലഘട്ടങ്ങളിൽ യുറോപ്പിലും പൂർവരാജ്യങ്ങളിലും വിപ്ലവപ്രസ്ഥാനങ്ങളുടെ തിരയിളക്കം ഉണ്ടായി. ഒന്നും വിജയപ്രാപ്തിയിൽ എത്തിയില്ല. 1917നു ശേഷം 1945 വരെയുള്ള നീണ്ട കാലതാമസത്തിനു ശേഷം–രണ്ടാം ലോകമഹായുദ്ധാനന്തരം–ചൈനയിലും വിയറ്റ്നാമിലും മറ്റും വിപ്ലവം നടന്നു. ലോക മുതലാളിത്തത്താൽ വളയപ്പെട്ട നിലയിൽ മൂന്നു ദശാബ്ദത്തോളം സോവിയറ്റു യൂണിയൻ സോഷ്യലിസ്റ്റു നിർമാണത്തിന്റെ സ്വന്തം വഴിയിൽ തനിയെ സഞ്ചരിച്ചു. പ്രഥമ സോഷ്യലിസ്റ്റു പരീക്ഷണത്തെ പിന്നീടുള്ള വർഷങ്ങളിൽ ശല്യം ചെയ്ത പ്രശ്നങ്ങളുടെ കാതൽ കിടക്കുന്നത് ഇവിടെയാണ്.

ഒക്ടോബർ വിപ്ലവത്തെ വെറും ആകസ്മിക സംഭവമായി അവഗണിക്കുന്നതിന് യാതൊരു ന്യായീകരണവുമില്ല. ചരിത്രപരമായ വികാസത്തിന്റെ നിഷേധമാണത്. ഒന്നാമത്തെ സോഷ്യലിസ്റ്റു വിപ്ലവമായിരുന്നു ഒക്ടോബർ വിപ്ലവം. അത് നിലവിലുള്ള ഭരണക്രമത്തെ മറിച്ചിടുകയും പുതിയ വ്യവസ്ഥിതിയുടെ നിർമാണത്തിനായി പുതിയ വർഗബന്ധം സ്ഥാപിക്കുകയും ചെയ്തു. സാമൂഹ്യവ്യവസ്ഥയുടെ ഈ മാറ്റം ലോകമെമ്പാടുമുള്ള വർഗശക്തികളുടെ സന്തുലനത്തിൽ പ്രതികരണങ്ങൾ സൃഷ്ടിച്ചു.

പെട്ടെന്ന് പൊട്ടിപ്പുറപ്പെട്ടതല്ല നേരായ വിപ്ലവം തന്നെ

1917ലെ ഒക്ടോബറിൽ ലോകത്തെ പിടിച്ചുകുലുക്കിയ വിപ്ലവത്തിന്റെ സ്വാധീനത്തിൽ നിന്ന്, അത് ബോൾഷെവിക്കുകളുടെ മാത്രം അധികാരം പിടിച്ചടക്കാനുള്ള ഗൂഢാലോചനയായിരുന്നില്ല എന്നു തെളിയും. നിശ്ചയദാർഢ്യമുള്ള ചെറുസംഘത്തിന്റെ ഗൂഢാലോചന മാത്രമായിരുന്നു അതെങ്കിൽ, പെട്രോഗ്രാഡ്, മോസ്കോ തുടങ്ങിയ നഗരങ്ങളിൽനിന്ന് നാട്ടിൽപുറങ്ങളിലേക്ക് അത് കാട്ടുതീപോലെ പടർന്നുപിടിക്കുമായിരുന്നില്ല. 'കർഷകർ സൈനികവേഷത്തിൽ' യുദ്ധമുന്നണിയിൽനിന്ന് ഗ്രമങ്ങളിലേക്ക് ചെന്ന് കർഷകരെ ഇളക്കിമറിച്ച്, ഭൂപ്രഭുക്കന്മാരുടെ നിലവും അപ്പവും വെണ്ണയും പിടിച്ചെടുക്കാനുള്ള മുദ്രാവാക്യങ്ങളാണ് ഒക്ടോബർ വിപ്ലവം മുഴക്കിയത്. അടിച്ചമർത്തൽ അനുഭവിച്ച സാധാരണക്കാർ മുഴക്കിയ മുദ്രാവാക്യവും അതുതന്നെ ആയിരുന്നു. ജനപ്രിയം നേടിയതായിരുന്നു ബോൾഷെവിക് മുദ്രാവാക്യങ്ങൾ. ഫെബ്രുവരിയിൽ 23,000 അംഗങ്ങൾ ഉണ്ടായിരുന്ന ബോൾഷെവിക് പാർട്ടിയിലെ അംഗസംഖ്യ ഏപ്രിലിൽ 1,00,000 ആയും ഒക്ടോബറിൽ 3,50,000 ആയും ഉയർന്നു. സാറിസ്റ്റ് ഭരണകൂടത്തിന്റെ നിസ്സാരമായ എതിർപ്പുമാത്രം നേരിട്ടാണ് പഴയ ഭരണകൂടത്തെ തകർത്ത് അധികാരം നേടിയത്. മറിച്ച് സൈനിക അട്ടിമറി ആയിരുന്നെങ്കിൽ വലിയ രക്തച്ചൊരിച്ചിൽ വേണ്ടിവരുമായിരുന്നു. 1921 വരെ റഷ്യയെ തകർത്തുകൊണ്ടിരുന്ന ആഭ്യന്തരയുദ്ധം

പതിനാലു വിദേശമുതലാളിത്ത രാജ്യങ്ങൾ പ്രത്യക്ഷമായി സഹായിച്ച പ്രതിവിപ്ലവകാരികളുടെ പുനഃസംഘടനകൊണ്ട് സംഭവിച്ചതായിരുന്നു.

റഷ്യയുമായി യുദ്ധത്തിലേർപ്പെട്ട ജർമനിയുടെ ധനസഹായം ലെനിനും ബോൾഷെവിക്കുകൾക്കും ലഭിക്കുന്നുവെന്ന് വിപ്ലവത്തിനു തൊട്ടുമുമ്പ് മെൻഷെവിക്കുകൾ വ്യാജപ്രസ്താവന പ്രചരിപ്പിച്ചിരുന്നു. ബോൾഷെവിക്ക് വിപ്ലവത്തേയും ലെനിനെത്തന്നെയും കരിതേച്ചുകാട്ടാൻ പഴയ നുണ യെൽത്സിനും കൂട്ടരും പൊടിതട്ടി പുറത്തെടുത്തു. അന്നത്തേതുപോലെ ഇന്നും ലെനിനെ ദേശവിരുദ്ധ രാജ്യദ്രോഹിയായി ചിത്രീകരിക്കാനുള്ള ശ്രമമാണ് അതിനു പിന്നിൽ.

യെത്സിൻ ഭരണകൂടത്തിന്റെ ഒത്താശയിൽ 1995 ൽ ലെനിന്റെ ഒരു ജീവചരിത്രം പുറത്തിറങ്ങി. ആർമി ജനറലും പ്രസിഡൻഷ്യൽ കൗൺസിൽ അംഗവുമായിരുന്ന ദിമിത്രി വൊൾകാഗാനോവ് ആയിരുന്നു ഗ്രന്ഥകർത്താവ്. പൊതുജനം കണ്ടിട്ടില്ലാത്ത പുരാരേഖകൾ പരിശോധിക്കാൻ അനുമതി കിട്ടിയ വൊൾകാഗാനോവ് കടുത്ത ബൊൾഷെവിക് വിരോധി ആയിരുന്നു. അന്നത്തെ പാർട്ടിയെയും ഗവൺമെന്റിനെയും സംബന്ധിച്ച പഴയ രേഖകൾ പരിശോധിച്ച് ജർമൻ സാമ്രാജ്യത്വവുമായി ലെനിൻ കൂട്ടുകൂടിയതിന് തെളിവു കണ്ടെത്താൻ ശ്രമിച്ചെങ്കിലും ആരോപണം അടിസ്ഥാനരഹിതമെന്ന് അവസാനം സമ്മതിച്ചു. അദ്ദേഹം ഇങ്ങനെ രേഖപ്പെടുത്തി, "വിപ്ലവത്തെ ചുറ്റിപ്പറ്റിയുള്ള അനേകം രഹസ്യങ്ങളിൽ ഒന്നാണത്. എന്നാലും ലഭിക്കാൻ പ്രയാസമുള്ള അനവധി രേഖകൾ ഞാൻ പരിശോധിച്ചപ്പോൾ പ്രശ്നം, സുവ്യക്തതയിൽനിന്ന് വളരെ അകലെയാണ് എന്നുകണ്ടു."

ബഹുജനവിപ്ലവം ഭീകരപ്രവർത്തനമല്ല

ലെനിന്റെയും ബോൾഷെവിക്കുകളുടെയും ഗൂഢാലോചനയായിരുന്നു ഒക്ടോബർ വിപ്ലവം എന്നും ഭീകരപ്രവർത്തനംകൊണ്ടാണ്, അല്ലാതെ ജനപിന്തുണകൊണ്ടല്ല ബോൾഷെവിക്കുകൾ അധികാരം നിലനിർത്തിയത് എന്നും ഉള്ള വാദം അടിസ്ഥാനരഹിതമാണ്.

പതിനാല് മുതലാളിത്തരാജ്യങ്ങൾ സംഘടിപ്പിച്ച പ്രതിവിപ്ലവകാരികളുടെ ആഭ്യന്തരയുദ്ധം പരാജയപ്പെടുത്താൻ സാധിച്ചത് ജനസമ്മതിയുടെ തെളിവാണ്. സാർ ചക്രവർത്തിയും കുടുംബവും ബോൾഷെവിക് ഭീകരതയുടെ ബിംബങ്ങളായി പുനരവതരിപ്പിക്കപ്പെട്ടു. സാറിസം പ്രതിനിധീകരിക്കുന്ന ഭീകരതയെപ്പറ്റി നൂറ്റാണ്ടുകളോളം പറഞ്ഞുനടക്കുന്നതും അപരിഷ്കൃതമാണ്. വിപ്ലവത്തെ രക്തത്തിൽ മുക്കിക്കൊന്ന വെള്ള ഭീകരത ചരിത്രരഹിതമായി മാറിക്കഴിഞ്ഞു. പ്രതിവിപ്ളവകാരികളുടെ പിടിയിലകപ്പെട്ട ഗ്രാമാന്തരങ്ങളിലെ ബോൾഷെവിക്കുകൾ ആയിരക്കണക്കിന് കൊലചെയ്യപ്പെട്ടിരുന്നു. ഉക്രെയിനിൽ അക്കാലത്ത് 1,50,000 ജൂതന്മാർ വധിക്കപ്പെടുകയോ ദേഹക്ഷതം ഏല്പിക്കപ്പെടുകയോ ചെയ്തിരുന്നു. പ്രതിവിപ്ലവകാരികളായിരുന്നു ആ കൂട്ടക്കൊല സംഘടി

പ്പിച്ചത്. അത്തരം പ്രതിവിപ്ലവക്രൂരതകളിൽനിന്ന് വിപ്ലവത്തെ സംരക്ഷിക്കാനായിരുന്നു ചീകാ* രൂപീകരിച്ചത്.

ഭീകരകൃത്യങ്ങളിലൂടെയാണ് അധികാരപ്രാപ്തി റഷ്യയിൽ സംഭവിച്ചിരുന്നതെങ്കിൽ ലോകമെമ്പാടും അത്രയും തുടർപ്രതികരണങ്ങൾ സൃഷ്ടിക്കപ്പെടുമായിരുന്നില്ല. ബവേറിയയിൽ സോവിയറ്റു രൂപീകരണത്തിലേക്കു നയിച്ച വിപ്ലവം (1918) ജർമനിയിൽ നടക്കാൻ കാരണമായിത്തീർന്നത് ഒക്ടോബർ വിപ്ലവമായിരുന്നു. ഹങ്കറിയിലെ അല്പായുസ്സായ റവലൂഷണറി റിപ്പബ്ലിക് രൂപീകരണത്തിനും ബൾഗേറിയയിലും ചില പൂർവയൂറോപ്യൻ രാജ്യങ്ങളിലും നടന്ന വിപ്ലവക്രമങ്ങൾക്കും തിരികൊളുത്തിയതും റഷ്യൻ വിപ്ലവമായിരുന്നു. എല്ലാം തകർക്കപ്പെട്ടു. 1919 മേയിൽ ബീജിങ്ങിൽ നടന്ന വിദ്യാർത്ഥി പ്രസ്ഥാനവും ദേശീയ മോചന പ്രക്ഷോഭങ്ങളും അക്കൂട്ടത്തിൽപ്പെടുന്നു.

ഒക്ടോബർ വിപ്ലവം സാധാരണ രീതിയിലുള്ള അധികാരപരിവർത്തനമായിരുന്നില്ല. തൊഴിലാളിവർഗ നേതൃത്വത്തിൽ ഭരണഭാരം ഏറ്റെടുത്ത പ്രഥമ ലോക സോഷ്യലിസ്റ്റ് സ്റ്റേറ്റായിരുന്നു അത്. ഇരുപതാം നൂറ്റാണ്ടിൽ നടന്ന മറ്റെല്ലാ വിജയകരമായ സോഷ്യലിസ്റ്റ് വിപ്ലവ ജനാധിപത്യ പരിവർത്തനങ്ങളുടെയും മുന്നോടിയായിരുന്നു. ഏഴു പതിറ്റാണ്ടിനുശേഷം സംഭവിച്ച സോവിയറ്റുയൂണിയന്റെ വിഘടനത്തിനും സോഷ്യലിസ്റ്റു വ്യവസ്ഥയുടെ തിരിച്ചടികൾക്കും 1917ലെ ഒക്ടോബർ വിപ്ലവത്തിന്റെ സമരവീര്യത്തിനു മങ്ങലേല്പിക്കാനാവില്ല.

ഒക്ടോബർ വിപ്ലവത്തിന്റെ സ്ഥിരമായ സന്ദേശം, വർഗസമരം ചരിത്രത്തിന്റെ അനിഷേധ്യമായ അഭിലാഷമാണ് എന്നതത്രെ. 1905 ൽ ലെനിൻ, റഷ്യയിലെ ജനങ്ങളെ ഉദ്ബോധിപ്പിച്ചു :

> റഷ്യയിലെ തൊഴിലാളികളേ, കർഷകരേ, നിങ്ങൾ ഒറ്റയ്ക്കല്ല! ഫ്യൂഡൽ സ്വേച്ഛാധിപതികളേയും പോലീസുഭീകരരേയും ഭൂപ്രഭുക്കളേയും സാറിസ്റ്റുകളേയും തകർത്തെറിയുന്നതിൽ വിജയിച്ചാൽ, നിങ്ങളുടെ വിജയം മൂലധനശക്തികളുടെ സ്വേച്ഛാധിപത്യത്തിന് എതിരായ സമരത്തിന്റെ വിജയമായിരിക്കും."

ഒക്ടോബർ വിപ്ലവം അത്തരമൊരു അടയാളമായിരുന്നു. അതിന്റെ അലയൊലി ഇരുപതാംനൂറ്റാണ്ടിൽ ഉടനീളം മുഴങ്ങി. അടുത്ത സഹസ്രാബ്ദത്തിലും അത് തുടർന്നു കേൾക്കാം.

(Peoples Democracy, നവംബർ 17, 1996)

* ചീകാ–പ്രതിവിപ്ലവകൃത്യങ്ങളിൽനിന്ന് രക്ഷനൽകാൻ രൂപീകരിക്കപ്പെട്ട (1917–22) സ്പെഷ്യൽ കമ്മീഷൻ

ഗോർബചേവിന്റെ പരിഷ്കരണം : കമ്യൂണിസ്റ്റുപാർട്ടിയെ തകർക്കൽ

ഒക്ടോബർ വിപ്ലവത്തിന്റെ 74-ാം വാർഷികം ഈ വർഷം ക്രെംലിനിൽവച്ച്, സി പി എസ് യുവിന്റെ മുൻ ജനറൽ സെക്രട്ടറി മിഖായേൽ ഗോർബച്ചേവ് തനിച്ചാണ് ആചരിച്ചത്. റെഡ്സ്ക്വയറിലെ പരമ്പരാഗതമായ പരേഡിൽ അദ്ദേഹം പങ്കെടുത്തില്ല; കാരണം, പരേഡ് ഉണ്ടായിരുന്നില്ല. പാർട്ടിയുടെ ചടങ്ങുകളിലും പങ്കെടുത്തില്ല. കാരണം, നിയമവിരുദ്ധമായി പ്രഖ്യാപിച്ച് നിരോധിച്ചതുകൊണ്ട് പാർട്ടി നിലവിലുണ്ടായിരുന്നില്ല. ക്രെംലിനിൽ നടന്ന സ്റ്റേറ്റ് അവാർഡ്ദാനം മാത്രമായിരുന്നു പങ്കെടുത്ത ഒരേയൊരു ചടങ്ങ്. വേഗം വേഗം ചുരുങ്ങിവരുന്ന യൂണിയൻ ഗവൺമെന്റിന്റെ നിക്ഷിപ്താധികാരങ്ങളിൽ ഒന്ന്. ചെർണങ്കോവിന്റെ നിര്യാണത്തിനുശേഷം ആറു വർഷം മുമ്പ്, സി പി എസ് യുവിന്റെ കേന്ദ്രകമ്മറ്റിയുടെ ജനറൽ സെക്രട്ടറിയായി ഗോർബച്ചേവ് തിരഞ്ഞെടുക്കപ്പെട്ടു. ഉല്പാദനം ത്വരിതപ്പെടുത്താൻ ലക്ഷ്യമിട്ടുകൊണ്ട് 1985 ഏപ്രിലിൽ കേന്ദ്രകമ്മറ്റിയുടെ പ്ലീനറി മീറ്റിങ്ങിൽ, തന്റെ പരിപാടികൾ അവതരിപ്പിച്ചു. 1986 ഫെബ്രുവരിയിൽ ചർച്ചാവിഷയമായി അവതരിപ്പിച്ച സാമ്പത്തികവും രാഷ്ട്രീയവുമായ പരിപാടികൾക്ക് അംഗീകാരം ലഭിച്ചു. എന്നാൽ, അഞ്ചുവർഷംകൊണ്ട്, ഗോർബച്ചേവിന്റെ, പരിഷ്കരണ പരിപാടികൾ സോഷ്യലിസത്തിന്റെയും സോവിയറ്റുയൂണിയന്റെ ഐക്യത്തിന്റെയും നാശത്തിലാണ് അവസാനിച്ചത്. സി പി എസ് യു തകർന്നടിഞ്ഞു.

രൂപപരിണാമത്തിന്റെ ആറു വർഷങ്ങൾ

പെരിസ്ട്രോയിക്ക, ഗ്ലാസ്നോസ്റ്റ് തുടങ്ങിയ ഗോർബച്ചേവിന്റെ പരിഷ്കരണങ്ങൾ, മുതലാളിത്തത്തിന്റെ പുനഃസ്ഥാപനത്തിലേക്കും സോവിയറ്റുയൂണിയന്റെ ശിഥിലീകരണത്തിലേക്കുമാണ് നയിച്ചത്. മാറ്റത്തിനു വഴിവച്ചതിനെക്കുറിച്ച് അറിയാൻ അതിൽ സി പി എസ് യുവിന്റെ പങ്ക് പരിശോധിക്കേണ്ടതുണ്ട്. 1986 ഫെബ്രുവരിയിലെ 27–ാം പാർട്ടി കോൺഗ്രസിനും 1991 ജൂലായിലെ സെൻട്രൽ കമ്മിറ്റി പ്ലീനത്തിനും ഇടയിൽ, പാർട്ടിയിൽ ഗോർബച്ചേവിന്റെ പരിഷ്കരണങ്ങൾ തകർച്ചയുടെ ഫലം സൃഷ്ടിച്ചു സോഷ്യലിസ്റ്റ് നവീകരണത്തിന് നേതൃത്വം നൽകേണ്ട സി പി എസ് യു, പ്രത്യയശാസ്ത്രപരവും രാഷ്ട്രീയവും സംഘടനാപരവുമായ അവ്യവസ്ഥയിലേക്ക് നീങ്ങി. ഗോർബച്ചേവിന്റെയും വിശ്വസ്തരായ സഹപ്രവർത്തകരുടെയും നേതൃത്വത്തിൽ ഈ വിനാശകരമായ അവസ്ഥ എങ്ങനെ വന്നുചേർന്നു എന്ന് പരിശോധിക്കേണ്ടതുണ്ട്. അനവധി വെല്ലുവിളികളും പ്രതിസന്ധികളും അതിജീവിച്ച, ലെനിൻ സ്ഥാപിച്ച, പ്രസ്ഥാനം എങ്ങനെയാണ് സോവിയറ്റുയൂണിയന്റെയും സോഷ്യലിസ്റ്റു വ്യവസ്ഥയുടെയും വിനാശത്തിലേക്ക് വഴുതിവീണത്? അതിനുള്ള ഉത്തരം, സി പി എസ് യുവിന്റെയും സോവിയറ്റുയൂണയനിലെ സോഷ്യലിസത്തിന്റെയും പതനത്തെപ്പറ്റി ചില ഉൾക്കാഴ്ചകൾ നൽകും.

പെരിസ്ട്രോയിക്കയുടെ ആറു വർഷത്തെപ്പറ്റി, പ്രധാനമായും പ്രതിപാദിക്കാനാണ് ഈ ലേഖനംകൊണ്ട് ലക്ഷ്യമാക്കുന്നത്. 1917 നുശേഷമുള്ള ദശകങ്ങളുടെ ചർച്ച ഉദ്ദേശിക്കുന്നില്ല. സി പി എസ് യുവിന്റെ നേതൃത്വത്തിലേക്കുള്ള ഗോർബച്ചേവിന്റെ വരവ്, പാർട്ടിയുടെ ആന്തരഘടനയിലും ഉൾപ്പാർട്ടി സമരങ്ങളിലും സാരമായ വ്യതിയാനം സൃഷ്ടിച്ചു എന്ന് വ്യക്തമാണ്. സോഷ്യലിസത്തിന്റെ നിർമാണത്തിലും മുന്നേറ്റത്തിലും എന്തെല്ലാം ആകാം, എന്തെല്ലാം അരുത് എന്നതിനെ സംബന്ധിച്ച് വ്യക്തവും വസ്തുനിഷ്ഠവുമായ പാഠങ്ങൾ ആറുവർഷത്തെ ഗോർബച്ചേവ് ഭരണം നമുക്കു നൽകുന്നു.

പ്രത്യയശാസ്ത്രപരമായ നശീകരണസ്ഥിതിയിലേക്ക് സി പി എസ് യു എങ്ങനെയാണ് എത്തിച്ചേർന്നത്? സോവിയറ്റ് സമൂഹത്തിൽ സോഷ്യലിസ്റ്റ് വിരുദ്ധശക്തികൾ എങ്ങനെയാണ് മേൽക്കോയ്മ നേടിയത്? പാർട്ടിയുടെ ഐക്യം തകർക്കാനും ആയിരക്കണക്കിന് അംഗങ്ങളെ ആശയപരമായ ആശങ്കയിലേക്കും അനിശ്ചിതത്വത്തിലേക്കും നയിക്കാനും ഇട വന്ന സംഘടനാപരമായ പാളിച്ചകൾ എന്തൊക്കെയായിരുന്നു?

ആശയപരമായും രാഷ്ട്രീയമായും സി പി എസ് യു പിന്തുടർന്ന നിലപാടിനെ, വിശദമായി വിശകലനം ചെയ്യാൻ ഇപ്പോൾ ഉദ്ദേശിക്കുന്നില്ല. ആ നിലപാടുകൾ സംഘടനയിലും സംഘടനയുടെ പ്രവർത്തനങ്ങളിലും പ്രതിഫലിച്ചത് എങ്ങനെ എന്ന് സൂചിപ്പിക്കാമെന്ന് കരുതുന്നു.

ആഗസ്റ്റിലെ സംഭവവികാസങ്ങൾക്കുശേഷം സി പി എസ് യുവിന് ഉണ്ടായ തകർച്ച അഭൂതപൂർവമായ അനുഭവമായിരുന്നു. സോഷ്യലിസ്റ്റു

വിപ്ലവത്തിനു നേതൃത്വം നൽകിയ പാർട്ടി, ഈ വിധം പ്രതിവിപ്ലവശക്തികളുടെ മുന്നിൽ ദയനീയമായി കീഴടങ്ങിയ ചരിത്രം മുമ്പ് ഉണ്ടായിട്ടില്ല.

പാർട്ടിയുടെ കേന്ദ്ര കമ്മറ്റിയുടെ ജനറൽ സെക്രട്ടറി എന്ന നിലയിൽ, ഗോർബചേവ് പാർട്ടിയെ നയിച്ചതിന് മൂന്ന് പ്രവർത്തനഘട്ടങ്ങളുണ്ട്. പുതിയ വെല്ലുവിളികൾ ഏറ്റെടുത്ത് നടപ്പാക്കാൻ ഉതകുംവിധം പാർട്ടിയെ സജ്ജമാക്കാനുള്ള സന്നദ്ധത ആദ്യഘട്ടത്തിൽ പ്രദർശിപ്പിച്ചില്ല (1985–86 കാലഘട്ടം) രണ്ടാമത്തെ ഘട്ടമായ 1987–88 ൽ പാർട്ടിയുടെ പ്രഥമഗണനീയമായ പങ്ക് പരിഗണിച്ചെങ്കിലും പുതിയ വീക്ഷണവും പ്രവർത്തനവിധവും അപര്യാപ്തമാണെന്ന് ആശങ്കിച്ചു. ആ കാലയളവുവരെ, പെരിസ്ട്രോയിക്കയുടെ മുന്നണിപ്പട പാർട്ടിയാണെന്ന അനുശാസനം, പാർട്ടി ലെനിനിസ്റ്റ് പാരമ്പര്യത്തിലേക്ക് മടങ്ങണമെന്ന അഭ്യർഥനയിൽ ഒതുങ്ങി. 1987 ആകുമ്പോഴേക്കും ആഭ്യന്തരക്കുഴപ്പം മൂർച്ഛിക്കുകയും മാറ്റത്തിന് സന്നദ്ധരല്ലാത്തവർ വഴിവക്കിൽ വീണുപോകുമെന്ന് മുന്നറിയിപ്പ് നൽകുകയും ചെയ്തു. അവസാനഘട്ടത്തിൽ സ്വരം കർക്കശമായി. പാർട്ടി പെരിസ്ട്രോയിക്കയുടെ പിന്നിൽ പല തരത്തിലും പ്രതിബന്ധമായി ഇഴഞ്ഞു നീങ്ങി. 1989–90 വർഷത്തിൽ പാർട്ടിയുടെ ശൈഥില്യം പൂർത്തിയായി. പ്രത്യയശാസ്ത്രപരവും പ്രായോഗികവുമായ നടപടികൾ പാർട്ടിയെ പ്രവർത്തനരഹിതമാക്കി.

ലെനിനിസ്റ്റ് മാതൃകയിലുള്ള അഭ്യർത്ഥന

27–ാം കോൺഗ്രസിൽ സമർപ്പിച്ച രാഷ്ട്രീയ റിപ്പോർട്ടിൽ അഭിമാനപൂർവ്വം ഗോർബച്ചേവ് പ്രസ്താവിച്ചു :

> കാലഘട്ടത്തിന്റെ വികാരം ഉൾക്കൊള്ളാനുള്ള കഴിവാണ് പാർട്ടിയുടെ കരുത്ത്.....രാജ്യം പുതിയ പ്രശ്നങ്ങൾ നേരിടുമ്പോൾ പാർട്ടി പരിഹാരമാർഗങ്ങൾ കണ്ടെത്തുന്നു. നേതൃത്വരീതികൾ നവീകരിക്കപ്പെടുന്നു. ചരിത്രപരമായ കടമകളും രാജ്യത്തിന്റെ ഭാവിപരിപാടികളും സോഷ്യലിസത്തിന്റെയും കമ്യൂണിസത്തിന്റെയും ലക്ഷ്യങ്ങൾക്കനുസരിച്ച് നിറവേറ്റുന്നതിനുള്ള മാർഗങ്ങൾ കണ്ടെത്തുകയും ചെയ്യുന്നു.

രാഷ്ട്രീയ മാറ്റങ്ങൾക്കും സാമ്പത്തിക പരിഷ്കരണങ്ങൾക്കുമുള്ള ഗോർബച്ചേവിന്റെ ആദ്യകാല പരിപാടികളിൽ പാർട്ടിയുടെ കേന്ദ്രനേതൃത്വത്തിന് പ്രാമുഖ്യം നൽകിയിരുന്നു. പെരിസ്ട്രോയിക്കയെ നയിക്കുന്ന യന്ത്രം പാർട്ടിയാണെന്ന് ഗോർബച്ചേവ് പ്രസ്താവിച്ചു. ലെനിനിസ്റ്റ് മാർഗത്തിലൂടെയുള്ള പ്രയാണത്തിന് പ്രാധാന്യവും നൽകി. പുനർനവീക 1987രണ പ്രക്രിയയിൽ പാർട്ടിയുടെ പ്രാധാന്യം പരിഗണിച്ച്, അതിനെ പുനഃസംഘടിപ്പിക്കണമെന്ന് നിശ്ചയിച്ചു. "പുനഃസംഘടനയും പാർട്ടി

പ്രവർത്തകരുടെ നയവും" സംബന്ധിച്ച്, 1987 ജനുവരിയിൽ, സെൻട്രൽ കമ്മറ്റിയുടെ പ്ലീനത്തിൽ, ഗോർബച്ചേവ് പ്രധാനപ്പെട്ട റിപോർട്ട് സമർപ്പിച്ചു. പ്ലീനത്തിന്റെ സമാപനസമ്മേളനത്തിൽ ഇങ്ങനെ പ്രസ്താവിക്കുകയും ചെയ്തു:

> പ്ലീനറി യോഗത്തിൽ ഇന്ന് നാം ലെനിന്റെ ചിന്തകളും ആശയങ്ങളും പല വട്ടം ആവർത്തിക്കുകയുണ്ടായി. പുതിയ സാഹചര്യങ്ങളിൽ ലെനിനിസത്തിന്റെ അന്തഃസത്ത കഴിയുന്നത്ര ഉൾക്കൊള്ളണം എന്നതിന്റെ പ്രതിഫലനമാണത്. പാർട്ടി നിശ്ചയിക്കുന്ന പ്രവർത്തനശൈലിയുടെ താളം അനുസരിച്ചാണ്, സമൂഹപുനർനിർമ്മിതിക്ക് പുറപ്പെട്ടിരിക്കുന്നവരുടെ വിപ്ലവപ്രവർത്തനങ്ങളുടെ വിജയമെന്ന് ലെനിൻ ആവർത്തിച്ചു പഠിപ്പിച്ചിട്ടുണ്ട്.

സാഹചര്യങ്ങളുടെ ഗൗരവം ഉൾക്കൊള്ളാനും അലസത അവസാനിപ്പിക്കാനും പരിഷ്കരണശ്രമങ്ങൾക്ക് നേതൃത്വം നൽകാനും പാർട്ടി പ്രവർത്തകരെ ഗോർബച്ചേവ് ആദ്യമൊക്കെ പ്രചോദിപ്പിച്ചിരുന്നതായി മനസിലാക്കാം. സമൂഹത്തിലെ വളർച്ചാമുരടിപ്പിനും നിശ്ചലതയ്ക്കും കാരണം പാർട്ടിയുടെ അലസതയാണെന്ന് അദ്ദേഹം ആദ്യം കഠിനമായി കുറ്റപ്പെടുത്തിയിരുന്നു. 1987 ജനുവരിയിലെ റിപ്പോർട്ടിൽ ഇപ്രകാരം പ്രസ്താവിച്ചതായി കാണാം:

> പ്ലീനറി യോഗത്തിൽ കാര്യം വെട്ടിത്തുറന്നു പറയണമെന്നു പോളിറ്റ് ബ്യൂറോ തീരുമാനിച്ചിട്ടുണ്ട്. സി പി എസ് യു കേന്ദ്രകമ്മിറ്റിക്കും രാജ്യത്തിന്റെ നേതൃത്വത്തിനും പരാജയം പറ്റിയിട്ടുണ്ട്. സമൂഹത്തിലെ വളർന്നുവരുന്ന അപകടകരമായ പ്രശ്നങ്ങളെ കാണാനും അതിനൊത്ത് മാറ്റങ്ങൾ വരുത്താനും വസ്തുനിഷ്ഠമല്ലാത്ത കാരണങ്ങളാൽ സാദ്ധ്യമാകാതെ വന്നിട്ടുണ്ട്. അതു നിമിത്തം അവയെ മറികടക്കാനും സോഷ്യലിസ്റ്റ് വ്യവസ്ഥാസ്ഥാപനം ത്വരിതപ്പെടുത്താനുമുള്ള മാർഗ്ഗങ്ങൾ കണ്ടെത്താൻ കഴിയാതെ പോയി.

പാർട്ടിയുടെ ഉത്തരവാദിത്വത്തെപ്പറ്റി, റിപോർട്ട് ഇങ്ങനെ തുടരുന്നു:

> 1970നു മുമ്പും 1980നു ശേഷവുമുള്ള കാലത്ത് സാമൂഹിക-സാമ്പത്തിക രാഷ്ട്രീയ സാഹചര്യങ്ങളെ പാർട്ടിയുടെയും പ്രവർത്തകരുടെയും ബലഹീനത തകരാറിലാക്കിയിട്ടുണ്ട്. സമൂഹത്തിൽ വളർന്നുവരുന്ന നിഷേധാത്മകപ്രവണതകളെ തക്ക സമയത്ത് കണ്ടെത്താനും ജീവിതപുരോഗതിക്ക് ആവശ്യമായ തിരുത്തലുകൾ വരുത്താനും പാർട്ടി നേതൃത്വത്തിന് സാധിച്ചിട്ടില്ല.

പാർട്ടിയുടെ വീക്ഷണത്തിൽ മൊത്തത്തിൽ വന്ന പരിവർത്തനത്തിന്റെ പശ്ചാത്തലത്തിൽ, മാറ്റം ഉൾക്കൊള്ളാനുള്ള കരുത്ത് പാർട്ടി

ക്കുണ്ട് എന്ന ശുഭപ്രതീക്ഷ ഗോർബച്ചേവും പ്രകടിപ്പിച്ചു. അദ്ദേഹം ഇങ്ങനെ അഭിപ്രായപ്പെട്ടു:

"മിക്ക പാർട്ടി കമ്മിറ്റികളും അവരുടെ നേതാക്കന്മാരും ഉത്തരവാദിത്വത്തോടെയും ആത്മാർത്ഥതയോടെയും പ്രവർത്തിക്കുന്നതായി കാണാം. എന്നിട്ടും പല കാര്യങ്ങളുമായി പൊരുത്തപ്പെടാൻ അവർക്ക് സാധിക്കുന്നില്ല. എന്നാലും ദിവസം കഴിയുന്തോറും അനുഭവവും ആത്മ വിശ്വാസവും ആർജിക്കുന്നുണ്ട്. ആ മാറ്റങ്ങൾ നമ്മുടെ പുരോഗതിക്ക് അത്യാവശ്യമായ മുന്നുഉപാധികളാണ്.

മാറാൻ കൂട്ടാക്കാത്തവർക്ക് മുന്നറിയിപ്പു നൽകാനും ഗോർബച്ചേവ് മടിച്ചില്ല. ആ കേന്ദ്രകമ്മിറ്റി യോഗത്തിലെ ഈ പ്രസ്താവന അത് തെളിയിക്കും:

> പുനഃക്രമീകരണത്തിന്റെ പരീക്ഷണത്തിലൂടെയാണ് എല്ലാ പാർട്ടി പ്രവർത്തകരും കടന്നുപോകുന്നത്...എന്നാൽ അവരുടെ നിലപാടിൽ ഒരു വ്യത്യസ്തത കാണുന്നു...ചില പാർട്ടി നേതാക്കന്മാർക്ക് മാറ്റം വഴങ്ങാത്തതുപോലെ തോന്നുന്നു.

പാർട്ടിയുടെ സംഘടനയ്ക്കകത്ത്, ഗോർബച്ചേവിന്റെ നേതൃത്വത്തിന് പ്രഭാവം ലഭിച്ച കാലമായിരുന്നു 1985–87. പല തലങ്ങളിലുമുള്ള ഭാരവാഹികളെ മാറ്റാൻ അതുകൊണ്ട് സാധിച്ചു. 1986 ഫെബ്രുവരിയിൽ ചേർന്ന 27–ാം പാർട്ടി കോൺഗ്രസ്സ് അതിനുമുമ്പ് 1985 ഏപ്രിലിൽ കേന്ദ്ര കമ്മറ്റി പ്ലീനത്തിൽ ഗോർബച്ചേവ് ഉന്നയിച്ച നിർദ്ദേശങ്ങൾക്ക് അംഗീകാരം നൽകി. പാർട്ടി പുന:സംഘടനക്കും ഏകീകരണത്തിനും സമ്മതം ലഭിച്ചു. കേന്ദ്രകമ്മിറ്റി മെമ്പർമാരിൽ അമ്പതു ശതമാനത്തിൽ അധികം പേർ, 27–ാം കോൺഗ്രസ്സിൽ സ്ഥാനമൊഴിഞ്ഞു. ക്രൂഷ്ചേവ് ജനറൽ സെക്രട്ടറി ആയിരുന്ന 1961ലെ കോൺഗ്രസിനുശേഷം ഏറ്റവുമധികം അംഗങ്ങൾ സ്ഥാനമൊഴിഞ്ഞ സമ്മേളനമായിരുന്നു അത്.

സോവിയറ്റു പാർട്ടിയിലെ സംഭവവികാസം സൂക്ഷ്മമായി നിരീക്ഷിക്കുന്നവരെ അമ്പരപ്പിച്ച മാറ്റങ്ങളാണ് താഴെ തട്ടിലുള്ള പാർട്ടി കമ്മറ്റികളിലും കണ്ടത്. മാറ്റത്തിന്റെ തോത് താഴെ ചേർത്ത പട്ടികയിൽനിന്ന് മനസ്സിലാക്കാം:

പാർട്ടി കേഡർമാരുടെ പദവിമാറ്റം/സ്ഥാന നഷ്ടം
1985 മാർച്ച് മുതൽ ആഗസ്റ്റ് വരെ

റിപ്പബ്ലിക്ക് പാർട്ടി കമ്മറ്റികളുടെ ഒന്നാം സെക്രട്ടറിമാർ	– 14ൽ 6
ഒന്നാം സെക്രട്ടറിമാർ, പാർട്ടി സ്റ്റേറ്റ് കമ്മറ്റികൾ	– 150ൽ 75
റിപ്പബ്ലിക് പാർട്ടി ബ്യൂറോകളിലെ വോട്ടിങ്ങ് മെമ്പർമാർ	– 163ൽ 84
പാർട്ടി സ്റ്റേറ്റ് കമ്മറ്റികളിലെ എല്ലാ സെക്രട്ടറിമാരും	– 50ശതമാനത്തിലധികം
സിറ്റി, ഡിസ്ട്രിക്ട് കമ്മറ്റി സെക്രട്ടറിമാർ	– 50ശതമാനത്തിലധികം

സ്റ്റാലിന്റെ നേതൃത്വം നിലനിന്ന ആദ്യകാലഘട്ടത്തിൽ ഒഴികെ, മറ്റൊരിക്കലും സി പി എസ് യുവിന്റെ ചരിത്രത്തിൽ ഇങ്ങനെ എല്ലാ തലങ്ങളിലുമുള്ള വ്യപകമായ നേതൃമാറ്റം നടന്നിരുന്നില്ല. ചില പ്രത്യേക ഘട്ടങ്ങളിൽ, പാർട്ടി സംഘടനക്ക് നവചൈതന്യം നൽകി പുതിയ കടമകൾ കൈകാര്യം ചെയ്യാൻ സജ്ജമാക്കേണ്ടിവന്നേക്കാം. എന്നാൽ ഈ സന്ദർഭത്തിൽ ഇത്തരമൊരു മാറ്റിമറിക്കൽ എന്തിനുവേണ്ടിയായിരുന്നു? ബ്യൂറോക്രാറ്റിക് അലസത അകറ്റാനുള്ള ഒരുക്കമായിട്ടല്ല, "പാർട്ടി ഭാരവാഹികളുടെ ഇളക്കിമാറ്റൽ" ഇത്തവണ നടത്തിയത് എന്ന് ക്രമേണ തെളിഞ്ഞുവന്നു. ബൂർഷ്വാ പരിഷ്കരണങ്ങളും സോഷ്യൽ ഡെമോക്രസിയും നടപ്പാക്കുമ്പോൾ വരുന്ന പ്രതിബന്ധങ്ങളെ നേരിടാനായിരുന്നു ഗോർബച്ചേവ് ഈ ശുദ്ധീകരണപ്രക്രിയ നടത്തിയത്.

തങ്ങളുടെ നയപരിപാടികൾ പ്രതിബന്ധമില്ലാതെ നടപ്പാക്കാൻ ഈ മാറ്റങ്ങളിലൂടെ എളുപ്പമാകുമെന്ന് ഗോർബച്ചേവിയൻ നേതൃത്വം പ്രതീക്ഷിച്ചു. എന്നിട്ടും കേന്ദ്രകമ്മിറ്റിയിൽ ഗോർബച്ചേവിന് എതിർപ്പ് നേരിടേണ്ടിവന്നിരുന്നു എന്നു വ്യക്തമത്രെ. അതുകൊണ്ടാണ് 1987 മധ്യത്തിൽ, അഖില യൂണിയൻ കോൺഫറൻസ് സംഘടിപ്പിക്കേണ്ടതിനെപ്പറ്റി ഗോർബച്ചേവ് പ്രസ്താവന ഇറക്കിയത്. അഖില യൂണിയൻ പാർട്ടി കോൺഫറൻസ് വിളിച്ചുകൂട്ടണമെന്ന് അദ്ദേഹം 1987 ജൂണിൽ സി സി പ്ലീനത്തിൽ അഭിപ്രായപ്പെട്ടു. 46 വർഷം മുമ്പായിരുന്നു ഒടുവിൽ അത്തരം പരിപാടി നടന്നത്. കോൺഫറൻസിന് മുന്നോടിയായി വ്യാപകമായ റിപ്പോർട്ടും തിരഞ്ഞെടുപ്പു പ്രചാരണവും വേണ്ടിയിരുന്നു. സെൻട്രൽ കമ്മിറ്റി പുതിയ ഭാരവാഹികളെ തിരഞ്ഞെടുക്കുമെന്ന ഭീഷണമായ മുന്നറിയിപ്പ് പഴയ സെൻട്രൽ കമ്മിറ്റിക്കു നൽകി. ഗോർബച്ചേവ് പ്രതീക്ഷിച്ചതുപോലെ കോൺഫറൻസിലേക്കുള്ള പ്രതിനിധികളുടെ തിരഞ്ഞെടുപ്പിൽ "യാഥാസ്ഥിതിക പ്രതിപക്ഷ"ത്തെ നീക്കംചെയ്യാൻ സാധിച്ചില്ല. മാത്രമല്ല, അവർ തിരഞ്ഞെടുപ്പു പ്രക്രിയക്കിടയിൽ അവരുടെ അനുഭാവികളെ ഒഴിവാക്കിയതിൽ മുറവിളി ഉയർത്തുകയും ചെയ്തു. കേന്ദ്ര കമ്മിറ്റിയിൽ മാറ്റം വരുത്തണമെന്ന് നേതൃത്വം ആദ്യം ഉദ്ദേശിച്ചിരുന്നതായും ഒടുവിൽ ശ്രമം ഉപേക്ഷിച്ചതായും ഗോർബച്ചേവ് പിന്നീട് പ്രസ്താവിക്കുകയുണ്ടായി. കാര്യസാധ്യത്തിനുള്ള ഉപായം മാത്രമായിരുന്നു ആ പ്രസ്താവന. അഖില യൂണിയൻ കോൺഫറൻസിനുശേഷവും പാർട്ടിയിലെ വിമതപക്ഷത്തെ നീക്കം ചെയ്യാനുള്ള ശ്രമം പുതിയ രൂപത്തിൽ തുടർന്നു.

വഴിത്തിരിവ് : 19-ാം അഖില യൂണിയൻ കോൺഫറൻസ്

സി പി എസ് യുവിന്റെ 19-ാം അഖില യൂണിയൻ കോൺഫറൻസ്, 1988 ജൂണിൽ വിളിച്ചുകൂട്ടാനുള്ള ശ്രമം പാർട്ടിയുടെ ആഭ്യന്തര കാര്യങ്ങളിലെ വഴിത്തിരിവായിരുന്നു. അതിനുമുമ്പ് പരിഷ്കരണങ്ങളെ സംബന്ധിച്ചും പുനഃസംഘടനയെക്കുറിച്ചുമുള്ള ഗോർബച്ചേവിന്റെ പ്രസ്താവ

നകൾ ഫലം കാണാതെ പോയി. സാമ്പത്തികസ്ഥിതി വഷളായ അവസ്ഥ 1987 ൽ വന്നുചേർന്നു. ഗോർബച്ചേവിന്റെ നേതൃത്വശൈലി പെട്ടെന്നു മാറി. പാർട്ടിയെ ഗുണദോഷിക്കുന്നതിനു പകരം, ഗ്ലാസ്നോസ്തിനും പെരിസ്ട്രോയിക്കക്കും അനുസരിച്ച് നിലപാട് കൈക്കൊള്ളാൻ വിവിധ പദവികളിലുള്ള നേതാക്കന്മാർക്കു കഴിയാതെ പോയി എന്ന് കുറ്റാരോപണം ഉയർന്നു. പാർട്ടിയുടെ സംഘടനാതലത്തിൽ വ്യാപകമായ അഴിച്ചുപണി നടക്കുമെന്ന ധാരണ ശക്തമായി. അഖിലയൂണിയൻ കോൺഫറൻസിലെ റിപ്പോർട്ടിൽ പാർട്ടിയിൽ നിയന്ത്രണം വേണമെന്ന ആവശ്യം ഉന്നയിക്കപ്പെട്ടു. ജനറൽസെക്രട്ടറിയുടെ ചോദ്യം ഉയർന്നു, "നമ്മുടെ പാർട്ടിയിലെ കാര്യങ്ങൾ കയ്പേറിയ വിമർശനം ഏറ്റുവാങ്ങേണ്ടിവന്നത് എന്തുകൊണ്ട്, എന്താണ് കാര്യം?" ഉത്തരവും അദ്ദേഹം നൽകി. "ഒന്നാമത്തെ കാര്യം, ജനാധിപത്യ കേന്ദ്രീകരണതത്ത്വം തന്നെയാണ്. സി പി എസ് യുവിന്റെ ഘടനയിലും പ്രവർത്തനത്തിലും ജനാധിപത്യ കേന്ദ്രീകരണത്തിനുപകരം, ഉദ്യോഗസ്ഥ ദുഷ്പ്രഭുത്വകേന്ദ്രീകരണം സ്ഥാനം പിടിച്ചു!" അങ്ങനെ ഉദ്യോഗസ്ഥമേധാവിത്വം അവസാനിപ്പിക്കാനുള്ള ശ്രമം തുടങ്ങി. അതോടെ ഇരുവിഭാഗവും തമ്മിലുള്ള ഉരസൽ നീണ്ടുനിന്നു. ഈ പോര് 28–ാം കോൺഗ്രസുവരെ നീണ്ടുനിന്നു. 1991 ജൂലായിൽ കേന്ദ്രകമ്മറ്റി യോഗം ചേർന്ന്, 29–ാം പാർട്ടികോൺഗ്രസ്സ് വിളിച്ചുകൂട്ടാൻ തീരുമാനിച്ചു. 19–ാം കോൺഫറൻസിലും 28–ാം കോൺഗ്രസിലും ജനാധിപത്യ കേന്ദ്രീകരണം ലഘൂകരിച്ചുകൊണ്ടുവരാനോ അതിൽനിന്ന് ഒഴിഞ്ഞുമാറാനോ നടത്തിയ ശ്രമം കേന്ദ്രകമ്മിറ്റിയുടെയും പ്രതിനിധികളുടെയും ഭൂരിപക്ഷം പരാജയപ്പെടുത്തി.

പാർട്ടിയുടെയും ഭരണകൂടസ്ഥാപനങ്ങളുടെയും പ്രവർത്തനങ്ങൾ റിപ്പോർട്ടിൽ വ്യക്തമായി വേർതിരിക്കപ്പെട്ടു. ഗോർബച്ചേവ് ലെനിനെ ഉദ്ധരിക്കുന്നു:

> തൊഴിലാളിവർഗത്തിന്റെ ഇതരസംഘടനകളെ അവഗണിച്ചോ മാറ്റി നിർത്തിയോ, ഭരണകാര്യങ്ങളിൽ നേരിട്ടിടപെടാൻ ശ്രമിക്കുന്ന ഭരണകക്ഷിയുടെ ദ്രോഹകരമായ രീതിയെപ്പറ്റി ലെനിൻ ആവർത്തിച്ച് ചൂണ്ടിക്കാട്ടിയിട്ടുണ്ട്.

പാർട്ടിയുടെയും ഗവൺമെന്റിന്റെയും പ്രവർത്തനവിഭജനത്തിന് തികച്ചും വിരുദ്ധമായ അമ്പരപ്പിക്കുന്ന നിർദ്ദേശമാണ് റിപ്പോർട്ടിൽ പിന്നീട് ചൂണ്ടിക്കാണിച്ചിരിക്കുന്നത്. ഡെപ്യൂട്ടികളുടെ കോൺഗ്രസ്സ് തിരഞ്ഞെടുക്കുന്ന പ്രസിഡന്റിന്റെ സ്ഥാനം പുതിയതായി ഉണ്ടാക്കി. സി പി എസ് യുവിന്റെ ജനറൽ സെക്രട്ടറിതന്നെ പ്രസിഡന്റിന്റെ പദവി വഹിക്കണം എന്നാണ് പുതിയ നിർദ്ദേശം. പദവികൾ ഇങ്ങനെ കൂട്ടിച്ചേർക്കുന്നതിന്റെ ഗുണഗണങ്ങൾ വ്യാഖ്യാനിച്ചുകൊണ്ട്, പാർട്ടിയുടെ എല്ലാ തലങ്ങളിലേയും എല്ലാ പദവികളും ഇങ്ങനെ മാറ്റണമെന്ന് ഗോർബച്ചേവ് നിർദ്ദേശിച്ചു. റിപ്പോർട്ട് ഇങ്ങനെ തുടരുന്നു : "പാർട്ടി കമ്മിറ്റികളുടെ ഒന്നാം

സെക്രട്ടറിമാരെ അതാത് സോവിയറ്റുകളുടെ ചെയർമാൻ സ്ഥാനത്തേക്ക് നിയമിക്കുന്നതാണ് ഏറ്റവും പ്രായോഗികമായ രീതി. സോവിയറ്റിന്റെയും പാർട്ടിയുടെയും പ്രവർത്തനങ്ങൾ യോജിപ്പിക്കുന്നതുവഴി, സമൂഹത്തിന് പുനർജീവനം ലഭിക്കും. ബഹുകക്ഷിസ്ഥാനാർഥികൾ പങ്കെടുക്കുന്ന തിരഞ്ഞെടുപ്പുകൾ നടത്തി ജയിക്കുന്ന ഡെപ്യൂട്ടികൾ തീരുമാനങ്ങളെടുക്കാനും അവ നടപ്പിലാക്കാനും തയാറാവണം."

നിർദ്ദേശത്തിൽ വ്യക്തമായ വൈരുദ്ധ്യങ്ങൾ ഉണ്ടായിരുന്നിട്ടും, "സോവിയറ്റുസമൂഹത്തെ ജനാധിപത്യവൽക്കരിക്കാനും രാഷ്ട്രീയ വ്യവസ്ഥ പരിഷ്കരിക്കാനും" കോൺഫറൻസിൽ ഒരു പ്രമേയം അംഗീകരിച്ചു : "സോവിയറ്റിന്റെ ചെയർപേഴ്സണായി പാർട്ടി കമ്മറ്റികളുടെ ഒന്നാം സെക്രട്ടറിമാർ ശുപാർശ ചെയ്യപ്പെട്ടാൽ, പ്രതിനിധിസഭകളുടെ പങ്കാളിത്തം വർദ്ധിപ്പിക്കണം."

തത്ത്വങ്ങളുടെ അതിരുകടന്ന ലംഘനത്തിന് എങ്ങനെയാണ് പിന്തുണയും അംഗീകാരവും ലഭിച്ചത്? 19–ാം കോൺഫറൻസിന്റെ അമ്പരപ്പിക്കുന്ന അനന്തരഫലം അതായിരുന്നു.

പാർട്ടി സെക്രട്ടറിയുടെയും പ്രസിഡന്റിന്റെയും പദവികൾ ഒന്നിച്ചുചേർന്നശേഷം, അത്തരം തത്ത്വം താഴേതട്ടിലും നടപ്പിലാക്കാൻ അനുകൂലമായ അവസരം ഗോർബച്ചേവിനു ലഭിച്ചു. മികവിന്റെ തെളിവായി യുക്തിവൈഭവം കാട്ടിയ അദ്ദേഹം അവതരിപ്പിച്ച മറ്റു പാർട്ടി സെക്രട്ടറിമാർക്ക് ബാധകമായ "പ്രമാണസൂത്രം" വിഭാഗീയലക്ഷ്യങ്ങൾ സാധിക്കാൻ സഹായകമായിരുന്നു.

പ്ലീനറി മീറ്റിങ്ങിൽവച്ച് രണ്ടോ മൂന്നോ സ്ഥാനാർഥികളുടെ ഇടയിൽനിന്ന് രഹസ്യബാലറ്റുവഴി, പാർട്ടി സെക്രട്ടറിയെ തിരഞ്ഞെടുക്കണം എന്നതായിരുന്നു ആദ്യത്തെ അപ്രതീക്ഷിതമായ നിർദ്ദേശം. ഉൾപ്പാർട്ടി ജനാധിപത്യം ശക്തിപ്പെടുത്താനും വ്യക്തികളെ വിലയിരുത്താനും തിരഞ്ഞെടുക്കാനുമുള്ള പാർട്ടി ഡെലിഗേറ്റുകളുടെ അവകാശം രക്ഷിക്കാനുമാണ് പ്രസ്തുത നടപടികൊണ്ട് ലക്ഷ്യമിട്ടത്.

പാർട്ടി സെക്രട്ടറി മറ്റൊരു പരീക്ഷണംകൂടി നേരിടേണ്ടിയിരുന്നു: സോവിയറ്റുകളിലേക്കുള്ള തിരഞ്ഞെടുപ്പിൽ ഡെപ്യൂട്ടി സ്ഥാനത്തേക്ക് മത്സരിക്കണം. ജയിച്ചാൽ മറ്റൊരു പരീക്ഷണവും ഉണ്ട്. ഡെപ്യൂട്ടികൾ തിരഞ്ഞെടുക്കുന്ന സോവിയറ്റ് ചെയർപേഴ്സൺ സ്ഥാനം സ്വീകരിക്കാൻ സ്വയംസന്നദ്ധമാവണം.

ഇങ്ങനെ ചെയ്യുന്നതിന് ചൂണ്ടിക്കാണിക്കപ്പെട്ട കാരണം തികച്ചും ആത്മാർത്ഥതയില്ലാത്തതായിരുന്നു: "ജനകീയ പ്രതിനിധിസമിതികളുടെ എല്ലാതരം പ്രവർത്തനങ്ങളും മെച്ചപ്പെടുത്താൻ സഹായിക്കുമാറ് ആ വ്യക്തി വളരെ സജീവമാകണം. അത്തരം ആൾ മാത്രമേ സോവിയറ്റുകളുടെയും അവയുടെ പ്രസീഡിയങ്ങളുടെയും തലപ്പത്ത് പ്രതിഷ്ഠിക്കപ്പെടാവൂ."

സോവിയറ്റുകളുടെ തിരഞ്ഞെടുപ്പു പരീക്ഷണത്തിന് പാർട്ടി സെക്ര

ട്ടറിമാരെ വിധേയമാക്കേണ്ടത് എന്തുകൊണ്ടെന്ന് ഗോർബച്ചേവ് വിവരിക്കുമ്പോൾ, 'ചാക്കിൽനിന്ന് പൂച്ച പുറത്തു ചാടുന്ന'തു കാണാം : കമ്യൂണിസ്റ്റുകാരിൽനിന്ന് പാർട്ടി നേതാവിന് ലഭിക്കുന്ന പ്രവർത്തനാനുമതി, സോവിയറ്റ് സംവിധാനത്തിന്റെ എല്ലാ തലങ്ങളിലുമുള്ള ജനങ്ങളുടെ പ്രതിനിധികൾ വിലയിരുത്തുകയും സ്ഥിരപ്പെടുത്തുകയും വേണം. പാർട്ടി സെക്രട്ടറികളുടെ നോമിനേഷന് സ്വാഭിവികമായി എല്ലായ്പ്പോഴും ഡെപ്യൂട്ടികളുടെ പിന്തുണ ലഭിച്ചെന്നു വരില്ല. അങ്ങനെ വരുമ്പോൾ, പാർട്ടി കമ്മിറ്റിയും കമ്യൂണിസ്റ്റുകാരും അതിൽനിന്ന് ആവശ്യമായ നിഗമനങ്ങളിൽ എത്തണം."

ആ വ്യക്തിക്ക് സെക്രട്ടറിയുടെ സ്ഥാനത്തിന് അർഹതയില്ല എന്നതാണ് സുനിശ്ചിതമായ നിഗമനം.

സ്വന്തം പദവി ശക്തിപ്പെടുത്താനുള്ള കൗശലവേലകളായിരുന്നു ഗോർബച്ചേവ് കോൺഫറൻസിൽ ഉന്നയിച്ച് അംഗീകരിപ്പിച്ച എല്ലാ നിർദ്ദേശങ്ങളും. അധികാരത്തിൽ തുടരാൻ മറ്റെല്ലാ ഒന്നാം സെക്രട്ടറിമാരും തിരഞ്ഞെടുപ്പു പരീക്ഷണം അഭിമുഖീകരിക്കേണ്ടി വന്നെങ്കിലും ഗോർബച്ചേവ് അതിൽനിന്ന് ഒഴിവായി. 100 അംഗങ്ങൾക്കുള്ള സി പി എസ് യു ക്വാട്ടയിൽനിന്ന് ഡെപ്യൂട്ടികളുടെ കോൺഗ്രസിലേക്ക് അദ്ദേഹം നോമിനേറ്റു ചെയ്യപ്പെടുകയാണുണ്ടായത്. എല്ലാ തലങ്ങളിലുമുള്ള സോവിയറ്റുകളിലേക്ക് തിരഞ്ഞെടുപ്പു നടന്നപ്പോൾ, 38 പ്രാദേശിക പാർട്ടി സെക്രട്ടറിമാർ പരാജയപ്പെട്ടു. അവർക്ക് അധികാരം ഒഴിയേണ്ടിവന്നു. പാർട്ടി തിരഞ്ഞെടുത്ത അസംഖ്യം പാർട്ടി സെക്രട്ടറിമാരെ ഒഴിവാക്കിക്കൊണ്ട്, പെരിസ്ട്രോയിക്കയുടെ നിർദ്ദേശകനായ ഗോർബച്ചേവ് അമിതാധികാരം കൈയടക്കിവച്ചു.

വരാനിരിക്കുന്ന വർഷങ്ങളിൽ, പാർട്ടിജീവിതത്തിൽ വിഭാഗീയ പ്രവണതകളും കടുത്ത ഉൾപ്പോരുകളും വളർന്നുവരുന്നതിന്റെ പ്രധാന ലക്ഷണങ്ങളായിരുന്നു ഈ വഞ്ചനയുടെ സൂചന.

19-ാം കോൺഫറൻസിനുശേഷം, ഗോർബച്ചേവിന്റെ കുതന്ത്രങ്ങൾ കുറേക്കൂടി വ്യക്തമായി വന്നു. പാർട്ടിയെ "നവീകരിക്കുന്ന"തിനു പകരം പാർട്ടിയെത്തന്നെ മറികടക്കാനുള്ള പരിപാടികൾ ആസൂത്രണം ചെയ്യപ്പെട്ടു. ഭരണകൂടത്തിന്റെയും പാർട്ടിയുടെയും പ്രവർത്തനങ്ങളെ വേർതിരിച്ചുനിർത്താനുള്ള ലെനിനിസ്റ്റ് തത്ത്വത്തിന്റെ സ്വന്തമായ വ്യാഖ്യാനമനുസരിച്ച്, പാർട്ടിയുടെ നേരായ അധികാരത്തെപ്പോലും കവർന്നെടുക്കാനുള്ള പരിപാടികളാണ് പിന്നീട് ഒരുക്കിയത്. പ്രസിഡന്റു പദവിയിൽ എത്തിയശേഷം ഗോർബച്ചേവ്, കേന്ദ്രത്തിൽ പ്രസിഡൻഷ്യൽ കൗൺസിൽ രൂപീകരിച്ചു. ധനകാര്യം, റിപ്പബ്ലിക്കുകൾ, രാഷ്ട്രീയപ്രശ്നങ്ങൾ എന്നിവയെ സംബന്ധിച്ച നിരവധി ഉത്തരവുകൾ പ്രസിഡന്റ് പുറപ്പെടുവിച്ചു. അരികിലേക്ക് അകറ്റി മാറ്റപ്പെടുന്നതിൽ പാർട്ടിയിൽ പ്രതിഷേധം ഉയർന്നു. അപ്പോൾ നേതൃത്വത്തെ നിർവീര്യമാക്കാൻ സമർഥമായ നിരവധി കുതന്ത്രങ്ങൾ പുറത്തുവന്നു. അവസാനം, പ്രധാന

നേതാവും ജനറൽ സെക്രട്ടറിയും ഭരണനിർവഹണത്തലവനും എല്ലാം ഗോർബച്ചേവ് തന്നെ!

പാളിച്ച പറ്റിയ പരിഷ്കരണങ്ങളെപ്പറ്റിയും സാമൂഹികവിരുദ്ധമായ ഉള്ളടക്കത്തെക്കുറിച്ചും പ്രതിഷേധം ഉയർത്തിയവരുടെ പ്രധാന ദൗർബല്യം അവരും ഗോർബച്ചേവിനെ ആശ്രയിച്ചിരുന്നു എന്നതാണ്. ഈ നയങ്ങൾക്കെതിരായ കലഹം, പകുതിവഴിക്ക് നിലച്ചുപോയി. ജനറൽ സെക്രട്ടറിയെ മാറ്റേണ്ട കാര്യം ഉന്നയിക്കപ്പെട്ടപ്പോഴോ താൻ സ്ഥാനം ഒഴിയുമെന്ന് അദ്ദേഹം ഭീഷണപ്പെടുത്തിയപ്പോഴോ ആണ് അങ്ങനെ സംഭവിച്ചത്. ജനപ്രിയം നേടിവരുന്ന യൽത്സിനെ തടഞ്ഞുനിർത്താൻ, എതിർപക്ഷത്ത് കരുത്തുള്ള ആരെയും കാണാതെ പകരം ഗോർബച്ചേവിനെ പിന്തുണക്കുകയല്ലാതെ പോംവഴി ഉണ്ടായിരുന്നില്ല. അത്തരം ആത്മവിശ്വാസമോ പിന്തുണയോ ആർജിക്കാൻ ലിഗാച്ചേവ് അശക്തനായിരുന്നു. ഈ ദൗർബല്യമാണ് ഗോർബച്ചേവ് മുതലെടുത്ത് വലതുപക്ഷ മിതവാദികളെയും സോഷ്യലിസത്തിന്റെ സംരക്ഷകരെയും നിയന്ത്രിച്ചുനിർത്തിയത്. കുറച്ചുകാലത്തേക്ക് ബോണപ്പാർട്ടിന്റെ ഭാഗം അഭിനയിച്ച് ഗോർബച്ചേവ്, നയവൈകല്യങ്ങളിൽനിന്ന് വിടുതൽ നേടി മെച്ചപ്പെടാനുള്ള പാർട്ടിയുടെ അവസരം നഷ്ടമാക്കി തൊഴിലാളിവർഗത്തെ തരം കെടുത്തി.

19–ാം കോൺഫറൻസിനു തൊട്ടുമുമ്പ് ഗോർബച്ചേവ് മറ്റൊരു പ്രധാന ചുവടുവയ്പ് നടത്തി. പാർട്ടിയുടെ എല്ലാ തട്ടിലുമുള്ള കടുംപിടിത്തക്കാരെ തടഞ്ഞുനിർത്തി തന്റെ മേധാവിത്വം നിലനിർത്താനുള്ള ഗോർബച്ചേവിന്റെ അടവായിരുന്നു അത്. സമ്മേളനത്തിലേക്ക് തിരഞ്ഞെടുക്കപ്പെടുന്ന പ്രതിനിധികളുടെ വർഗരൂപീകരണത്തിൽ മാറ്റം വരുത്തണമെന്ന് മാധ്യമങ്ങളിലും ബുദ്ധിജീവികളുടെ ഇടയിലും പ്രചരിച്ച അഭിപ്രായത്തെ ഗോർബച്ചേവ് അംഗീകരിച്ച് ദൃഢപ്പെടുത്തി. മീഡിയ എക്സിക്യൂട്ടീവുകളുടെയും പ്രത്യയശാസ്ത്ര സ്ഥാപനങ്ങളുടെ തലവന്മാരുടെയും 1988 മെയ് 7 നു ചേർന്ന യോഗത്തിൽ, ഗോർബച്ചേവ്, പുതിയ സമീപനം പ്രഖ്യാപിച്ചു:

> സമ്മേളനത്തിലേക്കുള്ള പ്രതിനിധികളെ തിരഞ്ഞെടുക്കേണ്ട പ്രവർത്തനക്രമത്തെക്കുറിച്ച് സി പി എസ് യു കേന്ദ്രസമിതി പുതിയ അഭിപ്രായം പ്രകടിപ്പിച്ചിരിക്കുന്നു. പെരിസ്ട്രോയിക്കയുടെ സമർപ്പിതപ്രവർത്തകരും സജീവകമ്യൂണിസ്റ്റുകാരും പ്രതിനിധികളായി തിരഞ്ഞെടുക്കപ്പെടണം എന്നാണ് ഞങ്ങളുടെ നിലപാട്. ഫാക്ടറിത്തൊഴിലാളികൾ എത്ര, കർഷകരെത്ര, സ്ത്രീകൾ എത്ര, മറ്റുള്ളവർ എത്ര എന്നിങ്ങനെയുള്ള ക്വാട്ട ഇനിമുതൽ ഉണ്ടാവില്ല. പെരിസ്ട്രോയിക്കയുടെ സജീവപിന്തുണക്കാരെ കോൺഫറൻസിലേക്ക് അയക്കുക എന്നതാണ് പ്രധാന രാഷ്ട്രീയ മാർഗ്ഗനിർദേശം.

ഇവിടെ ക്വാട്ട എന്നതുകൊണ്ട് ഉദ്ദേശിക്കുന്നത്, എല്ലാ തലങ്ങളി

ലുമുള്ള പാർട്ടി നേതാക്കന്മാർക്കു പുറമെ, പതിവായി പങ്കെടുപ്പിച്ചുവരാറുള്ള പ്രതിനിധികളിലെ തൊഴിലാളിവർഗത്തെയും കർഷകരെയുമാണ്. അതുവരെ നടന്നിരുന്ന തിരഞ്ഞെടുക്കപ്പെട്ട സി പി എസ് യു കോൺഫറൻസുകൾ / കോൺഗ്രസുകൾ എന്നിവയിൽ തൊഴിലാളിവർഗപ്രാതിനിധ്യം കൂടുതൽ ഉറപ്പാക്കിയിരുന്നു. പാർട്ടിയുടെ പ്രസ്തുത അധികൃത പ്രതിനിധിസഭകളുടെ സാമൂഹികഘടനയെ അടിസ്ഥാനപരമായി അട്ടിമറിക്കുന്നതായിരുന്നു ഗോർബച്ചേവ് പ്രഖ്യാപിച്ച തീരുമാനം. അതിന്റെ അനന്തരഫലം 1990 ജൂലായിൽ ചേർന്ന 28-ാം സി പി എസ് യു കോൺഗ്രസിൽ നാം കാണുകയും ചെയ്തു. 27-ാം കോൺഗ്രസിൽ ആകെ പ്രതിനിധികലുടെ 46 ശതമാനം തൊഴിലാളികളായിരുന്നു. അത് 14 ശതമാനമായി കുറഞ്ഞു. ഡെപ്യൂട്ടികളുടെ കോൺഗ്രസിലും സുപ്രീം സോവിയറ്റിലും തൊഴിലാളിവർഗത്തിന്റെയും കൂട്ടുകൃഷിസ്ഥാപനങ്ങളിലെ കൃഷിക്കാരുടെയും പ്രാതിനിധ്യത്തോത് 1989 ലെ തിരഞ്ഞെടുപ്പിനുശേഷം ഗണ്യമായി കുറഞ്ഞു. 1984 ലെ സുപ്രിംസോവിയറ്റിൽ, തൊഴിലാളികളും കൂട്ടുകൃഷിക്കളത്തിലെ കർഷകരും 44.9 ശതമാനമായിരുന്നു. എന്നാൽ 1989 ലെ പീപ്പിൾസ് ഡെപ്യൂട്ടീസ് കോൺഗ്രസിലേക്കുള്ള തിരഞ്ഞെടുപ്പിൽ അത് 22.8 ശതമാനമായി കുറഞ്ഞു.

പാർട്ടിയുടെ അധികൃതസമിതികളിൽ തൊഴിലാളിവർഗപ്രാതിനിധ്യത്തിന്റെ കുറവ് പാർട്ടിയുടെ നയരൂപീകരണത്തിൽ പ്രതിഫലിക്കുമെന്ന് നിസ്സംശയം പറയാം.

പാർട്ടിയിൽ ക്വാട്ട വെട്ടിക്കുറച്ച ഗോർബച്ചേവിന്റെ പ്രവർത്തനരീതി പിന്നെയും ആവർത്തിച്ചു. ഗോർബച്ചേവിനെ പിന്തുണയ്ക്കുന്ന ബുദ്ധിജീവികൾ, മാധ്യമങ്ങളിലൂടെ പാർട്ടിയിലെ "യാഥാസ്ഥിതികരെ" നേരിട്ടാക്രമിക്കാൻ തുടങ്ങി. പിന്നീട് അതേ വാദഗതികൾ ഔദ്യോഗികപക്ഷത്തിന്റെ നിർദ്ദേശങ്ങളായി പാർട്ടിക്കുവേണ്ടി ഗോർബച്ചേവ് ചർച്ചക്കായി അവതരിപ്പിച്ചു. ക്വാട്ടകൾക്കെതിരായ പ്രചാരവേലയുടെ ഭാഗമായി യൂറി ബർടിൻ എഴുതിയ ഒരു ലേഖനം 1988 ഏപ്രിൽ 29 ന് *ഇസ്‌വെസ്തിയ*യിൽ പ്രസിദ്ധീകരിച്ചു. തൊഴിലാളികളുടെ പങ്കിനെ ചെറുതാക്കി കാണിക്കുകയും ബുദ്ധിജീവികളുടെ സേവനത്തെ സ്തുതിക്കുകയും ചെയ്യുന്നതായിരുന്നു ലേഖനം:

> പ്രവർത്തനം അതിന്റെ ശരിയായ വഴിയിൽ നീങ്ങണം. കറവയന്ത്രത്തൊഴിലാളിയോ നെയ്ത്തുകാരനോ സോവിയറ്റിലേക്ക് തിരഞ്ഞെടുക്കപ്പെട്ടില്ലെങ്കിൽ എന്തു ഭയാനകമായ സ്ഥിതിവിശേഷമാണ് ഉണ്ടാവുക?....പൊതുജനതല്പരരായ ധനശാസ്ത്രജ്ഞർ, ചരിത്രകാരന്മാർ, സാമൂഹികപ്രവർത്തകർ, സാഹിത്യകാരന്മാർ, കലാസംവിധായകർ, നടന്മാർ എന്നിവർ വന്നാൽ പൊതുജനതാല്പര്യം ഹനിക്കപ്പെടുമോ?"

ഓരോ വിഭാഗത്തിനും ഇത്രവീതം സ്ഥാനം എന്ന അംഗസംഖ്യാ

വിഭജനരീതി അവസാനിപ്പിക്കണമെന്ന് ഒരുമാസത്തിനുശേഷം ഒരു പാർട്ടി യോഗത്തിൽ ഗോർബച്ചേവ് ആദ്യമായി ആവശ്യപ്പെട്ടു. അതോടൊപ്പം, "പെരിസ്ട്രോയിക്കയെ സജീവമായി പിന്തുണക്കുന്നവരെ" മാത്രമെ 19–ാം കോൺഫറൻസിലേക്ക് പ്രതിനിധികളായി തിരഞ്ഞെടുക്കാവൂ എന്നും നിർദ്ദേശിച്ചു. ഗ്ലാസ്നോസ്തിന്റെ ഉൾപ്പാർട്ടി ജനാധിപത്യം അത്രയൊക്കെയേ ഉള്ളൂ! പെരിസ്ട്രോയിക്കയുടെ ഉള്ളടക്കത്തോടോ പ്രവർത്തനത്തോടോ വിയോജിപ്പുള്ളവർക്ക് കോൺഫറൻസിൽ സ്ഥാനമില്ല. ഗോർബച്ചേവിന്റെ പുതിയ ജനാധിപത്യം അതായിരുന്നു.

പാർട്ടി മാധ്യമം : അകത്തുനിന്നുള്ള അട്ടിമറി

പാർട്ടിയുടെ ഉള്ളിൽ നടന്ന മറ്റൊരു അട്ടിമറി, പാർട്ടിയുടെ മാധ്യമങ്ങളും പത്രപ്രവർത്തകരും പാർട്ടിയെ ചെറുതാക്കിക്കാണിക്കുകയും അംഗങ്ങളെ ആശയക്കുഴപ്പത്തിൽ അകപ്പെടുത്തുകയും ചെയ്തതായിരുന്നു. അതോടെ പൊതുവായ ഇച്ഛാശേഷി തകർന്നു.

യു എസ് എയിലെ പുരോഗമന സാഹിത്യകാരനായ മൈക് ഡേവിഡോ, സോവിയറ്റു നാട്ടിലെ സംഭവവികാസങ്ങൾ സൂക്ഷ്മമായും നിരന്തരമായും നിരീക്ഷിച്ചശേഷം, മോസ്കോവിലെ കമ്യൂണിസ്റ്റുകാരുടെ ഒരു യോഗത്തിൽ 1990 ഡിസംബറിൽ ഇപ്രകാരം പ്രസ്താവിച്ചു:

"…..മറ്റൊരു ഉദാരണം മാധ്യമങ്ങളാണ്. സോഷ്യലിസ്റ്റ്വിരുദ്ധവും സോവിയറ്റ്വിരുദ്ധവും പാർട്ടിവിരുദ്ധവുമായ പ്രചാരവേലകളുടെ പ്രവാഹം പ്രത്യക്ഷപ്പെടുന്ന ടി വി പരിപാടികൾ, പ്രമുഖ ദിനപത്രങ്ങൾ, മാസികകൾ, വാരികകൾ എന്നിവയുടെ ഉള്ളടക്കം പാർട്ടി പരിശോധിക്കാറുണ്ടെന്ന് ആർക്കും എളുപ്പത്തിൽ വിശ്വസിക്കാനാവില്ല. പല പാർട്ടി നേതാക്കന്മാരും മുൻ കമ്യൂണിസ്റ്റുകാർ മാത്രമായല്ല മാറിയത്. അവരെല്ലാം കമ്യൂണിസ്റ്റുവിരുദ്ധരുമായി. അതിനുശേഷവും നേരിട്ട് പാർട്ടിയുടെ നേതൃത്വത്തിൽ പ്രസിദ്ധീകരിച്ചുവന്ന ദിനപത്രങ്ങളുടെയും വാരികകളുടെയും മാസികകളുടെയും "പത്രാധിപസംഘങ്ങളി"ൽ തുടരാൻ അവരെ അനുവദിക്കുകയും ചെയ്തു. പാർട്ടിയെ നിരന്തരം ആക്രമിക്കുകയും സോഷ്യലിസ്റ്റ് വിരുദ്ധനയം പിന്തുടരുകയും ചെയ്യുന്ന ദിനപത്രങ്ങളും വാരികകളും പാർട്ടിയുടെ ഉടമസ്ഥതയിലുള്ള പ്രസ്സുകളിൽ അച്ചടിക്കുന്നതും അവസാനിപ്പിച്ചില്ല. പാശ്ചാത്യരാജ്യങ്ങളിലെ ബൂർഷ്വാ പാർട്ടികൾക്കും യു എസ് എയിലെ ഡെമോക്രാറ്റിക്, റിപ്പബ്ലിക്കൻ പാർട്ടികൾക്കുംകൂടി ഉൾക്കൊള്ളാൻ കഴിയാത്ത ഇത്തരം നയങ്ങളാണ് ഗ്ലാസ്നോസ്തും ജനാധിപത്യവും എന്നപേരിൽ നടപ്പിലാക്കിയത്.

പാർട്ടിയുടെ പ്രസ്സും മാധ്യമവും പരസ്യമായി പ്രചരിപ്പിച്ച കമ്യൂണിസ്റ്റുവിരുദ്ധവും സോഷ്യലിസ്റ്റുവിരുദ്ധവുമായ ആശയങ്ങളുടെ വിത്തുകൾ ഗോർബച്ചേവിന്റെ നേതൃത്വത്തിലുള്ള ഗ്ലാസ്നോസ്താണ് വിതരണം ചെയ്തത്. സംഘടിത രൂപത്തിൽ നടത്തിവന്ന സോഷ്യലിസ്റ്റ്വിരുദ്ധമായ അപവാദപ്രചാരവേല അവസാനിപ്പിക്കാൻ, അതിനെതിരെ പൊരുതാൻ,

ഗോർബച്ചേവോ ബന്ധപ്പെട്ട വൃത്തങ്ങളോ ആറു വർഷക്കാലത്ത് ഒരിക്കൽപ്പോലും ശ്രമിച്ചിരുന്നില്ല. ചില ചരിത്രസംഭവങ്ങളെയൊ വർത്തമാനകാലപ്രശ്നങ്ങളെയൊ വികാരജനകമായ വിധം അവതരിപ്പിക്കുന്ന പത്രലോകത്തിന്റെ പ്രവണതകളെ ഗോർബച്ചേവ് വിലയിടിച്ച് വിമർശിച്ചിരുന്നെങ്കിലും ആ പുത്തൻ രീതികളെ ഗ്ലാസ്നോസ്തിന്റെ പേരിൽ പാർട്ടി വ്യവസ്ഥപ്പെടുത്തുകയാണു വേണ്ടതെന്ന് അഭിപ്രായപ്പെടുകയാണു ചെയ്തത്. "പട്ടാളത്താവളശൈലി"യിലുള്ള സോഷ്യലിസത്തോടും ഉത്തരവു–ഭരണത്തോടും വിടപറയാനുള്ള ശ്രമത്തിന്റെ നാട്യത്തിൽ, പാർട്ടിയിലെ "യാഥാസ്ഥിതികരോ"ടും കടുംപിടിത്തക്കാരോടും പൊരുതുന്ന നാട്യത്തിൽ, സി പി എസ് യുവിലെ മാധ്യമപ്രവർത്തകരായ പാർട്ടി അംഗങ്ങൾ എതിർപ്പിന്റെ കുന്തമുനകൾക്ക് മൂർച്ചകൂട്ടി. *ടാസ്സ്, നൊവോസ്തി, ലിറ്ററേച്യർന്യാ ഗസറ്റാ* തുടങ്ങിയ പത്രങ്ങളിലെ പല പാർട്ടിയംഗങ്ങളും റഷ്യൻ പാർട്ടി കോൺഫറൻസിനുശേഷം പരസ്യമായി പാർട്ടിയെ അധിക്ഷേപിക്കുകയോ സ്ഥാപനങ്ങൾ ഉപേക്ഷിച്ചുപോവുകയോ ഉണ്ടായി.

1989–1990 പാർട്ടിയോടുള്ള യുദ്ധം

19–ാം കോൺഫറൻസിൽനിന്നു ലഭിച്ച അനുകൂലസമ്മതത്തിന്റെ പിൻബലത്തിൽ, ഗോർബച്ചേവ് സ്വന്തം നില ശക്തിപ്പെടുത്താനുള്ള നടപടികൾ തിടുക്കത്തിൽ തുടങ്ങി. കോൺഫറൻസ് കഴിഞ്ഞ് മൂന്നുമാസത്തിനുള്ളിൽ, സെപ്തംബർ 30 ന് ഏകദിന കേന്ദ്രസമിതി യോഗം വിളിച്ചുകൂട്ടി. മുതിർന്ന പോളിറ്റ്ബ്യൂറൊ അംഗങ്ങളായ ആൻഡ്രി ഗ്രോമിക്കോവ്, മിഖായേൽ സോളംനെത്സെവ് എന്നിവർ പി ബിയിൽനിന്ന് പിരിഞ്ഞു. അവരോടൊപ്പം പീറ്റർ ഡമിച്ചേവ്, വ്ളാഡിമർ ഡോർഗിഖ് എന്നീ അംഗത്വ സ്ഥാനാർഥികളും ഒഴിഞ്ഞു. സെക്രട്ടേറിയേറ്റ് അംഗമായി 1988ൽ മാത്രം തിരഞ്ഞെടുക്കപ്പെട്ട വദിം മെദ്‌വദെവ് പി ബി യിലെ പൂർണ അംഗമായി ഉയർത്തപ്പെട്ടു. മൂന്ന് പുതിയ അംഗത്വ സ്ഥാനാർഥികളെ തിരഞ്ഞെടുക്കുകയും ചെയ്തു.

ഇത്തരം ശുദ്ധീകരണവും ബഹിഷ്കരണവും ചോദ്യം ചെയ്യപ്പെടാതെ തുടർന്നു. 1989 ഏപ്രിൽ 25ന് ചേർന്ന സി സി യുടെ അസാധാരണ യോഗം 74 കേന്ദ്രകമ്മറ്റി അംഗങ്ങളെയും 24 സ്ഥാനാർഥികളെയും അവരുടെ സ്ഥാനങ്ങളിൽനിന്ന് പ്രായാധിക്യത്താലും അനാരോഗ്യത്താലും ഒഴിവാക്കി. പഴയ രക്ഷാപുരുഷന്മാരായി കണക്കാക്കപ്പെട്ടവരായിരുന്നു പലരും. മുൻ പോളിറ്റ് ബ്യൂറോ അംഗങ്ങളായിരുന്ന ആൻഡ്രി ഗ്രോമിക്കോവ്, മിഖായേൽ സോളം നെത്സെവ്, ഗീദാർ അലിയെവ്, നിക്കോളോയ് ടിക്കോസെവ് എന്നിവർ അക്കൂട്ടത്തിൽപ്പെടും. കേന്ദ്ര കൺട്രോൾ കമ്മീഷനിലേയും ആഡിറ്റിങ്ങ് കമ്മീഷനിലേയും 82 അംഗങ്ങളിൽ 12 പേർ പുറത്തുപോയവരിൽപെടും.

പിരിഞ്ഞുപോയ അംഗങ്ങൾ എല്ലാവരും ഒന്നിച്ച് ഒരപേക്ഷയിൽ ഒപ്പുവെച്ചാണ് അവരുടെ ആവശ്യം അറിയിച്ചത് എന്നതാണ് ഏറ്റവും

രസകരം. "അപേക്ഷ" പി ബി യും സെക്രട്ടേറിയറ്റും ഏകോപിപ്പിക്കുകയും ചെയ്തു. ഗോർബച്ചേവിന്റെ അനുകൂലികളുടെ വിജയഭാവം പ്രകടമായിരുന്നു. സമ്മേളനതീരുമാനം പത്രസമ്മേളനത്തിൽ പ്രഖ്യാപിച്ച പുതിയ പോളിറ്റ് ബ്യൂറോ അംഗം വദിം മെദ്‌വദെവ് സ്വമേധയാ ഉണ്ടായ പിരിഞ്ഞുപോകൽ "പെരിസ്ട്രോയിക്കയുടെ ചരിത്രത്തിലെ നിർണായക സംഭവ"മാണെന്ന് വിവരിച്ചു.

തിരഞ്ഞെടുപ്പിൽ പരാജയപ്പെട്ട പ്രാദേശിക പാർട്ടി സെക്രട്ടറിമാരുടെ (മുപ്പതിലധികം) ഭാവി അതത് പാർട്ടി കമ്മറ്റി തീരുമാനിക്കുമെന്ന് സി സി പ്രസ്താവിച്ചു.

1989 സെപ്തംബറിലെ സി സി പ്ലീനറി യോഗത്തിൽ കൂടുതൽ പോളിറ്റ് ബ്യൂറോ അംഗങ്ങൾ സ്ഥാനമൊഴിഞ്ഞു. വ്ളാദിമിർ ഷർബിറ്റ്സ്കി (ഗോർബച്ചേവിനു പുറമെ) 27-ാം കോൺഗ്രസിനു മുമ്പേ പി ബി യിൽ ഉണ്ടായിരുന്ന ഒരേയൊരു അംഗം), വിക്തോ ചെർബിക്കോവ് (മുൻ കെ ജി ബി തലവൻ), വിക്തോർ നിക്കോനോവ്, യൂറി സോളോവ്യേവ്, നിക്കൊലായ് താലീസിൻ എന്നിവർ സ്ഥാനമൊഴിഞ്ഞു. പകരം പുതിയ പി ബി അംഗങ്ങളായി വിക്തോർ ക്രൂച്കോവ്, മാസ്ലിയുകോവ് എന്നിവർ തിരഞ്ഞെടുക്കപ്പെട്ടു. സ്ഥാനാർഥി അംഗമായി ബോറിസ് പ്യൂഗോവിനെയും തിരഞ്ഞെടുത്തു.

പോളിറ്റ് ബ്യൂറോവിനെക്കുറിച്ചുള്ള സങ്കല്പം തിരുത്തിക്കുറിക്കുമാറ്, പാർട്ടി നേതൃത്വത്തിന്റെ ശിരച്ഛേദം 28-ാം കോൺഗ്രസ്സുവരെ നീണ്ടുനിന്നു. 27-ാം കോൺഗ്രസ്സിലെ പി ബി അംഗങ്ങളിൽ ഗോർബച്ചേവ് മാത്രം അവശേഷിച്ചു. പി ബി അംഗസംഖ്യ ഇരട്ടിയാക്കി. 23 പേർ പുതിയവരായിരുന്നു. റിപ്പബ്ലിക്കൻ പാർട്ടി സെൻട്രൽ കമ്മറ്റികളിലെ സെക്രട്ടറിമാരായിരുന്നു 15 പേർ. പാർട്ടിയുടെ കേന്ദ്രത്തിലെ കാര്യങ്ങളിൽ ഇടപെടാൻ സമയം ഇല്ലാത്ത റിപ്പബ്ലിക്കൻ സെക്രട്ടറിമാരെ പി ബിയിൽ നിറച്ചുകൊണ്ട് തന്നെ എതിർക്കാനിടയുള്ള "കടുംപിടിത്തക്കാരെ" നേരിടാൻ ഗോർബച്ചേവ് കളമൊരുക്കി.

ഇത്തരം മാറ്റങ്ങളെല്ലാം വരുത്തിയിട്ടും, 1980 സെപ്തംബർവരെ ഗോർബച്ചേവിന് തന്റെ നയം പി ബിയിൽ അംഗീകരിച്ചുകിട്ടാൻ വിഷമിക്കേണ്ടിവന്നു. ആഗസ്റ്റിലെ നയംമാറ്റൽശ്രമത്തിൽ പ്രധാന പങ്കുവഹിച്ച ലിഗാച്ചേവ്, വൊറൊട്നികോവ് എന്നിവർക്ക് പുറമെ പി ബിയിൽ മറ്റുനാലുപേർകൂടി സഹായികളായി ഉണ്ടായിരുന്നു. പൂർണ അംഗത്വം ഉണ്ടായിരുന്ന ക്രൂച്കോവ്, അംഗത്വസ്ഥാനാർഥികളായ ബോറിസ് പ്യൂഗൊ, ദിമിത്രി യാസൊവ്, അനറ്റോളി ലുകാനോവ് എന്നിവരായിരുന്നു അവർ.

ചെയർമാനെയും ഡെപ്യൂട്ടി ചെയർമാന്മാരെയും കോൺഗ്രസ്സ് തിരഞ്ഞെടുക്കണമെന്ന പാർട്ടിയുടെ രാഷ്ട്രീയാടിസ്ഥാനം 28-ാം കോൺഗ്രസിനുമുമ്പ് തീരുമാനിക്കപ്പെട്ടു. സി സി സമ്മേളനങ്ങൾക്കിടയിൽ രാഷ്ട്രീയവും സംഘടനാപരവുമായ പ്രശ്നങ്ങൾ കൈകാര്യം ചെയ്യാൻ ഒരു പ്രസീഡിയത്തെ സി സി, പ്ലീനറി യോഗങ്ങളിൽ തിരഞ്ഞെടുക്കാനും

തീരുമാനിച്ചു. വലിയ നിലയിലുള്ള ഈ മാറ്റങ്ങൾ നടപ്പായാൽ അതുവരെ നിലനിന്നിരുന്ന പി ബിയും സെക്രട്ടേറിയറ്റും ജനറൽ സെക്രട്ടറി സ്ഥാനവും ഇല്ലാതാകും. കോൺഗ്രസിനുമുമ്പ് നടന്ന ചർച്ചകളിൽ, അത്തരം മാറ്റങ്ങൾക്കെതിരെ കഠിനമായ എതിർപ്പ് വന്നതിനാൽ, നയപ്രസ്താവനയിൽനിന്ന് പ്രസ്തുത നിർദ്ദേശം നീക്കംചെയ്യപ്പെട്ടു.

"കടുംപിടിത്തക്കാരെ" തുരത്താൻ 28-ാം പാർട്ടികോൺഗ്രസുവരെ ശ്രമം നടന്നു. അതിന്റെ ഫലമായി, നിലവിൽവന്ന പുതിയ പി ബിയിൽ, പഴയ പി ബിയിലെ ഒരേയൊരു അംഗമേ ഉണ്ടായിരുന്നുള്ളു: ഗോർബച്ചേവ്! പുതുതായി സൃഷ്ടിച്ച ഡെപ്യൂട്ടി ജനറൽ സെക്രട്ടറിയുടെ സ്ഥാനത്തേക്കു നടന്ന തെരഞ്ഞെടുപ്പിൽ, പി ബി നിർത്തിയ സ്ഥാനാർഥി ഇവാഷ്കൊ വലിയ ഭൂരിപക്ഷത്തോടെ, ലിഗാച്ചേവിനെ പരാജയപ്പെടുത്തി. പുതുതായി രൂപീകൃതമായ സെൻട്രൽ കൺട്രോൾ കമ്മീഷന്റെ ചെയർമാനായി ഭാവിയിലെ "ഗൂഢാലോചനക്കാരനാ"യ ബോറിസ് പ്യൂഗോ തിരഞ്ഞെടുക്കപ്പെട്ടു.

പാർട്ടിയെ എതിർക്കാനും നിരായുധമാക്കാനും ഗോർബച്ചേവും അനുകൂലികളും മറ്റൊരു മാർഗ്ഗം കണ്ടെത്തി. സി പി എസ് യു ക്വാട്ടയിൽ പീപ്പിൾസ് ഡെപ്യൂട്ടീസ് കോൺഗ്രസിൽ നോമിനേഷൻ ലഭിച്ചതിന്റെ അടിസ്ഥാനത്തിൽ, ഗോർബച്ചേവ് യൂണിയൻ പ്രസിഡന്റായി തിരഞ്ഞെടുക്കപ്പെട്ടത് 19-ാം കോൺഫറൻസിന്റെ വഴിത്തിരിവായിരുന്നു. കോൺഗ്രസും സുപ്രിം സോവിയറ്റും പ്രസിഡന്റിന് അമിതമായ ഭരണനിർവഹണാധികാരം നൽകി. അതുപയോഗിച്ച്, പ്രസിഡൻഷ്യൽ കൗൺസിൽ രൂപീകരിക്കപ്പെട്ടു. അത് പിന്നീട് ഗവൺമെന്റിൽ പരമാധികാരം നേടി. അതുവരെ പോളിറ്റ് ബ്യൂറോവിൽ നിക്ഷിപ്തമായിരുന്ന അധികാരങ്ങൾ കൈയടക്കി. ഗവൺമെന്റിൽ മന്ത്രിമാരായവർ പി ബിയിൽ നിന്ന് വിട്ടു. അതനുസരിച്ച്, പ്രധാനമന്ത്രി റിഷ്കോവ്, ആഭ്യന്തരമന്ത്രി പ്യൂഗൊ, പ്രതിരോധമന്ത്രി യാസോവ് എന്നിവർ പി ബിയിൽ നിന്ന് ഒഴിഞ്ഞു. സുപ്രിം സോവിയറ്റിന്റെ ചെയർമാനായി തിരഞ്ഞെടുക്കപ്പെട്ട ലുഖിയാനോവും അപ്രകാരം ചെയ്തു.

ഈ പ്രക്രിയ അനുസരിച്ച് പി ബിയുടെ അധികാരാവകാശം നഷ്ടപ്പെടുകയും പാർട്ടിയുടെ ജനറൽ സെക്രട്ടറിസ്ഥാനം കൂടി ലഭിച്ച പ്രസിഡന്റിന്റെ അധികാരം വർദ്ധിക്കുകയും ചെയ്തു. കാർഷികകാര്യങ്ങൾ കൈകാര്യം ചെയ്തിരുന്ന, പി ബിയിൽ സ്ഥാനം തുടർന്നിരുന്ന ലിഗാച്ചേവ്, ഗവൺമെന്റിലും പ്രസിഡൻഷ്യൽ കൗൺസിലിലും സ്ഥാനമൊന്നും ലഭിക്കാതെ വന്നപ്പോൾ, 1990 ജൂണിൽ റഷ്യൻ കമ്യൂണിസ്റ്റു പാർട്ടിയുടെ ഭരണഘടനാ കോൺഗ്രസിൽ ഒരു പ്രസംഗത്തിൽ ആക്ഷേപം പ്രകടിപ്പിച്ചു, "സി പി എസ് യു നേതൃത്വത്തിന് കൂട്ടുത്തരവാദിത്വവും ജനാധിപത്യവും നഷ്ടപ്പെട്ടിരിക്കുന്നു; അന്യരുടെ അഭിപ്രായങ്ങൾ മാനിക്കുന്ന പതിവ് അവസാനിച്ചിരിക്കുന്നു." ലിഗാച്ചേവിന്റെ പ്രസംഗം ടാസ്സ് റിപ്പോർട്ടു ചെയ്യുകയുണ്ടായി : "ഗൗരവമുള്ള പല പ്രശ്ന

ങ്ങളും ഇപ്പോൾ പോളിറ്റ് ബ്യൂറോവിലോ പാർട്ടിയുടെ സെൻട്രൽ കമ്മറ്റിയിലോ ചർച്ചചെയ്യാറില്ലെന്ന് അദ്ദേഹം ആക്ഷേപിച്ചു. ഉദാഹരണമായി, വിപണിയിൽ അധിഷ്ഠിതമായ സമ്പദ്വ്യവസ്ഥയിലേക്ക് രാജ്യം മാറുന്ന കാര്യവും കിഴക്കൻ യൂറോപ്പിലെ സംഭവവികാസങ്ങളും ജർമനിയുടെ പ്രശ്നവുമൊന്നും ചർച്ചക്കു വിധേയമാക്കിയില്ല. 'സോഷ്യലിസ്റ്റ സമൂഹം ചിന്നിച്ചിതറി. നാടകീയമാംവിധം സാമ്രാജ്യത്വം സന്തുലനം നേടി'- അദ്ദേഹം വിശദീകരിച്ചു."

ലിഗാച്ചേവ്, ശ്രദ്ധേയമായ മറ്റൊരു നിരീക്ഷണവും നിർവഹിക്കുകയുണ്ടായി. പക്ഷേ, സ്വന്തം പാർട്ടിയിലെ ആളുകൾപോലും അത് ഗൗരവത്തിലെടുത്തില്ല: അദ്ദേഹം പറഞ്ഞു: "തത്ത്വാധിഷ്ഠിതമായും സത്യസന്ധമായും പറഞ്ഞാൽ, പെരിസ്ട്രോയിക്കയുടെ പ്രധാന അപകടം പൂർണമായി മനസിലാക്കാൻ എനിക്കു സാധിച്ചില്ല എന്നാണ് എന്റെ വിശ്വാസം. കമ്യൂണിസ്റ്റുപാർട്ടിയുടെയും സോഷ്യലിസ്റ്റ് യൂണിയൻ റിപ്പബ്ലിക്കുകളുടെയും ഉള്ളിൽനിന്നുകൊണ്ട്, സോഷ്യലിസ്റ്റുവിരുദ്ധ ശക്തികൾ ആസൂത്രിതമായും സജീവമായും നടത്തിയ പ്രവർത്തനങ്ങൾ തിരിച്ചറിയാൻ തീരെ കഴിഞ്ഞില്ല."

ലിഗാച്ചേവ് ഇങ്ങനെ പ്രസ്താവിച്ച സന്ദർഭത്തിൽ കടുത്ത ഉൾപ്പാർട്ടിപ്പോര് ആരംഭിച്ചുകഴിഞ്ഞിരുന്നു. ഒരു വർഷത്തിനകം നടക്കേണ്ട 28–ാം പാർട്ടികോൺഗ്രസ്സ് ഇതിന് നിമിത്തമായി. ആകെ അംഗങ്ങളിൽ 56 ശതമാനം അധിവസിക്കുന്ന റഷ്യൻ റിപ്പബ്ലിക്കിൽ പ്രാദേശികവികാരവും സാഹസികമായ വിഘടനവാദവും ശക്തിപ്പെട്ടപ്പോഴാണ് ഇത് രൂക്ഷമായത്. അതോടെ റിപ്പബ്ലിക്കുകളിലെ സി പി എസ് യു പിളർന്നു. പാർട്ടിയുടെ ഭാവിയിൽ നിർണായക സ്വാധീനം ചെലുത്തിയ ഈ രണ്ടു പ്രവണതകളെപ്പറ്റി പ്രത്യേകം പരാമർശിക്കേണ്ടിയിരിക്കുന്നു.

സങ്കുചിത ദേശസ്നേഹം: പാർട്ടിയെ കീഴടക്കി

സങ്കുചിത ദേശീയതയെയും അതിൽനിന്ന് വളർന്ന സംഘർഷങ്ങളെയും ദേശീയ വീരസാഹസികതയെയും വേണ്ടത്ര ശ്രദ്ധിച്ചില്ല എന്നതാണ് ഗോർബച്ചേവിന്റെ പരിഷ്കരണപരിപാടികളുടെ പ്രധാന പരാജയം. 1986 ൽ ഉസ്ബക്കിസ്ഥാനിലെ കേന്ദ്ര കമ്മറ്റിയിൽനിന്ന് സെക്രട്ടറി ജി അലിയേവിനെ നീക്കം ചെയ്തപ്പോൾ, അലമ അതയിൽ ബഹുജന പ്രതിഷേധം പ്രകടമായി. നിരവധി ബഹുജന പ്രതിഷേധപ്രകടനങ്ങളിൽ ആദ്യത്തേതായിരുന്നു അത്. അതിനുശേഷം നഗോർനി–കരാബഖ് ദേശപ്രശ്നത്തിന്റെ പേരിൽ ഉസ്ബക്കിസ്ഥാനും അർമേനിയയും തമ്മിൽ സംഘർഷമുണ്ടായി. അത്‌ലാന്റിക് സമുദ്രത്തിന് അപ്പുറമുള്ള മൂന്നാമത്തെ കൊക്കേഷ്യൻ റിപ്പബ്ലിക്കായ ജോർജിയയിൽ താമസിയാതെ വിഭാഗീയ ദേശീയ പ്രസ്ഥാനം രൂപപ്പെട്ടു. ബാൾടിക് റിപ്പബ്ലിക്കുകളിലും സങ്കുചിത ദേശീയശക്തികൾ വളർന്നുവന്നു.

ഗോർബച്ചേവിന്റെ കാലത്ത് നേതൃത്വശക്തി മുഴുവൻ സമയവും

പാർട്ടിയുടെ പി ബിയേയും കേന്ദ്രസംഘടനയേയും "പുനഃസംഘടിപ്പിക്കാനാ"ണ് വിനിയോഗിച്ചത്. വിപരീതശക്തികളുടെ വളർച്ചയെ മുൻകൂട്ടി കണ്ടറിഞ്ഞ് പരിഹരിക്കാൻ നേതൃത്വത്തിന് കഴിഞ്ഞില്ല എന്ന് ഗോർബച്ചേവ് പിന്നീട് സമ്മതിക്കുകയുണ്ടായി. ദേശീയ വിഭാഗീയ പ്രവണതകൾ പ്രബലമായ റിപ്പബ്ലിക്കുകളിൽ കേന്ദ്രനേതൃത്വം ഇടപെടുകയോ മാർഗനിർദ്ദേശം നൽകുകയോ ഉണ്ടായില്ല. പകരം, ഗ്ലാസ്നോസ്തിനെ പ്രോത്സാഹിപ്പിക്കാൻ പാർട്ടി വേദികളിൽ പരസ്യമായി ഉപദേശം നൽകി. എതിർശക്തികൾ ഭൂതകാലത്തെ അപകീർത്തിപ്പെടുത്തുകയും പരിഹസിക്കുകയും ചെയ്തു. തീവ്രമായ ദേശാഭിമാനവികാരത്തെ ഗ്ലാസ്നോസ്തിന്റെ പേരിൽ പ്രോത്സാഹിപ്പിച്ചു. ചരിത്രപരമായ പാളിച്ചകളേയും അനീതികളേയും സോവിയറ്റു മാധ്യമങ്ങൾ പെരുപ്പിച്ചുകാട്ടുകയും ദേശീയതാ പ്രശ്നങ്ങൾ കൈകാര്യം ചെയ്ത രീതികളുടെ പേരിൽ സി പി എസ് യുവിനെ അപലപിക്കുകയും ചെയ്തു. രാഷ്ട്രീയമായും സംഘടനാപരമായും ഈ ശക്തികളെ നേരിടാൻ പ്രവർത്തകരോടും പാർട്ടി യൂണിറ്റുകളോടും ഗോർബച്ചേവും കേന്ദ്രനേതൃത്വവും ഒരിക്കൽപ്പോലും ആവശ്യപ്പെടുകയുണ്ടായില്ല.

സങ്കുചിത ദേശീയതയുടെ അണുബാധ പല റിപ്പബ്ലിക്കുകളിലും പടർന്നുപിടിച്ചപ്പോൾ, വിഘടനത്തിന്റെ വിപത്തിനെപ്പറ്റി വിലപിക്കുന്ന ദുർബലമായ ശ്രമം നടത്തി:

> സങ്കുചിത ദേശസ്നേഹം കമ്യൂണിസ്റ്റുപാർട്ടിയുമായി പൊരുത്തപ്പെടുകയില്ലെന്ന് നാം വീണ്ടും ഉറപ്പിച്ചു പറയേണ്ടിയിരിക്കുന്നു. അന്തഃസത്തയിലും പരിപാടികളിലും അന്തർദേശീയ വീക്ഷണമുള്ള ബോൾഷെവിക് പാർട്ടിയെയാണ് വ്ളാദിമിർ ലെനിൻ സ്ഥാപിച്ചത്.

(സി പി എസ് യു സി സി പ്ലീനറി യോഗത്തിൽ 1989 ജൂലായ് 29ന് എം ഗോർബച്ചേവ് സമർപ്പിച്ച റിപ്പോർട്ടിൽനിന്ന്)

ദേശീയ രാഷ്ട്രങ്ങളുടെ ഒരു വേദി, 1989 സെപ്തംബറിൽ, സി സി പ്ലീനറി രൂപീകരിച്ചെങ്കിലും പ്രാവർത്തികമാക്കാൻ കഴിയാത്തവിധം പ്രശ്നം കൈവിട്ടുകഴിഞ്ഞിരുന്നു. ലിത്വാനിയൻ കമ്യൂണിസ്റ്റുപാർട്ടിയുടെ വിഘടനമായിരുന്നു ആദ്യത്തെ പ്രശ്നം. 1989 ഡിസംബറിൽ, "ലിത്വാനിയൻ കമ്യൂണിസ്റ്റുപാർട്ടിയുടെ സ്വാതന്ത്ര്യപ്രഖ്യാപനം" ഭൂരിപക്ഷ സമ്മതത്തോടെ ലിത്വാനിയൻ കമ്യൂണിസ്റ്റുപാർട്ടിയുടെ 20-ാം കോൺഗ്രസ്സ് അംഗീകരിച്ചു. "സി പി എസ് യുവിന്റെ പരിപാടിയും ചട്ടങ്ങളും മേലിൽ ലിത്വാനിയൻ പാർട്ടി യൂണിറ്റുകൾക്ക് ബാധകമല്ലെന്ന് പ്രഖ്യാപിച്ചുകൊണ്ട്, പുതിയ സ്ഥാനങ്ങളും പരിപാടിയും നിബന്ധനകളും പാസ്സാക്കി.

ലിത്വാനിയൻ പാർട്ടിയുടെ നടപടി ചർച്ചചെയ്യാൻ, സി പി എസ് യുവിന്റെ സി സി വിളിച്ചുചേർക്കപ്പെട്ടു. "പാർട്ടിയുടെ ഐക്യത്തിലാണ് പെരിസ്ട്രോയിക്കയുടെ ഭാവി" എന്ന് ഗോർബച്ചേവ് തന്റെ റിപ്പോർട്ടിൽ

പ്രസ്താവിച്ചു. നേതൃത്വത്തിന്റെ ഇടയിൽ രണ്ടുവിധം അഭിപ്രായഗതിയുണ്ടെന്നും സൂചിപ്പിച്ചു. സംഭവിച്ചുകഴിഞ്ഞ കാര്യം അതേപോലെ തുടരാൻ അനുവദിക്കുന്നതാണ് നല്ലതെന്ന് ഒരുകൂട്ടർ വാദിച്ചു. മറ്റൊരു വിഭാഗം, വിമർശനാത്മകമായ വിലയിരുത്തലിലൂടെ പാർട്ടിയുടെയും സോവിയറ്റ് സ്റ്റേറ്റിന്റെയും ഭാവി അപകടത്തിലാണെന്ന് അഭിപ്രായപ്പെടുകയും ചെയ്തു. ലിത്വാനിയൻ പാർട്ടി പിരിച്ചുവിടണമെന്നും പിന്നീട് പുതിയ അംഗങ്ങളെ ചേർത്ത് പുനഃസംഘടിപ്പിക്കണമെന്നും അഭിപ്രായം വന്നു. ലിത്വാനിയൻ സി സിയുടെ പ്രവർത്തനങ്ങൾ താല്കാലികമായി നിർവഹിക്കാൻ, സി സിയുടെ പിന്തുണയോടെ, സംഘാടകസമിതി രൂപീകരിക്കാമെന്നും അഭിപ്രായം ഉയർന്നു.

രണ്ടു കാര്യങ്ങൾക്കും അവയുടെ "യുക്തിയും പോരായ്മ"യും ഉണ്ടെന്ന് ഗോർബച്ചേവ് പ്രസ്താവിച്ചു. രണ്ടാമത്തെ അഭിപ്രായഗതിയോട് ഗോർബച്ചേവ് യോജിച്ചില്ല. അതിന്റെ യുക്തി വ്യക്തമായിരുന്നു: "സി പി എസ് യുവിന്റെ ചട്ടക്കൂടിനകത്തുതന്നെ, റിപ്പബ്ലിക്കൻ കമ്യൂണിസ്റ്റു പാർട്ടികളുടെ സ്വാതന്ത്ര്യം സാദ്ധ്യമാണെന്ന ധാരണയിലാണ് ഞങ്ങൾ മുന്നോട്ടുപോകുന്നത്. നവീകരിച്ച ഫെഡറേഷനുള്ളിൽ, റിപ്പബ്ലിക്കുകളുടെ പരമാധികാരം സാദ്ധ്യമാണെന്നും അത് ആശാസ്യമാണെന്നും ഞങ്ങൾ കരുതുന്നു."

ഇത് വലിയ വിട്ടുവീഴ്ചയും ജനാധിപത്യ കേന്ദ്രീകരണത്തിൽനിന്നുള്ള വ്യതിയാനവും ആയിരുന്നു. സി പി എസ് യുവിന്റെ ഫെഡറൽ ഘടനയുടെ അകത്തുനിന്നുകൊണ്ടുതന്നെ, റിപ്പബ്ലിക്കൻ പാർട്ടികൾക്ക് പ്രവർത്തനം സാധ്യമാണെന്ന് സമ്മതിച്ചുകൊടുക്കുന്നതാണ് ഈ ഇളവ്. ഈ വീക്ഷണത്തോടെ, ചെറുരാജ്യങ്ങളായി ഒരു പ്രദേശത്തെ വിഭജിക്കുന്ന പ്രവർത്തനമാർഗ്ഗത്തിൽ പാർട്ടിയെ നയിക്കുന്ന രീതി, അതിവേഗം നടപ്പിലായതിൽ അത്ഭുതമില്ല.

ദേശീയമായ അതിക്രമങ്ങളുടെ മുന്നിൽ, മൂന്നു കൊക്കേഷ്യൻ റിപ്പബ്ലിക്കുകളിലെ കമ്യൂണിസ്റ്റു പാർട്ടികൾ, പൂർണമായും കീഴടങ്ങിക്കൊടുത്തു. അർമേനിയയിലെ പോപ്പുലർ ഫ്രണ്ട്, ജോർജിയയിലെ വട്ടമേശ വിഭാഗീയതക്കാർ, അസർബൈജാനിലെ പോപ്പുലർ ഫ്രണ്ട് എന്നിവയുടെ കൈകളിൽ യഥാർഥമായ അധികാരം ചെന്നുചേർന്നു.

1989ൽ ഗോർബച്ചേവ് നൽകിയ മുന്നറിയിപ്പ് പരിഹാസ്യമായി പര്യവസാനിച്ചു: "സങ്കുചിത ദേശസ്നേഹമോ ദേശീയതയോ അംഗീകരിക്കുന്ന ഒരു കമ്യൂണിസ്റ്റുകാരൻ മാപ്പ് അർഹിക്കുന്നില്ല. പാർട്ടിയുടെ പ്രധാനപ്പെട്ട രാഷ്ട്രീയ തത്ത്വങ്ങളിൽ ഒന്നിന്റെ വ്യതിചലനമാണ് ഈ നിലപാട്." "നാഷണൽ കമ്യൂണിസ്റ്റുകാരു"മായുള്ള ഗോർബച്ചേവിന്റെ വിട്ടുവീഴ്ചാ നയം സി പി എസ് യു വിന്റെ തകർച്ചയിലേക്കു നയിച്ചു.

ഉൾപ്പാർട്ടിപ്പോരുകൾ മുറുകി

റഷ്യൻ ഫെഡറേഷനിലെ കമ്യൂണിസ്റ്റുപാർട്ടിയെ ഒരു പ്രത്യേക

യൂണിറ്റായി കണക്കാക്കണമെന്ന് ആവശ്യമുയർന്നതോടെ പാർട്ടിയിലെ അന്തഃഛിദ്രം ആരംഭിച്ചു. അതുവരെ റഷ്യൻ കമ്യൂണിസ്റ്റുകാർക്ക് പ്രത്യേകം സംഘടനാസംവിധാനം ഇല്ലായിരുന്നു. സി പി എസ് യു വിന്റെ സി സി യുടെ കീഴിലാണ് അവർ പ്രവർത്തിച്ചുവന്നത്. അത്തരം റഷ്യൻ സംഘടനായൂണിറ്റ് രൂപീകരിക്കാനുള്ള ശ്രമം 1990ഫെബ്രുവരിയിലെ സി സി യുടെ പ്ലീനത്തിൽ ആരംഭിച്ചു. സി പി എസ് യു വിന്റെ 28–ാം കോൺഗ്രസ്സിന്റെ തുടർച്ചയായി, 1990 ജൂണിൽ, റഷ്യൻ ഫെഡറേഷൻ പാർട്ടി കോൺഫറൻസ് ചേർന്നു. "മിതവാദികൾ," യത്സിന്റെ അനുയായികൾ, ഡമോക്രാറ്റിക് വാദക്കാർ എന്നിവരെല്ലാം പുതിയ സംഭവഗതികളെ പരിഭ്രാന്തിയോടെയാണ് വീക്ഷിച്ചത്. അവർ പുതിയ യൂണിറ്റിന്റെ രൂപീകരണം, 'കടുംപിടിത്തക്കാരു'ടെ അഥവാ യാഥാസ്തിതികരുടെ പരിഷ്കരണവിരോധമായി കണ്ടു.

സി പി എസ് യു വിന്റെ നേതൃത്വത്തിനെതിരെയുള്ള രൂക്ഷമായ വിമർശനമാണ് കോൺഗ്രസിൽ ഉയർന്നത്. ഗോർബച്ചേവ് റിപ്പോർട്ട് സമർപ്പിച്ച ശേഷം ആദ്യമായി വേദിയിൽ എത്തിയ പ്രഭാഷകൻ പുതിയ അവസ്ഥ അവതരിപ്പിച്ചു. റഷ്യൻ പാർട്ടി കോൺഗ്രസിന്റെ പ്രിപ്പറേറ്ററി കമ്മറ്റി അംഗമായ ഐവൻ ഒസാദ്ചിയ് രണ്ടാമത്തെ റിപ്പോർട്ട് അവതരിപ്പിച്ചു. "പാർട്ടി പലർക്കും അപ്രാപ്യമായ അവസ്ഥയിലാണെന്നും അത് നേതൃത്വത്തിന്റെ അനാസ്ഥ കൊണ്ടാണെന്ന് പല കമ്യൂണിസ്റ്റുകാരും കരുതുന്നു" എന്ന് ഒസാദ്ചിയ് ചൂണ്ടിക്കാട്ടി: "പാർട്ടി പല കാര്യങ്ങൾക്കും താല്പര്യമെടുക്കുന്നില്ല. സംഭവവികാസത്തെ ശരിയായ വിധം സ്വാധീനിക്കുന്നതിൽ പരാജയപ്പെടുന്നു."

"സോഷ്യലിസ്റ്റ് വിരുദ്ധശക്തികൾ തുടർച്ചയായി സംഘടിച്ച് തുരുതുരെ വെടിയുതിർക്കുമ്പോൾ, നിരായുധമായി മാളങ്ങളിൽ പതുങ്ങിയിരിക്കുന്ന" പാർട്ടിനേതൃത്വത്തെ അപരാധാരോപണ സ്വരത്തിൽ ഒസാദ്ചിയ് വിമർശിച്ചു: "പാർലമെന്ററി രീതി സ്വീകരിക്കുന്നതിലൂടെ മാത്രമേ റഷ്യയെ പ്രതിസന്ധിയിൽനിന്ന് കരകയറ്റാൻ കമ്യൂണിസ്റ്റുപാർട്ടിക്ക് കഴിയുകയുള്ളു എന്ന് ഭൂരിപക്ഷം കമ്യൂണിസ്റ്റുകാരും കരുതുന്നു."

ടാസ്സ് ഇപ്രകാരം നിരീക്ഷിച്ചു. "പ്രിപ്പറേറ്ററി കമ്മറ്റിയുടെ പ്രതിനിധി അവതരിപ്പിച്ച നിലപാട് പല പ്രതിനിധികളും നല്ല നിലയിൽ സ്വീകരിച്ചു. പ്രഭാഷകൻ വേദിയിൽനിന്ന് ഇറങ്ങുമ്പോൾ, അഭിനന്ദന കരഘോഷം ഉച്ചത്തിൽ ഉയർന്നു."

മാർക്സിസ്റ്റ് അഭിപ്രായക്കാരുടെയും ഡമോക്രാറ്റിക് വാദക്കാരുടെയും ആശയസംഘട്ടനം സമ്മേളനത്തിൽ പ്രകടമായി. "പെരിസ്ട്രോയിക്കയുടെ കഴിഞ്ഞ അഞ്ചു വർഷം ജനങ്ങൾക്ക് ഒന്നും ലഭിച്ചിട്ടില്ല. പകരം നയം ആവശ്യമാണ്" ലെനിൻഗ്രാഡിൽ രണ്ടുദിവസം ചേർന്ന റഷ്യൻ കമ്യൂണിസ്റ്റുപാർട്ടിയുടെ ഉപക്രമസമ്മേളനത്തിൽ വിക്ടർ ടിയുൽകിൻ അഭിപ്രായപ്പെട്ടു:

> പഴയ സിദ്ധാന്തങ്ങളുടെ സ്ഥാനം പുതിയവ കൈയടക്കയിരിക്കുന്നു. സാമൂഹിക ഗതിവിഗതി വിലയിരുത്താൻ വർഗസമീപനം ഉപയോഗിക്കുന്ന പതിവുരീതി പാർട്ടി ഉപേക്ഷിച്ചിരിക്കുന്നു. ലക്ഷ്യങ്ങൾ മാറിയിരിക്കുന്നു. ലെനിൻഗ്രാഡിലെ സമ്മേളനത്തിൽ മാർക്സിസ്റ്റുകാരുടെ ഐക്യത്തിനായിരിക്കും ഞങ്ങൾ പിന്തുണ നൽകുക; മാർക്സിസത്തെ അട്ടിമറിക്കുന്ന മാർക്സിസ്റ്റുകാരുടെ ഐക്യത്തിനായിരിക്കില്ല.

നേതൃത്വത്തിനെതിരെ ദൃഢനിശ്ചയത്തോടെ പ്രതിഷേധം പ്രകടിപ്പിക്കുന്ന രംഗം റഷ്യൻ ഫെഡറേഷൻ കോൺഫറൻസിൽ ദൃശ്യമായി. പെരിസ്ട്രോയിക്കയുടെ ആറുവർഷത്തെ പ്രവർത്തനത്തിനിടയിൽ, ഗോർബച്ചേവിന്റെ പരിഷ്കരണങ്ങൾക്കെതിരെ, ആദ്യമായി നടന്ന സംഘടിതമായ പ്രതിഷേധമായിരുന്നു അത്. അത് അവസാനത്തേതുമായിരുന്നു.

പാർട്ടിക്കുള്ളിലെ വേദികൾ

ബദൽ ആശയങ്ങൾ അവതരിപ്പിക്കാൻ കമ്യൂണിസ്റ്റുകാർക്ക് സംഘം ചേരാൻ അനുവദിക്കാമെന്ന്, കരടുപരിപാടിക്ക് അന്തിമരൂപം നൽകുമ്പോൾ, സി സി പ്ലീനം 1990 ഫെബ്രുവരിയിൽ തീരുമാനിച്ചു. അതിന്റെ ഫലമായി രൂപംകൊണ്ട ഡമോക്രാറ്റിക് പ്ലാറ്റ്ഫോം, പാർട്ടി സോഷ്യൽ ഡമോക്രസി സ്വീകരിക്കണമെന്നും പാർലമെന്ററി പാർട്ടിയായി മാറണമെന്നും വാദിച്ചു. മാർക്സിസ്റ്റ് പ്ലാറ്റ്ഫോമിന്റെ വാദഗതി ഇപ്രകാരമായിരുന്നു: 'പെരിസ്ട്രോയിക്കയുടെ പരിഷ്കരണമാർഗ്ഗം ശരിയല്ല. ബ്യൂറോക്രസിയെ തകർക്കണം. സോഷ്യലിസ്റ്റ് ചട്ടക്കൂട് ഉപേക്ഷിക്കരുത്. രാഷ്ട്രീയവും സാമ്പത്തികവുമായ ഘടന നവീകരിക്കണം' വർക്കിങ്ങ് പീപ്പിൾസ് പ്ലാറ്റ്ഫോം സ്വന്തം ആശയം അവതരിപ്പിച്ചു. തൊഴിലാളിവർഗ നിലപാട് ഉപേക്ഷിച്ച നേതൃത്വത്തെ അവർ രൂക്ഷമായി വിമർശിച്ചു. 1989 ലും 1990 ലും സമ്മേളിച്ച, തൊഴിലാളിവർഗ ഐക്യമുന്നണി അംഗീകരിച്ച ആശയങ്ങൾ ഉപേക്ഷിക്കരുതെന്ന് ആവശ്യപ്പെട്ടു.

സെൻട്രൽ കമ്മറ്റിയുടെയും ജനറൽ സെക്രട്ടറിയുടെയും തിരഞ്ഞെടുപ്പുമായി റഷ്യൻപാർട്ടി കോൺഫറൻസ് മുന്നോട്ടുപോയി. 28–ാം കോൺഗ്രസ്സ് കഴിയുന്നതുവരെ തിരഞ്ഞെടുപ്പ് നീട്ടിവയ്ക്കണമെന്ന ഗോർബച്ചേവിന്റെ അപേക്ഷ അവഗണിച്ചാണ് ഈ തീരുമാനം ഉണ്ടായത്. യൽത്സിൻ പക്ഷക്കാരും ജനാധിപത്യപക്ഷക്കാരും ഉയർത്തിയ ഉഗ്രമായ ഭീഷണിയുടെ പശ്ചാത്തലത്തിലാണ് റഷ്യൻ പാർട്ടി കോൺഫറൻസ് നടന്നത്. അവർ സമ്മേളനത്തെ, "യാഥാസ്ഥിതികപക്ഷത്തിന്റെ പ്രകടന"മായി മുദ്രകുത്തി. മോസ്കോവിലെ ചില അംഗങ്ങൾ–പ്രത്യേകിച്ച് മാധ്യമങ്ങളിലുള്ളവർ–സമ്മേളനം ഉപേക്ഷിക്കുകയോ വരിസംഖ്യ അടയ്ക്കാതിരിക്കുകയോ ചെയ്തു. "ഡെമോക്രാറ്റിക്" പക്ഷം ചേർന്ന

മോസ്കോ പാർട്ടി സെക്രട്ടറി പ്രെകൊഫിവ്, തന്റെ സിറ്റി യൂണിറ്റ്, കോൺഗ്രസിന്റെ ഭൂരിപക്ഷ നിലപാടിനോട് യോജിക്കുന്നില്ലെന്ന് വ്യക്തമാക്കി. റഷ്യയിൽനിന്നുള്ള ഡെമോക്രാറ്റിക് പക്ഷക്കാരോട് പിന്തുണയുള്ള പാർട്ടി വിടാൻ നിശ്ചയിച്ചെങ്കിലും 28–ാം കോൺഗ്രസ്സ് കഴിയുന്നതുവരെ കാത്തിരിക്കാൻ തീരുമാനിച്ചു.

പ്രത്യയശാസ്ത്രത്തിന്റെ വഴിപിഴച്ച പോക്ക്

27–ാം കോൺഗ്രസിൽ പാർട്ടിയുടെ പ്രത്യശാസത്രധർമ്മം വർദ്ധിച്ചതാകും എന്ന് ഗോർബച്ചേവിന് ബോധ്യമായി. "മാനുഷികവും ജനാധിപത്യപരവുമായ സോഷ്യലിസം" സ്ഥാപിക്കാൻ പുതിയ പ്രത്യയശാസ്ത്ര അടിത്തറ പണിയണമെന്ന് പിന്നീട് ഗോർബച്ചേവ് പ്രസ്താവിച്ചു. എന്നാൽ അദ്ദേഹത്തിന്റെ നേതൃത്വത്തിൽ നട്ടുവളർത്തിയ ആശയങ്ങൾ, സോഷ്യലിസത്തിനും മാർക്സിസത്തിനും വിരുദ്ധമായിരുന്നു. പാർട്ടിയുടെ ഉന്നതാധികാരതലത്തിൽ നുഴഞ്ഞുകയറിയ കാഴ്ചപ്പാടിനെപ്പറ്റി കൂടുതൽ വിവരിക്കണമെന്നില്ല. ഒക്ടോബർ വിപ്ലവത്തിന്റെ ആവശ്യത്തെപ്പോലും ചോദ്യം ചെയ്തുകൊണ്ടും സ്റ്റാലിനിസം മുതൽ മാർക്സിസം വരെയുള്ളവയുടെ വേരുകൾ തിരഞ്ഞുകൊണ്ടും അലക്സാണ്ടർ ത്സ്പികോവ് 1990 ൽ ഒരു ലേഖനം എഴുതി. സോവിയറ്റു മാധ്യമങ്ങളിൽ അത്തരം ലേഖനങ്ങൾ അസാധാരണങ്ങൾ അല്ലാത്ത അവസ്ഥയിൽ എത്തിക്കഴിഞ്ഞിരുന്നു. എന്നാൽ പ്രസ്തുത ലേഖനം, അസാധാരണമല്ലായിരുന്നു. കാരണം, അത് സി പി എസ് യുവിന്റെ കേന്ദ്ര കമ്മറ്റിയിലെ പ്രത്യയശാസ്ത്ര വിഭാഗത്തിൽപ്പെട്ട ഒരു വ്യക്തി എഴുതിയതായിരുന്നു. മാത്രമല്ല 28–ാം കോൺഗ്രസുവരെ പാർട്ടിയിൽ തുടരുമെന്നും പാർട്ടി സ്വയം മാറ്റംവരുത്തിയില്ലെങ്കിൽ താൻ പാർട്ടി ഉപേക്ഷിക്കുമെന്നും ത്സ്പികോവ് പത്രക്കാരോട് പിന്നീട് പ്രസ്താവിച്ചു.

പാർട്ടിയുടെ സോഷ്യലിസ്റ്റ് അടിത്തറയുള്ള ഭൂതകാലത്തെ, ചെറുതാക്കി കാട്ടാൻ നടത്തിയ ഗോർബച്ചേവിന്റെ നീക്കത്തിന്റെ യുക്തിസഹമായ പരിണാമമായിരുന്നു പ്രസ്തുത സംഭവം. 1987 നവംബറിൽ, ഒക്ടോബർ വിപ്ലവത്തിന്റെ 70–ാം വാർഷികത്തിൽ ഗോർബച്ചേവ് അവതരിപ്പിച്ച റിപ്പോർട്ടിൽ, സോഷ്യലിസത്തിന്റെ എഴുപതുവർഷങ്ങളിലെ ഗുണപരമായ വശങ്ങൾ പിന്നീട് നേതൃത്വം ഉപേക്ഷിച്ചു. സോഷ്യൽ ഡെമോക്രസിയുടെ ഗുണവർണ്ണന ആദർശപ്രമാണമായി. 28–ാം കോൺഗ്രസിന് തൊട്ടുമുമ്പ് യാകോവ്ലേവ് *പ്രവ്ദ*യിൽ എഴുതി: "സോഷ്യൽ ഡമോക്രസിയെ നാം നമുക്കുവേണ്ടി വീണ്ടും കണ്ടെത്തേണ്ടിയിരിക്കുന്നു." രണ്ട് സാമൂഹികവ്യവസ്ഥിതിയും ഒന്നിച്ചുചേരുന്ന സാധ്യതയെ സ്പർശിച്ചുകൊണ്ട് യാകോവ്ലേവ് പ്രസ്താവന തുടർന്നു, "അത് വസ്തുനിഷ്ഠമായ പ്രക്രിയയാണ്. അത് വളരെക്കാലം നീണ്ടുനിൽക്കും. കൂടുതൽ ശക്തിനേടുകയും ചെയ്യും."

കിഴക്കൻ യൂറോപ്പിലെ സംഭവവികാസങ്ങളിൽ അപലപനീയമായ

യാതൊന്നുമില്ലെന്നാണ് താൻ കരുതുന്നതെന്ന്, "സാർവദേശീയ മാനവ മൂല്യങ്ങളു"ടെ പോരാളിയായ വിദേശകാര്യമന്ത്രി എഡ്വേർഡ് ഷെർവദ്നാദ്സെ 28-ാം കോൺഗ്രസിൽ പ്രഖ്യാപിച്ചു. സമ്മേളനവേദിയിൽ നിന്നുകൊണ്ട് അദ്ദേഹം ഇങ്ങനെ പ്രസ്താവിച്ചു: "പൊരുത്തപ്പെടാനാവാത്തതും അടിച്ചേല്പിക്കപ്പെട്ടതുമായ സമഗ്രാധിപത്യങ്ങളെ അന്യരാജ്യങ്ങളിലെ ജനങ്ങൾ നിരാകരിക്കുമ്പോൾ, സോവിയറ്റ് നയതന്ത്രജ്ഞത അതിന് എതിർ നിൽക്കില്ല. ജർമ്മനിയുടെ വിഭജനം കൃത്രിമവും അസ്വാഭാവികവും ആയതുകൊണ്ട് ജർമ്മനിയുടെ പുനരേകീകരണത്തെ സ്വാഗതം ചെയ്യുന്നു."

പി ബിയിൽ ഗോർബച്ചേവിന്റെ വിശ്വസ്തനായ വക്താവും സഹപ്രവർത്തകനുമായ അലക്സാണ്ടർ യാകോവ്ലേവ്, ജർമൻ പുനരേകീകരണപ്രശ്നം "ജീവിതം ഉയർത്തിക്കൊണ്ടുവന്നതാണ്" എന്ന് പ്രസ്താവിച്ചു. "മനുഷ്യവർഗ ജീവിതത്തിൽ സമാധാനപൂർണമായ കാലഘട്ടം ഉദയംചെയ്തിരിക്കുന്നു. പുതിയ സംസ്കാരത്തിന്റെ ഘടന രൂപംകൊണ്ടിരിക്കുന്നു. യുദ്ധവും ആയുധവുമില്ലാത്ത കാലം ആരംഭിച്ചിരിക്കുന്നു." യു എസും സഖ്യരാജ്യങ്ങളും ഇറാക്കിനെതിരെ ഹീനമായ യുദ്ധം തുടങ്ങിയത് ഏതാനും മാസം കഴിഞ്ഞപ്പോൾ ലോകം കണ്ടു.

വസ്തുനിഷ്ഠമായി വിലയിരുത്തുമ്പോൾ, സി പി എസ് യു നേതൃത്വത്തിലെ വലിയ വിഭാഗം നേതാക്കന്മാർ ബോറിസ് യത്സിന്റെ അതേ വാദഗതി സ്വീകരിച്ചതായി കാണാം. കേന്ദ്ര കമ്മറ്റി അംഗമായപ്പോൾ യത്സിൻ 1987 ൽ യു എസ് എ സന്ദർശിക്കുകയും മുതലാളിത്തത്തെ വാഴ്ത്തുകയും ചെയ്തു. കമ്യൂണിസം "ഭാവിയിലെ സൗഭാഗ്യസംഭാവ്യത" യാണെന്ന് പ്രസ്താവിച്ചു. പാർട്ടിയുടെ കേന്ദ്രകമ്മറ്റി യത്സിനെതിരെ യാതൊരു നടപടിയും എടുത്തില്ല. യാകോവ്ലേവ്മാർ, ഷെർവദ്നാദ്സെമാർ, ത്സ്പികോമാർ-ഇവർക്കെതിരെയും നടപടി ഉണ്ടായില്ല. പാർട്ടിയുടെ മാർക്സിസ്റ്റ്-ലെനിനിസ്റ്റ് സൈദ്ധാന്തിക അടിത്തറ പരസ്യമായി തകർക്കാൻ ഒരുങ്ങിയ ഒരു വിഭാഗത്തെ നേരിടുന്നതിൽ നേതൃത്വം പ്രദർശിപ്പിച്ച അവ്യവസ്ഥ ദയനീയമായിരുന്നു.

മുതലാളിത്ത അനുകൂല ശക്തികളെ പ്രത്യക്ഷമായി സഹായിക്കുകയും കിഴക്കൻ യൂറോപ്പിലെ സോഷ്യലിസ്റ്റു വ്യവസ്ഥിതിയെ തകർക്കാൻ കൂട്ടുനിൽക്കുകയും ചെയ്തത്, ഇത്തരം വീക്ഷണഗതിയായിരുന്നു.

പി ബിയിൽനിന്ന് വിട്ടുപോയ മൂന്നുപേർ-ഷെർവദ്നാദ്സെ, യാകോവ്ലേവ്, മെദ്വദവ് (പ്രത്യയശാസ്ത്രത്തിന്റെ ചുമതല വഹിച്ചവർ)-സി പി എസ് യുവിന്റെ രാഷ്ട്രീയവും സംഘടനാപരവുമായ അടിത്തറ തകർക്കുന്നതിലും പ്രത്യയശാസ്ത്രപരമായി നിരായുധമാക്കുന്നതിലും പ്രധാന പങ്കുവഹിച്ചു. ഗോർബച്ചേവിന്റെ പിന്തുണയും രക്ഷാകർത്തൃത്വവും അവർക്ക് വേണ്ടുവോളം കിട്ടിയിരുന്നു. സോഷ്യൽ ഡെമോക്രസിയോടുള്ള അതിരുവിട്ട ആദരം, അമേരിക്കൻ വിധേയത്വത്തോടുള്ള

അത്യാഗ്രഹം, സ്വന്തം രാജ്യത്തിന്റെ സോഷ്യലിസ്റ്റ് ഭൂതകാലത്തോടുള്ള വെറുപ്പ് എന്നിവകൊണ്ട് വിധ്വംസക പ്രവൃത്തിക്ക് എല്ലാവിധത്തിലും യോഗ്യതയുള്ള കോടാലികളായിരുന്നു മൂന്നുപേരും. ബുഷ് ഭരണകൂടത്തിന്റെ അരുമയായ ഷെർവദ്നാദ്സെ, സോവിയറ്റു വിദേശനയത്തിന്റെ അടിത്തറ തകർക്കുകയും അതിൽ അഭിമാനിക്കുകയും ചെയ്തു. പാർട്ടിയുടെ പരിപാടികളിൽ മാറ്റംവരുത്താൻ സോഷ്യൽ ഡെമോക്രസിയുടെ ആശയങ്ങളും പരിപാടികളും കണ്ടുപിടിക്കാൻ യാകോവ്ലേവ് സമാർഥ്യം കാട്ടി. പ്രത്യയശാസ്ത്രം തകർക്കുന്ന പ്രവൃത്തികൾക്ക് മെദ്വദവ് മേൽനോട്ടം വഹിച്ചു. ഇവരുടെയെല്ലാം നേതൃത്വത്തിൽ പാർട്ടിയുടെ ഉള്ളിൽ അട്ടിമറി നടന്നു.

1990 ജൂലായിൽ ചേർന്ന 28-ാം കോൺഗ്രസ്സ്, ചർച്ചകൾക്കുശേഷം, "മാനുഷികവും ജനാധിപത്യപരവുമായ സോഷ്യലിസത്തിനുവേണ്ടി" കരടു നയരേഖ അംഗീകരിച്ചു. പാർട്ടിയുടെ പ്രത്യയശാസ്ത്രത്തിന്റെ അടിത്തറയായ മാർക്സിസം-ലെനിനിസം എന്ന പദം, പാർട്ടിയുടെ നയരേഖയിൽനിന്ന് ആദ്യമായി നീക്കംചെയ്യപ്പെട്ടു. സാമ്രാജ്യത്വത്തെക്കുറിച്ച് രേഖയിൽ സൂചനപോലും ഉണ്ടായില്ല. അത് അവസാനിച്ചതായി കണക്കാക്കിയിരിക്കാം. ലോകം എമ്പാടുമുള്ള വർഗസമരങ്ങളെക്കുറിച്ച് പരാമർശമില്ല. അന്താരാഷ്ട്ര തൊഴിലാളിവർഗത്തിനുള്ള പിന്തുണയുമില്ല. മാർക്സിസ്റ്റ് വീക്ഷണത്തിന്റെ അടിസ്ഥാനത്തിൽനിന്ന് പാർട്ടി ബഹുദൂരം അകലുന്ന കാഴ്ചയാണ് നയരേഖയുടെ അംഗീകരണത്തിൽ കണ്ടത്. തൊഴിലാളിവർഗ കക്ഷിക്ക് അരുതാത്ത പലതരം ആശയങ്ങളുടെ സ്വീകരണവും കണ്ടു.

28-ാം കോൺഗ്രസ്സ്

അടിസ്ഥാനപരമായ കാര്യങ്ങളിൽ തീരുമാനം എടുക്കാൻ 28-ാം കോൺഗ്രസിനു സാധിച്ചില്ല. രൂക്ഷമായ അഭിപ്രായഭിന്നതകളും തീക്ഷ്ണമായ ചർച്ചകളും സമിതികളിൽ നടന്നു. ജനാധിപത്യ കേന്ദ്രീകരണത്തെപ്പറ്റി മൂർച്ചയേറിയ വാദപ്രതിവാദം ഉണ്ടായി. ഫെബ്രുവരിയിൽ ചേർന്ന കേന്ദ്ര കമ്മറ്റിയിൽ അവതരിപ്പിച്ച കരടു രേഖയിൽ, ജനാധിപത്യ കേന്ദ്രീകരണത്തെപ്പറ്റി പരാമർശിച്ചിരുന്നില്ല. കേന്ദ്രകമ്മറ്റിയിലെ പലരും അത് ഉൾക്കൊള്ളിക്കാൻ ആവശ്യപ്പെട്ടു. ജനാധിപത്യ കേന്ദ്രീകരണം നീക്കം ചെയ്യാൻ സി സി അനുവദിച്ചില്ല എന്ന് ഗോർബച്ചേവ് പത്ര സമ്മേളനത്തിൽ പ്രസ്താവിച്ചു. "ജനാധിപത്യ കേന്ദ്രീകരണ തത്ത്വത്തെപ്പറ്റി പുനരാലോചന നടത്തേണ്ടതില്ല" എന്ന് കരടു നയരേഖയിൽ ചൂണ്ടിക്കാട്ടി. ഈ ലെനിനിസ്റ്റ് തത്ത്വത്തിൽ ഉറച്ചുനിൽക്കേണ്ട ആവശ്യത്തെപ്പറ്റി അവസാനത്തെ നയപ്രസ്താവനയിലും സൂചിപ്പിച്ചില്ല. "കർക്കശമായ കേന്ദ്രീകരണത്തിലും ഭരണക്രമത്തിലും അധികാര നിർവഹണത്തിലും രൂപം കൊണ്ട ജനാധിപത്യ കേന്ദ്രീകരണത്തെ ദൃഢനിശ്ചയത്തോടെ" ഒഴിച്ചു നിർത്തേണ്ട ആവശ്യത്തെപ്പറ്റിയാണ് നയരേഖ എടുത്തുപറഞ്ഞത്.

വിവിധ ആശയഗതികൾക്ക് സ്വാതന്ത്ര്യം അനുവദിച്ചും വിഭാഗീയതയ്ക്ക് വഴങ്ങിയും കൂട്ടായ തീരുമാനങ്ങളും ധാരണകളും ലംഘിച്ച ഉന്നത വ്യക്തികൾക്കെതിരെ അച്ചടക്കനടപടി സ്വീകരിക്കാൻ മടികാണിച്ചും ജനാധിപത്യകേന്ദ്രീകരണം ഉപേക്ഷിക്കുന്നതിന് വഴിതുറക്കപ്പെട്ടു.

സോവിയറ്റുകളുടെ ചെയർപേഴ്സൺ സ്ഥാനങ്ങൾ വഹിക്കാൻ പാർട്ടി കമ്മറ്റികളുടെ സെക്രട്ടറിമാർതന്നെ മതി എന്ന് 19–ാം കോൺഫറൻസിൽ ഗോർബച്ചേവ് വരുത്തിയ മാറ്റം മറ്റൊരു വഴക്കിന് വഴിവെച്ചു. പാർട്ടിയും സോവിയറ്റുകളും തമ്മിലുള്ള ബന്ധത്തെപ്പറ്റി ചർച്ച നടത്തിയ വർക്കിങ്ങ് ഗ്രൂപ്പിന്റെ പ്രസ്താവനയിൽ ഇങ്ങനെ കാണാം: "എല്ലാ തലങ്ങളിലുമുള്ള സോവിയറ്റുകളുടെ ചെയർമാൻ പദവികൾ പാർട്ടി കമ്മറ്റികളുടെ സെക്രട്ടറിമാർതന്നെ വഹിക്കണമെന്നതിനെപ്പറ്റി ചൂടുപിടിച്ച വാദപ്രതിവാദം നടന്നു. തീരുമാനം നേരിയ വ്യത്യാസത്തിൽ പരാജയപ്പെട്ടു."

ബോറിസ് യത്സിൻ അംഗത്വം സ്വയം ഒഴിയുന്നതിന് 28–ാം കോൺഗ്രസ്സ് സാക്ഷ്യം വഹിച്ചു. പാർലമെന്ററി പാർട്ടിയായി സംഘടന മാറണമെന്നും പാർട്ടിയുടെ പേരു മാറ്റണമെന്നുമുള്ള തന്റെ നിർദ്ദേശം നിരസിക്കപ്പെട്ടപ്പോൾ, സമ്മേളനം പൂർത്തിയാകുന്നതിനുമുമ്പേ, യത്സിൻ ഇറങ്ങിപ്പോയി. കൂടെ, ഡെമോക്രാറ്റിക് പ്ലാറ്റ്ഫോം ഗ്രൂപ്പിലെ മറ്റുചിലരും പാർട്ടിവിട്ടു.

പാർട്ടിയെ ലെനിനിസ്റ്റ് മാതൃകയിൽനിന്ന് മാറ്റി സംഘടിപ്പിക്കാൻ പ്രയാസമാണെന്ന് 28–ാം കോൺഗ്രസിൽ ഗോർബച്ചേവിനു ബോധ്യമായി. ഈ പ്രസ്താവനയിലെ നിരാശ അത് സൂചിപ്പിക്കുന്നു:

> പാർട്ടിയിലെ പ്രതിസന്ധിയെപ്പറ്റിയാണ് നാം സംസാരിക്കുന്നത്. പുതിയ സമൂഹത്തിലാണ് നാം ജീവിക്കുന്നത് എന്ന് മനസിലാക്കാൻ പല കാര്യങ്ങളിലും കഴിയാത്തതുകൊണ്ടാണ് ഈ ധാരണ വളർന്നത്...."

അതിനുമുമ്പ് പ്രതിനിധികളുടെ മുന്നിൽ നടത്തിയ പ്രസ്താവന ഇതായിരുന്നു:

> "പ്രയാസം നിറഞ്ഞ സമൂഹത്തിലാണ് പാർട്ടി നിലനിൽക്കുകയും പ്രവർത്തിക്കുകയും ചെയ്യുന്നത് എന്നും വ്യത്യസ്തതയും പുതുമയുമുള്ള ശൈലി സ്വീകരിക്കണമെന്നും ഉള്ള ബോധം പ്രതിനിധികൾക്ക് ഇല്ല എന്നാണ് അവരുടെ പ്രസംഗങ്ങളിൽനിന്നും സമ്മേളനത്തിന്റെ അന്തരീക്ഷത്തിൽനിന്നും ഞാൻ മനസ്സിലാക്കുന്നത്.

1986 ൽ ഗോർബച്ചേവ് സൂചിപ്പിച്ച പുതിയ രീതിയിലുള്ള പാർട്ടി, ലെനിനിസ്റ്റ് മാതൃകയിൽ ഉള്ളതായിരുന്നില്ല. മറിച്ച് സോഷ്യൽ ഡെമോക്രാറ്റിക് മട്ടിൽ ഉള്ളതായിരുന്നു. പാർട്ടിയിൽ പിളർപ്പുണ്ടാകും എന്ന ധാരണകൊണ്ടാണ് ഗോർബച്ചേവ് ലക്ഷ്യത്തിൽനിന്നു പിന്മാറിയത്. പാർട്ടിയെ

ഒരു അരികിലേക്ക് അകറ്റാനും മറികടക്കാനുമുള്ള സൂത്രങ്ങളാണ് പിന്നീട് ആലോചിച്ചുറപ്പിച്ചത്. അതിന് നേതൃത്വത്തിന്റെ ഉത്തോലകശക്തികളെ നിയന്ത്രിച്ചു നിർത്തേണ്ടിയിരുന്നു. 1990 ജൂലായ് മുതൽ 1991 ജൂലായ് വരെയുള്ള ഒരുവർഷം വിധിനിർണായകമായി. പാർട്ടി, അടിമുതൽ മുടി വരെ അസംഘടിതമായ അവസ്ഥയിലായി. ഷെർവദ്നാദ്സെ, യാകോവ്ലേവ്, മെദ്‌വദവ് എന്നിവർ പാർട്ടി വിട്ടതുകൊണ്ടൊന്നും അതിന്റെ അധോഗതിയുടെ ദിശ മാറിയില്ല. പാർട്ടിയുടെ നേതൃത്വത്തിൽനിന്നുള്ള അവരുടെ ഒഴിഞ്ഞുപോക്ക്, മുങ്ങുന്ന കപ്പലിന്റെ അടയാളം മാത്രമായിരുന്നു.

പാർട്ടിയിലെ അവസാനത്തെ ആക്രമണം

കടുത്ത പോര് പിന്നെയും തുടർന്നു. റഷ്യൻ ഫെഡറേഷനിലെ പാർട്ടിയിലെ യാഥാസ്ഥിതികരെന്ന് മുദ്രകുത്തപ്പെട്ട നേതൃത്വത്തിനെതിരെ ബൂർഷ്വാ മിതവാദികൾ ഇടഞ്ഞുനിന്നു. ഡെമോക്രാറ്റിക് റഷ്യാ ഗ്രൂപ്പിലെ റ്റട്സ്കോയ് എന്ന നേതാവ് യെൽത്സിന്റെ പക്ഷത്തേക്കു മാറി, റഷ്യൻ റിപ്പബ്ലിക്കിൽ ജൂണിൽ നടക്കാനിരുന്ന പ്രസിഡൻഷ്യൽ തിരഞ്ഞെടുപ്പിൽ വൈസ് പ്രസിഡന്റ് സ്ഥാനാർഥിയായി. ഒപ്പം ഒരു ഗ്രൂപ്പും പാർട്ടി വിട്ടു. 1991 ജൂലായിലെ സി സി പ്ലീനത്തിനു മുമ്പുതന്നെ ഈ ബൂർഷ്വാ പരിഷ്കരണവാദികൾ റഷ്യൻ പാർട്ടിയെ പിളർപ്പിലേക്ക് നയിച്ചു. ആദ്യത്തെ കോൺഗ്രസിന് ഏകദേശം ഒരു വർഷം മുമ്പു സെക്രട്ടറിയായി തിരഞ്ഞെടുക്കപ്പെട്ട പൊളൊസ്കോവിന്റെ രാജിയിലാണ് പാർട്ടിയിൽ ഐക്യം സ്ഥാപിക്കാനുള്ള സമരം പര്യവസാനിച്ചത്.

ജൂണിലെ പ്രസിഡന്റ് തിരഞ്ഞെടുപ്പിൽ യത്സിൻ ജയിച്ചതോടെ, അവസാനത്തെ ആഘാതവും സംഭവിച്ചു. തൊഴിൽ സ്ഥാപനങ്ങളിലും രാജ്യരക്ഷാസേനയിലും ഉള്ള പാർട്ടി യൂണിറ്റുകൾ നിരോധിച്ചുകൊണ്ട് ജൂലായ് മധ്യത്തിൽ പുതിയ പ്രസിഡന്റ് ഉത്തരവ് പുറപ്പെടുവിച്ചു. പാർട്ടിയെ ദുർബലമാക്കാനുള്ള മുൻകൂർ നടപടിയായിരുന്നു അത്. യൽത്സിന്റെ ഉത്തരവു നിയമവിരുദ്ധമാക്കാൻ പാർട്ടി കമ്മറ്റികളും നേതാക്കന്മാരും നിരന്തരം ആവശ്യപ്പെട്ടിട്ടും ഗോർബച്ചേവ് ഒരാഴ്ച മുഴുവൻ നിഷ്ക്രിയത്വം പാലിച്ചു. ജൂലായിൽ ചേർന്ന സി സി പ്ലീനമാണ്, ഉത്തരവിനെ അപലപിച്ചു കൊണ്ട് ഒരു പ്രമേയം അംഗീകരിച്ചത്. എന്നിട്ടും, പ്രസിഡന്റിന്റെ അധികാരം ഉപയോഗിച്ച് ഡിക്രിയെ നിയമവിരുദ്ധമായി പ്രഖ്യാപിക്കാൻ ഗോർബച്ചേവ് ഒരുങ്ങിയില്ല.

മുറുകിയ അന്തരീക്ഷത്തിൽ 1991 ജൂലായിലെ സി സി പ്ലീനം നടന്നു. ജനറൽ സെക്രട്ടറി സ്ഥാനത്തു നിന്ന് താൻ രാജിവയ്ക്കുമെന്ന ഭീഷണി ഉയർത്താൻ ഇടവരുത്തുന്ന വിധം, തൊട്ടുമുമ്പത്തെ പ്ലീനത്തിൽ ഗോർബച്ചേവിനെതിരെ രൂക്ഷമായ വിമർശനം ഉണ്ടായി. ജൂലായിലെ യോഗത്തോടെ, പാർട്ടിയിലെ വലിയ വിഭാഗത്തിന്റെ പിന്തുണ അദ്ദേഹത്തിന് നഷ്ടപ്പെട്ടു. രാജി ആവശ്യപ്പെട്ടുകൊണ്ട്, 40 പ്രാദേശിക പാർട്ടി

കമ്മറ്റികൾ പ്രമേയം പാസാക്കി. റഷ്യൻ റിപ്പബ്ലിക്കിലെ കമ്യൂണിസ്റ്റ് ഇനിഷ്യേറ്റിവ് കോൺഫെറൻസ് അതേ ആവശ്യം ഉന്നയിച്ചു. ജൂലായിലെ യോഗത്തോടെ, പ്രസ്തുത തീരുമാനത്തിന് വഴങ്ങേണ്ടിവരും എന്നായിരുന്നു ധാരാണ. എന്നാൽ, പിന്നീട് പുതിയ സമ്മർദ്ദം ഉണ്ടായില്ല. ഗോർബച്ചേവിന്റെ അനുകൂലിയായ റൊയ്മെദവദേവ് ഒരു വിശദീകരണം നൽകി. യത്സിന്റെ നിരോധന ഉത്തരവ്, പാർട്ടിയെ തളർത്തിയതുകൊണ്ട്, ഗോർബച്ചേവിന്റെ നേരെയുള്ള ഭീഷണി ഒഴിഞ്ഞുപോകും എന്ന ധാരണ ഉണ്ടായി. ആദ്യം യത്സിന്റെ അപകടമാണ് നേരിടേണ്ടത് എന്നും തൽക്കാലം ഗോർബചേവിനെ ഒഴിവാക്കാമെന്നും കേന്ദ്ര കമ്മറ്റി അംഗങ്ങൾ തീരുമാനിച്ചു.

1991 നവംബർ–ഡിസംബർ മാസം മറ്റൊരു കോൺഗ്രസ്സ് വിളിച്ചു ചേർക്കാൻ ജൂലായിലെ സി സി നിശ്ചയിച്ചു. നേരിയ എതിർപ്പോടെ കരടു പരിപാടിയും അംഗീകരിച്ചു. സോഷ്യൽ ഡെമോക്രസിയിലേക്കുള്ള ഗുണപരമായ കുതിച്ചുചാട്ടം കരടു പരിപാടിയിൽ ദൃശ്യമായി. ആഗസ്ത് 8ന് പ്രസിദ്ധീകരിച്ച പരിപാടിയിൽ, മാർക്സിസം ലെനിനിസത്തിന്റെ അടിസ്ഥാനതത്ത്വങ്ങൾ തീർത്തും അവഗണിക്കപ്പെട്ടു. വർത്തമാനലോകത്തിൽ വർഗസമരത്തിന്റെ പ്രസക്തിയെ തീരെ തള്ളിക്കളഞ്ഞു. പ്രത്യശാസ്ത്ര പ്രചോദനത്തിന്നുള്ള ഉറവിടങ്ങളിൽ ഒന്നു മാത്രമായാണ് മാർക്സിസത്തെ അത് അംഗീകരിച്ചത്.

28–ാം കോൺഗ്രസിനുശേഷം പന്ത്രണ്ടു മാസം കഴിഞ്ഞപ്പോൾ, തടഞ്ഞു നിർത്താനാവാത്തവിധം 1991 ലെ സംഭവങ്ങൾ രൂപപ്പെട്ടു. ജനാധിപത്യ കേന്ദ്രീകരണത്തിൽ അധിഷ്ഠിതമായ പാർട്ടി എന്ന നില സി പി എസ് യു വിന് നഷ്ടമായി. നയരൂപീകരണത്തിലും ചട്ടങ്ങളുടെ നിർമാണത്തിലും റിപ്പബ്ലിക്കൻ പാർട്ടികൾക്ക് കോൺഗ്രസ്സ് സ്വാതന്ത്ര്യം അനുവദിച്ചു. ഗോർബചേവിന്റെ നേതൃത്വം കേന്ദ്രീകൃതതത്ത്വം ഉപേക്ഷിക്കുകയും ദേശീയ സാഹസികത വളരുകയും ചെയ്തപ്പോൾ റിപ്പബ്ലിക്കുകളിലെ–ജോർജിയ, അർമേനിയ, ഉസ്ബെക്കിസ്ഥാൻ, കസാക്കിസ്ഥാൻ–പാർട്ടി യൂണിറ്റുകൾ ഓരോന്നായി വേർപെട്ടുപോയി. രഹസ്യമായി കൂടിയാലോചിച്ച് നിർമ്മിച്ച യൂണിയൻ ട്രീറ്റി, പാർട്ടിയേയും സുപ്രീം സോവിയറ്റിനേയും മറികടന്നു. ആഗസ്ത് 20ന് അതിൽ ഒപ്പിടാൻ തീരുമാനിച്ചെങ്കിലും ആഗസ്ത് 19ന് പെട്ടെന്ന് പിന്തിരിയേണ്ടിവന്നു. അധികാരം ഏറ്റെടുക്കാൻ അർദ്ധമനസുമാത്രം അവശേഷിച്ചു. ഗവൺമെന്റിലും സുരക്ഷാസമിതിയിലും ഉന്നതപദവികളിൽ അവരോധിക്കാൻ ഗോർബച്ചേവ് നിശ്ചയിച്ച വ്യക്തികൾ, പാർട്ടിയിലെ ഒരു വിഭാഗത്തിന്റെ സമ്മർദ്ദം നിമിത്തം, ബൂർഷ്വാ ഉദാരനയം സ്വീകരിക്കാൻ വിസമ്മതിച്ചു.

1991 ആഗസ്ത് 23ന് ഗോർബച്ചേവ്, വിഷമഘട്ടം നേരിടാൻ നിശ്ചയിച്ചു. അധികാരമാറ്റത്തിൽ പരാജയപ്പെട്ട് മോസ്കോവിൽ തിരിച്ചെത്തിയ അദ്ദേഹം, പാർട്ടിയേയും കമ്യൂണിസ്റ്റുകാരേയും പ്രതിരോധിക്കാൻ ആഗസ്ത് 22 ന് ദുർബലമായ ശ്രമം നടത്തി. എന്നാൽ അടുത്ത ദിവസം

യെൽത്സിന്റെ നിർദ്ദയമായ സമ്മർദ്ദത്തിന് വഴങ്ങേണ്ടിവന്നു. പാർട്ടിയെ നിയമവിരുദ്ധമാക്കുന്ന നിശ്ചയത്തിൽ അദ്ദേഹം ഒപ്പുവെച്ചു. ജനറൽ സെക്രട്ടറിയുടെ സ്ഥാനത്തുനിന്നുള്ള സ്വന്തം രാജി പ്രഖ്യാപിച്ചു. സെൻട്രൽ കമ്മറ്റി പിരിച്ചുവിടാൻ ശുപാർശ ചെയ്തു. അവസാനത്തെ നടപടി അതോടെ പൂർത്തിയായി. പാർട്ടി പിരിച്ചുവിടാനുള്ള നിമിത്തമായി ഗോർബച്ചേവുതന്നെ മാറി.

പതനത്തിന്റെ കാരണങ്ങൾ

ഇരട്ട രൂപത്തിലാണ് സി പി എസ് യുവിന്റെ ദുരന്തം സംഭവിച്ചത്. ദശകങ്ങൾ നീണ്ടുനിന്ന പ്രത്യയശാസ്ത്രത്തിന്റെയും പ്രയോഗത്തിന്റെയും ഫലമാണ് പാർട്ടിയുടെ ദൃഢത എന്നതാണ് ആദ്യത്തെ കാര്യം. പാർട്ടിയും ഗവൺമെന്റിന്റെ പ്രവർത്തനവും കൊണ്ട് പാർട്ടി പതുക്കെ അധികാരവർഗത്തിന്റെ ഭാഗമായി. അതോടെ, രാഷ്ട്രീയശക്തിയായി പ്രവർത്തിക്കാനും ജനങ്ങളെ സംഘടിപ്പിക്കാനുമുള്ള കരുത്തും തൊഴിലാളി വർഗത്തിന്റെയും ജനങ്ങളുടെയും മുന്നണിപ്പട എന്ന സ്ഥാനവും അതിനു നഷ്ടമായി. ഉദ്യോഗസ്ഥദുഷ്പ്രഭുത്വത്തിന്റെ വളർച്ച, മേൽക്കൈ നഷ്ടപ്പെട്ട പാർട്ടിയുടെ അവസ്ഥ, സമൂഹത്തിൽ നിഷേധാത്മക പ്രവണതകൾ വളർന്നു വരുന്നത് കാണാൻ കഴിയാതെ പോയ പരാജയം അങ്ങനെ പലതുകൊണ്ടും ജനങ്ങൾ പാർട്ടിയിൽ നിന്ന് അകന്നു.

പ്രശ്നങ്ങൾ നേരിടാൻ 1985–1986 കാലത്ത് ആദ്യത്തെ ശ്രമം നടന്നു. സോഷ്യലിസത്തെ പുനർജീവിപ്പിച്ചുകൊണ്ട്, പാർട്ടിക്ക് പുതു ചൈതന്യം പകരാൻ ഗോർബച്ചേവ് ചില പരിഷ്കരണങ്ങൾ കൊണ്ടുവന്നെങ്കിലും വാഗ്ദാനങ്ങൾ പതുക്കെ ലംഘിക്കപ്പെട്ടു.

മാർക്സിസം – ലെനിനിസത്തിന്റെ മാർഗ്ഗത്തിലൂടെ സോഷ്യലിസത്തെ ശക്തിപ്പെടുത്താനുള്ള പരിഷ്കരണശ്രമം വിപരീത ദിശയിലേക്കു മാറി. ഈ പ്രതിലോമഗതിക്ക് സി പി എസ് യു തന്നെ സംഭാവന നൽകി.

ബൂർഷ്വാ–ഉദാര പരിഷ്കരണങ്ങൾക്ക് പാർട്ടിയുടെ അകത്തുനിന്ന് പിന്തുണ ലഭിച്ചു. പാർട്ടിയിലെ സാങ്കേതിക വിദഗ്ധർ, ബുദ്ധിജീവികൾ, അധികാര നിർവാഹകർ തുടങ്ങിയ വിഭാഗം അതിന് നേതൃത്വം നൽകി. സോഷ്യലിസത്തിൽനിന്നു വിട്ടുമാറി, ഉദാരമുതലാളിത്ത വ്യവസ്ഥയുടെ ഗുണഫലങ്ങൾ അനുഭവിക്കാൻ അവർ അത്യാഗ്രഹം കാട്ടി. പാശ്ചാത്യ നാടുകളിൽ ഉന്നത ശ്രേണിയിൽ ഉള്ളവരുടെ ജീവിതശൈലി അവരെ മോഹിപ്പിച്ചു. മാർക്സിസത്തിൽനിന്ന് വ്യതിചലിക്കാൻ ഈ വിഭാഗമാണ് പ്രേരണയായത്. യത്സിന് സഹായം നൽകുന്നവർ–മോസ്കോവിലെയും ലെനിൻഗ്രാഡിലെയും മേയർമാരായ ഗാവ്റിൽ പോപ്പിയോവ്, എ സോബ്ചെക് എന്നിവർ – സി പി എസ് യുവിൽനിന്ന് വന്നവരാണ്.

സോവിയറ്റ് സംഭവവികാസങ്ങൾ വിശകലനംചെയ്തുകൊണ്ട് 1988

ആഗസ്റ്റിൽ സി പി ഐ (എം) കേന്ദ്രകമ്മറ്റി ഈവിധം മുന്നറിയിപ്പ് നൽകുകയുണ്ടായി:

> മാർക്സിസം-ലെനിനിസത്തിന്റെ മാർഗദർശനകശക്തി നിലനിർത്തുകയും തൊഴിലാളിവർഗത്തെ സമൂഹത്തിന്റെ മുന്നണിപ്പടയായി അംഗീകരിക്കുകയും ചെയ്യുന്ന നടപടികൾ സ്വീകരിക്കപ്പെടണം. സോഷ്യലിസ്റ്റ് സമൂഹനിർമാണത്തിൽ ബഹുജനപങ്കാളിത്തത്തിന്റെ മുൻകൈ ഉണ്ടാകാൻ ഇപ്പറഞ്ഞ ഉപാധികൾ സ്വീകരിക്കുകതന്നെ വേണം.

ചൈനയിലെ അനുഭവങ്ങൾ അനുസ്മരിച്ചുകൊണ്ടാണ് സി പി ഐ (എം) ഇപ്രകാരം വിലയിരുത്തിയത്. അവിടെ, അടുത്തടുത്ത് അധികാരത്തിലെത്തിയ രണ്ടു ജനറൽ സെക്രട്ടറിമാർ പരിഷ്കരണത്തിൽ ഭ്രമം പ്രകടിപ്പിച്ചുകൊണ്ട്, സോഷ്യലിസത്തിന്റെ ചട്ടക്കൂടിൽനിന്ന് അടിസ്ഥാനപരമായി അകലം പാലിച്ചു. മുന്നറിയിപ്പിൽ പറഞ്ഞതുപോലെ സംഭവിച്ചു. മാർക്സിസം-ലെനിനിസത്തിന്റെ ചട്ടക്കൂടിൽനിന്ന് ഒഴിഞ്ഞുമാറി നിൽക്കാനാണ് സി പി എസ് യുവിന്റെ നേതാക്കന്മാർ ശ്രമിച്ചത്. മുന്നണിപ്പോരാളിയുടെ കരുത്തായി മാറേണ്ട പാർട്ടി 1989-90 കാലഘട്ടങ്ങളിൽ, മുൻകൈ നഷ്ടപ്പെട്ട് മാറ്റങ്ങൾക്കു വഴങ്ങാതെ നിന്നു.

ഗോർബച്ചേവിന്റെ 70-ാം വാർഷിക റിപ്പോർട്ടിൽ, മാർക്സിസം-ലെനിനിസത്തിൽനിന്നുള്ള വ്യതിചലനം ദർശിക്കാവുന്നതാണ്. 1991 ജൂലായിൽ സി സി പ്ലീനറി യോഗം അംഗീകരിച്ച കരടുപരിപാടിയിൽ സോഷ്യൽ ഡെമോക്രസിയെ യാഥാർഥ്യമായി സ്വീകരിച്ചു കാണാം. 1988 ജൂണിലെ 19-ാം ആൾ യൂണിയൻ കോൺഫറൻസിൽ, എല്ലാ അധികാരങ്ങളും ഏക വ്യക്തിയിൽ കേന്ദ്രീകരിക്കാൻ അനുവദിച്ച തത്ത്വദീക്ഷാരാഹിത്യം ദർശിക്കാം. ദേശീയ സാഹസികതാ പ്രകടനത്തിന്റെ വെല്ലുവിളിയുടെ മുന്നിൽ പാർട്ടി 1989 ൽ കീഴടങ്ങി. ബഹുകക്ഷിസമ്പ്രദായം അംഗീകരിക്കാനും പല പാർട്ടികളിൽ ഒന്നുമാത്രമായി കമ്യൂണിസ്റ്റു പാർട്ടിയെ സ്വീകരിക്കാനും 1990 ഫെബ്രുവരിയിലെ കേന്ദ്രകമ്മറ്റിയുടെ പ്ലീനത്തിൽ ധാരണയായി. ജനാധിപത്യകേന്ദ്രീകരണതത്ത്വം ഉപചാരപരമായി ഉപേക്ഷിക്കാതെ 1990 ആയപ്പോഴേക്കും സി പി എസ് യു, ഉൾപ്പാർട്ടി പ്രവർത്തനത്തിന്റെ അന്ത:സത്തയിൽ നിന്ന് അകന്നുമാറി.

ഈ സംഭവങ്ങളുടെയെല്ലാം അമിതവേഗത്താൽ നാലുവർഷംകൊണ്ടുതന്നെ പാർട്ടിയുടെ ഭാവി അടച്ചുപൂട്ടി മുദ്രവയ്ക്കപ്പെട്ടു. യൽത്സിന്റെ നേതൃത്വത്തിൽ ആഗസ്റ്റിൽ പ്രതിവിപ്ലവശക്തികൾ ആക്രമണം അഴിച്ചുവിട്ടു. അപ്പോഴും സി പി എസ് യുവിൽ അവശേഷിച്ച 15 ദശലക്ഷം കമ്യൂണിസ്റ്റുകാർ ദിശാബോധം നഷ്ടപ്പെട്ട് നില്പായി. ബൂർഷ്വാ പ്രത്യയശാസ്ത്രത്തിന്റെ അതിക്രമത്തിന് ഇരയായി. ദേശീയ, വംശീയ ശ്രേണിക

ളിൽ വേർതിരിക്കപ്പെട്ടു. സംഘടനാപരമായ കരുത്തു പകരാൻ കഴിവി ല്ലാത്ത നേതാക്കന്മാർ അവരെ അവഗണിച്ചു.

മാർക്സിസം-ലെനിനിസത്തെ തിരസ്കരിച്ചാൽ, കമ്യൂണിസ്റ്റു പാർട്ടിക്ക് വിപ്ലവ പ്രത്യയശാസ്ത്രം നഷ്ടമാകും. ജനാധിപത്യ കേന്ദ്രീ കരണം ഉപേക്ഷിച്ചാൽ, വിപ്ലവപ്രസ്ഥാനം ഇല്ലാതാകും. സി പി എസ് യു നേതൃത്വം ഇവ രണ്ടും ഉപേക്ഷിച്ചപ്പോൾ, ലെനിന്റെ പാർട്ടിക്ക്, മൗലി കമായ അടിസ്ഥാന രൂപവും സ്വഭാവവും നഷ്ടപ്പെട്ടു.

അതിന്റെ ആഘാതത്തിൽനിന്ന് ഒക്ടോബർ വിപ്ലവത്തിന്റെ സൃഷ്ടി കളായ സോഷ്യലിസ്റ്റ് വ്യവസ്ഥിതിയും സോവിയറ്റുയൂണിയനും രക്ഷ പ്പെട്ടില്ല.

കുറിപ്പുകൾ

സോഷ്യൽ ഡിമോക്രസി- യൂറോപ്പിൽ ഇന്ന്

സോഷ്യലിസ്റ്റ് പാർട്ടികളുടെയും സോഷ്യൽ ഡമോക്രാറ്റിക് പാർട്ടികളുടെയും പേരിൽ, സാമൂഹിക ജനാധിപത്യശക്തികൾ ഇന്ന് പശ്ചിമ യൂറോപ്യൻ രാജ്യങ്ങളിൽ പ്രധാനപങ്ക് നിർവഹിക്കുന്നുണ്ട്. സോഷ്യൽ ഡമോക്രാറ്റിക് പ്രസിഡന്റാണ് ഫ്രാൻസിൽ ഉള്ളത്. സോഷ്യൽ ഡമോക്രാറ്റിക് ഗവൺമെന്റുകളാണ്, സ്പെയിൻ, ഗ്രീസ്, സ്വീഡൻ, നോർവെ, ആസ്ട്രേലിയ എന്നിവിടങ്ങൾ ഭരിക്കുന്നത്. സാമൂഹ്യജനാധിപത്യവിശ്വാസികളായ വ്യക്തികളാണ് ഇറ്റലിയിലെ പ്രധാനമന്ത്രിയും പോർച്ചുഗലിലെ പ്രസിഡന്റും. ഇപ്പറഞ്ഞ രണ്ടു രാജ്യങ്ങളിലും സ്കാൻഡിനേവിയൻ, ബെനെലുക്സ് മേഖലകളിലെ മറ്റു രാജ്യങ്ങളിലും ഈ അടുത്തകാലത്ത്, സോഷ്യൽ ഡമോക്രാറ്റിക് പാർട്ടികൾക്കു പങ്കുള്ള കൂട്ടുകക്ഷി ഗവൺമെന്റുകളാണ് ഭരിച്ചത്. ഈ പാർട്ടികളുടെ അധികാര നിർവഹണം ഏതുവിധത്തിലായിരുന്നു? യൂറോപ്യൻ സോഷ്യൽ ഡമോക്രസിയുടെ നിലപാടും പ്രവർത്തനക്രമവും ഏതുവിധമായിരുന്നു? അവയുടെ പ്രവർത്തനം യൂറോപ്പിലെ ഇടതുപക്ഷങ്ങളെ ശക്തിപ്പെടുത്തിയിരുന്നുവോ?

മുഖ്യമായ രണ്ടു പ്രശ്നങ്ങൾ

1980 കളിൽ പശ്ചിമ യൂറോപ്പിലെ രണ്ടു പ്രധാന പ്രശ്നങ്ങളെ സാമൂഹ്യ ജനാധിപത്യവാദികൾ, ഏതുവിധമാണ് കൈകാര്യം ചെയ്തത് എന്നതിനെ അടിസ്ഥാനമാക്കിയാണ് മേൽപ്പറഞ്ഞ ചോദ്യങ്ങൾക്ക് ഉത്തരം കണ്ടെത്തേണ്ടത്. യുദ്ധാനന്തര കാലഘട്ടത്തിൽ, സാർവത്രികമായ മുതലാളിത്തത്തിന്റെ പ്രശ്നങ്ങളെ എങ്ങനെയാണ് ഇവർ നേരിട്ടത് എന്നതാണ് ഒന്നാമത്തെ ചോദ്യം. അണ്വായുധ യുദ്ധത്തിന്റെ ഭീഷണി

ഉയർത്തിക്കൊണ്ട്, സോവിയറ്റു യൂണിയനുമായും ഇതര സോഷ്യലിസ്റ്റു രാജ്യങ്ങളുമായും സംഘട്ടനത്തിന്റെ പാതയിൽ യൂറോപ്പിനെ തള്ളിവിടാൻ, നാറ്റോ സഖ്യത്തിന്റെ തലപ്പത്തുള്ള അമേരിക്ക ശ്രമിക്കുന്നതാണ് രണ്ടാമത്തെ പ്രധാന പ്രശ്നം. വേറിട്ടു നിൽക്കുന്ന രാജ്യങ്ങളിൽ, സങ്കീർണ ദേശീയ ഘടകങ്ങളാണ് സാമൂഹിക ജനാധിപത്യ നയങ്ങൾ നിർണയിക്കുന്നത്. എങ്കിലും, മേല്പറഞ്ഞ പ്രശ്നങ്ങളെ ഈ പാർട്ടി എങ്ങനെയാണ് കൈകാര്യം ചെയ്യുന്നത് എന്നതിന്റെ അടിസ്ഥാനത്തിൽ, സാമൂഹിക ജനാധിപത്യത്തിന്റെ സമകാലിക സമസ്യകളെപ്പറ്റി പൊതുചിത്രം രൂപപ്പെടുത്താമെന്നു തോന്നുന്നു. പശ്ചിമ യൂറോപ്പിലെ കമ്യൂണിസ്റ്റു മുന്നേറ്റത്തിന് ഇത്തരമൊരു ധാരണ അത്യാവശ്യമത്രെ.

സാമൂഹിക പരിഷ്കരണം - പഴയതും പുതിയതും

രണ്ടാം ഇന്റർനാഷണലിന്റെ തകർച്ചക്കുശേഷം, സാമൂഹ്യജനാധിപത്യം, സാമൂഹ്യ പരിഷ്കരണവും സങ്കുചിത ദേശസ്നേഹവുമായി തരംതാഴുന്ന തൊഴിലാളി വർഗ പ്രവണത പ്രകടിപ്പിച്ചു എന്ന മാർക്സിസ്റ്റ് വിമർശത്തെപ്പറ്റി ഇവിടെ ഇനിയും ആവർത്തിക്കണമെന്നു തോന്നുന്നില്ല. ചരിത്രത്തിന്റെ വിഷമ സന്ധികളിൽ, സോഷ്യൽ ഡമോക്രസി ഇത്തരത്തിൽ കുത്തക മുതലാളിത്ത വ്യവസ്ഥിതിയിൽ "മുതലാളി വർഗത്തിന്റെ മാനേജ്മെന്റാ"യി അധഃപതിച്ചേക്കാമെന്നത് ചരിത്രാനുഭവമാകും. ഇരുപതാം നൂറ്റാണ്ടിൽ യൂറോപ്പിൽ തൊഴിലാളി വർഗത്തിന്റെ വലിയ വിഭാഗത്തിന്റെ ഇടയിൽ, പരിഷ്കരണവാഹകമായി സോഷ്യൽ ഡമോക്രസി സ്വാധീനം ചെലുത്തി. ഫാസിസത്തിന്റെ പരാജയത്തിനുശേഷം, യൂറോപ്പിൽ സോഷ്യലിസ്റ്റ് ബ്ലോക്കിലുള്ള ഭരണകൂടം രൂപീകൃതമായശേഷം, അമ്പതുകളിൽ സോഷ്യൽ ഡമോക്രസി ശീതസമരകാലത്ത് കമ്യൂണിസ്റ്റ് വിരുദ്ധപ്രവണത പ്രകടിപ്പിച്ചു. മുതലാളിത്തത്തിനെതിരായ വിപ്ലവ ബദലിനുവേണ്ടിയുള്ള പോരാട്ടത്തിൽ, കമ്യൂണിസ്റ്റു പാർട്ടികളുമായി കൈകോർക്കാൻ, കമ്യൂണിസ്റ്റു വിരുദ്ധ പാരമ്പര്യം നിമിത്തം സോഷ്യൽ ഡമോക്രാറ്റുകൾ മടിച്ചു.

1951 ൽ ഫ്രാങ്ക്ഫർട്ടിൽ ചേർന്ന, സോഷ്യലിസ്റ്റ് ഇന്റർനാഷണലിന്റെ ഒന്നാം കോൺഗ്രസ്സിൽ, "ഡമോക്രാറ്റിക് സോഷ്യലിസ"ത്തെ, സോഷ്യൽ ഡമോക്രസി സ്വന്തം പ്രത്യയശാസ്ത്രമായി അംഗീകരിച്ചു. സിദ്ധാന്തമെന്ന നിലയിൽ അതിന്റെ പൊരുൾ അവ്യക്തമായതിനാൽ, ഓരോ പാർട്ടിയും അതിനെ സ്വന്തം രീതിയിൽ വ്യാഖ്യാനിച്ചു. ഈ കാഴ്ചപ്പാടിന്റെ ഹൃദയഭാഗത്ത് സ്ഥാനം പിടിച്ചത്, കുത്തക മുതലാളിത്തത്തിനും യഥാർഥ സോഷ്യലിസത്തിനും മധ്യത്തിലുള്ള മറ്റൊരു മാർഗമത്രെ. തൊഴിലാളി വർഗ ഭരണകൂടത്തിനു പകരം ബഹുസ്വരതയുടെ സമൂഹസംവിധാനം. വർഗസമരം ഉപേക്ഷിച്ച് അതിന്റെ സ്ഥാനത്ത് സമൂഹപരിഷ്കരണവും സമര വിരാമവും മാർക്സിസം കാലോചിതമല്ലെന്ന സമഗ്രാധിപത്യത്തിലേക്കും ഏകകക്ഷി ഭരണത്തിലേക്കും നയിക്കുമെ

ന്നുള്ള സമാശ്വാസം.

യുദ്ധാനന്തര കാലഘട്ടത്തിൽ, സോഷ്യൽ ഡമോക്രസി മുന്നോട്ടു വെച്ച സാമൂഹ്യപരിഷ്കരണം, യുദ്ധത്തിനുമുമ്പുള്ള കാലത്ത് പ്രചരിച്ച മാർക്സിസത്തിന്റെ തത്ത്വങ്ങളുടെ പരിഷ്കരണങ്ങളിൽ നിന്ന് വ്യത്യാസപ്പെട്ടവയാണ്. മാർക്സിസം പരിഷ്കരിച്ച്, മുതലാളിത്ത ഘടനയുടെ അകത്ത് തുടർച്ചയായ സാമൂഹിക പരിഷ്കരണങ്ങൾ നടത്തി, സോഷ്യലിസം കൈവരുത്താമെന്ന സോഷ്യൽ ഡമോക്രാറ്റിക് പ്രത്യയശാസ്ത്രമാണ് യുദ്ധത്തിനു മുമ്പ് പ്രചരിച്ച ആശയം. ഇറ്റാലിയൻ കമ്യൂണിസ്റ്റു നേതാവ് ലുയിഗി ലോംഗോ, തന്റെ *റിവിഷനിസം, ന്യൂ ആന്റ് ഓൾഡ്* (1957) എന്ന പുസ്തകത്തിൽ ഇപ്രകാരം പ്രസ്താവിക്കുന്നു:

> "ആദ്യകാലത്ത് അവതരിക്കപ്പെട്ട സാമൂഹിക പരിഷ്കരണം, പ്രതീക്ഷയിലും ലക്ഷ്യത്തിലും സോഷ്യലിസ്റ്റ് പ്രവണത പ്രകടിപ്പിച്ചു. എന്നാൽ, ഇന്ന് സോഷ്യൽ ഡമോക്രസി മുന്നോട്ടു വയ്ക്കുന്ന സാമൂഹ്യ പരിഷ്കരണം, മുതലാളിത്ത വ്യവസ്ഥിതിയുടെ പരിധിക്കു പുറത്തു കടക്കുന്നില്ല.... നമ്മുടെ കാലഘട്ടിത്തിലെ സാമൂഹ്യ പരിഷ്കരണം, പരിഷ്കരണസോഷ്യലിസം അല്ലേ അല്ല; പരിഷ്കൃത നവ മുതലാളിത്തമാണ്. കുത്തകകളുടെ പരിഷ്കരണം മാത്രം."

സാമൂഹികസമാധാനത്തെപ്പറ്റിയുള്ള മിഥ്യാബോധങ്ങൾ

1960കളിലും 1970കളിലെ മധ്യംവരെയും മുതലാളിത്ത ധനശാസ്ത്രത്തിന്റെ ആപേക്ഷിക വികസനം, "സാമൂഹ്യ സമാധാന" ത്തെക്കുറിച്ചുള്ള മിഥ്യാബോധം സൃഷ്ടിച്ചു. സോഷ്യൽ ഡമോക്രാറ്റിക് പാർട്ടികൾ മുന്നോട്ടുവെച്ച ആനുകൂല്യങ്ങളും തൊഴിലില്ലായ്മാ പരിഹാര നടപടികളും വിദ്യാഭ്യാസ–ആരോഗ്യമേഖലകളിലെ സാമൂഹ്യ പരിഷ്കാരണങ്ങളും, "ക്ഷേമ ഭരണകൂട" ത്തെക്കുറിച്ചുള്ള സങ്കൽപ്പം സൃഷ്ടിക്കുകയും മിക്ക സോഷ്യൽ ഡമോക്രാറ്റിക് പാർട്ടികളുടെയും തിരഞ്ഞെടുപ്പു വിജയത്തിനും ഗവൺമെന്റു രൂപീകരണത്തിനുമുള്ള വേദികളാവുകയും ചെയ്തു. അധികാരത്തിലിരുന്ന സോഷ്യൽ ഡമോക്രാറ്റിക് പാർട്ടികൾ (ബ്രിട്ടീഷ് ലേബർ പാർട്ടിയുടെ ചുവടു പിടിച്ച്) ഈ കാലഘട്ടത്തിൽ മുന്നോട്ടുവെച്ച പരിഷ്കരണങ്ങൾ, അവരുടെ ശക്തി സമാഹരണത്തിന് ഉപയോഗിക്കുകയും ബ്രിട്ടൻ, പശ്ചിമ ജർമനി, സ്വീഡൻ, ഡെൻമാർക്ക്, തുടങ്ങിയ രാജ്യങ്ങളിലെ തൊഴിലാളി വർഗങ്ങളുടെമേൽ സ്വാധീനം ഉറപ്പിക്കുകയും ചെയ്തു. പ്രൊഫഷണലുകളുടേയും സേവന മേഖലകളിലെ ജോലിക്കാരുടെയും മധ്യവർഗ വിഭാഗത്തിൽ സ്വാധീനം വികസിപ്പിച്ചുകൊണ്ട് സാമൂഹ്യജനാധിപത്യ അടിത്തറ ഈ പാർട്ടികൾ വികസിപ്പിച്ചു. തിരഞ്ഞെടുപ്പു വിജയത്തിന്റെ വീക്ഷണകോണിൽ, ഈ നീക്കം സാമൂഹ്യപങ്കാളിത്തത്തിന്റെ ധാരണ സൃഷ്ടിച്ചു.

യൂറോപ്പിൽ ഈ കാലഘട്ടത്തിൽ വർഗസഹകരണത്തിന്റേയും സാമൂഹ്യപങ്കാളിത്തത്തിന്റേയും സമാധാന മാർഗം സ്വീകരിക്കപ്പെടുകയും വലതുപക്ഷകക്ഷികളും സാമൂഹ്യ ജനാധിപത്യ കക്ഷികളും തമ്മിൽ രാഷ്ട്രീയ സഹകരണം നിലവിൽ വരികയും ആഭ്യന്തര-വിദേശനയങ്ങളിൽ പ്രധാന പ്രശ്നങ്ങളിൽ ഒത്തുതീർപ്പിന്റെ ശൈലി ഉൾക്കൊള്ളുകയും ചെയ്തു. ആ കാലത്ത് നിലവിൽവന്ന കൂട്ടുകക്ഷി ഭരണകൂടങ്ങളിൽ, ഇതിന്റ പ്രതിഫലനം ദർശിക്കാം. പശ്ചിമ ജർമനിയിൽ സോഷ്യൽ ഡമോക്രാറ്റുകളും ക്രിസ്ത്യൻ ഡമോക്രാറ്റുകളും തമ്മിൽ, വലിയ തോതിൽ കൂട്ടുകെട്ട് നിലവിൽ വന്നു. ഇറ്റലിയിൽ, ക്രിസ്ത്യൻ ഡമോക്രാറ്റുകളുടെ കൂടെ, സോഷ്യലിസ്റ്റു പങ്കാളിത്തത്തോടെ, കൂട്ടുകക്ഷി ഗവൺമെന്റ് രൂപീകരിക്കപ്പെട്ടു. സ്കാൻഡിനേവിയൻ രാജ്യങ്ങളിലും ഇത്തരം രാഷ്ട്രീയബന്ധം രൂപപ്പെട്ടു. വിയറ്റ്നാമിലും റൊഡേഷ്യയിലും അമേരിക്ക സ്വീകരിച്ച അക്രമ നയങ്ങളോട്, അറുപതുകളുടെ ഒടുവിൽ ഹരോൾഡ് വിത്സന്റെ നേതൃത്വത്തിലെ ലേബർ ഗവൺമെന്റ് കൈക്കൊണ്ട വിദേശനയം, യഥാസ്ഥിതിക കക്ഷികളുടേതിൽ നിന്ന് ഒട്ടും വ്യത്യസ്തമായിരുന്നില്ല.

ഈ പശ്ചാത്തലത്തിൽ വേണം സമകാലിക രാഷ്ട്രീയ ഗതി വിഗതികൾ പരിശോധിക്കാൻ.

മുതലാളിത്ത പ്രതിസന്ധിയും വലത്തോട്ടുള്ള ചായ്‌വും

1970 മധ്യം മുതൽ, സ്ഥിതിഗതിയിൽ വലിയ മാറ്റം വന്നു. രണ്ടാം ലോക മഹായുദ്ധത്തിനുശേഷം ദീർഘകാലം നിലനിന്ന മാറ്റമായിരുന്നു അത്. പശ്ചിമ യൂറോപ്യൻ മുതലാളിത്ത ഘടനയിൽ, ആകെ അത് വ്യാപകമായ പരിവർത്തനം സൃഷ്ടിച്ചു. വൻകിട വ്യവസായവും ഭരണകൂടവും തൊഴിലാളി സംഘടനകളും തമ്മിൽ സാമൂഹ്യ പങ്കാളിത്തത്തിന്റെ സൗഹൃദപൂർണമായ കൂട്ടുകെട്ട് അപ്രത്യക്ഷമാവുകയും സാമൂഹ്യ ജനാധിപത്യത്തിന്റെ സ്വാധീനം ക്ഷയിക്കുകയും ചെയ്തു. വലതുപക്ഷ സോഷ്യൽ ഡമോക്രാറ്റുകൾക്ക് അവരുടെ വർഗസഹകരണത്തിന്റെ ആശയം ചെലവഴിക്കാൻ കഴിയാതായി. ഭരണവൃത്തങ്ങളിൽ, നവ-യാഥാസ്ഥിതിക പ്രവണതകൾ സ്വാധീനം ചെലുത്തി. സ്വകാര്യവൽക്കരണം വ്യാപകമായതോടെ, തൊഴിലില്ലായ്മ പെരുകി. സാമൂഹ്യസുരക്ഷിതത്വവും ദുരിതാശ്വാസ നടപടികളും ശുഷ്കമായി. സാമൂഹ്യസംഘർഷവും ബഹുജനഅസംതൃപ്തിയും വഴിതിരിച്ചുവിടുന്നതിൽ, 'സുരക്ഷാ മാർഗ'മായി സാമൂഹ്യജനാധിപത്യത്തെ ഉപയോഗപ്പെടുത്താമെന്ന ഭരണവർഗത്തിന്റെ പ്രതീക്ഷ നഷ്ടമായി. പുതിയ വിഷമഘട്ടം തരണംചെയ്യാൻ, ബ്രിട്ടൻ, ഇറ്റലി, പോർച്ചുഗൽ തുടങ്ങിയ ജനാധിപത്യ രാജ്യങ്ങളിലെ സോഷ്യൽ ഡമോക്രാറ്റിക് പാർട്ടികൾ, പുതിയ നയങ്ങൾ തേടി. സ്വന്തം രാജ്യങ്ങളിലെ രാഷ്ട്രീയ രംഗങ്ങളിൽ സ്ഥാനം നിലനിർത്തുന്നതിനും, തുടരുന്നതിനും അധികാരത്തിലുള്ള സോഷ്യൽ ഡമോക്രാറ്റിക് പാർട്ടി

കൾ, വലതുപക്ഷ മാർഗങ്ങൾ വലിയ തോതിൽ അന്വേഷിച്ചു.

ഈ പാർട്ടികളുടെ വലതുപക്ഷ വ്യതിയാനം പ്രസ്തുത പാർട്ടികളിൽ നിലയുറപ്പിച്ചിരുന്ന തൊഴിലെടുക്കുന്ന ജനവിഭാഗങ്ങളിലും ഗണ്യമായ സ്വാധീനം ചെലുത്തി. വലതുപക്ഷത്തിന്റെ കടന്നാക്രമണത്തിന്റെ ഭാഗമായിരുന്നു ആ നയമാറ്റം.

1980–83 കാലഘട്ടത്തിൽ സംഭവിച്ച ചാക്രികമായ പ്രതിസന്ധി, എല്ലാ മുതലാളിത്ത രാജ്യങ്ങളിലും സാമൂഹ്യ സ്വാധീനം സൃഷ്ടിക്കുകയും സാമൂഹ്യജനാധിപത്യത്തെ ബാധിക്കുകയും ചെയ്തു. ഈ പ്രതിസന്ധിയുടെ സാമ്പത്തിക പ്രത്യാഘാതങ്ങളും വ്യക്തമായി രേഖപ്പെടുത്തിയിട്ടുണ്ട്. ഒരൊറ്റ കാര്യംകൊണ്ടുതന്നെ അതിന്റെ ആഴം വ്യക്തമാണ്–തൊഴിലില്ലായ്മ. 1929–33 കാലഘട്ടത്തിലെ 'വലിയ സാമ്പത്തിക മാന്ദ്യ'ത്തിന്റെ സന്ദർഭങ്ങളിൽ, പൂർണമായ തൊഴിലില്ലായ്മക്കു വിധേയരായവരുടെ ശരാശരി സംഖ്യ, വികസിത മുതലാളിത്ത രാജ്യങ്ങളിൽ 24 ദശലക്ഷം ആയിരുന്നു. ഔദ്യോഗികപക്ഷത്തിന്റെ 'വെള്ളംചേർത്ത' കണക്ക് അനുസരിച്ച്, 1982 ലെ തൊഴിലില്ലാത്തവരുടെ സംഖ്യ, 30.3 ദശലക്ഷം ആയിരുന്നു. സാമൂഹ്യപങ്കാളിത്തത്തിൽ അധിഷ്ഠിതമായ 'ക്ഷേമരാഷ്ട്ര'ത്തിന്റെ കപ്പൽ എൺപതുകളിലെ പ്രതിസന്ധിയുടെ പാറക്കെട്ടിൽ തട്ടി തകർന്നു. ബ്രിട്ടൻ, പശ്ചിമ ജർമനി, ഡന്മാർക്ക്, നോർവെ, സ്വീഡൻ തുടങ്ങിയ രാജ്യങ്ങളിലെ ഭരണത്തിലിരുന്ന സോഷ്യൽ ഡമോക്രാറ്റിക് പാർട്ടികൾ, തൊഴിലാളി വർഗത്തിന്റെ താല്പര്യങ്ങൾ പാടേ ഉപേക്ഷിക്കുകയും, കുത്തക മുതലാളിത്തത്തിന്റെ വരുമാനവർദ്ധന നയം സ്വീകരിക്കുകയും യഥാർഥ വേതനം പതുക്കെ പതുക്കെ കാർന്നുകൊണ്ട്, നിയന്ത്രണത്തിൽ കൊണ്ടുവരികയും ഗവൺമെന്റിന്റെ സാമൂഹ്യക്ഷേമ പരിപാടികൾ വെട്ടിച്ചുരുക്കുകയും ചെയ്തു. എന്നിട്ടും പുതിയ വലതുപക്ഷ നവ–യാഥാസ്ഥിതിക വിഭാഗത്തിന്റെ എതിർപ്പുകളിൽനിന്ന് രക്ഷപ്പെടാൻ, ഈ വലതുമാർഗ്ഗ വ്യതിയാനം ആ ഗവൺമെന്റുകളെ സഹായിച്ചില്ല. ബ്രിട്ടനിൽ താച്ചർ, പശ്ചിമ ജർമനിയിൽ കോഹൽ, സ്വീഡനിൽ യാഥാസ്ഥിതികർ, പോർച്ചുഗലിൽ സോഷ്യലിസ്റ്റു സോറസ് നേതൃത്വം നൽകിയ പ്രതിലോമ സഖ്യം എന്നിവ ശക്തിപ്പെട്ടുവന്നത് ഈ കാലഘട്ടത്തിലാണ്. ഫ്രാൻസ്, സ്പെയിൻ എന്നിവിടങ്ങളിലേതുപോലെ, സോഷ്യൽ ഡമോക്രാറ്റുകൾ തിരഞ്ഞെടുക്കപ്പെട്ട രാജ്യങ്ങളിൽ, സാമൂഹ്യപരിഷ്കരണ പരിപാടികൾ തളരുകയും തൊഴിലാളിവർഗങ്ങൾ അതുവരെ അനുഭവിച്ചുവന്ന ആനുകൂല്യങ്ങൾ വെട്ടിച്ചുരുക്കുന്ന നടപടി അതാതു ഗവൺമെന്റുകളുടെ അറിയപ്പെടുന്ന അടയാളങ്ങളാവുകയും ചെയ്തു.

തൊഴിലാളിവർഗം തിരിഞ്ഞടിക്കുന്നു

വലതുപക്ഷ കടന്നാക്രമണവും സാമൂഹ്യ ജനാധിപത്യനയങ്ങളിലെ വ്യതിചലനവും തൊഴിലാളിവർഗത്തിന്റെ മീതെ, കനത്ത ഭാരം

കെട്ടിവച്ചു. തൊഴിലില്ലായ്മയും പിരിച്ചുവിടലും സ്ഥാപനം അടച്ചുപൂട്ടലും വ്യാപകമായി. തൊഴിലാളിവർഗ പ്രസ്ഥാനം ശക്തമായിരുന്ന രാജ്യങ്ങളിൽ, തൊഴിലാളി സംഘടനകളിലെ അംഗസംഖ്യ ഗണ്യമായി കുറഞ്ഞു. 1930 ൽ, 12 ദശലക്ഷം ഉണ്ടായിരുന്ന ബ്രിട്ടനിലെ ട്രെയ്ഡ് യൂണിയൻ മെമ്പർഷിപ്പ്, 1983 ൽ 10 ദശലക്ഷമായി കുറഞ്ഞു. അറുപതുകൾക്കു ശേഷം ഉണ്ടായ ഏറ്റവും കുറഞ്ഞ അംഗത്വമായിരുന്നു അത്. പശ്ചിമ ജർമനിയിൽ 1982 ൽ തൊഴിലാളി യൂണിയനുകൾക്ക് 112,340 അംഗങ്ങൾ കുറഞ്ഞു. ഫ്രാൻസിൽ 1976–84 കാലഘട്ടത്തിനിടയിൽ അഞ്ച് മുഖ്യ തൊഴിലാളി സംഘടനകളുടെ അംഗത്വബലം അഞ്ചുശതമാനം നഷ്ടപ്പെട്ടു. ഇറ്റലിയിലെ ട്രെയ്ഡ് യൂണിയനുകളുടെ അംഗസംഖ്യയുടെ കുറവ് പത്തുശതമാനമായിരുന്നു; 1981 ശേഷം. സാമൂഹ്യ ജനാധിപത്യ നയങ്ങളും ഈ പതനത്തിന് വഴിവച്ചു. ഫ്രാൻസിലെ ഉരുക്ക്, കപ്പൽ നിർമ്മാണം, ഖനികൾ എന്നിവിടങ്ങളിൽ തൊഴിലില്ലായ്മ രൂക്ഷമായിരുന്നു. സോഷ്യലിസ്റ്റുകാർ നിർബന്ധപൂർവം നടപ്പാക്കിയ ചെലവുചുരുക്കൽ നടപടികളും സുഖസൗകര്യനിഷേധങ്ങളും യാഥാസ്ഥിതിക കക്ഷികളുടേതിനേക്കാൾ കഠിനമായിരുന്നു.

ഈ വിഷമകരമായ സാഹചര്യങ്ങളിലും തൊഴിലാളികളുടെ പക്ഷത്തുനിന്ന് പ്രതിരോധവും സമരസന്നദ്ധതയും പ്രകടമായിരുന്നു. തൊഴിലിന്റെയും മൂലധനത്തിന്റെയും ശക്തികൾ തമ്മിലുള്ള വൈരുധ്യത്തിന്റെ പ്രതിഫലനമായിരുന്നു അത്. വ്യവസായവൽക്കൃത രാജ്യങ്ങളിൽ പണിമുടക്കിൽ പങ്കെടുത്ത തൊഴിലാളികളുടെ സംഖ്യ, 1960 കളിൽ പ്രതിവർഷം ശരാശരി 37 ദശലക്ഷം ആയിരുന്നു. 1980 കളുടെ തുടക്കത്തിൽ അത് ഇരട്ടിച്ചു. 1981 ൽ 71 ദശലക്ഷം തൊഴിലാളികൾ പണിമുടക്കി. ബ്രിട്ടനിലെ ഖനിത്തൊഴിലാളികളുടെയും പശ്ചിമ ജർമനിയിലെ ലോഹത്തൊഴിലാളികളുടെയും പണിമുടക്ക്, ദൈർഘ്യംകൊണ്ടും സഹനസന്നദ്ധതകൊണ്ടും ചരിത്രപ്രസിദ്ധമായിരുന്നു. അവ സൃഷ്ടിച്ച രാഷ്ട്രീയ സ്വാധീനവും ശ്രദ്ധേയമായിരുന്നു.

രാഷ്ട്രീയ പരിഷ്കരണപ്രവണതകൾ

ഈ സ്ഥിതിവിശേഷം സോഷ്യൽ ഡെമോക്രാറ്റുകളെ സ്പർശിക്കാതിരുന്നില്ല. ലേബർ പാർട്ടിയുടെ പുരോഗമനപ്രവണത ഇതിന്റെ ഫലമാണ്. ഇടതുപക്ഷവും വലതുപക്ഷവും തമ്മിൽ സുദീർഘമായ മത്സരം നടന്നു. ഉൾപ്പാർട്ടി സമരം രൂക്ഷമാവുകയും 1980 ൽ സോഷ്യൽ ഡെമോക്രാറ്റിക് പാർട്ടി രൂപീകൃതമാവുകയും ചെയ്തു. മുതലാളിത്തത്തിന്റെ പ്രതിസന്ധി സാധാരണ നിലയിലുള്ളതല്ല എന്നും, പരിഹാരനടപടികളൊന്നും ഫലപ്രദമല്ലെന്നും, കൂടുതൽ കൂടുതൽ സോഷ്യൽ ഡമോക്രാറ്റുകൾക്ക് ബോധ്യമായിവന്നു. പ്രശ്നത്തിന്റെ ഘടനാപരമായ വശം ചിലർ തിരിച്ചറിഞ്ഞെങ്കിലും, സ്റ്റേറ്റ് കുത്തക മുതലാളിത്തത്തിന്റെ ഗുണദോഷവിമർശനത്തിനും സോഷ്യലിസ്റ്റ് പരിഹാരമാർഗത്തിനും അവർ അസ

മർഥരായിരുന്നു. എന്നാലും അവരുടെ തിരിച്ചറിവ്, തൊഴിലാളിവർഗ ത്തിന്റെ പ്രതിഷേധ പ്രകടനത്തോടൊപ്പം സമ്മർദ്ദം സൃഷ്ടിക്കുകയും, സോഷ്യൽ ഡമോക്രാറ്റിക് തൊഴിലാളികളെയും അവരുടെ അനുഭാവി കളെയും, വിപ്ലവാഭിമുഖ്യം ഉള്ളവരാക്കുകയും ചെയ്തു.

അധികാരത്തിൽനിന്ന് പുറന്തള്ളപ്പെട്ടപ്പോൾ, സോഷ്യൽ ഡമോക്രാ റ്റുകൾ മാറ്റത്തിന്റെ മാർഗം സ്വീകരിച്ചു. ലേബർ പാർട്ടിയും പശ്ചിമ ജർമ നിയിലെ എസ് ഡി പിയും അവർ അധികാരത്തിൽ ഉണ്ടായിരുന്നപ്പോൾ കൈക്കൊണ്ടതിൽനിന്ന് വ്യത്യസ്തമായ നിലപാട് പ്രകടിപ്പിച്ചു. ഇതൊരു സാമൂഹ്യ ജനാധിപത്യ പ്രവണതയത്രെ– അധികാരത്തിലിരിക്കുമ്പോൾ കുത്തക മുതലാളിത്തത്തെ പ്രീണിപ്പിക്കുക, അധികാരം നഷ്ടപ്പെടു മ്പോൾ 'പരിവർത്തനോന്മുഖത'യും– ലേബർ പാർട്ടിക്കുള്ളിൽ ഇതു പ്രക ടമാണ്. ബ്രിട്ടീഷ് തൊഴിലാളിവർഗം വിടാതെ പിന്തുടർന്ന പ്രതിരോധ പ്രവർത്തനം നിമിത്തം, ബ്രിട്ടീഷ് സാമൂഹ്യ ജനാധിപത്യത്തിൽ സുദീർഘമായ ഇടതുപക്ഷ പ്രവണത പ്രത്യക്ഷപ്പെട്ടിട്ടുണ്ട്.

സാമൂഹിക ജനാധിപത്യത്തിന്റെ തിരസ്കരണം–ഫ്രാൻസ്

സോഷ്യൽ ഡമോക്രാറ്റിക് പാർട്ടികളുടെ പരിഷ്കരണപരിപാടി കൾക്ക് വലിയ ഗൗരവം കൽപ്പിക്കരുതെന്ന്, ഫ്രാൻസിലെ അനുഭവം തെളിയിക്കുന്നു. വൻകരയിൽ സാമൂഹിക ജനാധിപത്യ ആശയങ്ങളുടെ സ്വാധീനം കുറഞ്ഞുവന്നപ്പോൾ, സോഷ്യലിസ്റ്റുകാരും കമ്യൂണിസ്റ്റുകാരും തമ്മിലുള്ള സഖ്യം രൂപപ്പെടുകയും വലതുപക്ഷ ഭരണം തകർന്ന് 1981ൽ പ്രസിഡന്റ് തിരഞ്ഞെടുപ്പിൽ മിത്തറാൻഡ് ജയിക്കുകയും ചെയ്തു. തുടർന്ന് നാഷണൽ അസംബ്ലിയിൽ, സോഷ്യലിസ്റ്റുകാർ ഭൂരിപക്ഷം നേടി. നാല് കമ്യൂണിസ്റ്റുമന്ത്രിമാരുടെ പങ്കാളിത്തത്തോടെ അധികാര ത്തിലെത്തി. ആദ്യവർഷം, സഖ്യകക്ഷി ഭരണത്തിന്റെ പരിപാടികൾ നട പ്പിലായി–ചില വൻകിട കമ്പനികളും ബാങ്കുകളും ദേശസാൽക്കരിച്ചു. വ്യവസായസ്ഥാപനങ്ങളിൽ തൊഴിലാളികൾക്ക് അവകാശം അനുവദി ക്കുന്ന വികേന്ദ്രീകരണം നടപ്പിലായി. സ്ത്രീകൾക്കും പുരുഷന്മാർക്കും തൊഴിലിൽ സമത്വം അനുവദിക്കുന്ന നിയമം പാസാക്കി. എന്നാൽ ദേശ സാൽക്കരണത്തിന്റെ പൂർണമായ ഫലപ്രാപ്തി ഉണ്ടായില്ല. മുതലാളി മാരുടെ ലാഭം വർദ്ധിപ്പിക്കാൻ സഹായിക്കുന്ന തരത്തിൽ, തൊഴിലാളി കൾക്ക് സുഖസൗകര്യം നിഷേധിക്കുന്ന നയത്തിലേക്ക് സോഷ്യലിസ്റ്റു കാർ പിൻവാങ്ങി, പുതിയ തൊഴിലവസരം സൃഷ്ടിക്കുമെന്ന ഉറപ്പൊന്നും വാങ്ങാതെ, മുതലാളിമാർക്ക് ഗവൺമെന്റ് വമ്പിച്ച ധനസഹായം അനു വദിച്ചു. ചുരുക്കത്തിൽ ആധുനികവൽക്കരണത്തിന്റെ പേരിൽ ആയിര ക്കണക്കിന് തൊഴിൽ നഷ്ടമായി. തൊഴിലില്ലായ്മ വർദ്ധിച്ചു; 1984 ൽ 2.5 ദശലക്ഷം തൊഴിൽരഹിതർ ഉണ്ടായിരുന്നു.

ജനഹിത നിഷേധത്തിലും സോഷ്യലിസ്റ്റുകാരുടെ വലതുപക്ഷ സ്വീകരണത്തിലും പ്രതിഷേധിച്ചുകൊണ്ട്, കമ്യൂണിസ്റ്റുകാർ 1983 ൽ മന്ത്രി

സഭ വിട്ടു. പ്രതിസന്ധി തരണം ചെയ്യാൻ, പൂർണമായും നവ–യാഥാസ്ഥിതിക നയങ്ങൾ നടപ്പിലാക്കിക്കൊണ്ട്, സോഷ്യലിസ്റ്റുകാർ മുന്നേറി. ഭൂരിഭാഗം മധ്യവർഗത്തിന്റെയും പിന്തുണ, 1985 ആയപ്പോഴേക്കും സോഷ്യലിസ്റ്റുകാർക്ക് നഷ്ടമായി. തൊഴിലാളിവർഗത്തിന്റെ അനുഭാവവും പതുക്കെ പതുക്കെ ഇല്ലാതായി. ബൂർഷ്വാ അനുകൂലനയം സ്വീകരിച്ചതുകൊണ്ട്, ഇടതുപക്ഷം, ആശയപരമായി നിരായുധമായി. 1986 ലെ തിരഞ്ഞെടുപ്പിൽ നാഷണൽ അസംബ്ലിയിൽ വലതുപക്ഷം തിരിച്ചുവന്നു.

പോർച്ചുഗൽ

സോഷ്യലിസ്റ്റുകാരും സോഷ്യൽ ഡെമോക്രാറ്റുകളും ഭരിക്കുന്ന പടിഞ്ഞാറൻ യൂറോപ്പിലെ മറ്റു രാജ്യങ്ങളിലെ സ്ഥിതിയും ഭേദമായിരുന്നില്ല. ഏറ്റവും വൃത്തികെട്ട വലതുപക്ഷ സോഷ്യൽ ഡമോക്രസി, പോർച്ചുഗലിലാണ് പ്രകടമായത്. പോർച്ചുഗലിലെ ജനാധിപത്യ വിപ്ലവത്തെ പിന്നിൽനിന്ന് കുത്തുന്ന നയമാണ്, മരിയോ സോഴ്സിന്റെ നേതൃത്വത്തിൽ സോഷ്യലിസ്റ്റുകാർ സ്വീകരിച്ചത്. അവർ വലതുപക്ഷ പ്രതിവിപ്ലവത്തിൽ പങ്കെടുത്തുകൊണ്ട്, 1974 ലെ ജനകീയ ഫാസിസ്റ്റ് വിരുദ്ധ വിജയത്തെ അട്ടിമറിച്ചു. വിപ്ലവശക്തികളെ വിഘടിപ്പിക്കുന്നതിന് കമ്യൂണിസ്റ്റു വിരുദ്ധ കുരിശുയുദ്ധസമരത്തിൽ പങ്കെടുത്തു.

1983 ലെ തിരഞ്ഞെടുപ്പിൽ, സോഷ്യലിസ്റ്റുകാരും കമ്യൂണിസ്റ്റുകാരും ഇതര ഇടതുപക്ഷശക്തികളും ഗവൺമെന്റു രൂപീകരണത്തിന്റെ വക്കോളം എത്തിയതായിരുന്നു. എന്നാൽ, സോഷ്യലിസ്റ്റുകാർ എതിർ ചേരിയിലെ സോഷ്യൽ ഡമോക്രാറ്റുകളുമായി ചേർന്ന് ഗവൺമെന്റ് രൂപീകരണ സഖ്യത്തിൽ ഏർപ്പെട്ടു. 1985 വരെ നിലനിന്ന ഈ കൂട്ടുകെട്ടാണ് പോർച്ചുഗലിലെ ജനാധിപത്യ പ്രക്രിയയുടെ മടങ്ങിവരവിനെ തടഞ്ഞുനിർത്തിയത്. അവർ ദേശസാൽക്കരണത്തിനും കാർഷിക പരിഷ്കരണത്തിനും പ്രതിബന്ധം സൃഷ്ടിച്ചു. ദേശസാൽകൃത വ്യവസായങ്ങൾക്ക്, വീണ്ടും സ്വകാര്യവൽക്കരണത്തിന് സൗകര്യം ഒരുക്കി. സ്വകാര്യ ബാങ്കുകൾ അനുവദിച്ചു. കാർഷിക പരിഷ്കരണങ്ങളുടെനേരെയാണ് കടുത്ത കടന്നുകയറ്റം നടത്തിയത്. ഭൂവുടമകൾക്ക് ഭൂമി തിരിച്ചുപിടിക്കാൻ, ദേശീയ രക്ഷാഭടന്മാരെ അയച്ചുകൊടുത്തു. സഹകരണസംഘങ്ങളുടെ കൈവശമുള്ള കൃഷിഭൂമി, മുഷ്കരസംഘത്തിന്റെ കൈയിലെത്തി.

മരിയൊ സോഴ്സിന്റെ നേതൃത്വത്തിൽ നടന്ന ഈ അക്രമ നയം നിമിത്തം, വേതനം 13 ശതമാനം കുറഞ്ഞു. തൊഴിലില്ലായ്മ 15 ശതമാനം വർദ്ധിച്ചു. ആരോഗ്യം, വിദ്യാഭ്യാസം, വിദ്യുച്ഛക്തി, ഗതാഗതം എന്നീ മേഖലകൾ തകർന്നു. ഐ എം എഫിൽ നിന്ന് എടുത്ത കടം പെരുകി. വിദേശ കടബാദ്ധ്യത 1500 കോടി ഡോളറായി.

കൂട്ടുകക്ഷികൾ ഇടഞ്ഞതോടെ, 1985 ൽ വീണ്ടും തിരഞ്ഞെടുപ്പു വന്നു. സോഷ്യലിസ്റ്റുകാർക്ക് 44 സീറ്റ് നഷ്ടമായി. സോഷ്യലിസ്റ്റുകാരുടെ അതിക്രമനയത്തെ പോർച്ചുഗീസ് കമ്യൂണിസ്റ്റുപാർട്ടി അപലപിച്ചു:

"പ്രധാനമന്ത്രി മരിയൊ സോഴ്സിന്റെ നേതൃത്വത്തിൽ കഴിഞ്ഞ ഒമ്പതു വർഷമായി എസ് പി- എസ് ഡി പി ഗവൺമെന്റ് പിന്തുടർന്നുവന്ന വല തുപക്ഷ നയത്തിന്റെ ജനകീയ വിദ്വേഷമാണ് സോഷ്യലിസ്റ്റുപാർട്ടിയുടെ പരാജയത്തിനു കാരണം".

സോഷ്യലിസ്റ്റുകാരുടെ വഞ്ചനയോട് സമ്മതിദായകർ പ്രകടിപ്പിച്ച പ്രതിഷേധമാണ്, തിരഞ്ഞെടുപ്പിൽ പ്രതിഫലിച്ചത്. എന്നാൽ വീണ്ടും അധികാരത്തിൽ കയറിയത് വലതുപക്ഷമായിരുന്നു. തുടർന്ന് പ്രസി ഡന്റിന്റെ തിരഞ്ഞെടുപ്പിൽ, രണ്ടാം റൗണ്ടിൽ, എസ് ഡി പി സ്ഥാനാർഥിയെ പരാജയപ്പെടുത്തിക്കൊണ്ട്, സോറസ് വിജയിച്ചു. വിഷ മസന്ധിയിൽ കമ്യൂണിസ്റ്റുകാർ സോറസിന് വോട്ടുചെയ്തു. ഈ കാല ഘട്ടത്തിൽ ഒട്ടാകെ, പോർച്ചുഗീസ് കമ്യൂണിസ്റ്റു പാർട്ടി, തൊഴിലാളി വർഗ ത്തോടൊപ്പം നിലയുറപ്പിക്കുകയും പിന്തിരിപ്പൻ ശക്തികൾക്കെതിരെ ജനാധിപത്യാവകാശങ്ങൾക്കായി പൊരുതുകയും ചെയ്തു.

ഫാസിസത്തിൻ കീഴിൽ വളരെ വർഷങ്ങൾ കഴിഞ്ഞ രാജ്യം വർഗ സംഘർഷത്തിന്റെ തീവ്രതയിലായിരുന്നു. സോറസിന്റെ കീഴിൽ സോഷ്യ ലിസ്റ്റുകാർ പിന്തിരിപ്പൻ മനോഭാവത്തിന്റെ വേലയാണ് കാണിച്ചത്. കൊടു ങ്കാറ്റുയർത്തിയ സമരനാളുകളിൽ, ജർമനിയിൽ സോഷ്യൽ ഡമോക്രാ റ്റുകളായ എബർടും ഷീഡ്മാനും വ്യവസ്ഥിതിയെ 'നിയന്ത്രിക്കുക'യും, റോസാ ലക്സംബർഗും ലീബ് നെറ്റും തെരുവിൽ വധിക്കപ്പെടുകയും ചെയ്ത അവസ്ഥയെയാണ് പോർച്ചുഗലിലെ സോഷ്യൽ ഡമോക്രാറ്റു കൾ അനുസ്മരിപ്പിച്ചത്. പ്രതിസന്ധി തരണം ചെയ്യാൻ അന്തർദേശീയ ബൂർഷ്വാ നയം പിന്തുടരുന്ന വേലത്തരമാണ് സോഷ്യൽ ഡമോക്രാറ്റു കൾ കാട്ടിയത്. മാത്രകളിൽ മാത്രം മാറ്റം. ലക്ഷ്യശുദ്ധി ഉണ്ടായിട്ടും അവർ പരാജയപ്പെട്ടു. സോഷ്യൽ ഡമോക്രസിയുടെ ബലഹീനതയും സോഷ്യ ലിസ്റ്റ് ബദലിനെക്കുറിച്ചുള്ള ഭയവുമായിരുന്നു കാരണം.

ഗ്രീസ്

സോഷ്യലിസ്റ്റുകാർക്ക് ഗ്രീസിൽ, തിരഞ്ഞെടുപ്പു വാഗ്ദാനങ്ങൾ അല്പമെങ്കിലും പാലിക്കാൻ കഴിഞ്ഞു. 1981 ലെ ആദ്യത്തെ വിജയത്തി നുശേഷം പാൻ ഹെലനിക് സോഷ്യലിസ്റ്റ് പ്രസ്ഥാനം ഗവൺമെന്റ് (പി എ എസ് ഒ കെ) പാപന്ദ്രുവിന്റെ നേതൃത്വത്തിൽ സാമ്പത്തിക മേഖല യിൽ പരിമിതമെങ്കിലും ഗുണപരമായ ചില നടപടികൾ കൈക്കൊണ്ടു. നാണയപ്പെരുപ്പം തടയാൻ വിലനിയന്ത്രണം ഏർപ്പെടുത്തി. ആരോഗ്യ, വിദ്യാഭ്യാസ സമ്പ്രദായങ്ങൾ ജനാധിപത്യവൽക്കരിച്ചു. സാമ്പത്തിക, സാമൂഹികവികസനത്തിന് പഞ്ചവത്സര പദ്ധതി ഏർപ്പെടുത്തി. ജനാധി പത്യ അവകാശങ്ങളുടെ മേഖലയിൽ, കുടിയേറിപ്പാർപ്പുകാരുടെ രാഷ്ട്രീയ അവകാശം പുനഃസ്ഥാപിച്ചു. രാഷ്ട്രീയ പ്രക്ഷോഭകരുടെ നേരെയുള്ള പോലീസ് നിരീക്ഷണം അവസാനിപ്പിച്ചു. ഇരുപത്തിമൂന്നു വർഷത്തെ വലതുപക്ഷ സ്വേച്ഛാഭരണത്തിനുശേഷം, ഇവ സ്വാഗതം

ചെയ്യപ്പെട്ടു. എങ്കിലും, ദുർബലമായ മുതലാളിത്ത രാജ്യമായതിനാൽ, വീണ്ടും പ്രതിസന്ധി തലപൊക്കി. 1981 നുശേഷം നാലുവർഷത്തിനകം, തൊഴിലില്ലായ്മ ഇരട്ടിയായി. വിദേശ വ്യാപാരവും സ്റ്റേറ്റ് ബഡ്ജറ്റ് കമ്മിയും വർദ്ധിച്ചു. എന്നിട്ടും പി എ എസ് ഒ കെ ഗവൺമെന്റ്, 1983 ൽ വീണ്ടും തിരഞ്ഞെടുപ്പു വിജയം നേടി. പ്രതിസന്ധി തരണം ചെയ്യാൻ, ഗവണ്മെന്റ് 1985 ൽ കടുത്ത നടപടികൾ കൈക്കൊണ്ടു. അത് അധ്വാനിക്കുന്ന വർഗത്തിന്റെ അവകാശങ്ങൾ കവർന്നെടുത്തു. തൊഴിലാളികൾക്കെതിരെ പുതിയ വരുമാന നയം സ്വീകരിച്ചു. ഈ ആക്രമണത്തിന് തിരിച്ചടി നേരിട്ടു: 3,00,000 ജീവനക്കാർ പണിമുടക്കി. ഒക്ടോബർ 30 ന് ആരംഭിച്ച ഈ പണിമുടക്കിനെ തുടർന്ന്, നവംബർ 14 ന് രാജ്യവ്യാപകമായി പത്തുലക്ഷം തൊഴിലാളികളും ജീവനക്കാരും സമരത്തിലേർപ്പെട്ടു. പി എ എസ് ഒ കെ തൊഴിലാളിയൂണിയൻ പ്രവർത്തകർ പണിമുടക്കു പ്രക്ഷോഭത്തിൽ സജീവമായി പങ്കെടുത്തു. എട്ടു തൊഴിലാളിയൂണിയൻ പ്രവർത്തകരെ പ്രസ്തുത സംഘടനയിൽനിന്ന് പുറത്താക്കി. അതിന്റെ ഫലമായി സംഘടന പിളർന്നു.

സ്പെയിനും ഇറ്റലിയും

1981 ൽ പ്രധാനമന്ത്രിസ്ഥാനത്ത് എത്തിയ ഗോൺസാൽസ്, കടുത്ത നടപടികൾ കൈക്കൊള്ളുകയും സ്പെയിനിനെ യൂറോപ്യൻ കോമൺ മാർക്കറ്റിൽ ഉൾപ്പെടുത്തുകയും ചെയ്തു. സോഷ്യലിസ്റ്റുകാരൻ നേതൃത്വം നൽകിയ ക്രിസ്ത്യൻ ഡമോക്രാറ്റിക് സഖ്യഗവൺമെന്റിന്റെ പ്രവർത്തനത്തെ, ഇറ്റാലിയൻ പാർട്ടി കോൺഗ്രസ്സ്, 1986 ഏപ്രിലിൽ വിലയിരുത്തി. കൂലിയിൽ വരുത്തിയ കുറവ്, സാമൂഹ്യസംരംഭങ്ങളിലെ ചെലവുചുരുക്കൽ, മറ്റ് ഉപദ്രവകരമായ സാമ്പത്തിക നടപടികൾ എന്നിവയെല്ലാം കഴിഞ്ഞ രണ്ടുവർഷമായി ഈ ഗവൺമെന്റ് സ്വീകരിച്ചുവരുന്നു. "ആ നടപടികൾ ഇടതുപക്ഷത്തിൽ വിടവ് വർദ്ധിപ്പിച്ചിരിക്കുന്നു. ക്രിസ്ത്യൻ ഡമോക്രാറ്റിക് കക്ഷിയുടെ തിരിച്ചുവരവിന് ഈ നവീകരണ നടപടികൾ വിഘാതമാണ്".

മുതലാളിത്ത വ്യവസ്ഥിതിയിലെ അഭൂതപൂർവമായ സംഭവവികാസം നിമിത്തം, സോഷ്യൽ ഡമോക്രാറ്റുകൾ അവരുടെ ഗവൺമെന്റിന്റെ നടപടികൾ, ഐ എം എഫ്/ലോകബാങ്ക് നിർദ്ദേശങ്ങൾക്കനുസരിച്ച് കൂറ്റൻ മുതലാളിമാരുടെ (സ്വന്തം നാട്ടിലെയും വിദേശങ്ങളിലേയും) താല്പര്യസംരക്ഷണത്തിന് ഉപയോഗിക്കുന്നു.

യൂറോപ്യൻ ഉദ്ഗ്രഥനവും സോഷ്യൽ ഡമോക്രാറ്റുകളും

രണ്ടു ബ്ലോക്കുകളുടെ മധ്യത്തിൽ യൂറോപ്പിനു മാത്രമായി മറ്റൊരു മാർഗം കണ്ടെത്താനുള്ള സോഷ്യൽ ഡമോക്രാറ്റുകളുടെ പ്രത്യയ ശാസ്ത്രവീക്ഷണത്തിന്റെ ആവേശമാണ്, യൂറോപ്യൻ സാമ്പത്തിക ഉദ്ഗ്രഥനത്തിൽ പ്രകടമായത്. യൂറോപ്യൻ കുത്തക മുതലാളിമാരുടെ താല്പ

ര്യസംരക്ഷണമായിരുന്നു ഈ പദ്ധതിയുടെ പിന്നിൽ. മുതലാളിത്തത്തിന്റെ മൂന്നാമതൊരു മത്സരകേന്ദ്രം സംഘടിപ്പിക്കാൻ എല്ലാ പശ്ചിമ യൂറോപ്യൻ രാജ്യങ്ങളെയും കൂട്ടിയിണക്കാനുള്ള ശ്രമമായിരുന്നു അത്. രാഷ്ട്രീയമായി, അമേരിക്കയുടെ നേതൃത്വത്തിലുള്ള അറ്റ്ലാന്റിക് ബ്ലോക്കിൽ തുടരാനും അവർ ആഗ്രഹിച്ചു. യൂറോപ്യൻ ഐക്യം ശക്തിപ്പെടുത്താൻ, ഇ ഇ സി യുടെ ഉച്ചകോടി, മിലാനിൽ ചേരാൻ മിത്തറാൻഡ് ഉത്സാഹിച്ചു. പശ്ചിമ ജർമനിയിലെ കോഹലും മിത്തറാൻഡും ചില തീരുമാനങ്ങൾ സമ്മേളനത്തിൽ അവതരിപ്പിച്ചു. പ്രസ്തുത നീക്കത്തെ അപലപിച്ചുകൊണ്ട് ഫ്രഞ്ചു കമ്യൂണിസ്റ്റു പാർട്ടിയുടെ പി ബി പ്രസ്താവിച്ചു:"അമേരിക്കയുടെയും ജപ്പാന്റെയും മൂലധനത്തെ കടന്നു കയറിക്കൊണ്ട് 12 രാജ്യങ്ങളുടെ വിശാലമായ യൂറോപ്യൻ മാർക്കറ്റ്," 1992 ആകുമ്പോഴേക്കും സ്ഥാപിക്കാനുള്ള സാമ്പത്തിക, സാമൂഹിക തീരുമാനം, അധ്വാനിക്കുന്ന വർഗത്തിനും മീതെ, ജീവിത സൗകര്യനിഷേധവും തൊഴിലില്ലായ്മയും കെട്ടിവയ്ക്കും. അതുവരെ അവർ ഉണ്ടാക്കിവെച്ച സാമൂഹികനേട്ടങ്ങളും അവകാശങ്ങളും ആക്രമിക്കപ്പെടും. തൊഴിലാളികളുടെ അദ്ധ്വാനഭാരം ചൂഷണംചെയ്ത് ലാഭം കുന്നുകൂട്ടാനുള്ള അന്താരാഷ്ട്ര കുത്തകകളുടെ നടപടികളാണ് മുതലാളിത്തലോകം സ്വീകരിക്കുന്നത്. സ്പെയിനിനെയും പോർച്ചുഗലിനെയും ഉൾപ്പെടുത്തിക്കൊണ്ട് ഇ ഇ സി വികസിപ്പിച്ചിരിക്കുന്ന അതാത് രാജ്യത്തുള്ള സോഷ്യൽ ഡമോക്രാറ്റിക് ഗവൺമെന്റുകളാണ് പ്രസ്തുത നടപടിയുടെ പിന്നിൽ. കമ്യൂണിസ്റ്റുകാരും ഇതര ഇടതുപക്ഷ ശക്തികളും അതിനെ ശക്തമായി എതിർത്തിട്ടുണ്ട്.

അതാതു രാജ്യത്തെ കുത്തക ബൂർഷ്വാസിയെ തുണയ്ക്കുന്നതിന്, സോഷ്യൽ ഡമോക്രാറ്റുകൾ യൂറോപ്യൻ യുണിയൻ എന്ന വിചിത്രഭാവന കണ്ടെത്തിയിരിക്കുന്നു. വാസ്തവത്തിൽ, ദേശീയ വ്യവസ്ഥകളും അന്തർദ്ദേശീയ മൂലധനവും തമ്മിലുള്ള വൈരുധ്യം വർദ്ധിച്ചിരിക്കുന്നു. സാമ്രാജ്യത്വത്തിന്റെ മൂന്നു പ്രമുഖ കേന്ദ്രങ്ങൾ–അമേരിക്ക, പശ്ചിമയൂറോപ്പ്, ജപ്പാൻ–അവിടങ്ങളിലെ അധ്വാനിക്കുന്ന ജനവിഭാഗങ്ങളുടെ താല്പര്യങ്ങൾ ക്രയവിക്രയം ചെയ്യുകയാണ്.

അറ്റ്ലാന്റിക് ബ്ലോക്കിന്റെ സംരക്ഷണയിൽ, സോഷ്യൽ ഡമോക്രാറ്റുകൾ യൂറോപ്പിനെ രാഷ്ട്രീയമായും സാമ്പത്തികമായും ഒരുമിപ്പിച്ചു നിർത്താനുള്ള ശ്രമത്തിൽ ഏർപ്പെട്ടിരിക്കുന്നു. എന്നാൽ, മുകളിൽ സൂചിപ്പിച്ച വൈരുധ്യങ്ങളുടെ കാഠിന്യവും, സാമ്രാജ്യത്വവും സോഷ്യലിസവും തമ്മിലുള്ള മത്സരത്തിന്റെ തീവ്രതയും, സോഷ്യൽ ഡമോക്രാറ്റുകളെ സമ്മർദ്ദത്തിൽ അകപ്പെടുത്തിയിരിക്കുന്നു.

സോഷ്യൽ ഡമോക്രാറ്റുകളും യുദ്ധത്തിന്റെയും സമാധാനത്തിന്റെയും സമസ്യകളും

സമ്രാജ്യത്വവും സോഷ്യലിസവും തമ്മിലുള്ള വൈരുധ്യം മൂർച്ഛി

ച്ചിരിക്കുന്നു. അതിന്റെ ഫലമായി അമേരിക്കയുടെ ആഗോള മേധാവിത്വവും. സോവിയറ്റുയൂണിയനുമായി സായുധ സംഘട്ടനത്തിന്റെ വക്കിലാണ് ലോകം. അതേ അവസരത്തിൽ, അന്താരാഷ്ട്ര മൂലധനശക്തികളും ദേശീയ ഭരണകൂടങ്ങളും തമ്മിലും ലോകസാമ്രാജ്യത്വത്തിന്റെ മൂന്ന് പ്രമുഖ കേന്ദ്രങ്ങളും തമ്മിലുള്ള വൈരുധ്യങ്ങൾ, സാമൂഹിക ജനാധിപത്യ നയങ്ങളിൽ, സ്വാധീനം ചെലുത്തുന്നുമുണ്ട്. അതിന്റെ ഫലമായി, അവർ എല്ലാവരുടെയും അടവുകളിൽ, അവിടവിടെ വളവും തിരിവും പ്രകടമാണ്. രണ്ടു ദശാബ്ദമായി വിച്ഛേദിക്കപ്പെട്ട ഫ്രാൻസിന്റെ നാറ്റോവുമായുള്ള ബന്ധം, മിത്തറാൻഡ്, പ്രസിഡന്റായിരുന്നതിനുശേഷം പുന:സ്ഥാപിച്ചിരിക്കുന്നു. അറ്റ്ലാന്റിക് സഖ്യം ശക്തിപ്പെടുത്താനും യൂറോപ്പിൽ മിസൈലുകൾ സ്ഥാപിക്കാനുമുള്ള സ്വന്തം അഭിലാഷം തുറന്നുപറയാൻ, മിത്തറാൻഡ് മടിക്കുന്നില്ല. പിന്നീട്, റീഗന്റെ "നക്ഷത്രയുദ്ധ"ത്തെ എതിർക്കാനും, അതിനുപകരമായി യൂറോപ്യൻ സഹകരണ സംരഭമായി യൂറേക്കാ പദ്ധതി നിർദ്ദേശിക്കാനും അദ്ദേഹം മുന്നോട്ടുവന്നു. അമേരിക്കൻ ആധിപത്യത്തിലുള്ള നാറ്റോവുമായി ബന്ധംവിടാൻ സോഷ്യൽ ഡമോക്രാറ്റുകൾ വിസമ്മതിച്ചെങ്കിലും അതിനു വിപരീതമായി ഇടക്കിടെ പ്രസ്താവനകൾ പുറപ്പെടുവിക്കുകയും ചെയ്തു. നാറ്റോവിൽ നിന്ന് സ്പെയിനിനെ മോചിപ്പിക്കുമെന്ന് സോഷ്യലിസ്റ്റ് പ്രധാനമന്ത്രി ഫെലിപ്പെഗോൺസാലസ്, 1981 ലെ തിരഞ്ഞെടുപ്പ് മാനിഫെസ്റ്റോവിൽ വാഗ്ദാനം ചെയ്തെങ്കിലും, പിന്നീട് അഭിപ്രായത്തിൽ തകിടം മറിച്ചിൽ നടത്തി, നാറ്റോവിൽത്തന്നെ തുടരുകയും 1985ൽ ഹിതപരിശോധന നടത്താമെന്ന് പ്രസ്താവിക്കുകയും ചെയ്തു. അതു നടപ്പിലാക്കാൻ ഡമോക്രാറ്റിക്കിനെ പിളർപ്പിലേക്കു നയിച്ചു.

രാജ്യത്തുനിന്ന് അമേരിക്കൻ സൈനികത്താവളങ്ങളും അണ്വായുധങ്ങളും പിൻവലിക്കുമെന്ന് വാഗ്ദാനം ചെയ്തുകൊണ്ടാണ് ഗ്രീസിൽ, പാപന്ദ്രുവിന്റെ ഗവൺമെന്റ് അധികാരത്തിലെത്തിയത്. വടക്കൻ ഗ്രീസിലെ ചില ന്യൂക്ലിയർ സ്ഫോടനായുധങ്ങൾ 1983ൽ പിൻവലിച്ചു. എന്നാൽ അവ, നാറ്റോ ആയുധശാലയിലെ കാലഹരണം വന്ന ആയുധങ്ങളായിരുന്നു എന്നുമാത്രം. ചെറുതും വലുതുമായ ഇരുപത്തിനാല് ആയുധത്താവളങ്ങൾ ഗ്രീസിലെ മണ്ണിൽ, തുടർന്നും നിലനിന്നു. അമേരിക്കയും ഗ്രീസും തമ്മിൽ ഉണ്ടാക്കിയ, ആയുധത്താവളത്തെ സംബന്ധിച്ച ഒരു ഉടമ്പടി, 1983ൽ തീർച്ചപ്പെടുത്തിയിരുന്നു. അതിന്റെ അവധി 1988 ൽ എത്തിയപ്പോൾ, എല്ലാ അമേരിക്കൻ താവളങ്ങളും പൊളിച്ചുനീക്കണെമെന്ന് പാസോക് ഗവൺമെന്റ് നിർദ്ദേശിച്ചു. എന്നാൽ അമേരിക്ക അത് അനുസരിക്കാതെ, താവളങ്ങൾ തടസമില്ലാതെ ഇന്നും നിലനിർത്തിവരുന്നു. യൂറോപ്പിൽ പുതിയ താവളങ്ങൾ സ്ഥാപിക്കരുത് എന്ന ദൃഢമായ നിലപാടാണ്, പാപന്ദ്രു ഗവൺമെന്റ് സ്വീകരിച്ചത്, പി എൽ ഒവുമായും ദേശീയ വിമോചന പ്രസ്ഥാനവുമായും സൗഹൃദബന്ധം പുലർത്തുകയും ചെയ്യുന്നു. എന്നാലും ആഭ്യന്തര സാമ്പത്തിക നയങ്ങ

ളിൽ അടുത്തകാലത്ത് സ്വീകരിച്ചുവരുന്ന വലതുപക്ഷച്ചായ്‌വ്, വിദേശ നയത്തിൽ എങ്ങനെ ബാധിക്കുമെന്ന് പ്രവചിക്കാൻ സാധ്യമല്ല.

വർണരാജിയുടെ ഒരറ്റത്തുള്ള പോർച്ചുഗലിൽ സോറസ്, പിന്തിരിപ്പൻ വിദേശനയം പിന്തുടരുകയും നാറ്റോവുമായി സഖ്യം ദൃഢപ്പെടുത്തുകയും ചെയ്യുന്നു; അംഗോളയുമായും മൊസാമ്പിക്കുമായും ശത്രുത നിലനിർത്തുന്നു. ദക്ഷിണാഫ്രിക്കക്ക് നയതന്ത്ര പിന്തുണ നൽകുന്നു.

സമാധാന പ്രസ്ഥാനത്തിന്റെ സമ്മർദ്ദം

പശ്ചിമ യൂറോപ്യൻ സ്വാതന്ത്ര്യത്തിന്റെ രക്ഷകസ്ഥാനം അമേരിക്കക്ക് നൽകുന്ന ബ്രിട്ടനിലെ ലേബർ ഗവൺമെന്റും, പശ്ചിമ ജർമനിയിലെ എസ് ഡി പി ഗവൺമെന്റും 1979ൽ സ്വന്തം മണ്ണിൽ പെർഷിങ്ങ്, ക്രൂയിസ് മിസൈലുകൾ സ്ഥാപിക്കാൻ അമേരിക്കക്ക് അനുമതി നൽകി. ഇപ്പോൾ അധികാരത്തിൽ ഇല്ലാത്ത ഇരുകക്ഷികളും അതിനെതിരാണ്. റീഗന്റെ എസ് ഡി ഐ പരിപാടിയേയും എതിർക്കുന്നു. സങ്കുചിത രാഷ്ട്രീയ-തിരഞ്ഞെടുപ്പ് താല്പര്യങ്ങൾക്ക് സമാധാന പ്രസ്ഥാനത്തെ ഉപയോഗിക്കാൻ സോഷ്യൽ ഡമോക്രാറ്റുകൾ സദാ ശ്രദ്ധിക്കുന്നു. യുദ്ധവും സമാധാനവും സംബന്ധിച്ച സമസ്യകളിൽ, അവർ എപ്പോഴും അവസരവാദനയമാണ് കൈക്കൊള്ളുന്നത്. പ്രതിപക്ഷത്ത് ഇരിക്കുമ്പോൾ, സമാധാനസംരഭങ്ങൾക്ക് പിന്തുണ; അധികാരത്തിൽ വരുമ്പോൾ, സമാധാന നടപടികളെ എതിർക്കുക.

എന്നാലും എൺപതുകളിൽ, യുറോപ്പിലെ സ്ഥിതിഗതികൾ നാടകീയമായി മാറി. മിസൈലുകൾ സ്ഥാപിക്കുന്നതിനും നക്ഷത്രയുദ്ധം നടത്തുന്നതിനും രാസായുധങ്ങൾ ഉപയോഗിക്കുന്നതിനും എതിരായ, സമാധാനപ്രതിരോധ പ്രസ്ഥാനം പശ്ചിമ യൂറോപ്പിൽ, ജനലക്ഷങ്ങളെ അണിനിരത്തിക്കൊണ്ട് ശക്തമായ ജനകീയ സംരംഭമായി വളർന്നു. സോഷ്യൽ ഡമോക്രാറ്റുകൾക്ക് വോട്ടു നൽകിയ നിരവധി ജനങ്ങളും ഇതിൽ പങ്കാളികളായി. യുദ്ധവിരുദ്ധ പ്രസ്ഥാനത്തിൽ, സോഷ്യൽ ഡമോക്രാറ്റിക് പ്രക്ഷോഭകർ സാരമായ സംഭാവന സമർപ്പിച്ചു. പശ്ചിമ ജർമനി, ബ്രിട്ടൻ, ഫ്രാൻസ്, ബെൽജിയം, ഡെന്മാർക്ക്, സ്വീഡൻ, ഇറ്റലി തുടങ്ങി എല്ലാ നാറ്റോ രാജ്യങ്ങളിലെയും സോഷ്യൽ ഡമോക്രാറ്റിക് രാഷ്ട്രീയ പ്രവർത്തകരിൽ, പ്രതിഷേധ പ്രസ്ഥാനം സ്വാധീനം ചെലുത്തി. പശ്ചിമ ജർമ്മനിയിലെ എസ് ഡി പി, മിസൈലുകൾ വിന്യസിക്കാനും നക്ഷത്ര യുദ്ധം നടത്താനും ഉള്ള തീരുമാനത്തോട് മുമ്പ് സ്വീകരിച്ച നിലപാടിന് വിരുദ്ധമായ സമീപനമാണ് ഇപ്പോൾ കൈക്കൊണ്ടത്. ബ്രിട്ടനിലെ ലേബർപാർട്ടി, അതിന്റെ കഴിഞ്ഞ തിരഞ്ഞെടുപ്പു വിജ്ഞാപനത്തിൽ ഏകപക്ഷീയമായി ന്യൂക്ലിയർ നിരായുധീകരണം ഉൾപ്പെടുത്തി. ടോറികളും പാർട്ടിയിലെ വലതുപക്ഷശക്തികളും സംഘടിതമായി എതിർത്തിട്ടും അവർ തീരുമാനത്തിൽ ഉറച്ചുനിന്നു. ഭാവിയിൽ ലേബർ ഗവൺമെന്റ്, അണ്വായുധ ശക്തിയിൽ, ട്രൈഡന്റ് ഘടിപ്പിച്ച പോളറിസ്

മിസൈലുകൾ ഉൾപ്പെടുത്തുകയില്ലെന്നും പ്രഖ്യാപിച്ചു.

1983 ആകുമ്പോഴേക്കും, അമേരിക്കൻ മിസൈലുകൾ സ്ഥാപിക്കുമെന്ന് പ്രഖ്യാപിക്കപ്പെട്ട അഞ്ചു പശ്ചിമ യൂറോപ്യൻ രാജ്യങ്ങളിൽ, ഇറ്റലിയിലെ സോഷ്യലിസ്റ്റു പാർട്ടിമാത്രം അതിനെ അനുകൂലിച്ചപ്പോൾ മറ്റു നാലു രാജ്യങ്ങളിലേയും സമാന കക്ഷികൾ അതിനെ എതിർക്കുകയാണ് ചെയ്തത്.

'നക്ഷത്രയുദ്ധങ്ങൾ'ക്കെതിരായ പ്രതിഷേധം

റീഗൻ ഭരണകൂടത്തിന്റെ 'നക്ഷത്രയുദ്ധങ്ങൾ'ക്കും സാൾട്-II കരാറ് അട്ടിമറിക്കാനുള്ള തീരുമാനത്തിനും എതിരെ, സോഷ്യലിസ്റ്റ് ഇന്റർനാഷണൽ, യുദ്ധവിരുദ്ധ സമീപനമാണ് സ്വീകരിച്ചത്. 1985 ജൂണിൽ, സ്റ്റോക്ക്ഹോമിനു സമീപമുള്ള ബൊമ്മർസ്വിക്കിൽ, സോഷ്യലിസ്റ്റ് ഇന്റർനാഷണലിന്റെ ബ്യൂറോവും 30 സോഷ്യലിസ്റ്റ് സോഷ്യൽ ഡമോക്രാറ്റിക് പാർട്ടികളും സമ്മേളിച്ച്, ബാഹ്യാകാശം സമാധാനസംരഭങ്ങൾക്കുമാത്രമെ ഉപയോഗിക്കാൻ പാടുള്ളു എന്ന പ്രമേയം അംഗീകരിച്ചു. സോവിയറ്റു യൂണിയന്റെ സമാനമായ സമാധാനസംരംഭങ്ങളെയും പ്രമുഖ സോഷ്യൽ ഡമോക്രാറ്റിക് നേതാക്കന്മാർ സ്വാഗതം ചെയ്തു. അണ്വായുധ അപകടങ്ങളെക്കുറിച്ചും സ്വന്തം ജീവിത മാർഗ്ഗങ്ങളിൽ മുതലാളിത്തം നടത്തുന്ന അതിക്രമങ്ങളെക്കുറിച്ചും സാധാരണക്കാരിൽ അവബോധം വളർന്നുവന്നു. യുദ്ധവും സമാധാനവും സംബന്ധിച്ച പ്രശ്നങ്ങളിലും സാമൂഹ്യ ജനാധിപത്യ അടിത്തറിയിൽ സമഗ്രമായ പരിവർത്തനം സംഭവിച്ചു.

യൂറോപ്പിലെ സമാധാനത്തെ സംബന്ധിച്ചുള്ള പരമ പ്രധാനമായ പ്രശ്നത്തിൽ, പൊതുജനാഭിപ്രായത്തിന് എതിരായി നീങ്ങാൻ സോഷ്യൽ ഡമോക്രാറ്റുകൾക്ക് സാധിച്ചില്ല. കമ്യൂണിസത്തിനും സോവിയറ്റു യൂണിയനും എതിരായ കുരിശുയുദ്ധം യൂറോപ്പിനെ അണ്വായുധ യുദ്ധരംഗമായി മാറ്റുമെന്ന് പൊതുജന ബോധ്യം വളർന്നു വന്നു. അമ്പതുകളിലും അറുപതുകളിലും സോഷ്യൽ ഡമോക്രസിയുടെ വീക്ഷണത്തിന്റെ അവിഭാജ്യഘടകമായിരുന്ന കമ്യൂണിസ്റ്റ് വിരുദ്ധമായ പക്ഷഭേദങ്ങൾ ഉപേക്ഷിക്കാൻ അവർ നിർബന്ധിതരായി. രാജ്യങ്ങൾ തമ്മിലുള്ള പിരിമുറുക്കം കുറയ്ക്കലും ആയുധ നിയന്ത്രണവുമാണ് സമാധാനം സംബന്ധിച്ച പ്രശ്നത്തിൽ അത്യാവശ്യമെന്ന അഭിപ്രായം സോഷ്യൽ ഡമോക്രാറ്റിക് വൃത്തങ്ങളിൽ വളർന്നുവന്നു. സോഷ്യലിസ്റ്റ്–സോഷ്യൽ ഡമോക്രാറ്റ്, കമ്യൂണിസ്റ്റ് ജനാധിപത്യ ശക്തികൾ തമ്മിൽ സഹകരണം വളർത്തി, യൂറോപ്പിൽ സമാധാന പ്രസ്ഥാനം ശക്തിപ്പെടുത്തണമെന്ന ചിന്താഗതിയാണ്, ഇന്ന് പശ്ചിമ യൂറോപ്പിൽ ദൃശ്യമാകുന്നത്.

സോഷ്യൽ ഡമോക്രസിയും കമ്യൂണിസ്റ്റുകാരും

തൊഴിലാളി വർഗങ്ങളുടെയും ഇടത്തരക്കാരുടെയും ഇടയിൽ,

സോഷ്യൽ ഡമോക്രാറ്റിക് പാർട്ടി പ്രകടമായ സ്വാധീനം ചെലുത്തുന്ന പ്രതിഭാസമാണ് പശ്ചിമ യൂറോപ്പിൽ കമ്യൂണിസ്റ്റുകാർ അഭിമുഖീകരിക്കുന്നത്. ഇറ്റലിയിലേയും ഫ്രാൻസിലേയും തൊഴിലാളി സംഘടനകളിൽ മാത്രമാണ് അത്തരം അവസ്ഥ ദൃശ്യമാകാത്തത്. കഴിഞ്ഞ ഏതാനും വർഷങ്ങളായി, ഫ്രാൻസിലും കമ്യൂണിസ്റ്റുകാരുടെ ചെലവിൽ, സോഷ്യലിസ്റ്റുകാർക്ക്, തിരഞ്ഞെടുപ്പു വിജയം നേടാൻ കഴിഞ്ഞിട്ടുണ്ട്.

വലതുപക്ഷത്തേക്ക് നയത്തിൽ ചായ്‌വ്, സാധാരണക്കാരുടെ വ്യാപകമായ തൊഴിലില്ലായ്മ, യുദ്ധസന്നദ്ധത, നവ–ഫാസിസ്റ്റ് പ്രവണതകളുടെയും, വംശീയ ഭേദങ്ങളുടെയും വളർച്ച, ഇടതുപക്ഷ ജനാധിപത്യ ശക്തികളോടുള്ള പ്രത്യാക്രമണം എന്നിവ വർദ്ധിച്ചു. സാമൂഹ്യ ജനാധിപത്യ ശക്തികളുടെ 'ക്രമീകരണം,' പ്രതിസന്ധിയുടെ ഭാരം അധ്വാനിക്കുന്ന വർഗത്തിനുനേരെ തിരിച്ചുവിട്ടു. എൺപതുകളിൽ സ്വീകരിച്ച വലതുപക്ഷ വ്യതിയാനം, കമ്യൂണിസ്റ്റുകാരുടെ തിരഞ്ഞെടുപ്പു പരാജയത്തിലാണ് പര്യവസാനിച്ചത്. ഏറ്റവും കനത്ത നഷ്ടം ഫ്രാൻസിലാണ് ഉണ്ടായത്. അവിടെ 1978ലെ തിരഞ്ഞെടുപ്പിൽ, നാഷണൽ അസംബ്ലിയിൽ 16 ശതമാനത്തിൽ അധികം വോട്ടു നേടിയ കമ്യൂണിസ്റ്റു പാർട്ടി 1985 ലെ തിരഞ്ഞെടുപ്പിൽ, 9.8 ശതമാനം വോട്ടുമാത്രം നേടി. യുദ്ധാനന്തരം ഏറ്റവും കുറഞ്ഞ വോട്ടു ലഭിച്ചത് ആ തിരഞ്ഞെടുപ്പിലായിരുന്നു. 1978 ലെ തിരഞ്ഞെടുപ്പിൽ സ്പാനിഷ് കമ്യൂണിസ്റ്റുകാർക്ക് 10 ശതമാനം വോട്ടു കിട്ടിയപ്പോൾ, 1982 ൽ കാറില്ലോവിന്റെ നേതൃത്വത്തിൽ, 4.1 ശതമാനമായി കുറഞ്ഞു. 1986 ജൂണിൽ നടന്ന തിരഞ്ഞെടുപ്പിൽ, കമ്യൂണിസ്റ്റു നേതൃത്വത്തിലുള്ള ഇടതു സഖ്യം 7 സ്ഥാനം നേടിക്കൊണ്ട് സ്ഥിതി മെച്ചപ്പെടുത്തി. ഫിൻലാണ്ടിൽ, കമ്യൂണിസ്റ്റു നേതൃത്വത്തിലുള്ള പീപ്പിൾസ് ഡമോക്രാറ്റിക് ലീഗ്, 1983 ലെ തിരഞ്ഞെടുപ്പിൽ 1979 ലെ തിരഞ്ഞെടുപ്പിനേക്കാൾ, 4 ശതമാനം വോട്ട് കുറവാണ് നേടിയത്. ഹോളണ്ടിൽ അടുത്തു നടന്ന തിരഞ്ഞെടുപ്പിൽ, അതിനു മുമ്പുണ്ടായിരുന്ന 3 സീറ്റ് കമ്യൂണിസ്റ്റുകാർക്ക് നഷ്ടമായി; ഇപ്പോൾ പാർലമെന്റിൽ പ്രാതിനിധ്യമേ ഇല്ല. 1983 ലെ തിരഞ്ഞെടുപ്പിൽ, 5–6 ശതമാനം വോട്ടു നേടിക്കൊണ്ട് ഇടതു കമ്യൂണിസ്റ്റുകാർ, 1979 ലെ സ്ഥിതി നിലനിർത്തി. ഇറ്റലിയിൽ 1983 ൽ 29.9 ശതമാനം വോട്ടു കിട്ടി. മുമ്പ് 30.4 ശതമാനമായിരുന്നു, 1985ൽ യൂറോപ്യൻ പാർലമെന്റിലെ നില മെച്ചമായിരുന്നെങ്കിലും, പ്രാദേശിക സഭകളിലേക്കുള്ള തിരഞ്ഞെടുപ്പിൽ തിരച്ചടി നേരിട്ടു. അതേ വർഷം, പോർച്ചുഗലിലെ വോട്ടെടുപ്പിൽ, കമ്യൂണിസ്റ്റു സഖ്യത്തിന് 1,30,000 വോട്ടും ആറു സീറ്റും നഷ്ടമായി. ഗ്രീസിൽ 1981 ൽ ലഭിച്ച 13 സീറ്റ് 1983 ൽ നിലനിർത്തി.

ഗ്രീസിനെപ്പോലെ ഏതാനും രാജ്യങ്ങളിൽ ഒഴികെ സോഷ്യൽ ഡമോക്രാറ്റുകൾക്കാണ് മറ്റിടങ്ങളിൽ വോട്ടിന്റെ നിലയിൽ നേട്ടം കിട്ടിയത്. സോഷ്യൽ ഡമോക്രാറ്റുകൾക്ക് പരാജയം പറ്റിയ ഇടങ്ങളിൽ, വലതുപക്ഷ കക്ഷികളും മധ്യ കക്ഷികളും ജയിച്ചുകയറി. സ്വീഡൻ,

ഡെൻമാർക്ക് തുടങ്ങിയ സോഷ്യൽ ഡമോക്രസിയുടെ പരമ്പരാഗത വിജയകേന്ദ്രങ്ങളിൽ, വലതുപക്ഷ സഖ്യങ്ങൾ, യുദ്ധാനന്തര കാലഘട്ടത്തിൽ ആദ്യമായി നേട്ടമുണ്ടാക്കി.

ഫ്രാൻസ്, സ്പെയിൽ, ബ്രിട്ടൻ, ഇറ്റലി, സ്വീഡൻ, ആസ്ട്രേലിയ എന്നീ രാജ്യങ്ങളിൽ അധികാരത്തിൽ എത്തിയ സോഷ്യൽ ഡമോക്രാറ്റുകളുടെ പ്രതിലോമകരങ്ങളായ നയങ്ങളെ, കമ്യൂണിസ്റ്റുകാർ ശക്തമായും യുക്തമായും എതിർത്തു. സോഷ്യലിസ്റ്റുകാരുടെ വിശ്വാസ വഞ്ചനയ്ക്ക് എതിരെ, കമ്യൂണിസ്റ്റു പാർട്ടി പോർച്ചുഗലിൽ തൊഴിലാളി വർഗത്തോടൊപ്പം നിലയുറപ്പിച്ചുകൊണ്ട്, ദൃഢനിശ്ചയത്തോടെ പൊരുതി. ഗ്രീക്കു കമ്യൂണിസ്റ്റുപാർട്ടി, പാപന്ദ്രുവിന്റെ വിദേശനയത്തിലെ സാമ്രാജ്യത്വ–വിരുദ്ധ നിലപാടിനെ പിന്തുണച്ചു. അതേ അവസരത്തിൽ, അമേരിക്കയുടെ സമ്മർദ്ദതന്ത്രങ്ങൾക്ക് വഴങ്ങുന്നതിനെ എതിർത്തു. ജനാധിപത്യത്തെ ശക്തിപ്പെടുത്താൻ സ്വീകരിക്കുന്ന നയങ്ങളെ പിന്തുണയ്ക്കുകയും അവയുമായി സഹകരിക്കുകയും ചെയ്തു. തൊഴിലാളി വർഗത്തിന് സൗകര്യം നിഷേധിക്കുന്നതിനെതിരെ തെരുവിൽ പ്രതിഷേധം നയിച്ചു.

സോഷ്യൽ ഡമോക്രസിയുടെ നിഷേധാത്മക നയങ്ങളെ പാശ്ചാത്യ യൂറോപ്യൻകമ്യൂണിസ്റ്റു പാർട്ടികൾ ദൃഢനിശ്ചയത്തോടെ തടഞ്ഞു നിർത്തി. അതേ അവസരത്തിൽ, സമാധാനത്തിന്റെ പ്രശ്നങ്ങളിലും നിയോഫാസിസ്റ്റ് സംഘടനകളോടുള്ള എതിർപ്പിലും വലതുപക്ഷ ഗവൺമെന്റുകളുടെ തൊഴിലാളി വർഗ ആനുകൂല്യ നിഷേധങ്ങളിലും സോഷ്യൽ ഡമോക്രാറ്റുകളോടൊപ്പം ചേർന്ന് പൊരുതുകയും ചെയ്തു. സോഷ്യൽ ഡമോക്രാററുകളുടെ തൊഴിലാളി വർഗ അടത്തറയും തൊഴിലാളി സംഘടനകളോടുള്ള ആനുകൂല്യവും ഉപയോഗപ്പെടുത്തിക്കൊണ്ട് വലതുപക്ഷ വെല്ലുവിളിയെ നേരിടാൻ, തൊഴിലാളി വർഗത്തെ യോജിപ്പിക്കാനുള്ള തന്ത്രങ്ങൾ കമ്യൂണിസ്റ്റു പാർട്ടി സ്വീകരിച്ചു.

"യൂറോ കമ്യൂണിസ്റ്റ്" പ്രവണതകൾ

മുതലാളിത്ത വികസനത്തിന്റെ ആദ്യ ഘട്ടങ്ങളിൽ, ബൂർഷ്വാ സമൂഹത്തിന്റെ നശീകരണ സ്വാധീനം തൊഴിലാളിവർഗ പ്രസ്ഥാനത്തിൽ സ്ഥാനമുറപ്പിക്കുന്നതിന് സോഷ്യൽ ഡമോക്രസി സഹായിച്ചു. യൂറോപ്പിലെ ഇടതുപക്ഷത്തിലും കമ്യൂണിസ്റ്റുകാരിലും എഴുപതുകളിൽ അതിന്റെ അലയൊലി വ്യാപിച്ചു. സോഷ്യൽ ഡമോക്രസിയുമായി ഈ മിഥ്യാബോധം പങ്കുവെച്ച വ്യക്തിയായിരുന്നു സ്പെയിനിലെ സാന്തിയാഗൊ കാറില്ലൊ. യൂറോ കമ്യൂണിസത്തിന്റെ വക്താവായിരുന്ന കാറില്ലൊ, അതിനെ സ്പെയിനിലെ സോഷ്യൽ ഡമോക്രസിയുമായി ബന്ധപ്പെടുത്താൻ ശ്രമിച്ചു. "*യൂറോകമ്യൂണിസം ആന്റ് ദ സ്റ്റേറ്റ്*" എന്ന പുസ്തകത്തിൽ അദ്ദേഹം പ്രസ്താവിച്ചു: "1920ലെ പിളർപ്പ് പരിഹരിക്കാതിരിക്കാൻ യാതൊരു കാരണവും കാണുന്നില്ല. ശാസ്ത്രീയ സോഷ്യലിസ

ത്തിന്റെയും ജനാധിപത്യത്തിന്റെയും അടിസ്ഥാനത്തിൽ ഒരേ ലക്ഷ്യസ്ഥാനത്ത് ചെന്നു ചേരുന്നതിനും പ്രയാസമില്ല." സ്പാനിഷ് കമ്യൂണിസ്റ്റു പാർട്ടി സ്ഥാപിച്ച 1920 ലാണ് "പിളർപ്പ്" സംഭവിച്ചത്. മാർക്സിസം-ലെനിനിസം ഉപേക്ഷിക്കപ്പെട്ട നിലയ്ക്ക്, സോഷ്യലിസ്റ്റു ഡമോക്രസിയുമായി ഒത്തുചേർന്ന് പിളർപ്പ് പരിഹരിക്കുന്നത് സ്വാഭാവികമത്രെ. കാറില്ലൊ തിരഞ്ഞെടുത്ത മാർഗത്തിലൂടെയായിരുന്നു ബൺസ്റ്റീൻ, കൗട്സ്കി എന്നിവർ ഏഴ്-എട്ട് ദശകങ്ങൾക്കുശേഷം സഞ്ചരിച്ചത്. അതേ കാരണങ്ങൾകൊണ്ടുതന്നെ സോഷ്യൽ ഡമോക്രാറ്റുകൾ എഴുപതുകളിൽ വലതുപക്ഷത്തേക്ക് ചാഞ്ഞു. അതിന്റെ സ്വാധീനം ചില കമ്യൂണിസ്റ്റു വൃത്തങ്ങളിൽ പ്രവർത്തിക്കുകയും യൂറോ കമ്യൂണിസം സ്വീകരിക്കാൻ ഇടയാവുകയും ചെയ്തു. മാർക്സിസവും സോഷ്യൽ ഡമോക്രസിയും തമ്മിലുള്ള വിടവു നികത്താൻ, അതുവഴി കമ്യൂണിസ്റ്റുകാർക്ക് കഴിഞ്ഞു. അതുവരെ അക്കാര്യം സാധിക്കാൻ കമ്യൂണിസ്റ്റുകാർക്ക് പ്രയാസമായിരുന്നു. പ്രത്യേകം കമ്യൂണിസ്റ്റുപാർട്ടി രൂപീകരിച്ചുകൊണ്ടും സംഘടനാ സംവിധാനം ഏർപ്പെടുത്തിയുമാണ് ഈ പ്രത്യയശാസ്ത്ര ശ്രമം വിജയിപ്പിച്ചത്. എന്നാൽ, തിരഞ്ഞെടുപ്പു വിജയത്തിന് ഇത് സഹായകമായില്ല. കാരണം, ഏറ്റവും വലിയ സോഷ്യൽ ഡമോക്രാറ്റിക് സംവിധാനമാണ് സമ്മതിദായകർക്ക് സ്വീകാര്യമായത്. അതിന്റെ നിറംകുറഞ്ഞ അനുകരണം അത്രയും വിലപ്പോയില്ല, രാഷ്ട്രീയമായി, പുതിയ പിളർപ്പ് ആവിയായിപ്പോയി. കമ്യൂണിസ്റ്റ്, ഇടതുപക്ഷ ശക്തികളെ ദുർബലപ്പെടുത്തിയതുമാത്രം മിച്ചം.

1985 ൽ സ്പാനിഷ് കമ്യൂണിസ്റ്റു പാർട്ടിയിൽനിന്ന് കാറില്ലൊ പുറത്തായി. തുടർന്ന് മൂന്നു ഗ്രൂപ്പുകൾ ഉരുത്തിരിഞ്ഞു. പ്രധാനമന്ത്രി ഗോൺസാലസ് വലതു പക്ഷത്തേക്ക് ചാഞ്ഞു. കമ്യൂണിസ്റ്റുകാർ എതിർത്തു. ഈ അടുത്തകാലത്തു നടന്ന തിരഞ്ഞെടുപ്പിൽ, രണ്ടു കമ്യൂണിസ്റ്റുപാർട്ടികൾ ഉൾപ്പെട്ട ഇടതുപക്ഷ സഖ്യം, എട്ടു സ്ഥാനം നേടി. കാറില്ലോവിന്റെ ഗ്രൂപ്പിന് ഒന്നും ലഭിച്ചില്ല. തത്ത്വാധിഷ്ഠിതമായ ഐക്യത്തിനുവേണ്ടിയുള്ള ശ്രമം ഇപ്പോഴും തുടരുകയാണ്.

ഫ്രാൻസ്: സോഷ്യൽ ഡമോക്രാറ്റിക് ആശയഗതിയുമായി യാതൊരു വിട്ടുവീഴ്ചയുമില്ല. സോഷ്യലിസ്റ്റുകാരുമായി തെറ്റിപ്പിരിഞ്ഞശേഷം, തിരഞ്ഞെടുപ്പു പരാജയമാണ് മഹത്തായ ഫ്രഞ്ചുതൊഴിലാളിവർഗ കക്ഷിക്ക് സംഭവിച്ചത്. സോഷ്യലിസ്റ്റുകാരുമായി ഐക്യമുന്നണി ഉണ്ടാക്കിയ അനുഭവത്തെപ്പറ്റി, ഫ്രഞ്ചു കമ്യൂണിസ്റ്റു പാർട്ടിയുടെ 25-ാം കോൺഗ്രസിലെ പ്രമേയം ഇപ്രകാരം ചൂണ്ടിക്കാട്ടുന്നു:

> സംയുക്തമായി ഒരു ഗവൺമെന്റു രൂപികരിക്കാനുള്ള സംവിധാനത്തെപ്പറ്റിയാണ് ഞങ്ങൾ കാര്യമായി പരിഗണിച്ചത്. സുദീർഘവും ശ്രമകരവുമായ രാഷ്ട്രീയസമരത്തിനുശേഷം, സോഷ്യലിസ്റ്റുകാരുമായി, കരാറിലെത്താൻ ഞങ്ങൾക്കു കഴിഞ്ഞു.

"കുത്തക മുതലാളിത്തത്തിന് എതിരായ പരിപാടി രൂപപ്പെടുത്താൻ സംയുക്തമായി ഞങ്ങൾക്കു സാധിച്ചു. എന്നാൽ, മുതലാളിത്തവുമായി ഞങ്ങൾ തീർത്തും ബന്ധം വിട്ടിരിക്കുന്നു." എന്ന ധാരണ അതു വഴി പരക്കാനിടയായി. പ്രശ്നത്തിന്റെ പ്രത്യയശാസ്ത്രപരവും രാഷ്ട്രീയവുമായ സമരത്തിന്റെ ആവശ്യം പശ്ചാത്തലത്തിലേക്കു പിന്മാറി. ഇന്ന് ഒരു കാര്യം വ്യക്തമായിരിക്കുന്നു. സോഷ്യലിസ്റ്റുപാർട്ടി അതിന്റെ മുതലാളിത്ത വിരുദ്ധ പ്രഖ്യാപനങ്ങൾ ഉപേക്ഷിച്ചിരിക്കുന്നു. പ്രശ്നങ്ങളും ഫലങ്ങളും അപരിഹാര്യങ്ങളാണെന്ന അപകടകരമായ ആശയങ്ങൾ പ്രചരിപ്പിക്കുന്നതിൽ ആ പാർട്ടി മുഴുകിയിരിക്കുകയാണ്.

"നേരെ മറിച്ച്," സോഷ്യലിസ്റ്റു-കമ്യൂണിസ്റ്റു പാർട്ടികൾ സംയുക്തമായി സ്വീകരിച്ച തീരുമാനം, ഒരു തരം ധാരണ പരത്തിയിട്ടുണ്ട്. അതായത്, പ്രശ്ന പരിഹാരങ്ങൾ മുകൾത്തട്ടിൽ നിന്നുവേണം വരാൻ. പരിഹാരത്തിന് ക്ഷമയോടെ കാത്തിരിക്കേണ്ടതുണ്ട്. എല്ലാ കേന്ദ്രങ്ങളിലും ബഹുജനം, ഉത്തരവാദിത്വത്തോടെ സജീവവും വ്യാപകവുമായ തോതിൽ ഇടപെടേണ്ടതുണ്ട്. ഒരു പരിപാടി തീരുമാനിക്കാനും നടപ്പിലാക്കാനും സമ്മർദ്ദം ചെലുത്തുന്ന ഉപകരണം മാത്രമാണ് സാമൂഹ്യ പ്രസ്ഥാനം എന്ന ധാരണയാണ് നിലവിലുള്ളത്.

സമൂഹത്തിന്റെ പുനർനിർമ്മാണ പ്രവർത്തനത്തിന് ജനകീയ പ്രസ്ഥാനം വളർത്തിയെടുക്കേണ്ട സന്ദർഭം വരുമ്പോൾ, അതിന് സ്വാധീനം ചെലുത്താൻ കഴിവുള്ള വിപ്ലവപാർട്ടി ആവശ്യമാണെന്നു വരും. അപ്പോൾ, സോഷ്യലിസ്റ്റു പാർട്ടിയും കമ്യൂണിസ്റ്റു പാർട്ടിയും തമ്മിൽ മാറ്റത്തിന്റെ ഉള്ളടക്കത്തിലോ, കൂട്ടുകെട്ടിന്റെ തീരുമാനത്തിലോ, വ്യത്യാസമില്ലെന്ന് വന്നുചേരുന്നു.

"കമ്യൂണിസ്റ്റു പാർട്ടിയെ ദുർബലപ്പെടുത്താൻ ഇതു തന്നെയാണ് ഉചിതമായ സന്ദർഭമെന്ന് സോഷ്യലിസ്റ്റു പാർട്ടി മനസ്സിലാക്കുന്നു."

കമ്യൂണിസ്റ്റുകാർ അടിസ്ഥാന വർഗ നിലപാട് ഉപേക്ഷിക്കണമെന്ന സോഷ്യൽ – ഡമോക്രാറ്റിക് നിർദ്ദേശം നിരസിച്ചുകൊണ്ട്, 1984 സെപ്തംബറിൽ ജോർജസ് മർച്ചെയ്സ് പ്രസ്താവിച്ചു: "സമകാലിക ലോകത്തിന്റെ യാഥാർത്ഥ്യവുമായി ബന്ധമുള്ള സാമൂഹ്യ ജനാധിപത്യ ഇടതുപക്ഷ പരിപാടി അവർ പരിഗണിക്കുമ്പോൾ, പരിഷ്കരിച്ച കമ്യൂണിസ്റ്റു പാർട്ടിയുമായി സോഷ്യലിസ്റ്റു പാർട്ടി യോജിപ്പിലെത്തേണ്ടതുണ്ട്. അവരെ സംബന്ധിച്ച്, ആ കമ്യൂണിസ്റ്റു പാർട്ടി പ്രശ്നപരിഹാരത്തിന് നിർദ്ദേശങ്ങൾ പരിഗണിക്കാനോ, അന്തർദേശീയ ഐക്യമോ ശാസ്ത്രീയ സോഷ്യലിസമോ പരസ്യമായി നിരാകരിക്കാനോ, തയ്യാറാവണം. സ്വാഭാവികമായും ഇവയെല്ലാം 'മൂന്നാം സഹസ്രാബ്ദ'ത്തിന്റെ ആവശ്യകതയുടെ പേരിലാണ്..." ഈ സാമൂഹ്യ ജനാധിപത്യ ആഹ്വാനം, ഫ്രഞ്ചു പാർട്ടിയിലും അടുത്ത കാലത്ത് കേട്ടുതുടങ്ങിയിട്ടുണ്ട്. അതനുസരിച്ച്, നേതൃത്വം വിമർശന വിധേയമാകുന്നു. വിഭാഗീയത ഉപേക്ഷിച്ചു കൊണ്ട്, 'നവീകൃതമായ പാർട്ടി' രൂപപ്പെടണമെന്നും ആ പാർട്ടിയുടെ ഭാവി 'യൂറോ

കമ്യൂണിസ്റ്റ് സ്വീകാര്യത'യുള്ള ആന്തര ഘടനയിലാണെന്നും ഉള്ള വാദഗതി ഉയർന്നു വന്നിട്ടുണ്ട്.

യൂറോപ്യൻ ഇടതുപക്ഷം നേരിടുന്ന പകരം പരിപാടിയെപ്പറ്റി പരേതനായ ഒലോഫ് പാമെ (സ്വീഡനിലെ സോഷ്യൽ ഡമോക്രാറ്റിക് നേതാവ്) എഴുതിയിരിക്കുന്നു: "ഒന്നുകിൽ സ്റ്റാലിനിലേക്കും ലെനിനിലേക്കും തിരിച്ചുപോവുക. അല്ലെങ്കിൽ, സോഷ്യൽ ഡമോക്രസിയുടെ പാരമ്പര്യത്തിന്റെ പാതയിലേക്ക് പ്രവേശിക്കുക." നിർഭാഗ്യകരമെന്നു പറയട്ടെ, പശ്ചിമയൂറോപ്പിലെ ചില കമ്യൂണിസ്റ്റുകാർ മേല്പറഞ്ഞ അഭിപ്രായവുമായി യോജിപ്പിലാണ്. തൊഴിലും മൂലധനവും തമ്മിലുള്ള വർദ്ധിച്ച സംഘർഷത്തിന്റെ പശ്ചാത്തലത്തിൽ, റിവിഷനിസത്തിന് എതിരായ സമരം പശ്ചിമ യൂറോപ്പിൽ തുടരേണ്ടതുണ്ട്.

യുദ്ധത്തിനും മുതലാളിത്തത്തിന്റെ കടന്നാക്രമണത്തിനും എതിരായ ഐക്യം

സോഷ്യൽ ഡമോക്രസിയുമായി വർത്തമാനകാലത്ത് യാതൊരു വിട്ടുവീഴ്ചക്കും സാധ്യതയില്ല. സോഷ്യലിസത്തിലേക്കുള്ള തങ്ങളുടെ ദേശീയ മാർഗ്ഗത്തിൽ, സോഷ്യൽ ഡമോക്രാറ്റിക് ധാരണകളുമായി 'തന്ത്രപരമായ നീക്കുപോക്കുകൾ' നടത്താമെന്ന് വാദിച്ച ചില കമ്യൂണിസ്റ്റുകാർ ഇപ്പോൾ ഖേദിക്കുന്നു. കുത്തക മുതലാളിത്തത്തിന്റെ വർദ്ധിച്ചുവരുന്ന പ്രതിസന്ധി, അന്തർദ്ദേശീയ മൂലധനവും ദേശീയ സത്തയും തമ്മിൽ വളർന്നുവരുന്ന വൈരുധ്യം, സമാധാനത്തിനും ജനാധിപത്യത്തിനും വേണ്ടിയുള്ള ജനകീയ പ്രസ്ഥാനം എന്നിവയെല്ലാം തൊഴിലാളി വർഗത്തിന്റെ താല്പര്യങ്ങളും ജനകീയ പ്രശ്നങ്ങളും സംരക്ഷിക്കാനുള്ള തന്ത്രപരമായ സഖ്യങ്ങൾ പടുത്തുയർത്താൻ, കമ്യൂണിസ്റ്റുകാരുടെയും സോഷ്യൽ ഡമോക്രാറ്റിക് വൃത്തങ്ങളുടേയും ഇടയിൽ അവസരം ഒരുക്കിയിട്ടുണ്ട്.

ഇന്ന് യൂറോപ്പ് അഭിമുഖീകരിക്കുന്ന പ്രശ്നങ്ങളിൽ, സോഷ്യൽ ഡമോക്രാറ്റിക് നേതൃത്വവും അണികളും യുദ്ധവിരുദ്ധ സമീപനമാണ് സ്വീകരിച്ചിരിക്കുന്നത്. എന്നാൽ, മുതലാളിത്തത്തിന്റെ പ്രതിസന്ധിയുടെ പ്രശ്നം അഭിമുഖീകരിക്കുമ്പോൾ സോഷ്യൽ ഡമോക്രാറ്റുകൾ 'മുതലാളിത്തവുമായി പിണക്കത്തിലേക്കു നീങ്ങുന്നതിനുപകരം നവീകരണത്തിൽ നിന്നു തന്നെ പിൻവാങ്ങുന്നു. ഇത് തൊഴിലാളി വർഗത്തിന്റെ പിന്തുണ അവർക്കു നഷ്ടപ്പെടുത്തുന്നു. തൊഴിലാളി വർഗവുമായുള്ള യോജിച്ച സമരത്തിന് പ്രതിബന്ധം സൃഷ്ടിക്കുന്നു. ഈ നയങ്ങളിൽനിന്ന് കമ്യൂണിസ്റ്റുകാർ വ്യക്തമായും മാറിനിൽക്കണം. സോഷ്യൽ ഡമോക്രാറ്റിക് പാർട്ടികളുമായി കമ്യൂണിസ്റ്റു പാർട്ടികൾക്ക് വ്യത്യസ്ത രാജ്യങ്ങളിൽ, വ്യത്യസ്തമായ സമീപനം ഉണ്ടായിരിക്കണം.

സോഷ്യലിസ്റ്റു വ്യവസ്ഥയോട് പക്ഷപാതം പുലർത്തുന്ന മാർക്സിസ്റ്റു വീക്ഷണം ഉൾക്കൊണ്ട കമ്യൂണിസ്റ്റു പാർട്ടിയുടെ സ്വതന്ത്രമായ പ്രവർത്തനവും കുത്തകവിരുദ്ധ സഖ്യം പടുത്തുയർത്താനുള്ള തുടർച്ചയായ സമരവും, പശ്ചിമ യൂറോപ്പിൽ, സോഷ്യലിസ്റ്റ് ബദലിനു വേണ്ടിയുള്ള ഇടതുപക്ഷത്തിന്റെ അന്വേഷണത്തിന്, നിശ്ചയമായും നവചൈതന്യം പകരും.

ഭാഗം II

വെനിസ്വല : ഷാവേസും ബൊളിവേറിയൻ വിപ്ലവവും

"മനുഷ്യവംശപ്രതിരോധത്തിനായുള്ള കലാകാരന്മാരുടെയും ബുദ്ധിജീവികളുടെയും ലോകസമ്മേളന"ത്തിന് 2004 ഡിസംബർ 1 മുതൽ 5 വരെ കാരക്കാസിൽവച്ച് വെനിസ്വല ആതിഥ്യം വഹിച്ചു. 52 രാജ്യങ്ങളിൽനിന്നുവന്ന പ്രമുഖരായ ബുദ്ധിജീവികളും കലാപ്രവർത്തകരും സമ്മേളനത്തിൽ സംബന്ധിച്ചു. പ്രസിഡന്റ് ഹ്യുഗൊ ഷാവേസിന്റെ നേതൃത്വത്തിലുള്ള ബൊളിവേറിയൻ റിപ്പബ്ലിക്കുമായി ഐക്യദാർഢ്യം പ്രകടിപ്പിക്കാനും ആ അവസരം അവർ ഉപയോഗപ്പെടുത്തി. മറ്റു മൂന്നുപേരോടൊപ്പം ഇന്ത്യയിൽനിന്ന് ഞാനും ആ സമ്മേളനത്തിൽ പങ്കെടുത്തിരുന്നു.

സാമ്രാജ്യത്വ ആഗോളീകരണത്തിനും നിയോലിബറലിസത്തിനും എതിരായി, ലാറ്റിൻ അമേരിക്കയിൽ നടക്കുന്ന സമരത്തിന്റെ സങ്കീർണ്ണ കേന്ദ്രബിന്ദുവാണ്, 25 ദശലക്ഷം ജനസംഖ്യയുള്ള വെനിസ്വല. പ്രസിഡന്റ് ഷാവേസിനെ നീക്കം ചെയ്യാൻ, ആഗസ്റ്റ് 15 ന് നടത്തിയ ഹിതപരിശോധനയിൽ അദ്ദേഹം വിജയം വരിച്ച പശ്ചാത്തലത്തിലായിരുന്നു സമ്മേളനം നടന്നത്. വലതുപക്ഷ പ്രതിപക്ഷത്തിനെതിരെ ജനങ്ങളെ അണിനിരത്തിയ ഷാവേസ്, ആരാധകരുടെ ശ്രമത്തിന്റെ ഫലമായി വിജയം കണ്ടു. 59 ശതമാനം പേർ അദ്ദേഹത്തിന് അനുകൂലമായി വിധിയെഴുതി.

1998 ഡിസംബറിലെ പ്രസിഡന്റ് തിരഞ്ഞെടുപ്പിൽ ഹ്യുഗൊ ഷാവേസ് ജയിച്ചതിനെ തുടർന്ന്, അനേകം സാമൂഹിക പദ്ധതികൾക്ക് തുടക്കം കുറിക്കാനുള്ള നിയമനിർമാണ നടപടികൾ ആരംഭിച്ചു. വമ്പിച്ച സാമൂഹ്യ പരിവർത്തനത്തിന് അടിത്തറയിടുന്നതായിരുന്നു ആ പരിപാടികൾ. ജനകീയ പരമാധികാരവും ജനപങ്കാളിത്തവും ഉറപ്പുവരുത്തുന്ന

പുതിയ ഭരണഘടന, ഭൂപരിഷ്കരണവും ഭൂരഹിതർക്ക് ഭൂമി വിതരണവും നിർവഹിക്കാനുള്ള ഭൂനിയമനിർമാണം, നിരക്ഷരതാ നിർമാർജന സാമൂഹ്യ പരിപാടി, പാവപ്പെട്ടവർക്ക് ആരോഗ്യ പരിരക്ഷ, പാർപ്പിടം, വിദ്യാഭ്യാസം എന്നിവ നൽകാനുള്ള പദ്ധതി, കൂറ്റൻ ബിസിനസ്സുകാരുടെയും ഭൂപ്രമാണിമാരുടെയും കുത്തക തകർക്കാനുള്ള നടപടി എന്നിവയെല്ലാം ലോകശ്രദ്ധ പിടിച്ചുപറ്റി.

വിശാലമായ ഐക്യദാർഢ്യം

'മനുഷ്യവംശ പ്രതിരോധ സമ്മേളന'ത്തിനു വന്ന പുരോഗമന ബുദ്ധിജീവകളുടെയും സാംസ്കാരിക പ്രവർത്തകരുടെയും വിപുലമായ പിന്തുണ വെനിസ്വലയിലെ ജനതയ്ക്കു ലഭിച്ചു. ലാറ്റിൻ അമേരിക്കയിലെ പ്രസിദ്ധരായ എഴുത്തുകാരും സംഗീതജ്ഞരും ചിത്രകാരന്മാരും കാരക്കാസിലെ സമ്മേളനത്തിൽ സംബന്ധിച്ചിരുന്നു. അർജന്റീനിയൻ കവിയും നോബൽ സമാധാന സമ്മാന ജേതാവുമായ അഡൊൾഫൊ പെരസ് എസ്കിവൽ, നിക്കരാഗ്വൻ കവി ഏണെസ്റ്റൊ കാർദിനൾ, ക്യൂബൻ സംഗീതകാരൻ പാബ്ലൊ മിലാനേസ് എന്നിവർ അക്കൂട്ടത്തിൽപ്പെടുന്നു. ലോകത്തിന്റെ ഇതര ഭാഗങ്ങളിൽനിന്നുള്ള എഴുത്തുകാരും സിനിമാ നിർമ്മാതാക്കളും അഭിനേതാക്കളും ധനശാസ്ത്രജ്ഞരും വേറെയും പങ്കെടുത്തു. യു എസ് നോവലിസ്റ്റ് ആലിസ് വാക്കർ, സ്പാനിഷ് സംഗീതജ്ഞൻ മാനു ചാവൊ, സിനിമാനടൻ ഡാനി ഗ്ലോവർ, റംസെ ക്ലാർക്ക്, മുൻ യു എസ് അറ്റോണി ജനറലും യുദ്ധവിരുദ്ധ പ്രവർത്തകനുമായ റോബിൻ ബ്ലാക്ക്ബേൺ, താരിഖ് അലി, ബ്രസീലിയൻ ധനശാസ്ത്രജ്ഞരായ അറ്റീലിയൊ ബാരൺ, ഡോസ് സാന്റോസ്, ന്യൂക്ലിയർ ഊർജതന്ത്രജ്ഞനും ഫിദൽ കാസ്ട്രോവിന്റെ മകനുമായ ഫിദൽ കാസ്ട്രൊ ഡിയസ് ബലാർട് എന്നിവർ സമ്മേളനത്തിൽ പങ്കെടുത്തു. രാഷ്ട്രീയ നേതാക്കന്മാരായ നിക്കരാഗ്വെയിലെ ഡാനിയൽ ഓർടെഗ, അൾജീരിയയിലെ എഫ് എൽ എൻ സ്ഥാപകൻ ബെൻ ബെല്ല, ക്യൂബയിലെ നാഷണൽ അസംബ്ലി സ്പീക്കർ റികാർഡൊ അലർകോൺ തുടങ്ങിയ നിരവധി ഇടതുപക്ഷ കക്ഷിനേതാക്കന്മാരും സംഘടനാ പ്രവർത്തകരും പങ്കെടുത്തു.

വിവിധ വിഷയങ്ങളെ സംബന്ധിച്ച് പത്തു വേദികളിലായി ചർച്ചകൾ നടന്നു. നവ–ഉദാരീകരണ സാമ്പത്തിക പരിഷ്കരണങ്ങളുടെ പ്രത്യാഘാതം, ദേശീയ പരമാധികാര സംരക്ഷണം, പരിസ്ഥിതി സുരക്ഷ, പ്രബുദ്ധതയുടെ പ്രതിരോധം, പ്രാദേശിക സഹകരണം, ബദൽ മാദ്ധ്യമവും ദക്ഷിണ–ദക്ഷിണദേശ സഹകരണം, നാനാത്വ ഏകത്വത്തിന്റെയും സർവജനസംസ്കാരത്തിന്റെയും സംരക്ഷണം, ബഹുജന പങ്കാളിത്തത്തിന്റെ ഉറപ്പ്, സമാധാന സംരക്ഷ തുടങ്ങിയവയായിരുന്നു ചർച്ചാ വിഷയങ്ങൾ. ഓരോ വേദിയിലെയും ചർച്ചയുടെ ഒടുവിൽ റിപ്പോർട്ടു തയാറാക്കുകയും അവസാനം ഒരു ഏകോപന സമ്മേളനം ചേർന്ന് 'കരക്കാസ് പ്രഖ്യാ

പനം' എന്ന പേരിൽ സംയുക്തരേഖ പ്രസിദ്ധീകരിക്കുകയും ചെയ്തു. യു എസ് ഗവൺമെന്റ്, അന്താരാഷ്ട്ര നാണയനിധി, ലോകബാങ്ക്, ലോക വ്യാപാര സംഘടന എന്നിവ അടിച്ചേൽപ്പിക്കുന്ന സാമ്രാജ്യത്വ സർവാധിപത്യത്തിനെതിരെ ആഗോള പ്രതിരോധമുന്നണി രൂപീകരിക്കേണ്ടതിന്റെ പ്രാധാന്യം 'കാരക്കാസ് പ്രഖ്യാപനം' ചൂണ്ടിക്കാട്ടി.

ഡിസംബർ 1ന് പ്രസിഡന്റ് ഷാവേസ് നടത്തിയ ഒരുമണിക്കൂർ നാല്പതു മിനിട്ടു നീണ്ട ഉദ്ഘാടന പ്രസംഗത്തിൽ ലോകത്തിലെ സ്ഥിതിഗതികൾ വിശകലനം ചെയ്തു. വെനസ്വലയും ക്യൂബയും ഒന്നിച്ചു നിൽക്കുമെന്ന് അദ്ദേഹം പ്രഖ്യാപിച്ചു. പ്രതിനിധികളുടെ മറ്റൊരു പണിപ്പുരയിൽ പങ്കെടുത്തുകൊണ്ട്, ഷാവേസ് സംസാരിച്ചത് ബൊളിവേറിയൻ വിപ്ലവത്തിനു പിന്നിലെ പ്രചോദക ശക്തികളെക്കുറിച്ചും ബൊളിവറുടെ ആശയങ്ങളെപ്പറ്റിയും തന്റെ മാർഗദർശി സൈമൺ റോഡ്രിഗസിനെക്കുറിച്ചും ആയിരുന്നു. അഞ്ചര മണിക്കൂർ നീണ്ടുനിന്ന മറ്റൊരു പ്രതിനിധി സമ്മേളനത്തിൽ പ്രതിനിധികളുടെ ചോദ്യങ്ങൾക്കു മറുപടി നൽകാനും സംശയം തീർക്കാനും ഷാവേസ് സമയം കണ്ടെത്തി. ഊർജസ്വലനായ ആ നേതാവിന്റെ സാന്നിധ്യം പ്രതിനിധികളെ ആകർഷിക്കുകയും ആവേശംകൊള്ളിക്കുകയും ചെയ്തു.

ആഗോളവൽക്കരണത്തിന്റെ പശ്ചാത്തലത്തിൽ അതിന് ബദൽ സംവിധാനം ഒരുക്കാൻ ലോകത്ത് എമ്പാടും സാമൂഹ്യ സംഘടനകളുടെയും സ്ഥാപനങ്ങളുടെയും "അനുബന്ധ ശൃംഖലകളുടെ ശൃംഖല" രൂപീകരിക്കാൻ വെനിസ്വലയിൽ ഒരു കാര്യാലയം സ്ഥാപിക്കുമെന്ന് സമാപന സമ്മേളനത്തിൽ ഷാവേസ് വാഗ്ദാനം ചെയ്തു.

മതിപ്പുളവാക്കുന്ന സാമൂഹികപുരോഗതി

സമ്മേളനത്തിലെ കൂടിയാലോചനകൾക്കിടയിൽ പ്രതിനിധികളെല്ലാം ഒരു ദിവസം വെനിസ്വലയുടെ സാമൂഹ്യദൗത്യപുരോഗതി നേരിൽ കണ്ടറിയാൻ രാജ്യത്തിന്റെ വിവിധ ഭാഗങ്ങളിൽ സന്ദർശനം നടത്തി. ക്യൂബ, അർജന്റീന, സെനഗൽ എന്നിവിടങ്ങളിൽ നിന്നുവന്ന പത്തു പ്രതിനിധികളുടെ സംഘത്തോടൊപ്പമായിരുന്നു എന്റെ യാത്ര. കാരക്കാസിനു വെളിയിൽ സ്ഥിതിചെയ്യുന്ന സുക്രിയിലെ പെഡാറെ മുനിസിപ്പാലിറ്റിയാണ് ഞങ്ങൾ സന്ദർശിച്ചത്. ഒരു ആരോഗ്യകേന്ദ്രം, ഭവനനിർമാണ പദ്ധതി, ന്യായവിലയ്ക്ക് ആഹാരസാധനം വിതരണം ചെയ്യുന്ന ഡിപ്പാർട്ടുമെന്റൽ സ്റ്റോർ എന്നിവ ഞങ്ങൾ നടന്നു കണ്ടു.

ഒരു പ്രധാന എണ്ണ ഉല്പാദക രാജ്യമാണ് വെനിസ്വല. എണ്ണയിൽനിന്നുള്ള റവന്യൂ വരുമാനം ഉപയോഗപ്പെടുത്തി പ്രസിഡന്റ് ഷാവേസിന്റെ നേതൃത്വത്തിൽ വെനിസ്വലയിലെ ഗവൺമെന്റ് ആരോഗ്യം, സാക്ഷരത, വിദ്യാഭ്യാസം, പാർപ്പിടനിർമ്മാണം, ഭക്ഷണം എന്നീ മേഖലകളിൽ പല പദ്ധതികളും നടപ്പിലാക്കിവരുന്നു. ഈ പദ്ധതികളിൽ മിക്കവയും നാട്ടിൻപുറങ്ങളിലെ പാവപ്പെട്ടവരുടെ ഇടയിലാണ് പ്രവർത്തിക്കുന്നത്.

ആരോഗ്യമേഖലയിലെ ദൗത്യമാണ് ഏറ്റവും പ്രമുഖം. ക്യൂബൻ ഗവൺമെന്റുമായി ഉണ്ടാക്കിയ കരാറനുസരിച്ച് 14,000 ത്തോളം ക്യൂബൻ ഡോക്ടർമാരും ആരോഗ്യപ്രവർത്തകരും വെനിസ്വലയിലെ ഗ്രാമങ്ങളിലെ ഹെൽത്ത് സെന്ററുകളിൽ പ്രവർത്തിച്ചുവരുന്നു. രണ്ടുവർഷത്തേക്കുള്ള കരാറിൽ രാജ്യത്ത് ചെന്ന ഡോക്ടർമാർ ഹെൽത്ത് സെന്ററുകൾക്കു സമീപമുള്ള ഏതേതിടങ്ങളിലാണോ താമസസൗകര്യം ഒരുക്കിക്കൊടുക്കുന്നത് അവിടങ്ങളിൽ തങ്ങി ജോലി ചെയ്യുന്നു. രണ്ടുവർഷം കഴിഞ്ഞാൽ അവർ ആഗ്രഹിക്കുകയാണെങ്കിൽ ഒരുവർഷംകൂടി കരാറിന്റെ കാലാവധി നീട്ടിക്കൊടുക്കും.

ഞങ്ങൾ സന്ദർശിച്ച ഹെൽത്ത് സെന്ററിൽ ഇസിജി സൗകര്യങ്ങളും അൾട്രാ സൗണ്ട് യന്ത്രവും പൂർണ സജ്ജീകരണങ്ങളുള്ള രോഗ നിദാന ലാബറട്ടറിയും ഉണ്ടായിരുന്നു. അടുത്തുള്ള കുട്ടികൾക്ക് വരാനും കളിക്കാനും സൗകര്യമുള്ള സ്പോർട്ട്സ് സജ്ജീകരണങ്ങളും ഹെൽത്ത് സെന്ററിനോട് അനുബന്ധിച്ച് ഒരുക്കിയിരുന്നു. മുമ്പ് ഒരിക്കലും അനുഭവിച്ചിട്ടില്ലാത്ത ഗുണമേന്മയുള്ള ആരോഗ്യപരിരക്ഷയാണ് ഗ്രാമീണർക്ക് അവിടെ നിന്നു ലഭിച്ചിരുന്നത്. അതിനുമുമ്പ് 20 കിലോമീറ്റർ അകലെയായിരുന്നു ആശുപത്രി. അവിടെ ചെന്നാൽ ചികിത്സാ സൗകര്യത്തിന്റെ ലഭ്യത സംശയാസ്പദവും ആയിരുന്നു. വെനിസ്വലയിലെ വിദ്യാർത്ഥികളെ വൈദ്യസേവനത്തിന് പ്രാപ്തരാക്കുന്നത് ക്യൂബയിലെ ഗവൺമെന്റാണ്. ഭാവിയിൽ വെനിസ്വലയിലെ ഡോക്ടർമാർ തന്നെ അവിടത്തെ വിദ്യാർത്ഥികളെ വൈദ്യശാസ്ത്രം പഠിപ്പിച്ചു തുടങ്ങും. ഇപ്പോൾ ക്യൂബൻ നേഴ്സിങ്ങ് സ്റ്റാഫിന്റെ സ്ഥാനത്ത് വെനിസ്വലൻ നേഴ്സുമാർ പ്രവർത്തിച്ചു തുടങ്ങിയിരിക്കുന്നു. 1.2 ദശലക്ഷം പേരെ സാക്ഷരരാക്കാനുള്ള ഒരു ദൗത്യം, ക്യൂബൻ അനുഭവങ്ങളുടെ മാതൃകയിൽ റോബിൻസൺ മിഷൻ എന്ന പേരിൽ ആരംഭിച്ചു. അതോടൊപ്പം, സാക്ഷരർക്ക് ഹൈസ്കൂൾ-കോളേജ് തലം വരെയുള്ള വിദ്യാഭ്യാസം നൽകാനുള്ള പദ്ധതിയും തുടങ്ങി. 2004 വേനലിൽ ഭക്ഷണ പരിപാടിക്ക് തുടക്കം കുറിച്ചു. പരമദരിദ്രർ, വികലാംഗർ, വയോജനങ്ങൾ, ഗർഭിണികൾ, കുട്ടികൾ എന്നിവർക്ക് പാകം ചെയ്ത ഭക്ഷണം നൽകാൻ ആഹാരപദാർത്ഥങ്ങളും പാചകസംവിധാനവും ഗവൺമെന്റ് ഒരുക്കിക്കൊടുത്തു. അതു നിർവഹിക്കാൻ ചുമതലയേറ്റ വാളണ്ടിയർമാരുടെ കുടുംബങ്ങൾക്കും സൗജന്യ ഭക്ഷണം ലഭിച്ചു വന്നു.

പൗരന്മാർക്ക് ആവശ്യമായ ആഹാരപദാർത്ഥങ്ങളുടെ 70ശതമാനം വെനിസ്വല ഇറക്കുമതി ചെയ്യുന്നു. എണ്ണയുടെ വരുമാനത്തെ ആശ്രയിക്കുന്ന രാജ്യമായതിനാൽ കാർഷിക മേഖല അവഗണിക്കപ്പെട്ടു. ഷാവേസ് – വിരുദ്ധ സമരം നടന്ന സന്ദർഭത്തിൽ കുറ്റൻ ഭക്ഷണക്കമ്പനികൾ ആഹാരവസ്തുക്കളുടെ ഇറക്കുമതി റദ്ദുചെയ്യാൻ തീരുമാനിച്ചു. മിതമായ വിലയ്ക്ക് ഭക്ഷ്യോല്പന്നം വിൽക്കുന്ന വില്പന ശൃംഖലകൾ ഗവൺമെന്റ് തലത്തിൽ രാജ്യത്തെങ്ങും ആരംഭിച്ചുകൊണ്ട് ആ

നീക്കത്തെ ചെറുത്തു. ചേരികളിൽ പാർക്കുന്നവർക്കായി ഹൗസിങ്ങ് ബോർഡിന്റെ നിർദ്ദേശത്തിനൊത്ത് ഇരുനില വീടുകൾ പണിയാൻ പദ്ധതിയൊരുക്കി.

സമഗ്രമായ ഭൂപരിഷ്കരണം വെനിസ്വലയിൽ നടപ്പിലാക്കിത്തുടങ്ങിയിട്ടുണ്ട്. 1998ലെ കാർഷിക സെൻസസ് അനുസരിച്ച്, കൃഷിയോഗ്യമായ 70ശതമാനം ഭൂമിയിൽ 20ശതമാനം ഭൂപ്രഭുക്കന്മാരുടെ കൈവശമാണ്; 500ഹെക്ടറിൽ ഏറെ. 75ശതമാനം ജനങ്ങളുടെ കൈവശമുള്ളത് 6ശതമാനം മാത്രമാണ്.

2001 ൽ, നാഷണൽ അസംബ്ലി പാസ്സാക്കിയ ഭൂനിയമം അനുസരിച്ച്, ഭൂപരിഷ്കരണ നടപടികളുടെ പുരോഗതി വിലയിരുത്താൻ നാഷണൽ ലാന്റ് ഇൻസ്റ്റിറ്റ്യൂട്ട് സ്ഥാപിച്ചിരിക്കുന്നു. വൻകിടഭൂവുടമകൾ കൃഷി ചെയ്യാതെ വെറുതെയിട്ടിരിക്കുന്ന മിച്ചഭൂമി പിടിച്ചെടുത്ത് വിതരണം ചെയ്യാൻ ഈ നിയമം വ്യവസ്ഥ ചെയ്യുന്നു. 2003 ൽ രണ്ടു ദശലക്ഷം ഹെക്ടർ ഭൂമി 1,30,000 കുടുംബങ്ങൾക്ക് വിതരണം ചെയ്യുകയുണ്ടായി.

ജനപിന്തുണ

എണ്ണയിൽ നിന്നുള്ള റവന്യൂ വരുമാനം ഉപയോഗപ്പെടുത്തി ജനജീവിതം മെച്ചപ്പെടുത്താൻ ഷാവേസ് പരിപാടികൾ ആസൂത്രണം ചെയ്തതാണ് ബൊളിവേറിയൻ റിപ്പബ്ലിക്കിന് ജനപിന്തുണ വർദ്ധിക്കാൻ ഇടയാക്കിയത്. കുറ്റൻ ഭൂവുടമകളും ഉദ്യോഗസ്ഥ മേധാവികളും വമ്പൻ ബിസിനസ്സുകാരും അടങ്ങിയ സ്ഥാപിതതാല്പര്യക്കാർ വെനിസ്വലയിൽ ഉണ്ടായിരുന്നു. അവരെല്ലാം ഷാവേസിനെ കഠിനമായി എതിർക്കുകയും അദ്ദേഹത്തിന്റെ പരിപാടികൾക്ക് ഭീഷണി ഉയർത്തുകയും ചെയ്തു. കഴിഞ്ഞ ആറു വർഷം കടുത്ത വർഗസമരം നടന്നു. കൂറ്റൻ സ്വത്തുടമകളും വിദേശമൂലധനം പിന്തുണച്ച ഏതാനും മധ്യവർഗവും യുണൈറ്റഡ് സ്റ്റേറ്റ്സും ഒരു വശത്ത് നിലയുറപ്പിച്ചു. മറുവശത്താവട്ടെ നാട്ടിൻപുറത്തെ പാവപ്പെട്ടവരും കൂലിപ്പണിക്കാരും സാധാരണ സായുധസേനാംഗങ്ങളും ആയിരുന്നു.

ഷാവേസിനെ പുറത്താക്കാൻ തെരുവു പ്രകടനങ്ങൾ നടത്തുകയും 2002 ഏപ്രിലിൽ ഭരണ അട്ടിമറി സംഘടിപ്പിക്കുകയും ചെയ്തു. 48 മണിക്കൂറിന്നകം അട്ടിമറി പരാജയപ്പെടുത്തി ഷാവേസ് അധികാരം വീണ്ടെടുത്തു. അട്ടിമറിയുടെ പിന്നിൽ അമേരിക്കൻ ഗവൺമെന്റ് ആയിരുന്നു. ദേശസാൽക്കരിക്കപ്പെട്ട എണ്ണ വ്യവസായ മേഖലയിൽ, താമസിയാതെ പണിമുടക്കു സംഘടിപ്പിക്കപ്പെട്ടു. സാമ്പത്തികവ്യവസ്ഥയെ തകിടം മറിക്കുകയായിരുന്നു ലക്ഷ്യം. 56 ദിവസത്തിനു ശേഷം പണിമുടക്കു പരാജയപ്പെട്ടു. ഹിതപരിശോധന വഴി ഷാവേസിനെ മറിച്ചിടാനായിരുന്നു മൂന്നാമത്തെ നീക്കം. ഓരോ അട്ടിമറി ശ്രമത്തെയും ബഹുജനങ്ങളെ അണിനിരത്തിക്കൊണ്ട് പരാജയപ്പെടുത്താൻ ഷാവേസിനും അദ്ദേഹത്തിന്റെ ഗവൺമെന്റിനും സാധ്യമായി.

1998 ലെ പ്രസിഡണ്ടു തിരഞ്ഞെടുപ്പിനു ശേഷം പുതിയ ഭരണഘടന ആവശ്യമാണോ എന്നതിനെപ്പറ്റി 1999ൽ ജനഹിതപരിശോധന നടത്തി. പുതിയ ഭരണഘടനയനുസരിച്ച് 2000 ൽ നടന്ന പൊതുതിരഞ്ഞെടുപ്പിൽ, 57 ശതമാനം പേരുടെ പിന്തുണയോടെ ഷാവേസ് വിജയിച്ചു. 2004 ആഗസ്തിലെ ഹിതപരിശോധനയിൽ 59 ശതമാനത്തിന്റെ പിന്തുണ ഷാവേസിന് ലഭിച്ചു. ഒക്ടോബറിൽ ഗവർണർമാരുടെയും മേയർമാരുടെയും തിരഞ്ഞെടുപ്പു നടന്നു. 24 സ്റ്റേറ്റ് ഗവർണർമാരിൽ 22 പേരും ഷാവേസ് പക്ഷക്കാരായിരുന്നു.

പട്ടാള അട്ടിമറിയിലൂടെ ഷാവേസിന്റെ ഗവൺമെന്റിനെ താഴെയിറക്കുന്നതിൽ പരാജയപ്പെട്ട അമേരിക്കൻ സാമ്രാജ്യത്വം, ലാറ്റിനമേരിക്കയിൽ ഏറ്റവും ജനപിന്തുണയുള്ള ഭരണകൂടത്തെ പുറത്താക്കാനുള്ള പുതിയ നീക്കം നടത്തിക്കൂടായ്കയില്ല. വെനിസ്വലയിൽ സംഭവിച്ചുകൊണ്ടിരിക്കുന്ന ബഹുജന മുന്നേറ്റത്തെ വലതുപക്ഷ പിന്തുണയോടെ തടസ്സപ്പെടുത്താൻ പുതിയ ഗൂഢാലോചനകൾ നടത്തുന്ന തിരക്കിലാണ് സാമ്രാജ്യത്വം.

വെനിസ്വലയിലെ രാഷ്ട്രീയ ധ്രുവീകരണവും ശ്രദ്ധേയമാണ്. രണ്ടു ഭരണവർഗകക്ഷികൾ അപര്യാപ്തമെന്നു കണ്ടപ്പോൾ, 'അഞ്ചാം റിപ്പബ്ളിക്കിനുള്ള പ്രസ്ഥാനം' ഷാവേസിന്റെ നേതൃത്വത്തിൽ രൂപം കൊണ്ടു. ഇത് ഒരു രാഷ്ട്രീയ പാർട്ടിയല്ല. അയവുള്ള രാഷ്ട്രീയ സഖ്യം മാത്രമാണ്. പി പി ടിയും കമ്യൂണിസ്റ്റ് പാർട്ടിയും അടങ്ങുന്ന ഇടതു പക്ഷ കക്ഷികൾ 'അഞ്ചാം റിപ്പബ്ലിക്കിനുള്ള പ്രസ്ഥാനവു'മായി കൂട്ടുചേർന്ന് ഷാവേസിനെ പിന്തുണച്ചു. എല്ലാ സാമൂഹ്യപരിഷ്കരണസംരംഭങ്ങളും നിയമനിർമ്മാണ നടപടികളും വിജയിക്കാൻ കാരണമായത് ഷാവേസിന്റെ ജനപ്രിയതയും വ്യക്തിപ്രഭാവവും ആയിരുന്നു. നിലവിലുള്ള ഗവൺമെന്റ് ഭരണസംവിധാനവും ഉദ്യോഗസ്ഥ മേധാവിത്വവും വിശ്വസനീയമോ ആശ്രയയോഗ്യമോ അല്ല. അതിനാൽ ബൊളീവേറിയൻ വിപ്ലവം വാസ്തവത്തിൽ, പ്രവർത്തനാരംഭത്തിലുള്ള മന്ദഗതിയിലാണ്. ആകെ ആശ്രയം ഷാവേസിന്റെ രാഷ്ട്രീയ ഇച്ഛാശക്തിയും പ്രവർത്തനവീര്യവും മാത്രമാണ്. വിപ്ലവാത്മകമായ പരിവർത്തനങ്ങളിലേക്ക് നയിക്കുന്ന സ്ഥാപനങ്ങളും സംവിധാനങ്ങളും ഇനിയും രൂപപ്പെടേണ്ടിയിരിക്കുന്നു.

സമ്മേളനത്തിന്റെ സമാപനദിനത്തിൽ എനിക്ക് ഷാവേസിന്റെ വസതിയിൽ വെച്ച് അദ്ദേഹത്തെ സന്ദർശിക്കാൻ അവസരം ലഭിച്ചു. ഫെബ്രുവരിയിൽ അദ്ദേഹം ഇന്ത്യ സന്ദർശിക്കാൻ ഇടയുള്ളതിനാൽ നമ്മുടെ നാടിനെപ്പറ്റി സംസാരിക്കാൻ ഞാൻ കൂടുതൽ സമയം ഉപയോഗിച്ചു. 45 മിനിട്ടു നീണ്ടു നിന്ന സംഭാഷണവേളയിൽ, വെനിസ്വല-ഇന്ത്യാ ബന്ധത്തെപ്പറ്റിയും ജി-15 ഫോറത്തിൽ അവരുടെ സഹകരണത്തെപ്പറ്റിയും ചർച്ച ചെയ്തു. വായിക്കാനും അറിവു നേടാനുമുള്ള വല്ലാത്ത ആവേശം കാട്ടുന്ന വ്യക്തിയായിരുന്നു ഷാവേസ്. ഇന്ത്യയുടെ ഒരു മേപ്പ് വരുത്തി, ഇന്ത്യാ സന്ദർശനവേളയിൽ കാണാൻ സൗകര്യപ്പെടുത്തേണ്ട സ്ഥല

ങ്ങളെപ്പറ്റി ധാരണയുണ്ടാക്കി. കൊൽക്കത്ത സന്ദർശിക്കാൻ അദ്ദേഹം താല്പര്യം കാട്ടി.

വിദേശമന്ത്രി അലി റോഡ്രിഗസിനെ കാണാൻ എനിക്ക് അവസരം കിട്ടി. 1960 കളിൽ ഗറില്ലാ നേതാവായിരുന്ന വിപ്ലവ പാരമ്പര്യം അദ്ദേഹത്തിന് ഉണ്ടായിരുന്നു. എണ്ണവിഭവമന്ത്രി റാഫേൽ റമിസും റോഡ്രിഗസിനോടൊപ്പം സന്നിഹിതനായിരുന്നു. പ്രസിഡന്റ് ഷാവേസിന്റെ ഇന്ത്യാസന്ദർശന വേളയിൽ ചെയ്യേണ്ട ഒരുക്കങ്ങളെപ്പറ്റിയായിരുന്നു അവർ ചർച്ചചെയ്തത്.

സി പി ഐ എം നേതാക്കന്മാരിൽ ആരെങ്കിലും അതിനുമുമ്പ് വെനിസ്വല സന്ദർശിച്ചിരുന്നില്ല. വെനിസ്വലയിലെ സംഭവവികാസങ്ങളിൽ അതാത് സന്ദർഭങ്ങളിൽ ഇന്ത്യാ താല്പര്യം പ്രദർശിപ്പിച്ചു. പ്രസിഡന്റ് ഷാവേസിനും അദ്ദേഹത്തിന്റെ ഗവൺമെന്റിനും പൂർണ പിന്തുണ പ്രഖ്യാപിച്ചു. ലാറ്റിനമേരിക്കയിൽ അടിച്ചേൽപ്പിക്കുന്ന നവ ഉദാരനയങ്ങളിൽ വ്യതിയാനം വരുത്താൻ ഷാവേസിന്റെ ഗവൺമെന്റ് കാട്ടുന്ന ധീരതയെയും ദേശീയ പരമാധികാര സംരക്ഷണത്തിൽ വെനിസ്വല പ്രദർശിപ്പിക്കുന്ന പ്രതിരോധശ്രമത്തെയും നമ്മുടെ പാർട്ടി അഭിനന്ദിക്കുകയുണ്ടായി.

(Peoples Democracy, ഡിസംബർ 19, 2004)

ഇറാഖി കമ്യൂണിസ്റ്റ് പാർട്ടി : ധീരോദാത്ത പാരമ്പര്യം

ഇറാഖിൽ കമ്യൂണിസ്റ്റ് പാർട്ടിയുണ്ടോ? ഉണ്ടെങ്കിൽ അത് എന്തൊക്കെ പ്രവർത്തനങ്ങളാണ് നിർവഹിക്കുന്നത്? ഇറാക്ക് ആക്രമണവും കീഴടക്കലും നടന്ന സന്ദർഭത്തിലാണ് ഈ ചോദ്യം കൂടുതൽ ഉയർന്നു വന്നത്. അമേരിക്കൻ കീഴടക്കലിന്നു ശേഷം, ബാഗ്ദാദിൽ വിതരണം ചെയ്യപ്പെട്ട ആദ്യത്തെ വർത്തമാന പത്രം കമ്യൂണിസ്റ്റ് പാർട്ടിയുടേതായിരുന്നു എന്ന കാര്യം പലരേയും അത്ഭുതപ്പെടുത്തി. ഇറാഖിലെ കമ്യൂണിസ്റ്റുപാർട്ടിയെപ്പറ്റി ഇന്ത്യയിൽ വളരെ കുറച്ചു പേർക്കു മാത്രമെ – കമ്യൂണിസ്റ്റുകാർക്കുപോലും – അറിവുള്ളൂ.

ഇറാക്കി കമ്യൂണിസ്റ്റു പാർട്ടി (ഐ സി പി) യുടെ ക്ഷുബ്ധവും ധീരവുമായ ചരിത്രത്തിന്റെ സംഗ്രഹരൂപമാണ് ഇവിടെ നൽകുന്നത്. പ്രധാന സംഭവങ്ങളുടെ രേഖാചിത്രം മാത്രം. എങ്കിലും മധ്യപൂർവദേശത്തെ ഏറ്റവും വലിയ കമ്യൂണിസ്റ്റ് പാർട്ടിയായി വളർന്ന അതിന്റെ ദുരന്തപൂർണവും സംഭവബഹുലമായ ചരിത്രദൃശ്യം വായനക്കാർക്ക് വെളിവാകാൻ അത് ഉപകരിക്കും. "1985 ജൂലായ് വിപ്ലവ"കാലത്ത്, ബ്രിട്ടീഷ് പിന്തുണയുള്ള ഭരണകൂടത്തെ അട്ടിമറിച്ച് റിപ്പബ്ലിക്ക് സ്ഥാപിക്കാനുള്ള ശ്രമത്തിന്, ഏറ്റവും സ്വാധീനമുള്ള പ്രവർത്തനം കാഴ്ചവെച്ച പ്രസ്ഥാനമായിരുന്നു ഇറാക്കി കമ്യൂണിസ്റ്റു പാർട്ടി. ഐ സി പി, ഗൗരവാവഹമായ ആക്രമണങ്ങൾ നേരിട്ടിരുന്നു. അവയിൽ ഏറ്റവും ഗുരുതരം 1963ൽ ആയിരുന്നു. ഇൻഡൊനേഷ്യ ഒഴികെ ലോകത്തിലെ മറ്റൊരു കമ്യൂണിസ്റ്റു പാർട്ടിയും ഇറാക്കിലേതുപോലെ ഭീകരാനുഭവം നേരിട്ടിട്ടില്ല.

ഐ സി പിയുടെ ഐതിഹാസികമായ ഉയർച്ച താഴ്ചകളുടെ വൈവിധ്യപൂർണമായ ചരിത്രം, ഹന്ന ബതുതയുടെ *പഴയ വർഗങ്ങളും ഇറാക്കിലെ വിപ്ലവ പ്രസ്ഥാനങ്ങളും* (പ്രിൻസ്ടൺ, 1978) എന്ന പുസ്ത

കത്തിൽ വിവരിച്ചിട്ടുണ്ട്. ഈ ലേഖനത്തിലെ മിക്ക വസ്തുതകൾക്കും പ്രസ്തുത പുസ്തകത്തെയാണ് ആശ്രയിച്ചത്.

1920 കളിൽ ബ്രിട്ടീഷ് കോളനികളായിരുന്ന ഇന്ത്യയിലും ഇറാക്കിലും കമ്യൂണിസ്റ്റാശയങ്ങൾ വികസിക്കാൻ ഇടയായ സാഹചര്യങ്ങളിൽ സാദൃശ്യം ദൃശ്യമാവുന്നത് കൗതുകകരമത്രെ. രണ്ടു രാജ്യങ്ങളിലെയും സാമ്രാജ്യത്വ വിരുദ്ധസമരക്കാർ പ്രചോദനം ഉൾക്കൊണ്ടത് ഒക്ടോബർ വിപ്ലവത്തിൽനിന്നായിരുന്നു. മാർക്സിസ്റ്റ് ആശയങ്ങളിൽ ആവേശംകൊണ്ട ആദ്യത്തെ ഇറാക്കി, ഇന്ത്യയിൽ സന്ദർശനം നടത്തിയിരുന്നു എന്നതാണ് വാസ്തവം.

കമ്യൂണിസ്റ്റുപാർട്ടിയുടെ തുടക്കം

മാർക്സിസ്റ്റ് ആശയങ്ങൾ സ്വാധീനിച്ച ആദ്യത്തെ ഇറാഖി ബുദ്ധിജീവി ഹുസൈൻ അൽ–റഹ്ഹാൻ ആയിരുന്നു. മാതാപിതാക്കൾ അദ്ദേഹത്തെ പഠനത്തിന് യൂറോപ്പിൽ അയക്കാൻ തീരുമാനിച്ചു. കറാച്ചി വഴി യൂറോപ്പിലേക്കു പോകുന്ന കപ്പലിൽ ബസ്രയിൽ നിന്ന് റഹ്ഹാൻ യാത്ര പുറപ്പെട്ടു. കറാച്ചിയിൽ കപ്പലിറങ്ങിയ റഹ്ഹാൻ ഒരുവർഷത്തോളം ഇന്ത്യയിൽ തങ്ങി. ഇന്ത്യയിൽനിന്നാണ് അദ്ദേഹം വിപ്ലവാശയങ്ങളിൽ ആകൃഷ്ടനായതെന്ന് വിശ്വസിക്കപ്പെടുന്നു. യൂറോപ്പിലെ പഠനകാലത്ത് ആ ആശയങ്ങൾക്ക് കൂടുതൽ പക്വത ലഭിച്ചു. ബാഗ്ദാദിൽ ലഭ്യമായിരുന്ന *ലെയ്ബർ മന്ത്‌ലി* (പത്രാധിപർ : രജനി പാം ദത്ത്) യുടെ വായനയാണ് അന്നത്തെ തലമുറയിലെ പാശ്ചാത്യവിദ്യാഭ്യാസം നേടിയ മറ്റു യുവാക്കളെപ്പോലെ റഹ്ഹാനിനേയും കമ്യൂണിസ്റ്റു രാഷ്ട്രീയത്തിലേക്ക് ആകർഷിച്ചത്. ഇറാക്കിലെ ആദ്യത്തെ നോവലിസ്റ്റുകളിൽ ഒരാളായ മഹ്മൂദ് അഹ്മദ് സയിദ് അടക്കമുള്ള ഏതാനും സുഹൃത്തുക്കളോടൊപ്പം റഹ്ഹാൻ 1924 ൽ ഇറാക്കിലെ പ്രഥമ മാർക്സിസ്റ്റ് സ്റ്റഡി സർക്കിൾ (ജമാതി) രൂപീകരിച്ചു.

1920 മുതൽ 1932 വരെയുള്ള കാലഘട്ടത്തിൽ, ലീഗ് ഓഫ് നേഷൻസിന്റെ നിർദ്ദേശാനുസരണം ബ്രിട്ടീഷ് ഭരണമാണ് ഇറാക്കിൽ നിലനിന്നത്. ഈ കാലഘട്ടത്തിൽ വികാസംപൂണ്ട വ്യവസായവും റയിൽവെയും പുതിയതരം തൊഴിലാളിവർഗത്തിനു പിറവി നൽകി. ആദ്യത്തെ സംഘടിത തൊഴിലാളി പണിമുടക്ക്, 1927 ൽ റെയിൽവെ ജീവനക്കാരാണ് നടത്തിയത്. 1929 ൽ റെയിൽവെ തൊഴിലാളികൾ ആദ്യത്തെ യൂണിയൻ സ്ഥാപിച്ചു.

1934 ലാണ് ഐ സി പി രൂപീകൃതമായത്. തെക്കൻ ഇറാക്കിലെ ബസ്ര പോലുള്ള സ്ഥലങ്ങളിൽ ആരംഭിച്ച കമ്യൂണിസ്റ്റു ഗ്രൂപ്പുകളിൽനിന്നാണ് കമ്യൂണിസ്റ്റുപാർട്ടി രൂപംകൊണ്ടത്. ആദ്യത്തെ സംഘാടകനും മികച്ച കമ്യൂണിസ്റ്റുപാർട്ടി പ്രവർത്തകനും അതുവഴി ഇറാക്കിനു ലഭിച്ചു. യൂസഫ് സൽമാൻ യൂസഫ് എന്നാണ് അദ്ദേഹത്തിന്റെ പേര്. ഫഹദ (പുള്ളിപ്പുലി) എന്ന പേരിൽ അദ്ദേഹം അറിയപ്പെട്ടു. പൗരസ്ത്യദേശ

തൊഴിലാളി വർഗത്തിനായുള്ള കമ്യൂണിസ്റ്റു യൂണിവേഴ്സിറ്റിയിൽ പഠിക്കുന്നതിന് ഫഹദിനെ കോമിന്റേൺ തിരഞ്ഞെടുത്തു. 1933 ൽ ഫഹദ അറസ്റ്റിലായി. കമ്യൂണിസ്റ്റുകാരൻ എന്ന നിലയിൽ കോടതിയിൽ പ്രതിവാദത്തിന് ഇരയായ ആദ്യത്തെ വ്യക്തി അദ്ദേഹമായി.

ഇറാക്കി ഗവൺമെന്റുകളുടെ അടിച്ചമർത്തൽ

സാമ്രാജ്യത്വത്തിനും ഫ്യൂഡൽ ഭൂപ്രഭുത്വത്തിന്റെ അടിച്ചമർത്തലിനും എതിരെ പൊരുതുന്ന, ഇടതുപക്ഷ ശക്തികളുടെ മുൻനിരയിൽ, കമ്യൂണിസ്റ്റുപാർട്ടി സ്ഥാനംനേടി. ബ്രിട്ടീഷുകാരുടെ രക്ഷാധികാരത്തിൽ മാറി മാറി വന്ന ഇറാക്കി ഗവൺമെന്റുകളുടെ കൈയിൽനിന്ന്, തുടക്കം തൊട്ടേ ഇറാക്കി കമ്യൂണിസ്റ്റു പാർട്ടിക്ക് കടുത്ത മർദ്ദനം ഏറ്റുവാങ്ങേണ്ടിവന്നു. പാർട്ടി സെക്രട്ടറി അസിൻ ഫ്ലായേഹ് 1935 ൽ അറസ്റ്റുചെയ്യപ്പെട്ടു. അച്ചടിശാല പിടിച്ചടക്കപ്പെട്ടു. ഇറാക്കിൽ കമ്യൂണിസം നിയമവിരുദ്ധമാണെന്ന് 1937 ആഗസ്റ്റിൽ പാർലമെന്റ് പ്രഖ്യാപനമിറക്കി. സായുധസേനാംഗങ്ങളുടെയൊ പോലീസുകാരുടെയൊ ഇടയിൽ കമ്യൂണിസം പ്രചരിപ്പിച്ചാൽ വധശിക്ഷയോ കഠിനതടവോ നൽകുന്ന വ്യവസ്ഥ ശിക്ഷാനിയമത്തിൽ ഉൾപ്പെടുത്തി. പാർട്ടിയുടെ ജനറൽസെക്രട്ടറിയായി 1941ൽ ഫഹദ സ്ഥാനമേറ്റെടുത്ത് പ്രവർത്തിച്ചു തുടങ്ങിയതോടെ സംഘടനാപ്രവർത്തനം ജനപ്രീതി നേടിത്തുടങ്ങി. നാസി ജർമനിക്കെതിരെ സോവിയറ്റു ജനത നടത്തിയ ധീരസാഹസികമായ സമരം കമ്യൂണിസ്റ്റ് പ്രത്യയശാസ്ത്രത്തോട് ജനാഭിമുഖ്യം വളർത്താൻ ഇടയാക്കി. 1944 ൽ പാർട്ടിയുടെ പ്രഥമ സമ്മേളനം നടന്നു. ദേശീയ പരിപാടിയുടെ കരടുരൂപം തയാറായി. 1945 ഏപ്രിലിൽ നടന്ന ഒന്നാം പാർട്ടി കോൺഗ്രസ്സ്, കരടു പരിപാടി അംഗീകരിച്ചു. ഒരു കേന്ദ്ര കമ്മറ്റിയെ സമ്മേളനം തിരഞ്ഞെടുത്തു.

ഇറാക്കി കമ്യൂണിസ്റ്റുപാർട്ടി ഏതെങ്കിലും ഏകമതത്തെയൊ വംശീയവിഭാഗത്തെയൊ അടിസ്ഥാനമാക്കിയ സംഘടനയല്ല. അധ്വാനിക്കുന്ന വർഗത്തിൽനിന്നും ബുദ്ധിജീവികളിൽനിന്നും മികച്ച പ്രവർത്തകരെ പ്രസ്ഥാനം തുടക്കംതൊട്ടേ ആകർഷിച്ചിരുന്നു. അറബ് ഷിയാകളുടെയും സുന്നികളുടെയും കൂട്ടത്തിൽപെട്ട കേഡർമാരും നേതാക്കന്മാരും 1940 കളിൽത്തന്നെ പാർട്ടിയിൽ ഉണ്ടായിരുന്നു. ഗണ്യമായ വിഭാഗം കുർദുകളും ചേരുകയുണ്ടായി. ന്യൂനപക്ഷ വിഭാഗത്തിൽപെട്ട ക്രിസ്ത്യാനികളും ജൂതന്മാരും (അമ്പതുകളുടെ കാലംവരെ) നേതാക്കളുടെ കൂട്ടത്തിൽ ഉണ്ടായിരുന്നു. വാസ്തവത്തിൽ, പ്രമുഖ നേതാവ് ഫഹദ് ക്രിസ്തുമതജാതനായിരുന്നു. പ്രയോഗതലത്തിൽ വളച്ചൊടിക്കപ്പെട്ടെങ്കിലും കമ്യൂണിസ്റ്റുകാരുടെ പല പുരോഗമന നടപടികളും ബാത്ത് പാർട്ടി കടംകൊണ്ടിരുന്നു. അന്നത്തെ സാമ്രാജ്യത്വ വിരുദ്ധ സമരത്തിൽ മതനിരപേക്ഷ രീതി ഉപേക്ഷിക്കാൻ ബാത്തിനു കഴിഞ്ഞിരുന്നില്ല.

1944 മുതൽ 1946 വരെയുള്ള കാലഘട്ടത്തിൽ, തൊഴിലാളി സംഘ

ടനകളുടെ വളർച്ച സംഭവിച്ചു. അക്കാലത്ത് രൂപീകൃതമായ 16 തൊഴിലാളി യൂണിയനുകളിൽ 12 എണ്ണം കമ്യൂണിസ്റ്റു പാർട്ടിയുടെ നേതൃത്വത്തിൽ ഉള്ളവയായിരുന്നു. അക്കാലത്ത് ഇറാക്കി ഖുർദിസ്ഥാനിലും കമ്യൂണിസ്റ്റു പാർട്ടിയുടെ യൂണിറ്റുകൾ നിലവിൽവന്നു. സ്വയംനിർണയാവകാശത്തിനും പിന്നീട് സ്വയംഭരണത്തിനുമുള്ള ഖുർദിഷ് ജനതയുടെ അവകാശത്തെ പാർട്ടി തത്ത്വാധിഷ്ഠിതമായി പിന്തുണച്ചു. ഭൂവുടമയായ ഒരു ഷെയ്ക്കിന് എതിരെ അർബാത് ഗ്രാമത്തിൽ 1947 ൽ നടന്ന കർഷകരുടെ സമരമായിരുന്നു രാജ്യത്തെ ആദ്യത്തെ കർഷക മുന്നേറ്റം. ഐ സി പിയുടെ വളർന്നുവരുന്ന ജനസ്വാധീനവും പ്രവർത്തനരീതിയും പാവ ഗവൺമെന്റിനെയും അതിന്റെ ബ്രിട്ടീഷ് രക്ഷകരെയും പരിഭ്രാന്തരാക്കി. 1947 ജനുവരിയിൽ ഫർഹദിനേയും നിരവധി നേതാക്കന്മാരെയും അറസ്റ്റുചെയ്തതോടെ പാർട്ടി പരിഭ്രാന്തിയിലായി. ഗവൺമെന്റിനെതിരായ അട്ടിമറിശ്രമമായിരുന്നു അവരുടെപേരിൽ ചുമത്തിയ കുറ്റം. ഫഹദിനെയും മറ്റൊരു പോളിറ്റ്ബ്യൂറോ മെമ്പറായ സാകി ബാസിനെയും വധശിക്ഷക്കു വിധിച്ചു. അന്താരാഷ്ട്രതലത്തിൽ നടന്ന പ്രക്ഷോഭപ്രവർത്തനഫലമായി വധശിക്ഷ, ജീവപര്യന്തം തടവായി കുറച്ചു.

ഈ കാലഘട്ടത്തിലാണ് ഐ സി പി, രാജ്യത്തിലെ പ്രബലമായ രാഷ്ട്രീയ ശക്തിയായി വളർന്നത്. 1948 ജനുവരിയിൽ അൽ–വത്ബാ (മുന്നേറ്റം) എന്നപേരിൽ ദേശീയ പ്രക്ഷോഭം ഉയർന്നു. ബ്രിട്ടീഷ്, ഇറാഖി ഗവൺമെന്റുകൾ തമ്മിൽ പോർട്സ്മൗത്ത് കരാർ ഒപ്പിട്ടതിനെ തുടർന്നാണ് സമരത്തിന്റെ തീപ്പൊരിത്തിളക്കം കണ്ടത്. പട്ടാളത്താവളങ്ങളും മറ്റുനിയന്ത്രണങ്ങളുംവഴി ഇറാക്കിന്റെ പരമാധികാരം പരിമിതപ്പെടുത്താനുള്ള ബ്രിട്ടീഷ് നയത്തിന്റെ തുടർച്ചയായിരുന്നു പുതിയ കരാർ. കമ്യൂണിസ്റ്റുകാരുടെ നേതൃത്വത്തിൽ ആയിരക്കണക്കിന് ആളുകൾ ബാഗ്ദാദിലെ തെരുവുകളിൽ പ്രകടനം നടത്തി. യന്ത്രത്തോക്കുകൾ ഉപയോഗിച്ച് പോലീസ് നടത്തിയ വെടിവെപ്പിൽ 400 പേരുടെ ജീവൻ തെരുവോരങ്ങളിൽ പൊലിഞ്ഞു. പ്രധാനമന്ത്രി രാജ്യത്തിൽ നിന്ന് ഒളിച്ചോടി. കരാറിൽനിന്ന് പിന്മാറാൻ ഗവൺമെന്റ് നിർബന്ധിതമായി. ജനമുന്നേറ്റത്തോടൊപ്പം തൊഴിലാളി പണിമുടക്കുകളുടെ തുടർച്ചയും സംഭവിച്ചു. 1948 ഏപ്രിലിൽ ഹഡിത ഓയിൽ പമ്പിങ്ങ് സ്റ്റേഷനിൽ നിന്ന് 3000 തൊഴിലാളികൾ 250 കിലോമീറ്റർ അകലെയുള്ള ബാഗ്ദാദിലേക്കു നടത്തിയ ചരിത്രപ്രസിദ്ധമായ മാർച്ച്, രാജ്യത്തിൽ ഉടനീളം ഉജ്ജ്വലമായ ഉണർവ് ഉളവാക്കി.

പിന്തിരിപ്പൻ ഗവൺമെന്റാകട്ടെ അടിയന്തിരാവസ്ഥ പ്രഖ്യാപിച്ചുകൊണ്ട് പതുക്കെ പതുക്കെ തങ്ങളുടെ നിയന്ത്രണാധികാരം പുനഃസ്ഥാപിച്ചു. തുടർന്നു നടന്ന അടിച്ചമർത്തൽ നടപടികളിൽ നൂറുകണക്കിന് കമ്യൂണിസ്റ്റു പ്രവർത്തകരെ തടവിലിടുകയും തിടുക്കത്തിൽ കാട്ടിക്കൂട്ടിയ വിചാരണയിലൂടെ ശിക്ഷിക്കുകയും ചെയ്തു. തടവിൽ ഉണ്ടായിരുന്ന ജനറൽ സെക്രട്ടറി ഫഹദിനേയും പോളിറ്റ് ബ്യൂറോ അംഗ

ങ്ങളായ സാകി ബാസിം, അൽ ഷബീബി എന്നിവരെയും പുനർവിചാരണയിലൂടെ വധശിക്ഷക്കു വിധേയരാക്കി. ഒരർദ്ധരാത്രിയിലാണ് അവരുടെ ശിക്ഷ നടപ്പിലാക്കിയത്. കഴുമരം കയറാൻപോകുമ്പോൾ ഫഹദ് പ്രഖ്യാപിച്ചു: "ഞങ്ങൾക്ക് ശരീരവും ചിന്തകളും ഉണ്ട്. നിങ്ങൾക്ക് ഞങ്ങളുടെ ശരീരം നശിപ്പിക്കാൻ കഴിഞ്ഞേക്കാം. എന്നാൽ ചിന്തകളെ ഒന്നും ചെയ്യാനാവില്ല." ജനങ്ങളിൽ ഭീതിവളർത്താൻ നേതാക്കന്മാരുടെ ജഡം, നഗരത്തിൽ വ്യത്യസ്ത സ്ഥലങ്ങളിൽ പ്രദർശിപ്പിച്ചു. കമ്യൂണിസ്റ്റുകാരോടു കാട്ടിയ മർദ്ദനം നിമിത്തം ഐ സി പി ക്ക് 'രക്തസാക്ഷികളുടെ കക്ഷി' എന്ന പേരു കിട്ടി. ജനങ്ങളുടെ ആദരം വർദ്ധിച്ചു.

ബഹുജനസമരങ്ങളുടെ മറ്റൊരു വേലിയേറ്റം

അമ്പതുകളുടെ ആരംഭത്തിൽ, കമ്യൂണിസ്റ്റുപാർട്ടി പുനഃസംഘടിപ്പിക്കുകയും പുതിയ നേതൃനിര ഉയർന്നുവരികയും വെല്ലുവിളി ഏറ്റെടുക്കുകയും ചെയ്തു. 1952 നവംബറിൽ ബഹുജനസമരങ്ങളുടെ മറ്റൊരു തിരയിളക്കത്തിനു (ഇന്തിഫാദാ) ഇടവരികയും ഉണ്ടായി. പാർട്ടി രൂപം നൽകിയ കർഷകസംഘങ്ങളുടെ നേതൃത്വത്തിൽ, കർഷകർ ഭൂവുടമകൾക്കെതിരെ നടത്തിയ സമരങ്ങളായിരുന്നു പുതിയ പ്രക്ഷോഭത്തിൽ പ്രധാനം. സമരം ഒതുക്കാൻ സൈന്യത്തിന്റെ സഹായം സർക്കാർ തേടി. ജനകീയസമരങ്ങളിൽ സൈനികരുടെ സഹാനുഭാവം സജീവമാണെന്നുകണ്ടപ്പോൾ, 1954 ഒടുവിൽ ഓഫീസർമാരുടെയും പട്ടാളക്കാരുടെയും ദേശീയസമിതി രൂപീകരിക്കാൻ പാർട്ടി തീരുമാനിച്ചു. 1958 വരെ, പാർട്ടിയുടെയും അതിന്റെ നേതൃത്വത്തിലുള്ള ബഹുജനസംഘടനകളുടെയും ക്രമാനുഗതമായ വളർച്ചയുടെ കാലമായിരുന്നു. 1958 ജൂലായിൽ സംഭവിച്ച വിപ്ലവജനമുന്നേറ്റത്തിലെ മുഖ്യശക്തി പാർട്ടി തന്നെയായിരുന്നു. വെറുക്കപ്പെട്ട പാവ ഗവൺമെന്റിനെ താഴെയിറക്കി, ജനറൽ ഖാസിമിന്റെ നേതൃത്വത്തിൽ ദേശീയസേന അധികാരത്തിലേറി. 1959 ആയപ്പോഴേക്കും 250,000 തൊഴിലാളികൾ ട്രേഡ് യൂണിയനുകളിൽ അംഗങ്ങളായി. 200,000 കർഷകരുടെ പ്രാതിനിധ്യമുള്ള 3000 കർഷകസംഘങ്ങൾ ഗ്രാമങ്ങളിൽ രൂപമെടുത്തു. ഇറാഖി വിമൻസ് ലീഗിൽ 20,000 അംഗങ്ങൾ ഉണ്ടായിരുന്നു. ഡമോക്രാറ്റിക് യൂത്ത് ഫെഡറേഷനിലെ അംഗസംഖ്യ 84,000 ആയിരുന്നു. നല്ലൊരു സംഖ്യ ആർമി ആഫീസർമാരും സൈനികരും കമ്യൂണിസ്റ്റുപാർട്ടിയിൽ അംഗങ്ങളായി.

1958 ലെ വിപ്ലവ മുന്നേറ്റത്തിൽ, കമ്യൂണിസ്റ്റുകാർ പ്രമുഖമായ പങ്കുവഹിച്ചു. അതിന്റെ വർദ്ധിച്ചുവരുന്ന ശക്തി കണ്ട് ദേശീയ ബൂർഷ്വാസിയും പുതിയ ഭരണവൃത്തങ്ങളും പരിഭ്രാന്തരായി. ജനകീയാവശ്യം ശക്തമായതിനാൽ ഭൂപരിഷ്കരണവും തൊഴിൽ നിയമവും നടപ്പിലാക്കാൻ അധികാരികൾ നിർബന്ധിതരായി. കമ്യൂണിസ്റ്റുപാർട്ടിയുടെ സ്വാധീനം ശക്തമായിരുന്നു. പുതിയ ഗവൺമെന്റിൽ കമ്യൂണിസ്റ്റുകാരേയും ഉൾപ്പെടുത്തണം എന്ന് ആവശ്യപ്പെട്ട് വമ്പിച്ച പ്രകടനങ്ങൾ നടന്നു. എന്നാൽ

നാഷണലിസ്റ്റ് ആർമി ആഫീസർമാരും ബൂർഷ്വാസിയും ആ ആവശ്യം നിരസിച്ചു. ഗവൺമെന്റിൽ കമ്യൂണിസ്റ്റുപാർട്ടിയുടെ പങ്കാളിത്തം ആവശ്യപ്പെട്ടുകൊണ്ട്, 1959 മെയ് 1 ന് 300, 000 പേർ ബാഗ്ദാദിലെ തെരുവുകളിൽ പ്രകടനം നടത്തി.

ഗവൺമെന്റിൽ പങ്കുവേണമെന്ന ആവശ്യം പാർട്ടി ഉപേക്ഷിക്കുകയാണെന്ന് 1959 ജൂലായിൽ പ്രസ്താവിച്ചു. ബൂർഷ്വാസിയുടെയും മിതവാദശക്തികളുടെയും ഇടയിൽ വ്യാപകമായ തെറ്റിദ്ധാരണ വളർന്നതിനാലാണ്, പാർട്ടി കേന്ദ്രകമ്മറ്റി ഈ തീരുമാനം സ്വീകരിച്ചതെന്ന് വിശദീകരിക്കപ്പെട്ടു. പാർട്ടി നേതൃത്വത്തിലെ പരിഷ്കരണ വിഭാഗം അപ്പോഴും നിലനിന്നു. ഗവൺമെന്റു പങ്കാളിത്തം എന്ന ആവശ്യം ഉപേക്ഷിച്ചതോടെ, കമ്യൂണിസ്റ്റുകാർക്കെതിരായ അടിച്ചമർത്തൽ അവസാനിച്ചു. എന്നാൽ 1960 ആയപ്പോൾ പുതിയ ആക്രമണം ആരംഭിച്ചു. കമ്യൂണിസ്റ്റു പാർട്ടിയെ നിയമ വിധേയമാക്കണം എന്ന അപേക്ഷ ക്വാസിം ഭരണകൂടം തള്ളിക്കളഞ്ഞു. അതേ അവസരത്തിൽ, ഇതര കക്ഷികൾക്കെല്ലാം അംഗീകരണം ലഭിച്ചു. കമ്യൂണിസ്റ്റുകാരുടെ പങ്കാളിത്തത്തോടെ, വിപ്ലവജനാധിപത്യ ഗവൺമെന്റു രൂപീകരിക്കണം എന്ന ആവശ്യം അടങ്ങിയ മുദ്രാവാക്യം ഉപേക്ഷിച്ചത് അബദ്ധമായി എന്ന് പാർട്ടി പിന്നീട് തിരിച്ചറിഞ്ഞു.

സി പി എസ് യുവിന്റെ പ്രേരണയാലാണ്, ക്വാസിമിന്റെയും ദേശീയ ബൂർഷ്വാസിയുടെയും നയത്തിനു വഴങ്ങാൻ പാർട്ടി നിശ്ചയിച്ചത്. അമ്പതുകളുടെ അവസാനം (സി പി എസ് യു വിന്റെ 20–ാം കോൺഗ്രസിനു ശേഷം) സോവിയറ്റുപാർട്ടി കൈക്കൊണ്ട നയം കമ്യൂണിസ്റ്റുപാർട്ടിയുടെ സ്വതന്ത്രമായ പങ്ക് ഉപേക്ഷിച്ച് ദേശീയ ബൂർഷ്വാസിയുമായി ഒത്തുപോവുക എന്നതായിരുന്നു. സോവിയറ്റുനാട് അടിച്ചേൽപ്പിച്ച ഈ സമീപനത്തിന്റെ കെടുതിയിൽനിന്ന്, മൂന്നാം ലോകത്തിലെ മറ്റ് അനവധി പാർട്ടികളെപ്പോലെ ഇറാക്കി പാർട്ടിയും രക്ഷപ്രാപിച്ചില്ല.

ഇറാഖിലെ സ്വതന്ത്ര ഭരണകൂടത്തിന്റെ യഥാർത്ഥ ആവിർഭാവമായിരുന്നു 1958 ലെ പുതിയ റിപ്പബ്ലിക്. പുരോഗമനശക്തികളുടെ പിന്തുണയോടെ പഴയ സാമ്രാജ്യത്വ അനുകൂല ഭരണകൂടത്തിന്റെ നയം തിരുത്തിക്കൊണ്ട് ക്വാസിം പല പുതിയ മാറ്റങ്ങൾക്കും തുടക്കം കുറിച്ചു. ബാഗ്ദാദ് ഉടമ്പടി ഇറാക്ക് റദ്ദുചെയ്തു. ബ്രിട്ടീഷ് പട്ടാളത്താവളങ്ങൾ നീക്കംചെയ്തു. ഭൂപരിഷ്കരണ പരിപാടികളും തൊഴിലാളി യൂണിയനുകളുടെയും ജനാധിപത്യ സംഘടനകളുടെയും നിയമാവകാശങ്ങളും നടപ്പിലാക്കി. ആംഗ്ലോ–അമേരിക്കൻ എണ്ണക്കമ്പനികളുടെ ഉടമസ്ഥതയിലുള്ള ഇറാഖ് പെട്രോളിയം കമ്പനിയുടെ ചിറകുകൾ അരിഞ്ഞുകളഞ്ഞത് ക്വാസിം ഗവൺമെന്റിന്റെ പ്രധാന നടപടിയായിരുന്നു. കമ്പനിക്ക് അനുവദിച്ച ആനുകൂല്യങ്ങൾ ഉപയോഗിച്ച് അനർഹമായ മുതലെടുപ്പു നടത്തുന്നത് തടയാൻ ഗവൺമെന്റ് തീരുമാനിച്ചു. കമ്യൂണിസ്റ്റു പിന്തുണയോടെ വിപ്ലവാത്മക നടപടികൾ കൈക്കൊള്ളുന്ന പരിവർത്തന പരിപാടികൾ ഉൾക്കൊള്ളാൻ ദേശീയ ബൂർഷ്വാസിക്ക് പ്രയാസം അനുഭവ

പ്പെട്ടു തുടങ്ങി. ക്വാസിം ഗവൺമെന്റ് അതിനെ താങ്ങിനിർത്തുന്ന പ്രധാന സ്തൂപത്തെ, കമ്യൂണിസ്റ്റു പിന്തുണയെ, ദുർബലപ്പെടുത്താൻ ക്രമേണ ഒരുങ്ങി.

സ്വേച്ഛാധിപത്യ പ്രവണതകൾ പ്രകടിപ്പിച്ചുതുടങ്ങിയ ക്വാസിം, ഇതര രാഷ്ട്രീയ കക്ഷികളിൽനിന്ന് ക്രമേണ ഒറ്റപ്പെട്ടു തുടങ്ങി. അതോടെ 1963 ഫെബ്രുവരിയിൽ പിന്തിരിപ്പൻ അട്ടിമറിക്ക് അരങ്ങ് ഒരുങ്ങി. ദേശീയ സായുധ സേനയിലെ ചില ആപ്പീസർമാർ, ബാത്ത്പാർട്ടിയുമായി ഒത്തുചേർന്ന് ക്വാസിമിനെ അധികാരഭ്രഷ്ടനാക്കുകയും വധിക്കുകയും ചെയ്തു. കമ്യൂണിസ്റ്റുപാർട്ടിയുടെ ആഹ്വാനമനുസരിച്ച് ബാഗ്ദാദിലെ കുടിലുകളിൽനിന്ന് ജനങ്ങൾ വടികളുമായി തെരുവിലിറങ്ങി. ടാങ്കുകളെയും യന്ത്രത്തോക്കുകളെയും നേരിട്ടു. സൈനികശക്തിയുടെ അധികമായ ഊക്കിനു മുന്നിൽ എതിർപ്പ് ദുർബലമായി.

ഇരുണ്ട കാലം

ക്വാസിമിന്റെ ഭരണാന്ത്യം കമ്യൂണിസ്റ്റുകാരുടെ രക്തസ്നാനത്തിന് വഴിയൊരുക്കി. ഐ സി പിയുടെ ഇരുൾമൂടിയ കാലമായിരുന്നു അത്. 3000 കമ്യൂണിസ്റ്റുകാർ വധിക്കപ്പെട്ടു. പതിനായിരങ്ങൾ തടവിലായി. കമ്യൂണിസ്റ്റുപ്രവർത്തകരുടെയും നേതാക്കന്മാരുടെയും പട്ടിക ബാത്ത് നേതാക്കന്മാർക്ക് സി ഐ എ കൈമാറിയതായി കരുതപ്പെടുന്നു. പാർട്ടിയുടെ ആദ്യ സെക്രട്ടറി ഹുസൈൻ അർ റാദിയെ ഒളിവിടത്തിൽനിന്ന് പിടികൂടി തടവിലിട്ടു. നാലുനാൾ ക്രൂരമായ മർദ്ദനത്തിനു വിധേയനാക്കി. മർദ്ദകന്മാർക്ക് ഒരു രഹസ്യവും പിടികൊടുക്കാതെ അദ്ദേഹം മരണം വരിച്ചു. ഒരു പതിറ്റാണ്ടിനുശേഷം ചിലിയിൽ പിനോഷെ ഭരണകൂടം ഇടതുപക്ഷത്തിനെതിരെ നടപ്പാക്കിയ ക്രൂരതയെക്കാൾ ഭീകരമായിരുന്നു അന്ന് കമ്യൂണിസ്റ്റുകാരോടും പുരോഗമന പക്ഷക്കാരോടും ഇറാക്കിൽ കാട്ടിയ മർദ്ദനങ്ങൾ. ക്വാസിം ഭരണകാലത്ത് തടവിലായിരുന്ന കമ്യൂണിസ്റ്റുകാരെ ബാത്തിസ്റ്റ് പാർട്ടിയിലെ നാഷണൽ ഗാർഡ് പുറത്ത് ഇറക്കിക്കൊണ്ടുവന്ന് വെടിവച്ചുകൊന്നു. ഭരണ അട്ടിമറി നടന്ന ആദ്യത്തെ മൂന്നു ദിവസത്തിനുള്ളിൽ 5000 കമ്യൂണിസ്റ്റുപാർട്ടി അംഗങ്ങളും അനുഭാവികളും കൊല്ലപ്പെട്ടതായി ഇറാക്കി കമ്യൂണിസ്റ്റുപാർട്ടി വൃത്തം വെളിപ്പെടുത്തി. ജീവിതത്തിന്റെ നാനാ തുറകളിൽപ്പെട്ടവരെ പിടികൂടി ചോദ്യം ചെയ്യാനായി സ്പോർട്സ് ഗ്രൗണ്ടുകളും മിലിട്ടറി ക്യാമ്പുകളും സ്കൂളുകളും കോൺസൻട്രേഷൻ ക്യാമ്പുകളായി മാറ്റി–പാർട്ടി അവരുടെ അനുഭാവികളെ രക്ഷക്കായി കുർദ് മേഖലകളിലേക്കു മാറ്റി.

ബാത്ത് ഭരണകൂടം ഏറെ നീണ്ടുനിൽക്കാതെ 1963 നവംബറിൽ അവസാനിച്ചു. ഈജിപ്റ്റിലേക്കു നോക്കി ആവേശം ഉൾക്കൊണ്ട നാസർ പക്ഷപാതികളും അറബ് ദേശീയവാദികളുമായ ആർമി ആഫീസർമാരുടെ ഐക്യസംഘം അധികാരത്തിലെത്തി. പട്ടാളവാഴ്ചയ്ക്ക് 1968 അവസാനത്തോടെ വിരാമമായി. ഒരുവിഭാഗം ആർമി ആഫീസർമാരുടെ ആനു

കൂല്യത്തോടെ ബാത്ത്പാർട്ടി തിരിച്ചുവരവ് നടത്തി. എല്ലാ എതിർപക്ഷ ത്തെയും കൗശലപ്രയോഗത്തിൽ ഒതുക്കി ബാത്ത്പാർട്ടി അധികാരം ഉറ പ്പിച്ചു. സമ്പൂർണമായ അധികാര ആധിപത്യം നേടാനുള്ള ശ്രമത്തിൽ ബാത്ത് പാർട്ടി, കമ്യൂണിസ്റ്റുകാരെ അടിച്ചമർത്തുന്നതു തുടർന്നു. 1971 വരെ ആ നയംതന്നെ നടപ്പിലാക്കി. ജനാധിപത്യ തത്ത്വങ്ങളിൽ അധി ഷ്ഠിതമായ സ്വതന്ത്ര തിരഞ്ഞെടുപ്പിനും സ്വയംഭരണാവകാശത്തിലൂടെ കുർദ് പ്രശ്നപരിഹാരത്തിനും എല്ലാ വിദേശ കമ്പനികളുടെയും ആനു കൂല്യത്തിന്റെ അറുതിക്കുമായി കമ്യൂണിസ്റ്റുകാർ ശബ്ദമുയർത്തി. എല്ലാ പുരോഗമനശക്തികളുടെയും ദേശാഭിമാന മുന്നണിക്കുവേണ്ടിയും കൂട്ടു മുന്നണി ഭരണത്തിനുവേണ്ടിയും ഐ സി പി ശ്രമിച്ചു. ഇറാക്ക് പെട്രോ ളിയം കമ്പനിയുമായുള്ള ശ്വാസംമുട്ടിക്കുന്ന ബന്ധം അവസാനിപ്പിക്കാ നുള്ള അന്തർദേശീയ സമ്മർദ്ദം ബാത്ത് പാർട്ടിക്ക് അനുഭവപ്പെട്ടു. എണ്ണ ഉല്പാദനം ഉപയോഗിച്ച് മൂലധനം പെരുപ്പിക്കാനുള്ള ശ്രമം നടത്താൻ നിർബന്ധം അനുഭവപ്പെട്ടു. സോവിയറ്റുയൂണിയനുമായുള്ള ബന്ധം മെച്ച പ്പെടുകയും അവരുടെ സഹായത്തോടെ എണ്ണഉല്പാദനം വർദ്ധിപ്പിക്കാ നുള്ള കരാറിൽ 1969 ൽ ഒപ്പിടുകയും ചെയ്തു.

1971-72 ൽ സുദീർഘമായ ചർച്ചകൾക്കുശേഷം, ദേശീയ പ്രവർത്തനപരിപാടിയുടെ അടിസ്ഥാനത്തിൽ ഒരു പുരോഗമന ദേശാഭി മാന ദേശീയമുന്നണി രൂപീകരിക്കാൻ ബാത്ത് പാർട്ടി, ഐ സി പി യുമായി കരാറിലേർപ്പെട്ടു. രണ്ടു കമ്യൂണിസ്റ്റു മന്ത്രിമാർ ഗവൺമെന്റിൽ ചേർന്നു. 1978 ആയതോടെ ബാത്ത് പാർട്ടി വീണ്ടും കമ്യൂണിസ്റ്റുകാർക്ക് എതിരായി തിരിഞ്ഞു. ദേശാഭിമാന ദേശീയ മുന്നണിയിലെ കമ്യൂണിസ്റ്റ് പ്രതിനിധികളെ നീക്കം ചെയ്യുകയും എല്ലാവരേയും തടവിലാക്കുകയും ചെയ്തു. സായുധസേനയിൽ കമ്യൂണിസ്റ്റു സെൽ രൂപീകരിച്ചു എന്ന വ്യാജമായ അപരാധം ചുമത്തി 31 ഐ സി പി അംഗങ്ങളെയും അനുഭാ വികളെയും 1978 മെയിൽ വധശിക്ഷയ്ക്കു വിധേയമാക്കി. 1974ൽ എണ്ണ വിലയിൽ ഉണ്ടായ വമ്പിച്ച വർദ്ധനവായിരുന്നു കമ്യൂണിസ്റ്റുകാരോടു കാട്ടിയ വഞ്ചനയ്ക്കു പുറമെ ഉണ്ടായ സംഭവം. ഇറാനിലെ ഷായുമായി ഏർപ്പെടുത്തിയ ധാരണ ഭരണസ്ഥിരതയെ സഹായിച്ചു. ഇറാക്കിൽനി ന്നുള്ള ഖുർദ്ദിഷ് പോരാളികൾക്കെതിരെ ഇറാനിയൻ അതിർത്തി അട ച്ചിടുകയും അവർക്കുള്ള സായുധ സഹായം നിർത്തലാക്കുകയും ചെയ്താൽ, ഷത്-അൽ-അംബ് ജലമാർഗം ഇറാനിലേക്ക് തുറന്നുകൊ ടുക്കൻ സമ്മതമാണെന്ന് ഇറാക്ക് പ്രസ്താവിച്ചു. ദേശാഭിമാന മുന്നണിക്ക്, ഒരു സഖ്യം എന്ന പദവി ഇല്ലാതായിരിക്കുന്നു എന്ന് 1979 ഏപ്രിലിൽ ഐ സി പി പ്രഖ്യാപിച്ചു. അത് ബാത്ത് പാർട്ടിയുടെ ഉപകരണം മാത്ര മായി കലാശിച്ചു എന്ന് അവർ അഭിപ്രായപ്പെട്ടു. ബാത്ത് ഭരണകൂടവു മായി വിയോജിക്കുന്നു എന്ന് 1979 ൽ ഐ സി പി പരസ്യമായി പ്രസ്താ വിച്ചു. ആ വർഷം പ്രസിഡണ്ടിന്റെ പൂർണ അധികാരം സദ്ദാം ഹുസൈനു ലഭിച്ചു. ആ വർഷം ഒടുവിൽ കുർദ് പ്രവിശ്യകളിൽ കമ്യൂണിസ്റ്റു യൂണി

റ്റുകൾ പ്രവർത്തിച്ചു തുടങ്ങി.

ബാത്തിസ്റ്റുകാർ എപ്പോഴെല്ലാം അധികാരത്തിൽ എത്തിയിട്ടുണ്ടോ, അപ്പോഴെല്ലാം അവർ സായുധ നടപടികളിലൂടെ കുർദ്ദുകളെ അടിച്ച മർത്താൻ പ്രവർത്തിച്ചു. ഇറാക്കി സൈനിക നടപടികളിലൂടെ, 1974 മാർച്ചിനും 1975 ആദ്യ മാസങ്ങൾക്കും ഇടയിൽ കുർദിഷ് പ്രദേശത്ത് നിരവധി സിവിലിയന്മാർ കൊല്ലപ്പെട്ടു. കുർദ്ദിഷ് ഡമോക്രാറ്റിക്ക് പാർട്ടിയും കുർദ്ദിഷ് സോഷ്യലിസ്റ്റ് പാർട്ടിയുമായി 1980 ൽ ഇറാക്കി കമ്യൂണിസ്റ്റുപാർട്ടി സഖ്യത്തിൽ ഏർപ്പെടുകയും ഭരണകൂടത്തിനെതിരെ പോരാടാൻ പ്രതിജ്ഞയെടുക്കുകയും ചെയ്തു. അതിനുശേഷം പാർട്ടി, ഒരു അണ്ടർഗ്രൗണ്ട് പ്രതിപക്ഷ ശക്തിയായി മാറി. ഇറാക്കി സമൂഹം ബാത്ത് അനുഭാവികൾ ആവുകയും ഏകകക്ഷി ഭരണാനുകൂല്യം പ്രകടിപ്പിക്കുകയും ചെയ്തതോടെ കമ്യൂണിസ്റ്റ് പാർട്ടി കനത്ത നഷ്ടം അനുഭവിച്ചു തുടങ്ങി.

വളരെ വർഷങ്ങൾക്കു ശേഷം യു എസ് ഇറാക്കിനെ ആക്രമിച്ചപ്പോൾ, അമേരിക്കയുടെ സായുധ ഇടപെടൽ അരുതെന്ന് ഐ സി പി പ്രഖ്യാപിച്ചു. ഇറാക്കിൽ അമേരിക്കയുടെ കൈകടത്തൽ പ്രതീക്ഷിച്ച ഐ സി പി, അത്തരമൊരു ആക്രമണത്തിനു വഴിയൊരുക്കാനായി 2002 നവംബറിൽ ലണ്ടനിൽ അമേരിക്കക്കാർ പ്രതിപക്ഷ ഗ്രൂപ്പുകളുടെ യോഗം വിളിച്ചപ്പോൾ അതിൽ പങ്കെടുക്കാൻ വിസമ്മതിച്ചു. സദ്ദാമിന്റെ ഭരണകൂടത്തെയും അമേരിക്കയുടെ കൈയടക്കലിനേയും എതിർക്കാനാണ് ഐ സി പി തീരുമാനിച്ചത്.

അമേരിക്കയുടെ അതിക്രമത്തെയും പാവസർക്കാരിനെ പ്രതിഷ്ഠിക്കാനുള്ള ഉദ്യമത്തെയും അഭിമുഖീകരിച്ചപ്പോൾ ഐ സി പി വീണ്ടും പ്രതിസന്ധിയിലായി. സാമ്രാജ്യത്വ അധിനിവേശത്തിനെതിരെ ശക്തമായ ജനാധിപത്യ പ്രതിരോധം സൃഷ്ടിക്കാനും പാർട്ടിയുടെ ജനകീയ അടിത്തറ ഉറപ്പിക്കാനും ഐ സി പി പ്രയത്നിച്ചു. ഇറാക്കിനെ മതാധിഷ്ഠിത രാജ്യമായി മാറ്റാൻ അഭിലഷിക്കുന്ന ഇസ്ലാമിക ശക്തികളോട് മല്ലടിച്ചു വേണമായിരുന്നു അത്തരമൊരു കൃത്യം നിർവഹിക്കാൻ. വരാനിരിക്കുന്ന വർഷങ്ങളിൽ വെല്ലുവിളികൾ നേരിടാനുള്ള കരുത്ത്, കഴിഞ്ഞ ആറു ദശകങ്ങളിലെ സമ്പന്നവും സാഹസികവുമായ സമരപാരമ്പര്യങ്ങളിലൂടെ ഐ സി പി ആർജിച്ചുവെച്ചിട്ടുണ്ട്.

(Peoples Democracy, മെയ് 11, 2003)

സാമ്രാജ്യത്വമെന്ന യാഥാർഥ്യവും സോഷ്യലിസത്തിന്റെ ഭാവിയും

ലോകത്തിലെ ആദ്യത്തെ സോഷ്യലിസ്റ്റു വിപ്ളവത്തിന്റെ സൃഷ്ടിയായ സോവിയറ്റു യൂണിയന്റെ വിഘടനം "മാർക്സിസം മരിച്ചു" എന്ന പഴയ പ്രചാരവേലയുടെ ആക്രമണത്തിന്റെ ആവർത്തനത്തിന് ആരംഭം കുറിച്ചിരിക്കുന്നു.

മാർക്സിസത്തെ മാറ്റിമറിച്ച് അതല്ലാതാക്കി മാറ്റുകയാണ് അതിന്റെ ഉപലക്ഷ്യം. ഈ രണ്ടു പ്രവണതകളും പ്രത്യക്ഷപ്പെടുന്നത് ആദ്യമായിട്ടില്ല. ചരിത്രത്തിന്റെ വിവിധ ഘട്ടങ്ങളിൽ വർഗ സമരത്തിന്റെ ഏറ്റിറക്കങ്ങളിൽ അത്തരം ആശയങ്ങൾ മാറിയും മറിഞ്ഞും പ്രത്യക്ഷപ്പെട്ടുകൊണ്ടിരുന്നു.

എന്നാൽ, മാർക്സിസത്തിന്റെ ഭാവിയെപ്പറ്റി, ഇരുപതാം നൂറ്റാണ്ടിന്റെ അവസാനദശകത്തിൽ ഉണ്ടായ ഏറ്റവും ഗൗരവാവഹമായ ആശങ്കയാണ്, തൊഴിലാളിവർഗം അഭിമുഖീകരിക്കുന്നത്. അതിന്റെ കാരണം വ്യക്തമാണ്. ഒക്ടോബർ വിപ്ലവം കഴിഞ്ഞ് എഴുപത്തിനാലു വർഷത്തിന്നുശേഷം, ലെനിന്റെയും ബോൾഷെവിക്കുകാരുടെയും ഭരണകൂടം തകർന്നിരിക്കുന്നു. കിഴക്കൻ യൂറോപ്പിലെ നിലവിലുള്ള സോഷ്യലിസത്തിന്റെ തകർച്ചയോടൊപ്പം, വർത്തമാനകാലത്തിന്റെ ശക്തിസന്തുലനമാകെ സാമ്രാജ്യത്വത്തിനും ലോകമുതലാളിത്തത്തിനും അനുകൂലമായി മാറിയിരിക്കുന്നു.

ലോകവീക്ഷണവും ശാസ്ത്രീയസിദ്ധാന്തവും എന്ന നിലയിൽ, മാർക്സിസം കാലഹരണപ്പെട്ടതും വിശ്വാസയോഗ്യമല്ലാത്തതുമായ അവസ്ഥയിൽ എത്തി എന്ന് ബൂർഷ്വാ സൈദ്ധാന്തികർക്ക് പ്രചരിപ്പിക്കാൻ ഈ പുതിയ നാടകീയ സംഭവവികാസം വഴിയൊരുക്കിയിരിക്കുന്നു. ശാസ്ത്രീയ സോഷ്യലിസത്തിന്റെ പ്രഖ്യാപനമായ മാർക്സിസം, സോവി

യറ്റു യൂണിയന്റെ പതനത്തിനു ശേഷവും വിപ്ലവസിദ്ധാന്തമായും പ്രവർത്തനത്തിനുള്ള വഴികാട്ടിയായും നിലനിൽക്കുന്നു എന്നതാണ് വാസ്തവം. സോവിയറ്റു യൂണിയന്റെ നിലനിൽക്കലോ അപ്രത്യക്ഷമാകലോ മാർക്സിസത്തിന്റെ ബലഹീനതയുടെ തെളിവല്ല. ഇരുപത്തിയൊന്നാം നൂറ്റാണ്ടിൽ, മുതലാളിത്തത്തിനുള്ള ബദൽപ്രവർത്തനം ശാസ്ത്രീയ സോഷ്യലിസത്തിനു വേണ്ടിയുള്ള പോരാട്ടം മാത്രമാണ്. ചരിത്രത്തിന്റെ ചാലകശക്തി വർഗസമരമാണ് എന്ന ആശയത്തിന്റെ സാർവലൗകിക സാംഗത്യം ഇന്നും നഷ്ടപ്പെട്ടിട്ടില്ല. മാർക്സിസത്തെ അടിസ്ഥാനമാക്കിയ വിശകലനത്തിലൂടെ മാത്രമെ, മുതലാളിത്തത്തെ വർത്തമാനകാലത്തും ഭാവിയിലും മനസിലാക്കാൻ പറ്റുകയുള്ളു. ചരിത്രപരമായ ഭൗതികവാദത്തിൽ അധിഷ്ഠിതമായ ശാസ്ത്രീയസോഷ്യലിസം മുതലാളിത്തത്തിന്നു പകരംവയ്ക്കാവുന്ന മികച്ചതും ചൂഷണരഹിതവുമായ സമൂഹത്തെ വിഭാവന ചെയ്യുന്നു.

സമകാലിക മുതലാളിത്തം ഇപ്പോഴും സാമ്രാജ്യത്വമാണ്. അതിനെ തകർക്കാനുള്ള പ്രത്യയശാസ്ത്ര പരിശ്രമം തുടർച്ചയായി നടന്നുവരുന്നുണ്ട്. ലോകവ്യാപകമായ വർഗസമരത്തിൽ സാമ്രാജ്യത്വം വിപരീത ശക്തിയാണ്. സോഷ്യലിസ്റ്റു വ്യവസ്ഥിതിക്കു സംഭവിച്ച തിരിച്ചടികൾ സാമ്രാജ്യത്വത്തിന് അനുകൂലമായ ശക്തികളുടെ സന്തുലനത്തിൽ മാറ്റം വരുത്തിയിട്ടുണ്ട്. എന്നാലും ഇത് വർഗസമരത്തിന്റെ സാധ്യതയെ നിരാകരിക്കുന്നില്ല.

ശാസ്ത്രീയവും സാങ്കേതികവുമായ വിപ്ലവത്തിന്റെ ഫലമായി മുതലാളിത്തരാജ്യങ്ങളിലെ ഉല്പാദനോപകരണങ്ങളിൽ വിപ്ലവാത്മകമായ മാറ്റങ്ങൾ വന്നിരിക്കുന്നു. അതോടൊപ്പം തൊഴിലാളികൾ ചൂഷണം ചെയ്യപ്പെടുന്ന രീതിയിലും മാറ്റം വന്നിരിക്കുന്നു. ഉപരിവർഗത്തിന്റെ കൈയിൽ സമ്പത്ത് കുന്നുകൂടുന്നതും വർദ്ധിച്ചു. വികസനം കുറഞ്ഞ മുതലാളിത്തരാജ്യങ്ങളുടെ അത്യാഗ്രഹവും കൂടിചേർന്നപ്പോൾ, സാമ്രാജ്യത്ത്വത്തിന്റെ സാമ്പത്തികമായ ശക്തി പിന്നെയും വർദ്ധിച്ചു.

ആശയപരവും സാംസ്കാരികവുമായ തലത്തിൽ, ബൂർഷ്വാ വർഗങ്ങളുടെ ആധിപത്യം മാറ്റമില്ലാതെ നിലനിൽക്കുന്നു. സാങ്കേതികവിദ്യകളുടെ വികാസവിപ്ലവം സൃഷ്ടിച്ച ശക്തമായ ബഹുജനമാധ്യമങ്ങൾ, മുതലാളിത്തത്തിന്റെ ആശയങ്ങളെ വിതരണം ചെയ്യുന്ന സാമ്പത്തികവും സാങ്കേതികവും സാംസ്കാരികവുമായ മേഖലകളിൽ, മുതലാളിത്തം നിലനിർത്തുന്ന ആധിപത്യം നിമിത്തം, അത് അജയ്യമാണെന്ന അവസ്ഥ സൃഷ്ടിച്ചിരിക്കുന്നു.

ലോകമുതലാളിത്തത്തിന്റെ ചൂഷകസ്വഭാവത്തിനെതിരെ നിൽക്കുന്നതും അതിൽ പരിവർത്തനം വരുത്താൻ പരിശ്രമിക്കുന്നതുമായ ഇരുപതാം ശതകത്തിലെ കഴിഞ്ഞ അഞ്ചു ദശകങ്ങളിലെ കർമ്മപദ്ധതി മാർക്സിസം മാത്രമാണ്.

പുതിയ പ്രതിഭാസം

ഇരുപത്തിയൊന്നാം നൂറ്റാണ്ടിൽ സാമ്രാജ്യത്വം അപ്രത്യക്ഷമാകാൻപോകുന്ന അവസ്ഥയിലല്ല. ഇരുപതാം നൂറ്റാണ്ടിലെ അവസാനത്തെ രണ്ടു ദശകങ്ങളിലെ പുതിയ സംഭവവികാസങ്ങളുടെ ഗതി പരിശോധിച്ചാൽ, ആധുനികസാമ്രാജ്യത്വത്തിന്റെ പിറവിയെപ്പറ്റിയുള്ള മാർക്സിസ്റ്റ്-ലെനിനിസ്റ്റ് വിശകലനം എത്ര ശരിയാണെന്ന് ബോധ്യപ്പെടും. പ്രധാനപ്പെട്ട ഒരു സംഭവവികാസം അന്താരാഷ്ട്ര സമ്പദ്മൂലധനത്തിന്റെ ലാഭേച്ഛയോടെയുള്ള ശീഘ്രലമായ ചലനസ്വഭാവമാണ്. മൂലധനത്തിന്റെ ഈ അന്താരാഷ്ട്ര പ്രവാഹം നിമിത്തം, മൂന്നാംലോകരാജ്യങ്ങളിലെ ചൂഷണവും മുതലാളിത്ത രാജ്യങ്ങളിലെ നിലവിലുള്ള തൊഴിലില്ലായ്മയും ഒന്നുകൂടി കനപ്പെട്ടിരിക്കുന്നു. ലാഭേച്ഛയോടെയുള്ള മൂലധനപ്രവാഹത്തിന്റെ വിനാശകരമായ പ്രത്യാഘാതത്തിന് തെളിവാണ്, തെക്കു-കിഴക്കെ ഏഷ്യൻ രാജ്യങ്ങളിലെ നിലവിലുള്ള നാണയക്കുഴപ്പം.

മുതലാളിത്തവുമായി പ്രതിമത്സരത്തിൽ ഏർപ്പെട്ടിരുന്ന സോഷ്യലിസ്റ്റ് ബ്ലോക്കിന്റെ അഭാവം നിമിത്തം, സാമ്രാജ്യത്വം മൂന്നു ലോകരാജ്യങ്ങളിൽ സാമ്പത്തികപരമാധികാരം കൈയാളുന്നു. നവ ഉദാരവത്കരണത്തിന്റെ നയങ്ങൾ അവികസിതനാടുകളിൽ നടപ്പാക്കാൻ, ഐ എം എഫ്, ലോക ബാങ്ക്, ലോകവ്യാപാരസംഘടന എന്നീ ത്രിശക്തികൾ ശ്രമത്തിലേർപ്പെട്ടിരിക്കുന്നു.

ഇരുപതാം നൂറ്റാണ്ടിന്റെ അന്ത്യഘട്ടത്തിൽ, മികവിന്റെ തെളിവായി മുതലാളിത്തത്തെ ഉയർത്തിക്കാട്ടാൻ അത്, പഴയ ക്ഷേമാധിഷ്ഠിത മുതലാളിത്തത്തിലേക്കു മടങ്ങിപ്പോകാൻ ശ്രമിച്ചു. അതുവഴി, മുതലാളിത്തവും സോഷ്യലിസവും ഒരേ ലക്ഷ്യത്തിൽ ചെന്നുചേരാൻ നിയുക്തങ്ങളാണ് എന്ന ധാരണ വരുത്തി. സമകാലികമുതലാളിത്തത്തിന്, തൊഴിലില്ലായ്മയുടെ വർദ്ധന ശമിപ്പിക്കാൻ സാധിച്ചിട്ടില്ല, പിന്നെയല്ലേ പൂർണ്ണമായ തൊഴിൽ ലഭ്യത ഉറപ്പുവരുത്തൽ.

മിഥ്യകൾ നിരാകരിക്കപ്പെടുന്നു

ക്ഷേമരാഷ്ട്രസങ്കല്പം തകർത്തുകൊണ്ട്, തൊഴിലില്ലായ്മ പെരുകിയിരിക്കുന്നു. അതിനെ ചെറുത്തുകൊണ്ട് വർഗസമരം മൂർച്ഛിക്കുന്നു.

വർഗസമരത്തെയും സമരത്തിൽ തൊഴിലാളിവർഗത്തിന്റെ മുഖ്യപങ്കിനേയും അപ്രസക്തമാക്കുന്ന അവസ്ഥ വന്നിരിക്കുന്നു എന്നതാണ് മാർക്സിസം-ലെനിനിസത്തിന് എതിരെ ഉന്നയിക്കപ്പെടുന്ന അയോഗ്യത. പ്രസ്തുത വാദഗതികളുടെ ചുരുക്കം ഇതാണ് :

> ആഗോളവൽക്കരണത്തിനു കീഴിൽ, മൂലധനത്തിന്റെ അന്തർദേശീയവത്കരണം സംഭവിക്കുന്നു; മുതലാളിത്തത്തിന്റെ ഘടനാപരമായ പരിവർത്തനം നിമിത്തം, തൊഴിലാളിവർഗം പ്രാന്തവൽക്കരിക്കപ്പെടുന്നു. രാഷ്ട്രഭരണകൂടത്തിനകത്ത് വർഗസമരങ്ങൾ ബല

ഹീനങ്ങളാണ്. സോഷ്യലിസത്തിനു സംഭവിച്ച തിരിച്ചടികൾക്കു ശേഷം ഈ മിഥ്യാവാദങ്ങൾക്ക് ബലം കൂടിയിരിക്കുന്നു.

ആഗോളവൽക്കരണത്തിന്റെ പേരിൽ ആരോപിക്കപ്പെടുന്ന ഈ മിഥ്യാപരിസരങ്ങളെ നിഷേധിക്കാനും വെല്ലുവിളിക്കാനും പറ്റിയ ഉചിതമായ സന്ദർഭം വന്നിരിക്കുന്നു. 1995 ഹേമന്തത്തിലും 1996 ലും നടന്ന ഫ്രഞ്ചു തൊഴിലാളികളുടെയും ദക്ഷിണ കൊറിയൻ തൊഴിലാളികളുടെയും പൊതുപണിമുടക്കു സമരങ്ങൾ, വർഗസമരത്തിന്റെ സാധ്യതയും അസ്തിത്വവും വെളിവാക്കുന്നു. ഇരുപതാം നൂറ്റാണ്ടിലെ മുതലാളിത്തത്തിൻ കീഴിൽ, പണിമുടക്കുകൾ അപ്രസക്തവും അപ്രായോഗികവുമാണെന്ന വാദം തകർന്നിരിക്കുന്നു.

യൂറോപ്പ്, ലാറ്റിൻ അമേരിക്ക, ഏഷ്യ എന്നിവിടങ്ങളിൽ അടുത്ത കാലത്തു നടന്ന വർഗസമരത്തുടർച്ചകൾ, തൊഴിലാളിവർഗവും വർഗസമരവും ദുർബ്ബലമാണെന്ന ആശങ്കക്ക് ആഘാതം ഏല്പിച്ചിരിക്കുന്നു. അത് മതിയായ മുന്നറിയിപ്പു നൽകുന്നു. മുതലാളിത്തത്തിന്റെ പുതിയ ആക്രമണങ്ങൾക്കെതിരെ ആത്മരക്ഷാരീതിയിലുള്ളതാണെങ്കിലും, പുതിയ പ്രതിരോധസമരങ്ങൾ ലോകവ്യാപകമായി നടക്കുന്നുണ്ട്. മുതലാളിത്തത്തിനെതിരെ മറ്റൊരു വർഗമോ മധ്യവർഗ വിഭാഗമോ നേരിയ എതിർപ്പുപോലും പ്രകടിപ്പിക്കുന്നില്ല. ഈ സമരങ്ങളുടെ രാഷ്ട്രീയ സ്വാധീനം, യൂറോപ്പിലും ലാറ്റിൻ അമേരിക്കയിലുമുള്ള ചില രാജ്യങ്ങളിലെങ്കിലും കണ്ടുതുടങ്ങിയിട്ടുണ്ട്. ഐ എം എഫും ലോകബാങ്കും ലക്ഷ്യമിട്ടിരിക്കുന്ന "ഉയർന്നുവരുന്ന വലിയ മാർക്കറ്റുകളിൽ" ഒന്നായ ഇന്ത്യയിൽ, ഇവിടത്തെ തൊഴിലാളിവർഗം, 1991 നും 1995 നും ഇടയിൽ നാല് ഏകദിന പൊതുപണിമുടക്കുകൾ, കർഷകരെയും മറ്റ് അധ്വാനിക്കുന്ന വിഭാഗക്കാരെയും അണിനിരത്തിക്കൊണ്ടു നടത്തുകയുണ്ടായി.

സോഷ്യലിസത്തിന്റെ നവീകരണം

അർദ്ധഫ്യൂഡൽ ബന്ധങ്ങൾ നിലനിന്നിരുന്ന ഒരു അവികസിത മുതലാളിത്ത രാജ്യത്തിലാണ്, ആദ്യത്തെ സോഷ്യലിസ്റ്റ് വിപ്ലവം നടന്നത്. ജർമൻ വിപ്ലവത്തിനും ലോകവിപ്ലവത്തിനും മുന്നോടിയായാണ് 1917 ലെ റഷ്യൻ വിപ്ലവത്തെ ലെനിൻ വീക്ഷിച്ചത്. 1918–19 കാലഘട്ടത്തിൽ നടന്ന ജർമൻ, ഹങ്കേറിയൻ വിപ്ലവങ്ങളെയും മറ്റു മുന്നേറ്റങ്ങളെയും ബൂർഷ്വാസി അടിച്ചമർത്തി. "ഒരു രാജ്യത്ത് സോഷ്യലിസം" ഒരാവശ്യമായിരുന്നു. നാലുപാടും സാമ്രാജ്യത്വം വലയംചെയ്തിരിക്കുന്ന അവസ്ഥയിൽ, പൂർവമുതലാളിത്ത പിന്നാക്കാവസ്ഥ അവസാനിപ്പിച്ച് പാശ്ചാത്യ മുതലാളിത്ത ഉല്പാദന നിലവാരം കൈവരിക്കുക എന്നത് ധീരസാഹസിക കൃത്യമത്രെ. ഉല്പാദകശക്തികളിൽ ഉണ്ടായ അഭൂതപൂർവമായ വർദ്ധന, ചരിത്രത്തിൽ മുമ്പ് ഒരിക്കലും ഉണ്ടായിട്ടില്ലാത്തമട്ടിൽ എല്ലാ പൗരന്മാർക്കും ലഭിച്ച ക്ഷേമാനുകൂല്യങ്ങൾ, ഫാസിസത്തോട്

ഏറ്റുമുട്ടി അതിനെ പരാജയപ്പെടുത്താൻ കഴിഞ്ഞ ധീരസാഹസികത- അങ്ങനെ നാനാതരത്തിൽ സോഷ്യലിസത്തിന്റെ അതുല്യത പ്രകടിതമായി. ആദ്യത്തെ സോഷ്യലിസ്റ്റ് സ്റ്റേറ്റ് പിറന്നുവീണ പാരമ്പര്യ സാഹചര്യങ്ങളുടെ ജനനചിഹ്നങ്ങൾ മാത്രമായിരുന്നു ചില ചില്ലറ പരാജയങ്ങൾ.

സോഷ്യലിസത്തിലേക്കുള്ള പരിവർത്തനപ്രക്രിയ അത്യന്തം സങ്കീർണമാണെന്ന്, സോവിയറ്റുയൂണിയന്റെ ആദ്യകാല ദശകങ്ങളിലെ ചരിത്രപരമായ നേട്ടങ്ങൾ പരിശോധിച്ചാൽ മനസിലാകും.

ലെനിൻ ഈവിധം മുന്നറിയിപ്പ് തന്നിരുന്നു:

> മുതലാളിത്തത്തെ പിടിച്ചുകുലുക്കി, സോഷ്യലിസ്റ്റു പരിവർത്തനത്തിലേക്ക് ആദ്യത്തെ ഏതാനും ചുവടുകൾ മാത്രമേ നാം കടന്നുകയറിയിട്ടുള്ളു. സോഷ്യലിസ്റ്റുപരിവർത്തനത്തിലേക്ക് എത്ര ഘട്ടങ്ങൾ കടന്നുപോകാനുണ്ട് എന്ന് നമുക്ക് അറിയില്ല. അത് അറിയാൻ സാധ്യമല്ല. (തിരഞ്ഞെടുത്ത കൃതികൾ, വാല്യം 27, പേജ്31)

തുടർന്ന് ലെനിൻ ഇങ്ങനെ പ്രസ്താവിച്ചു:

> ചരിത്രത്തിന്റെ വളവുതിരിവുകൾ കൂടുതലുള്ള ഒരു രാജ്യം, എത്രത്തോളം കൂടുതൽ പിന്നോക്കാവസ്ഥയിലാണോ, അത്രത്തോളം വിഷമകരമായിരിക്കും ആ രാജ്യം പഴയ മുതലാളിത്ത ബന്ധങ്ങളിൽനിന്ന് മോചനം നേടി സോഷ്യലിസ്റ്റുവിപ്ലവം ആരംഭിക്കാൻ. (വാല്യം 27, പേജ് 89)

മുതലാളിത്ത വ്യവസ്ഥിതിയെ ശക്തമായും യുക്തമായും വിശകലനം ചെയ്യുന്നതിലും വിലയിരുത്തുന്നതിലും വിജയിച്ചതുപോലെ മാർക്സിസ്റ്റ് സിദ്ധാന്തം, നിലവിൽവന്ന സോഷ്യലിസത്തെ സൃഷ്ടിപരമായി പഠിക്കുന്നതിൽ വിജയിച്ചിട്ടില്ലെന്ന് കരുതപ്പെടുന്നു.

സോവിയറ്റുയൂണിയന്റെ തകർച്ചയുടെ കാരണങ്ങളെപ്പറ്റി വിശദമായ അന്വേഷണ പഠനം നടത്താതെ, ഭാവിപുരോഗതിക്കുവേണ്ടിയുള്ള തയാറെടുപ്പിന് മാർക്സിസ്റ്റ്-ലെനിനിസ്റ്റ് ധാരണയെ ഉപയോഗപ്പെടുത്താനാവില്ല.

മാർക്സിസ്റ്റ്-ലെനിനിസ്റ്റ് സിദ്ധാന്തവും പ്രയോഗവും സമ്പന്നമാക്കുന്നതിന്, താഴെപറയുംവിധം പ്രായോഗികപഠനം ആവശ്യമാണ്: (1) സോഷ്യലിസ്റ്റ് ജനാധിപത്യം : ജനാധിപത്യവേദികളുടെ സ്ഥാപനവൽക്കരണവും രാഷ്ട്രീയപ്രക്രിയയിലും സാമ്പത്തികമാനേജ്മെന്റിലുമുള്ള ജനപങ്കാളിത്തവും (2) സോഷ്യലിസ്റ്റ് സമൂഹത്തിൽ ഭരണകൂടവും പാർട്ടിയും തമ്മിൽ ഉണ്ടാവേണ്ട ശരിയായ ബന്ധം (3) സാമ്പത്തികാവസ്ഥയുടെ നിയന്ത്രണത്തിൽ വരുത്തുന്ന അയവ് (വ്യത്യസ്ത പരിവർത്തനഘട്ടങ്ങളിൽ സ്വത്തിന്റെ ഉടമാവസ്ഥയുടെ രൂപത്തിൽ വരുത്തുന്ന അയഞ്ഞ വൈവിധ്യം).

മുതലാളിത്തത്തിന്റെ ശക്തവും നിർണായകവുമായ അവസ്ഥ നിലനിൽക്കുന്ന ലോകവ്യവസ്ഥയിൽ, സോഷ്യലിസ്റ്റ് പരിവർത്തനവും സോഷ്യലിസ്റ്റ് നിർമാണവും എങ്ങനെയായിരിക്കണം എന്നതിനെ സംബന്ധിച്ച്–വിശേഷിച്ച് അവികസിത മുതലാളിത്തരാജ്യങ്ങളിൽ–സൈദ്ധാന്തികപരിപ്രേക്ഷ്യം കണ്ടെത്തേണ്ടത് അത്യാവശ്യമത്രെ. ഒക്ടോബർ വിപ്ലവത്തെ തുടർന്നുള്ള അവസ്ഥയല്ല ഇന്നു നിലനിൽക്കുന്നത്. നിലവിലുണ്ടായിരുന്ന ഒരു മാതൃകയുടെയും അടിസ്ഥാനത്തിൽ ആയിരുന്നില്ലല്ലോ സോവിയറ്റുയൂണിയനിലെ ചരിത്രപ്രശസ്തമായ സോഷ്യലിസ്റ്റ് നേട്ടങ്ങൾ.

ദേശീയവും അന്തർദേശീയവുമായി മുതലാളിത്ത സാമ്പത്തിക ബന്ധങ്ങളും സ്വാധീനങ്ങളും ദീർഘകാലം നിലനിൽക്കുന്ന സാഹചര്യത്തിൽ, ഒരു രാജ്യത്ത് മാത്രം സോഷ്യലിസം സ്ഥാപിക്കുന്നത് ശ്രമകരമാണ്. സോഷ്യലിസ്റ്റ് വികസനത്തിന്റെ ബദൽ മാതൃക സൃഷ്ടിക്കുക എന്ന വിഷമകരമായ ദൗത്യത്തിൽ ഏർപ്പെടുമ്പോൾ, ജനങ്ങളുടെ രാഷ്ട്രീയ അവബോധവും ഊർജ്ജസ്വലമായ പങ്കാളിത്തവും രാഷ്ട്രീയ സാമ്പത്തിക വികസനത്തിന്റെ എല്ലാ ഘട്ടങ്ങളിലും അത്യാവശ്യമത്രെ. സോഷ്യലിസ്റ്റ് ജനാധിപത്യത്തിന്റെ പരമമായ പ്രാധാന്യം ഇവിടെയാണ് ബോധ്യപ്പെടുന്നത്. സോഷ്യലിസ്റ്റു പരീക്ഷണത്തിന്റെ ഏതു ഘട്ടത്തിലും ജനാധിപത്യത്തിന്റെ അഭാവം, സോഷ്യലിസത്തിന്റെ തരവും നിറവും കെടുത്തും.

വിപ്ലവകരമായ വിധം അധികാരം പിടിച്ചെടുക്കുകയും പുതിയ ഭരണകൂടം സ്ഥാപിക്കുകയും ചെയ്യേണ്ട ഉപകരണം പാർട്ടിയാണ് എന്ന ലെനിനിസ്റ്റ് ധാരണയുടെ അടിസ്ഥാനത്തിൽ, സോഷ്യലിസ്റ്റു സമൂഹത്തിൽ പാർട്ടിയും ഭരണകൂടവും തമ്മിൽ നേരായ ബന്ധം സ്ഥാപിക്കപ്പെടേണ്ടതുണ്ട്. ഭരണകൂടത്തിന്റെ പ്രവർത്തനത്തിന് അത്യാവശ്യമെന്ന് കണക്കാക്കപ്പെടുന്ന ജനാധിപത്യകേന്ദ്രീകരണതത്ത്വം തെറ്റായവിധം ഉപയോഗിക്കപ്പെടരുത്. സമൂഹത്തിലെ ജനാധിപത്യവേദികളുടെ സ്ഥാപനവൽക്കരണം അതിന് ആവശ്യമാണ്. അത് ഭരണകക്ഷിയുടെ മാത്രം സംരക്ഷണത്തിലാവരുത്. സോഷ്യലിസ്റ്റ് ചട്ടക്കൂടിനകത്ത് വിവിധ വർഗങ്ങളുടെ സഹവർത്തിത്ത്വം ആവശ്യമാണ്.

പുതിയ സമൂഹത്തിലേക്കുള്ള പരിവർത്തനത്തിന് സുദീർഘമായ കാലയളവ് ആവശ്യമത്രെ. അതു മനസിലാക്കിയിട്ട്, സാമ്പത്തിക വികസനത്തിൽ മാർക്സിസ്റ്റ് സൈദ്ധാന്തിക പ്രവർത്തനത്തിന് പുതിയ വീക്ഷണം സ്വീകരിക്കേണ്ടതുണ്ട്. പൊതു ഉടമസ്ഥതയ്ക്കു പകരം ഭരണകൂട ഉടമസ്ഥത മാത്രം എന്ന ധാരണ ഉപേക്ഷിക്കുന്നതാണ് ഉചിതം. ഭരണകൂട ഉടമസ്ഥത കൂടാതെ, വിവിധ രൂപത്തിലുള്ള പൊതു ഉടമസ്ഥതാരീതികൾ സ്വീകരിച്ച്, ഉദ്യോഗസ്ഥ ദുഷ്പ്രഭുത്വവും നിഷ്ക്രിയത്വവും തടയേണ്ടതാണ്. ഭരണകൂട ഉടമസ്ഥതയല്ലാതെ, പൊതുവുടമ വ്യവസ്ഥയുടെ വിവിധ രൂപങ്ങൾ, കാലാകാലങ്ങളിൽ പരിഷ്കരണം വരുത്തി പരീ

ക്ഷിക്കാവുന്നതാണ്. ചരക്ക്-വിപണനവിഭാഗം കൂടെക്കൂടെ ആസൂത്രണം ചെയ്ത് നവീകരിക്കണം. ഏകീകൃത/കേന്ദ്രീകൃത ആസൂത്രണത്തിനു പകരം പൊതുജന പങ്കാളിത്തത്തോടെ വിവിധ തലങ്ങളിൽ ആസൂത്ര ണമാതൃകയുടെ വിവിധ രീതികൾ സ്വീകരിക്കാവുന്നതാണ്. സോഷ്യ ലിസ്റ്റു പാതയിലൂടെയുള്ള പ്രയാണത്തിന് ഈ രീതിയാണ് ചീന, വിയ ത്നാം, ക്യൂബ തുടങ്ങിയ രാജ്യങ്ങൾ കൈക്കൊണ്ടിട്ടുള്ളത്.

മുതലാളിത്ത മാതൃകകളുമായുള്ള ഇടപെടലിന് ഇടയാകുന്നതി നാൽ, അതിന്റെ ദുഷിച്ച സ്വാധീനത്തിന് വഴിപ്പെട്ടുപോകുന്നതുകൊണ്ട് ബൂർഷ്വാ ആശയരീതിയുമായി നിരന്തരം പ്രത്യയശാസ്ത്രസമരത്തിൽ ഏർപ്പെടേണ്ടതാണ്. രാജ്യഭരണത്തിലും ധനകാര്യനിർവഹണത്തിലും, വിപ്ലവപാർട്ടിയുടെ പങ്ക് പരിമിതപ്പെടുത്തിയാൽ, ഇത് അസാധ്യമത്രെ. ജനങ്ങളുടെ ഇടയിൽ ആശസമരവും രാഷ്ട്രീയ പ്രവർത്തനത്തിലും സ്വതന്ത്ര ഏജൻസികളുടെ നിലയിൽ യാതൊരു പങ്കും സോവിയറ്റുയു ണിയനിലേയും കിഴക്കൻ യൂറോപ്പിലേയും പാർട്ടികൾ നിർവഹിച്ചിരുന്നി ല്ല. സോഷ്യലിസ്റ്റു ജനാധിപത്യത്തെ സ്ഥാപനവൽക്കരിക്കുന്നതിന്റെ പോരായ്മയാണത്. പാർട്ടിയുടെ വ്യക്തിത്വത്തെ ഭരണകൂടവുമായി ബന്ധ പ്പെടുത്തിക്കൊണ്ട് ഇതു അസാധ്യമായിരുന്നു.

മാർക്സിസ്റ്റ് ഇതരമാർഗങ്ങൾ

ലോകത്തെ മൊത്തത്തിൽ പരിഗണിക്കാതിരിക്കുന്ന പ്രത്യയ ശാസ്ത്ര പ്രവണതകളും രീതികളുമാണ്, "സോവിയറ്റ്-അനന്തരം", "മാർക്സിസ്റ്റ്-അനന്തരം" എന്നൊക്കെ വിശേഷിപ്പിക്കപ്പെടുന്ന കാലഘ ട്ടത്തിൽ ഉയർന്നുവന്നിരിക്കുന്നത്. ബൂർഷ്വാസിയുടെ വരവിന്റെ ആദ്യഘ ട്ടങ്ങളുടെ ലക്ഷണമാണ് വിജ്ഞാനപ്രബുദ്ധതയുടെ പ്രകടനത്തിനു വിരു ദ്ധമായ പോസ്റ്റ്മോഡേണിസം പോലുള്ള പ്രവണതകൾ മുതലാളിത്ത ത്തിന്റെ ഘട്ടത്തിൽ പ്രത്യക്ഷപ്പെട്ട ബൂർഷ്വ ചിന്താഗതിയിലെ ഇത്തരം ആത്യന്തിക വ്യതിയാനങ്ങളെ മാർക്സിസം നിരാകരിക്കുന്നു. വർഗ കേന്ദ്രീകരണം, വർഗസമരത്തിന്റെ അപ്രത്യക്ഷമാകൽ, നിലവിലുള്ള ബൂർഷ്വാ ആശയങ്ങളുമായി അനുഭവത്തിലുള്ള വർഗസഹകരണം എന്നി വയാണ് വർത്തമാനകാലത്തിന്റെ അടയാളങ്ങൾ. ബൂർഷ്വാ ചിന്താഗതി യുടെ സമൂലവ്യതിയാനങ്ങളെ മാർക്സിസ്റ്റ് സിദ്ധാന്തം ഉപയോഗിച്ച് നിരാ കരിക്കുകയും സോഷ്യലിസ്റ്റ് ബദൽമാർഗം ഉയർത്തിപ്പിടിക്കുകയും വേണം.

ഇരുപതാം നൂറ്റാണ്ടിന്റെ അന്ത്യദശകത്തിലെ സോഷ്യൽ ഡമോ ക്രസിയുടെ ചരിത്രം, സമൂലപരിവർത്തനത്തിന്റെ കാഴ്ചപ്പാടിന്റെ തകർച്ച യെയാണ് കാണിക്കുന്നത്. ലിംഗം, വംശം, ഗോത്രം എന്നിവയെ അടി സ്ഥാനമാക്കിയുള്ള സോഷ്യലിസ്റ്റ് പദ്ധതി, ഇരുപത്തി ഒന്നാം നൂറ്റാണ്ടിൽ പ്രായോഗികമാകില്ല. ലിംഗം, വംശം, ഗോത്രം, പരിത:സ്ഥിതി എന്നീ നില യിലുള്ള അസമത്വങ്ങളെയും അവയുമായി ബന്ധപ്പെട്ട പ്രശ്നങ്ങളെയും

സോഷ്യലിസ്റ്റ് ബദൽ രീതികൾ ഉപയോഗിച്ച് എങ്ങനെ പരിഹരിക്കാമെന്നതാണ് മാർക്സിസം-ലെനിനിസത്തിന്റെ മുന്നിലുള്ള വെല്ലുവിളി. വിസ്തരഭയത്താൽ പ്രധാനപ്പെട്ട രണ്ടു പ്രശ്നങ്ങളെപ്പറ്റി മാത്രം പ്രതിപാദിക്കട്ടെ.

സമകാലിക ബൂർഷ്വാ സാമൂഹിക സാഹചര്യത്തിൽ, ലിംഗവിവേചനത്തിന്റെ പ്രശ്നം പ്രധാനപ്പെട്ടതാണ്. കുടുംബവ്യവസ്ഥയും മുതലാളിത്തവും തമ്മിലുള്ള ഈ ബന്ധത്തിന്റെ ഇഴകൾ വേർപിരിച്ച് പരിശോധിക്കേണ്ടതുണ്ട്. വർഗവ്യത്യാസമില്ലാതെ ലിംഗവിവേചനത്തിന് വിധേയമാകുന്ന സ്ത്രീകളുടെ പ്രശ്നങ്ങൾ കൈകാര്യം ചെയ്ത അറുപതുകളിലേയും എഴുപതുകളിലേയും ദശകങ്ങളിൽനിന്നു വ്യത്യസ്തമായി, "അയവുള്ള" തൊഴിൽലഭ്യതയ്ക്കു സാധ്യതയേറിയ സമകാലികമുതലാളിത്ത വ്യവസ്ഥിതിയിലും സ്ത്രീകൾ, വർഗവിവേചനത്തിന്റെ പ്രധാന ഇരകളായിത്തീരുന്നുണ്ട്. ചൂഷിതവർഗങ്ങളിലെ അവിഭാജ്യഘടകമായ തൊഴിലെടുക്കുന്ന സ്ത്രീകളുടെ നേരെ കാട്ടുന്ന ലിംഗവിവേചനം, മാർക്സിസ്റ്റ് സിദ്ധാന്തം ഗൗരവപൂർവം പരിഗണിക്കേണ്ടതുണ്ട്. ഭൂഗോളത്തിലെ ജീവനും പ്രകൃതിക്കും നാശം സംഭവിക്കുന്നവിധം ലോകം കടുത്ത ഭീഷണി നേരിടുകയാണ്. പരിസ്ഥിതി പ്രശ്നങ്ങളും കാലാവസ്ഥാ വ്യതിയാനങ്ങളും മനുഷ്യവംശത്തിന്റെ നിലനിൽപ്പിനെ ബാധിക്കുന്നു. ഈ ഭീഷണിയുടെ ഗൗരവം ഉൾക്കൊള്ളുന്നത് ഒരു കാര്യം. പരിസ്ഥിതിയുടെയും പരിത:സ്ഥിതിയുടെയും പ്രശ്നങ്ങൾ കൈകാര്യം ചെയ്യുന്നതിന് അവയെപ്പറ്റി ശരിയാംവിധം പഠിക്കാൻ മാർക്സിസ്റ്റുകാർ, പ്രത്യേകിച്ച് മൂന്നാം ലോക രാജ്യങ്ങളിലുള്ളവർ വേണ്ടത്ര ശ്രദ്ധിച്ചിട്ടില്ല എന്നത് വാസ്തവമാണ്. എന്നാൽ, മാർക്സിസം ആ വിഷയത്തെ തീരെ അവഗണിച്ചു എന്ന് കരുതരുത്. മാർക്സിന്റെയും എംഗൽസിന്റെയും കൃതികൾ ശ്രദ്ധാപൂർവം പഠിച്ചാൽ മനുഷ്യൻ പ്രകൃതിയുടെ ഭാഗമാണെന്നും ജീവിതം പ്രകൃതിയുമായി ബന്ധപ്പെട്ടതാണെന്നും അവർ മനസിലാക്കിയതായി തെളിയും. 1844 ൽ മാർക്സ് എഴുതി,

> മനുഷ്യൻ പ്രകൃതിയിൽ ജീവിക്കുന്നു. അതായത്, അവന്റെ ദേഹം പ്രകൃതിയുമായി നിരന്തരം ബന്ധപ്പെടേണ്ടതുണ്ട്. മനുഷ്യന്റെ, ശാരീരികവും മാനസികവുമായ ജീവിതം, പ്രകൃതിയുമായി ബന്ധപ്പെട്ടതാണ് എന്നതിന്റെ ലളിതമായ അർത്ഥം, മനുഷ്യൻ പ്രകൃതിയുടെ ഭാഗമാണ് എന്നതത്രെ.

നഗരവും നാട്ടിൻപുറവും തമ്മിലുള്ള വിഭജനം എങ്ങനെ വ്യത്യസ്തമായവിധം പ്രകൃതിയെ ബാധിക്കുന്നു എന്ന് എംഗൽസ് എഴുതി. ലാഭക്കൊതി മൂത്ത് പ്രകൃതിയെ കൊള്ളയടിക്കുന്ന മുതലാളിത്തവികസന കാലഘട്ടത്തെ അഭിമുഖീകരിച്ച് അത് അവലോകനം ചെയ്യാൻ 19-ാം നൂറ്റാണ്ടിൽ മാർക്സിനും എംഗൽസിനും അവസരം ലഭിച്ചിരുന്നില്ല എന്നതാണു വാസ്തവം.

ഇന്നത്തെ ആഗോള മുതലാളിത്തചൂഷണക്രമവുമായി ബന്ധപ്പെട്ടതാണ് ഇന്ന് പരിസ്ഥിതി നേരിടുന്ന ഭീഷണി. 1992 ലെ റിയൊ ഉച്ചകോടിയിൽ ഫിദൽ കാസ്ട്രൊ നടത്തിയ പ്രഭാഷണം, പരിസ്ഥിതിപ്രശ്ന സംബന്ധിയായ മാർക്സിസ്റ്റ് വീക്ഷണത്തിന്റെ ഉജ്വല ആവിഷ്കാരമാണ്. അദ്ദേഹം പ്രസ്താവിച്ചു,

> മുതലാളിത്ത വികസനത്തിന്റെ ദീർഘപ്രക്രിയയുടെ ഫലമായി, വടക്കൻ പ്രദേശത്തിന്റെ പരിസ്ഥിതിവ്യതിയാനങ്ങൾ വലിയ അളവിൽ തെക്കുഭാഗത്തേക്ക് കയറ്റി അയക്കപ്പെടുന്നു. അഭിവൃദ്ധി നേടിയ മുതലാളിത്തരാജ്യങ്ങൾ വരുത്തിവയ്ക്കുന്ന 'പരിസ്ഥിതി പരമായ കടം' "മൂന്നാം ലോക" ത്തിന് വീട്ടിത്തീർക്കേണ്ടിവരുന്നു. വികസിതമുതലാളിത്തസമൂഹങ്ങളിലെ അമിതമായ ലാഭക്കൊതിയും ഉപഭോഗത്വരയും പരിസ്ഥിതിയെ തീർത്തും അവഗണിച്ചുകൊണ്ടുള്ളതാണ്. ഈ സമൂഹങ്ങളുടെ പ്രധാനലക്ഷ്യം വ്യക്തികളുടെ സുഖസൗകര്യങ്ങൾ മാത്രമത്രെ.

സമ്പന്നമുതലാളിത്ത രാജ്യങ്ങളിലെ പരിസ്ഥിതിമാലിന്യങ്ങൾ, പാവപ്പെട്ട രാജ്യങ്ങളിലേയ്ക്ക് കയറ്റി അയക്കപ്പെടുന്നു. ജനിതകവിഭവങ്ങളുടെ ഉറവിടങ്ങൾ സംരക്ഷിക്കാനും നിയന്ത്രിക്കാനുമുള്ള മൂന്നാം ലോക രാജ്യങ്ങളുടെ ശ്രമം പരാജയപ്പെടുത്തുമാറ്, സാമ്രാജ്യത്വസമ്പന്ന രാജ്യങ്ങൾ അവയെ ധാരാളിത്തത്തോടെ ഉപയോഗിച്ചുതീർക്കുന്നത് അന്താരാഷ്ട്ര വർഗസമരത്തിന്റെ വീക്ഷണത്തിൽ കാണേണ്ടതാണ്.

മാർക്സിസത്തിന്റെ സമകാലികപ്രസക്തി

അടുത്ത നൂറ്റാണ്ടിലേക്ക് കടക്കുമ്പോൾ, നാം കാണുന്ന കാഴ്ച ലോകത്തിലെ ഉല്പാദനശക്തികളുടെ അതിയായ വികസനമാണ്. ശാസ്ത്രീയ സാങ്കേതികവിപ്ലവത്തിന്റെ വിജയതരംഗം വീശിയടിച്ച്, മനുഷ്യവർഗത്തിന്റെ മുഴുവൻ ആവശ്യവും നിർവഹിക്കാനാകുമാറ് ഭൗതിക സാമഗ്രികളുടെ സമൃദ്ധി ഇതാദ്യമായി അനുഭവപ്പെടും. ഈ സാധ്യതയ്ക്കു വിപരീതമായി, ലോകജനസംഖ്യയിൽ വലിയ വിഭാഗം വിശപ്പിലും ഇല്ലായ്മയിലും രോഗത്തിലും കഴിഞ്ഞുകൂടുന്നു. അത്തരം മൂർച്ചയേറിയ വിഭജനത്തിന്റെ വ്യവസ്ഥിതിയാണു മുതലാളിത്തം. മനുഷ്യവർഗ വിമോചനത്തിനും വർഗചൂഷണത്തിനും അറുതിവരണമെങ്കിൽ, സാമ്രാജ്യത്വം നശിക്കണം-ആ ചൂഷണത്തിനെതിരായ പ്രതിഷേധ പ്രവാഹത്തിന്, ലോകമെങ്ങുമുള്ള തൊഴിലാളിവർഗത്തിന്റെ വിവിധ വിഭാഗങ്ങളിൽ ഊക്കു കൂടിവരികയാണ്. മാനവവിമോചനത്തിനായുള്ള ഈ സമരം എത്രത്തോളം നീണ്ടുനിൽക്കുന്നുവോ, അത്രത്തോളം കാലം, ലോകത്തെ മാറ്റിത്തീർക്കാനുള്ള വിപ്ലവപ്രസ്ഥാനങ്ങളുടെ പ്രേരകശക്തിയായി മാർക്സിസം പ്രവർത്തിക്കും.

മാർക്സിസത്തിന്റെ വികസനപ്രക്രിയക്കായുള്ള പ്രവർത്തനം

മുന്നോട്ടുകൊണ്ടുപോകേണ്ടത് ഇന്നത്തെ മാർക്സിസ്റ്റുകാരുടെ കർത്തവ്യമാണ്. അപ്രസക്തമായവയെ അവഗണിക്കുകയും പുതിയവയെ ഉൾക്കൊള്ളുകയും ചെയ്യുക എന്നത്, മാർക്സിസ്റ്റ് മാർഗ്ഗത്തിന്റെ സ്ഥിര പ്രക്രിയയത്രെ. ലെനിന്റെ വാക്കുകൾ ഈ സന്ദർഭത്തിൽ നമുക്ക് സ്മരണീയമാണ്,

> മാറ്റാൻ പറ്റാത്ത സ്ഥിരമായ എന്തോ ഒന്നാണ് മാർക്സിന്റെ സിദ്ധാന്തമെന്ന് നാം ധരിച്ചുപോകരുത്. അതൊരു ശാസ്ത്രത്തിന്റെ അടിത്തറക്കല്ല് മാത്രമാണെന്ന് മനസിലാക്കണം. ജീവിതവുമായി ചുമലൊത്തു നീങ്ങണമെങ്കിൽ, അവിടെനിന്ന് എല്ലാവശങ്ങളിലേക്കും സോഷ്യലിസ്റ്റുകാർ പ്രയാണം തുടരേണ്ടതുണ്ട്.

ചെ ഗുവേരയുടെ രക്തസാക്ഷിത്വത്തിന്റെ 30-ാം വാർഷികത്തോടനുബന്ധിച്ച്, ക്യൂബൻ കമ്യൂണിസ്റ്റുപാർട്ടി, 'സോഷ്യലിസത്തിന്റെ ഭാവി'യെ സംബന്ധിച്ച് ഇത്തരമൊരു അന്തർദേശീയ പണിപ്പുര സംഘടിപ്പിച്ചത് സമുചിതമായി. സോഷ്യലിസത്തിന്റെ ഭാവിയിൽ അക്ഷയമായ പ്രതീക്ഷ പുലർത്തുക എന്നതാണ് ചെ യുടെ വിപ്ലവജീവിതത്തോടും പ്രവർത്തനത്തോടും നമുക്കു കാണിക്കാൻ കഴിയുന്ന പ്രതീകാത്മകമായ ആദരവ്.

(21-ാം നൂറ്റാണ്ടിലെ സോഷ്യലിസത്തിന്റെ ഭാവിയെ സംബന്ധിച്ച് 1997 ഒക്ടോബർ 21 മുതൽ 23 വരെ ഹവാനയിൽ നടന്ന അന്തർദ്ദേശീയ പഠനശില്പശാലയിൽ അവതരിപ്പിച്ചത്.)

ഹവാനയിൽചേർന്ന സാർവദേശീയ പണിപ്പുര – ഇരുപത്തിയൊന്നാം നൂറ്റാണ്ടിലെ സോഷ്യലിസം

ക്യൂബൻ കമ്യൂണിസ്റ്റുപാർട്ടി, ഒക്ടോബർ 21 മുതൽ 23 വരെ ഹവാനയിൽവച്ച് സോഷ്യലിസത്തിന്റെ ഭാവിയെപ്പറ്റി ഒരു സാർവദേശീയ പണിപ്പുര സംഘടിപ്പിക്കുകയുണ്ടായി. ചെ ഗുവേരയുടെ 30–ാം ചരമവാർഷികത്തോടനുബന്ധിച്ച് വിളിച്ചുചേർത്ത വർക്ക്ഷോപ്പിലെ വിഷയം, *ഇരുപത്തിയൊന്നാം നൂറ്റാണ്ടിലെ സോഷ്യലിസം* ആയിരുന്നു. 48 രാജ്യങ്ങളിൽനിന്നുവന്ന 200 പ്രതിനിധികൾ സമ്മേളനത്തിൽ പങ്കെടുത്തു. 90 പാർട്ടികളും പ്രസ്ഥാനങ്ങളും സംഘടനകളും പ്രാതിനിധ്യം വഹിച്ചു. കമ്യൂണിസ്റ്റുപാർട്ടികളുടെയും തൊഴിലാളിസംഘടനകളുടെയും പ്രതിനിധികളാണ് പങ്കെടുത്തത്. ഇന്ത്യയിൽനിന്ന് ഞാനും സി പി ഐ പ്രതിനിധി ഡി രാജയും സംബന്ധിച്ചു.

കാൾ മാർക്സിന്റെ 175–ാം ജന്മദിനം പ്രമാണിച്ച് സി പി ഐ (എം) 1993 മെയിൽ കൽക്കത്തയിൽവച്ച് സംഘടിപ്പിച്ച സെമിനാറിനുശേഷം അതേ വിഷയത്തെപ്പറ്റി നടന്ന രണ്ടാമത്തെ അന്തർദേശീയസമ്മേളനമായിരുന്നു ഹവാനയിലേത്. പ്രതിനിധികളുടെ സംഖ്യയും ചർച്ചയുടെ രീതിയുംകൊണ്ട് പ്രസ്തുത സെമിനാർ പ്രത്യേകം ശ്രദ്ധേയമായിരുന്നു.

മൂന്നുദിവസത്തെ സമ്മേളനം മൂന്നു കമ്മീഷനുകളായി വിഭജിക്കപ്പെട്ടു. സമകാലികസോഷ്യലിസത്തിന്റെ യഥാർഥ അവസ്ഥയായിരുന്നു ഒന്നിലെ ചർച്ചാവിഷയം. മാർക്സിസ്റ്റ്–ലെനിനിസ്റ്റ് ചിന്താധാരയെപ്പറ്റി ഇതര വിഭാഗം ചർച്ചചെയ്തു. മൂന്നാം വിഭാഗം സമകാലിക സഹസ്രാബ്ദത്തിന്റെ അന്ത്യത്തിലെ സാമ്രാജ്യത്വത്തെപ്പറ്റി പരിശോധിച്ചു.

പ്ലീനറി സമ്മേളനത്തിൽ ക്യൂബൻ കമ്യൂണിസ്റ്റുപാർട്ടിയുടെ പോളിറ്റ് ബ്യൂറോ അംഗം ജോസ് ആർ ബലാഗ്വർ കബ്രേറ, *സോഷ്യലിസം ഹിതകരമായ തിരഞ്ഞെടുക്കൽ* എന്ന വിഷയം അവതരിപ്പിച്ചു.

ആഗോളീകരണത്തിന്റെ രീതികൾ, മുതലാളിത്തവ്യവസ്ഥിതിയിൽ ആഗോളീകരണം സൃഷ്ടിക്കുന്ന വ്യതിയാനങ്ങൾ, നവ-ഉദാരീകരണം മൂന്നാം ലോക സമ്പദ്‌വ്യവസ്ഥയിൽ വരുത്തുന്ന ഉപദ്രവകരമായ പ്രത്യാഘാതങ്ങൾ, ധനിക-ദരിദ്ര രാജ്യങ്ങളുടെ ഇടയിൽ ഉണ്ടാക്കുന്ന വല്ലാത്ത വിടവ്-ഇവയെക്കുറിച്ചെല്ലാം ബലാഗ്വറുടെ രേഖ സുഗ്രാഹ്യമായ വിവരണം നൽകി. "വരട്ടുതത്ത്വവാദത്തിൽ അധിഷ്ഠിതമായ വിലക്ഷണമായ ഒരുതരം മാർക്സിസ"മാണ്, അല്ലാതെ സോഷ്യലിസ്റ്റുവ്യവസ്ഥയല്ല പരാജയപ്പെട്ടതെന്ന് യു എസ് എസ് ആറിലെയും കിഴക്കൻ യൂറോപ്പിലെയും സോഷ്യലിസത്തിന്റെ നില വിശകലനം ചെയ്തുകൊണ്ട് ബലാഗ്വർ സമർത്ഥിച്ചു. "മാർക്സിസ്റ്റുകാർ വിഭാവനചെയ്ത സോഷ്യലിസ്റ്റ് ആദർശങ്ങളിൽനിന്ന് വ്യതിചലിച്ച എന്തോ ആണ് നാശമടഞ്ഞത്." സോഷ്യലിസത്തിന് ഒരൊറ്റ മാതൃക മാത്രമേ ഉള്ളൂ എന്ന ആശയം നേരല്ല എന്ന് ബലാഗ്വർ ഉന്നയിച്ച ആശയം സമ്മേളനത്തിൽ ആവർത്തിച്ചുറപ്പിക്കപ്പെട്ടു. കോമികോണിലെ രാജ്യങ്ങൾ സോവിയറ്റു മാതൃക അനുകരിച്ചത് നിഷേധഫലം വരുത്തിവച്ചെന്ന് അദ്ദേഹം ചൂണ്ടിക്കാട്ടി. ലോക മുതലാളിത്തവ്യവസ്ഥിതിക്കെതിരായ സമരത്തിൽ അന്താരാഷ്ട്ര ഘടകപരിഗണന പ്രധാനമാണെങ്കിലും, സോഷ്യലിസ്റ്റുകാർ ഏതെങ്കിലും ഏകമാതൃകയെ അനുകരിച്ചുകൂടെന്ന് ക്യൂബൻ പ്രതിനിധി സമർത്ഥിച്ചു.

വിപ്ലവത്തിന്റെ എല്ലാ ഘട്ടങ്ങളിലും ക്യൂബ അനുസരിച്ചത്, സോഷ്യലിസത്തിന്റെ സമരാത്മക മാനവികതയാണെന്ന്, മാറിയ ലോകസാഹചര്യങ്ങളിൽ സോഷ്യലിസ്റ്റുപാത ഏതെന്ന ചർച്ചാവിഷയത്തിൽ ക്യൂബ ചൂണ്ടിക്കാട്ടി. യുണൈറ്റഡ് സ്റ്റേറ്റ്സ് നടപ്പാക്കിയ സാമ്പത്തിക ഉപരോധം സൃഷ്ടിച്ച കടുത്ത പ്രതിസന്ധിയിൽ, ക്യൂബൻ കമ്യൂണിസ്റ്റ് പാർട്ടി ശ്രദ്ധാപൂർവം അവതരിപ്പിച്ച ചില മുതലാളിത്തഘടകങ്ങളും മാർക്കറ്റിങ്ങ് മാതൃകകളും സോഷ്യലിസ്റ്റ് സത്ത നിലനിർത്തുന്നതുതന്നെ ആയിരുന്നു എന്ന് ക്യൂബയുടെ രേഖാപത്രിക ഇങ്ങനെ ചൂണ്ടിക്കാട്ടി:

> ഈ ഗുരുതരമായ സാമ്പത്തിക പ്രതിസന്ധിയിലും പ്രധാനപ്പെട്ട സോഷ്യലിസ്റ്റ് തത്ത്വങ്ങൾ ഉപേക്ഷിച്ചില്ല. ഉദാഹരണം സമൂഹത്തിന്റേതാണ് സമ്പത്ത് എന്ന മുഖ്യധാരണ, സാമൂഹിക നീതി, ഭൂരിപക്ഷത്തിന് പ്രയോജനപ്രദമായ രാഷ്ട്രീയ തത്ത്വങ്ങൾ, പാർട്ടിയുടെ നേതൃത്വനിർദ്ദേശം, സോഷ്യലിസ്റ്റ് ഭരണക്രമത്തിന്റെ ഘടനയും പ്രവർത്തനവും എന്നിവ സംരക്ഷിക്കുമെന്നും തൊഴിലാളികളെ പിരിച്ചുവിടൽ, സ്വകാര്യവൽക്കരണം, സാമൂഹികസുരക്ഷിതത്ത്വത്തിന് ഹാനി, വിദ്യാലയങ്ങളും ആശുപത്രികളും അടച്ചുപൂട്ടൽ തുടങ്ങിയ അനിഷ്ടഫലം സൃഷ്ടിക്കുന്ന യാതൊരു പരിഷ്കരണങ്ങളും നടപ്പാക്കില്ലെന്നും നിർബന്ധം പുലർത്തി നിശ്ചിത മാനുഷിക സാമൂഹിക മൂല്യങ്ങൾക്ക് നാശകരമാണ് മാർക്കറ്റ് എന്നും അത് വ്യക്തിമാത്രവാദത്തെയും സാമൂഹ്യബോധത്തെയും തകർക്കുമെന്നും ധാരണയുണ്ടായി. ഈ ദുഷ്പ്രവണതകൾക്കെ

തിരെ പൊരുതാൻ, ഞങ്ങൾ ദേശാഭിമാനവും സോഷ്യലിസവും പ്രോത്സാഹിപ്പിക്കുന്നു.

മാർക്സിസ്റ്റുകാർ സമകാലിക സാഹചര്യങ്ങളിൽ അഭിമുഖീകരിക്കുന്ന സമസ്യകളെപ്പറ്റിയാണ് പഠനപത്രിക വിലയിരുത്തിയത്. ആഗോള മുതലാളിത്തത്തിന്റെ കടന്നാക്രമണങ്ങളെയും അന്തർദേശീയ കോർപറേഷനുകളുടെ ശക്തിയെയും എങ്ങനെ നേരിടാം എന്ന് അത് പരിശോധിച്ചു. രാഷ്ട്രത്തിന്റെ പരമാധികാരസ്വഭാവം എങ്ങനെ നിലനിർത്താം, ആഗോളീകരണത്തിനെതിരെ ദേശീയശക്തിയെ എങ്ങനെ പ്രയോജനപ്പെടുത്താം, മുതലാളിത്തനിർമ്മാണം തൊഴിലാളിവർഗത്തെ എങ്ങനെ സ്വാധീനിക്കുന്നു–ഈ വിഷയങ്ങളെല്ലാം ചർച്ചചെയ്യപ്പെട്ടു.

1992 നുശേഷം ഇടതുപക്ഷത്തിനു കൈവന്ന അനുകൂല സാഹചര്യങ്ങളെ കൂട്ടുകെട്ടുകളിലൂടെ എങ്ങനെ പ്രയോജനപ്പെടുത്താം എന്നതായിരുന്നു സമ്മേളനത്തിൽ ഉയർന്നുവന്ന മറ്റൊരു പ്രധാന ചർച്ചാവിഷയം. വിപ്ലവസംഘടനകൾ തമ്മിലുള്ള ഐക്യം ആവശ്യമാണെന്ന അഭിപ്രായമുണർന്നു. അടിത്തട്ടിലുള്ള അധ്വാനിക്കുന്നവരുടെ താല്പര്യങ്ങളെ തുണക്കുന്നതായിരിക്കണം അത്തരം ഐക്യബന്ധങ്ങൾ. ജനകീയവിഭാഗങ്ങളുടെ പിന്തുണകൊണ്ടുമാത്രമേ, ഈ ഐക്യം സാധ്യമാവുകയുള്ളു. വിട്ടുവീഴ്ചകൾ കാട്ടുന്നതും തത്വങ്ങൾക്ക് ഹാനികരവുമായ സഖ്യം ആശാസ്യമല്ല. നവ–ഉദാരീകരണത്തിനെതിരായ പോരാട്ടത്തിൽ, വിശാലമായ 'സഖ്യത്തിന്റെ രാഷ്ട്രീയം' അനിവാര്യമാണ്.

പ്രതിനിധി സമ്മേളനങ്ങളുടെ പ്രവർത്തനം

ഈ ചട്ടക്കൂടുകൾക്കനുസരിച്ചാണ് പ്രതിനിധിയോഗങ്ങൾ പ്രവർത്തിക്കേണ്ടത് എന്ന് ആദ്യത്തെ പഠനപത്രിക ചൂണ്ടിക്കാട്ടി. ആകെ 113 പഠനപത്രികകൾ സമർപ്പിക്കപ്പെട്ടു. പ്രതിനിധിയോഗങ്ങൾ അവ ചർച്ചചെയ്യുകയും 140 ഭേദഗതികൾ നിർദ്ദേശിക്കുകയും ചെയ്തു.

മൂന്നു ദിവസത്തെ ചർച്ചകൾക്കുശേഷം സമാപനദിവസം നടന്ന പ്ലീനറി യോഗത്തിൽ, മൂന്നു കമ്മീഷനുകളുടെ റിപ്പോർട്ട് സമർപ്പിക്കപ്പെട്ടു. ചർച്ച ചെയ്ത വിഷയങ്ങളിലെ വസ്തുതകൾ അതിൽ പരാമർശിക്കപ്പെടുകയും പങ്കെടുത്തവരുടെ അഭിപ്രായങ്ങൾ പൊതുവെ ചൂണ്ടിക്കാണിക്കപ്പെടുകയും ചെയ്തു. പ്രാരംഭത്തിൽ നിശ്ചയിക്കപ്പെട്ടതുപോലെ, സമ്മേളനാന്ത്യത്തിൽ പൊതുനിഗമനം രൂപീകരിക്കുകയോ സർവസമ്മതമായ രേഖയോ പ്രസ്താവനയോ പുറത്തിറക്കുകയോ ഉണ്ടായില്ല

വൈവിധ്യപൂർണമായ ചർച്ചകൾ

മൂന്നു കമ്മീഷനുകളിലെ ചർച്ചകൾ വിവിധങ്ങളായ അഭിപ്രായപ്രകടനങ്ങൾക്ക് അവസരമൊരുക്കി. സ്വതന്ത്രമായ അന്തരീക്ഷത്തിൽ അവതരിപ്പിക്കപ്പെട്ട വ്യത്യസ്തങ്ങളായ ആശയങ്ങൾ, അഭിപ്രായവ്യത്യാസ

മുള്ളവരും ബഹുമാനപൂർവ്വം ശ്രദ്ധിച്ചു.

ഭൂരിഭാഗം പത്രികകളും സ്പാനിഷ് ഭാഷയിൽ ആയിരുന്നു. അവയുടെ പരിഭാഷ ലഭ്യമായിരുന്നില്ല. എന്നാൽ, വിഷയാവതരണത്തിനു ശേഷം നടന്ന സംവാദങ്ങൾക്കൊപ്പം തർജ്ജുമയും ഉണ്ടായി. ലേഖനങ്ങളിലെ ഉള്ളടക്കം, വിവർത്തനത്തിന്റെ അഭാവത്തിൽ വേണ്ടത്ര വിശദമായില്ല. മൂന്നു കമ്മീഷനുകൾ സമർപ്പിച്ച സംക്ഷിപ്ത റിപ്പോർട്ടുകളുടെ അടിസ്ഥാനത്തിൽ, താഴെ ചേർത്ത ആശയസൂചനകൾ ലഭ്യമായി:

> സോഷ്യലിസ്റ്റു യാഥാർഥ്യത്തെപ്പറ്റി നടന്ന ഒന്നാമത്തെ ചർച്ചയിൽ, 39 ലേഖനങ്ങൾ സമർപ്പിക്കപ്പെട്ടു. 30 പേർ ചർച്ചയിൽ അഭിപ്രായപ്രകടനം നടത്തി. സോഷ്യലിസത്തിന്റെ ഭാവിയെപ്പറ്റി ആരും അശുഭപ്രതീക്ഷ പ്രകടിപ്പിച്ചില്ല. തുടർച്ചയായി ഒരേവിധം ഉപാധികളോടെ, സോഷ്യലിസത്തിലേക്കുള്ള പോരാട്ടം മുന്നേറുകയില്ലെന്ന് ചൂണ്ടിക്കാണിക്കപ്പെട്ടു. സോഷ്യലിസത്തിന് ആരോപണ മാതൃക മാത്രമല്ല ഉള്ളതെന്നും സോഷ്യലിസ്റ്റു നിർമാണത്തിന് വ്യത്യസ്ത മാർഗങ്ങൾ അവലംബിക്കാവുന്നതാണെന്നും പൊതുവെ അംഗീകരിക്കപ്പെട്ടു. സോഷ്യലിസ്റ്റു സമൂഹത്തിൽ മാർക്കറ്റുകൾ ഇടപെട്ടതിനെപ്പറ്റിയും പരാമർശം ഉണ്ടായി. സോഷ്യലിസ്റ്റു വികസനത്തിലെ ജനകീയ പങ്കാളിത്തവും മാനുഷികഘടകത്തിന്റെ സംഭാവനകളും വിലയിരുത്തി.

മാർക്സിസ്റ്റ്-ലെനിനിസ്റ്റ് ചിന്തയുടെ പ്രസക്തിയെപ്പറ്റിയാണ് കമ്മീഷൻ നമ്പർ 2 ചർച്ചചെയ്തത്. 36 ഉപന്യാസങ്ങൾ സമർപ്പിക്കുകയുണ്ടായി. 48 പേർ ചർച്ചയിൽ സംബന്ധിച്ചു. മാർക്സിസത്തിന്റെ പ്രസക്തിയിലും പ്രാധാന്യത്തിലും ഭൂരിപക്ഷം പേരും ഊന്നി സംസാരിച്ചു. പുതിയ പ്രശ്നങ്ങൾ പരിഗണനക്കു വന്നപ്പോഴും മാർക്സിസം-ലെനിനിസത്തിന്റെ അടിസ്ഥാനനില അവഗണിക്കപ്പെട്ടില്ല. മാനവചരിത്രത്തിന്റെ അവസാന വാക്കല്ല മുതലാളിത്തം. മുതലാളിത്തത്തിന്റെ ശാസ്ത്രീയപഠനം അവതരിപ്പിച്ചത് മാർക്സിസ്റ്റ് പ്രത്യയശാസ്ത്രമാണ്. ചരിത്രപരമായ പ്രായോഗികതയുടെ സമാപ്തിമാത്രമാണ് സോവിയറ്റുയൂണിയന്റെ തിരോധാനം, അല്ലാതെ സോഷ്യലിസത്തിന്റെ അന്ത്യമല്ല. സോഷ്യലിസ്റ്റു നിർമാണത്തിന്റെ മാർഗം ഓരോ രാജ്യത്തിലും വ്യത്യസ്തമായിരിക്കും; സാർവലൗകിക മൗലികതക്കു മാറ്റമില്ലാതെ, ഓരോ രാജ്യത്തിന്റെ രീതിയും സവിശേഷ മുദ്ര പതിപ്പിക്കും.

പാർട്ടിയുടെ പ്രത്യയശാസ്ത്രവും പ്രയോഗവും ചർച്ചചെയ്യപ്പെട്ടു. വർഗങ്ങളും പാർട്ടികളും തമ്മിലുള്ള സത്യങ്ങളുടെ രീതിയും ആലോചനാവിഷയങ്ങളായി. മാർക്സിസത്തിന്റെ നവീകരണം പ്രത്യയശാസ്ത്രപരമായ നിരായുധീകരണമല്ലെന്ന് വിശദമാക്കപ്പെട്ടു.

മൂന്നാമതു ചർച്ചാസമ്മേളനത്തിൽ 38 പ്രബന്ധങ്ങൾ അവതരിപ്പിക്കുകയുണ്ടായി. 70 പേർ അഭിപ്രായപ്രകടനം നടത്തി. ഇരുപതാം നൂറ്റാ

ണ്ടിന്റെ അന്ത്യത്തിലെ സാമ്രാജ്യത്വത്തിന്റെ പ്രത്യേകതയായിരുന്നു ആലോചനാവിഷയങ്ങളുടെ കേന്ദ്രപ്രമേയം രാഷ്ട്രീ ധനകാര്യ ആഗോളീകരണം, ദേശാന്തര കോർപറേഷനുകളുടെ പങ്ക്, നവ ഉദാരീകരണത്തിന്റെ ഘടനാക്രമീകരണം, സാമ്രാജ്യത്വതന്ത്രങ്ങളുടെ സൈനികഭീഷണി, സമകാലിക മുതലാളിത്ത ഉല്പാദനരീതികൾ തൊഴിലാളിവർഗത്തിൽ വരുത്തുന്ന സ്വാധീനം തുടങ്ങിയ വിഷയങ്ങൾ ചർച്ച ചെയ്യപ്പെട്ടു. നവ ഉദാരീകരണത്തെയും സാമ്രാജ്യത്വ യുദ്ധ തന്ത്രങ്ങളെയും എങ്ങനെ പ്രതിരോധിക്കാമെന്നും ദേശീയരാഷ്ട്രങ്ങളിൽ വർഗസമരം എങ്ങനെ മുന്നോട്ടുകൊണ്ടുപോകാമെന്നും ചർച്ച ചെയ്യപ്പെട്ടു.

1992 ലെ സോവിയറ്റുയൂണിയന്റെ പതനത്തിന്റെ ഫലങ്ങൾ, അന്തർദേശീയതലത്തിൽ വിപ്ലവരാഷ്ട്രീയകക്ഷികൾ എങ്ങനെ തരണം ചെയ്തുവരുന്നു എന്ന് ചർച്ചയിൽ വെളിവാക്കപ്പെട്ടു. പ്രതിനിധികളിൽ ആരും അശുഭവിശ്വാസമോ നിസ്സഹായതയോ പ്രകടിപ്പിച്ചില്ല. ലോകമെങ്ങുമുള്ള വിപ്ലവശക്തികളും പ്രസ്ഥാനങ്ങളും പുനഃസംഘടിക്കുന്നതിന്റെ ചിത്രം വെളിവായി. സോഷ്യലിസ്റ്റു രാജ്യങ്ങളിൽനിന്ന് – ചീന, വിയറ്റ്നാം, കൊറിയ, ലാവോസ്, ക്യൂബ – വന്ന പ്രതിനിധികൾ, ലോകത്തിൽ വന്ന നാടകീയ സംഭവവികാസങ്ങളുടെ പശ്ചാത്തലത്തിൽ, സോഷ്യലിസ്റ്റു പദ്ധതിയുമായി എങ്ങനെ മുന്നോട്ടുപോകാമെന്ന് പുനഃപരിഗണിച്ചു. വലതുപക്ഷ മുതലാളിത്ത കടന്നാക്രമണത്തെ എങ്ങനെ ചെറുക്കാമെന്ന സന്ദേശം, സമ്പന്നമുതലാളിത്തരാജ്യങ്ങളിൽനിന്നു വന്നു. ദേശീയ പരമാധികാരവും സ്വാതന്ത്ര്യവും തകർക്കുന്നവരെ എതിർക്കുന്ന എല്ലാ ശക്തികളെയും യോജിപ്പിച്ചുകൊണ്ട് എങ്ങനെ സമരം നടത്താമെന്ന സന്ദേശം മൂന്നാംലോകരാജ്യങ്ങളിൽ നിന്നുവന്ന പ്രതിനിധികൾ നൽകി.

ക്യൂബൻ പാർട്ടികോൺഗ്രസ്സിന്റെ റിപ്പോർട്ട്

വർക്കുഷോപ്പിന് രണ്ടാഴ്ച മുമ്പ് ക്യൂബൻ കമ്യൂണിസ്റ്റ് പാർട്ടിയുടെ 5–ാം കോൺഗ്രസിനെപ്പറ്റി കോമ്രേഡ് ബലാഗ്വർ, രണ്ടാമത്തെ ദിവസം പ്രതിനിധികൾക്ക് സംക്ഷിപ്തവിവരണം നൽകി: “ഐക്യത്തിനും ജനാധിപത്യത്തിനും മനുഷ്യാവകാശത്തിനുംവേണ്ടി ഞങ്ങൾ നിലകൊള്ളുന്നു” എന്ന പ്രമേയവും സാമ്പത്തിക പ്രമേയവും പാർട്ടി കോൺഗ്രസ്സിന്റെ സമാപനദിവസം പാസാക്കുകയുണ്ടായി. 780,000 പാർട്ടി മെമ്പർമാർ മാത്രമല്ല, രാജ്യത്തിലെ മുഴുവൻപേരും കരടു രാഷ്ട്രീയപ്രമേയത്തെപ്പറ്റി ചർച്ചചെയ്തു. 14 വയസ്സിനു മുകളിൽ പ്രായമുള്ള പതിമൂന്നുലക്ഷം ജനങ്ങൾ ഈ ചർച്ചയിൽ പങ്കെടുത്തതായി കണക്കാക്കപ്പെടുന്നു.

സംഗ്രഹം

ഇരുപത്തിയൊന്നാം നൂറ്റാണ്ടിൽ, മുതലാളിത്തത്തിനുപകരം സോഷ്യലിസം മാത്രമാണെന്ന് ഉറപ്പാക്കുന്ന സന്ദേശമാണ് ഏകസ്വര

ത്തിൽ വർക്കുഷോപ്പ് ലോകത്തിനു നൽകിയത്. നിശ്ചിതമായ ഇടവേളകൾക്കുശേഷം, മേലിലും ഇത്തരം വർക്കുഷോപ്പുകൾ സംഘടിപ്പിച്ച്, സോഷ്യലിസത്തിലും മാർക്സിസത്തിലുമുള്ള വിശ്വാസം ദൃഢപ്പെടുത്തണമെന്ന് വർക്ക്ഷോപ്പിന്റെ സമാപന ദിവസം ബലാഗ്വർ അഭിപ്രായപ്പെട്ടു.

സാന്താക്ലാരയിലേക്കുള്ള സന്ദർശനം

പണിപ്പുര സമാപിച്ചതിന്റെ അടുത്ത ദിവസം ഒക്ടോബർ 17ന്, പ്രതിനിധികൾ സാന്താ ക്ലാര സന്ദർശിച്ചു. ചെ ഗുവേരയുടെ ഭൗതികാവശിഷ്ടം അടക്കംചെയ്ത ഇടമായിരുന്നു അവിടം. ഹവാനയിൽനിന്ന് 300 കിലോമീറ്റർ അകലെയാണ് സാന്താക്ലാരാ നഗരം. ക്യൂബൻ വിപ്ലവത്തിൽ ചെയുടെ നേതൃത്വത്തിൽ മികച്ച സൈനികവിജയം നേടിയ സ്ഥലം. റോഡുമാർഗ്ഗമായിരുന്നു ചെന്നത്. സ്മാരകസ്ഥലത്ത് സ്ഥിതിചെയ്തിരുന്ന ചെയുടെ കൂറ്റൻ പ്രതിമയുടെ മുന്നിൽ, പ്രതിനിധിസംഘത്തിനുവേണ്ടി പുഷ്പചക്രം സമർപ്പിക്കപ്പെട്ടു. ബൊളീവിയയിൽ ചരമം വരിച്ച ചെയുടെയും സഖാക്കളുടെയും ഭൗതികാവശിഷ്ടം അടക്കംചെയ്ത ശവകുടീരത്തിൽ, പ്രതിനിധികൾ ആദരം അർപ്പിച്ചു. ചെ ഗുവേരയുടെ രക്തസാക്ഷിത്വത്തിന്റെ മുപ്പതാം വാർഷികത്തോടനുബന്ധിച്ചു നടന്ന സമ്മേളനത്തിന്റെ സമുചിതമായ സമാപ്തിയായിരുന്നു അത്.

(Peoples Democracy, നവംബർ 9, 1997)

ശ്രീലങ്കൻ പ്രശ്നത്തിലെ പ്രതിസന്ധി

ശ്രീലങ്കയിലെ രാഷ്ട്രീയ പ്രതിസന്ധി ആഗോള ശ്രദ്ധയിൽ നിറഞ്ഞുനിൽക്കുന്നു. ഇന്ത്യയിലെ ഇടതുപക്ഷവും ജനാധിപത്യശക്തികളും പ്രസ്തുത പ്രശ്നത്തെ ഗൗരവപൂർവം നിരീക്ഷിക്കുന്നു. വിക്രംസിംഗെ മന്ത്രിസഭയിൽ രാജ്യരക്ഷ, ആഭ്യന്തരം, മാധ്യമം എന്നീ വകുപ്പുകൾ കൈകാര്യം ചെയ്യുന്ന മന്ത്രിമാരെ, പ്രസിഡന്റ് ചന്ദ്രിക കുമാരതുംഗെ അധികാരഭ്രഷ്ടരാക്കി; പാർലമെന്റിന്റെ പ്രവർത്തനം രണ്ടാഴ്ചത്തേക്ക് മരവിപ്പിക്കുകയും ദേശീയ സുരക്ഷയുടെ ചുമതല ഏറ്റെടുക്കുകയും ചെയ്തു. ഭരണഘടനയനുസരിച്ച് അധികാരനിർവഹണം അനുവദിക്കപ്പെട്ട പ്രസിഡന്റിന്റെ ഈ നടപടി, പ്രധാനമന്ത്രി വിക്രംസിംഗെയുടെ അമേരിക്കയിലെ ഔദ്യോഗിക സന്ദർശന സന്ദർഭത്തിലാണ് ഉണ്ടായത്. പ്രസിഡന്റ് ശ്രീലങ്കൻ ഫ്രീഡംപാർട്ടിയിലും 2001 ഡിസംബറിലെ പാർലമെന്റ് തിരഞ്ഞെടുപ്പു ജയിച്ച പ്രധാനമന്ത്രി യുണൈറ്റഡ് നാഷണൽ പാർട്ടിയിലുമാണ്. എൽ ടി ടിയുമായുള്ള സമാധാന സംഭാഷണം ഏതു രീതിയിൽ ആയിരിക്കണം എന്നതിനെച്ചൊല്ലിയാണ് ഇരു നേതാക്കളും ഇടഞ്ഞത്.

ശ്രീലങ്കൻ സായുധസേനയും എൽ ടി ടി ഇയും തമ്മിൽ തുടർന്ന അവിരാമമായ പോരാട്ടം, ഇരുപതുമാസം മുമ്പ് നോർവീജിയൻ മധ്യസ്ഥതയിൽ നടന്ന സന്ധിസംഭാഷണത്തെത്തുടർന്ന് നിർത്തിവച്ചിരുന്നു. ശ്രീലങ്കയുടെ അധികാര സീമയിൽ തമിഴ് ന്യൂനപക്ഷങ്ങളെ എങ്ങനെ ഉൾക്കൊള്ളാനാകും എന്ന പ്രശ്നപരിഹാരത്തിന് ചർച്ചയാരംഭിച്ചു. ഏതാനും വട്ടം ചർച്ച നടന്നശേഷം, അതുവരെ കൈക്കൊണ്ട ചില തീരുമാനങ്ങൾ ശ്രീലങ്കൻ ഗവൺമെന്റ് ലംഘിച്ചു എന്ന ആരോപണം ഉന്നയിച്ച് എൽ ടി ടി ഇ ചർച്ച ബഹിഷ്കരിച്ചു. യു എസ് എയുടെയും ചില യൂറോപ്യൻ രാജ്യ

ങ്ങളുടെയും മുൻകൈയോടെ ചർച്ച പുനരാരംഭിക്കാൻ നോർവീജിയൻ മധ്യസ്ഥന്മാർ തീരുമാനിച്ചു. “ഇടക്കാല സ്വയംഭരണ സംവിധാനം” വടക്കു-കിഴക്കൻ മേഖലയിൽ ഏർപ്പെടുത്തുന്നതു സംബന്ധിച്ച് ചില നിർദ്ദേശങ്ങൾ എൽ ടി ടി ഇ മുന്നോട്ടുവച്ചു. മധ്യസ്ഥനിശ്ചയത്തിനായുള്ള ചട്ടക്കൂടു നിർമ്മിക്കാൻ സഹായകമായ ആദ്യത്തെ രേഖയാണ് എൽ ടി ടി ഇ തയാറാക്കിയ ഈ റിപ്പോർട്ട്.

സംഭാഷണങ്ങളിലെ അഭിപ്രായഭിന്നതകൾ

ഈ നിർദ്ദേശമാണ് ശ്രീലങ്കൻ പ്രസിഡന്റും പ്രധാനമന്ത്രിയും തമ്മിലുള്ള അഭിപ്രായസംഘട്ടനത്തിനു വഴിവച്ചത്. ഭരണനിർവഹണ അധികാരമുള്ള പ്രസിഡന്റു പദവിയാണ് ഭരണഘടനാനുസാരിയായി യു എൻ പി യിൽപെട്ട പ്രസിഡന്റ് ജയവർദ്ധനെ കൈയാളുന്നത്. ഈ അധികാര വിഭജനം അനുസരിച്ച്, രാജ്യരക്ഷ പ്രസിഡന്റിന്റെ നേരിട്ടുള്ള ചുമതലയിലാണ്. എൽ ടി ടി ഇ യുടെ സായുധസൈനികശക്തിയെ നിലനിർത്തിക്കൊണ്ട്, എൽ ടി ടി ഇയെ അവരുടെ സ്ഥാനത്തു തുടരാൻ അനുവദിക്കണമെന്ന ആവശ്യത്തോട് ശ്രീമതി കുമാരതുംഗെ ചർച്ചയുടെ തുടക്കം മുതൽ ഇടഞ്ഞുനിന്നു. ചില നാവികത്താവളങ്ങൾ നിലനിർത്താൻ എൽ ടി ടി ഇയെ അനുവദിക്കണമെന്ന നോർവീജിയൻ മധ്യസ്ഥനിർദ്ദേശത്തോട് പ്രസിഡന്റ് കർശനമായി വിയോജിച്ചു. നോർവീജിയൻ മധ്യസ്ഥനെ പിൻവലിക്കാൻ ഈയിടെ പ്രസിഡന്റ് ആവശ്യപ്പെട്ടു.

രാജ്യരക്ഷയുടെയും സൈനികാധികാര നിയന്ത്രണത്തിന്റെയും അധികാരനിർവഹണത്തിന്റെ പേരിലാണ് നിലവിലുള്ള തർക്കം ഉയർന്നുവന്നത്. പ്രസിഡന്റിന്റെ നിർദ്ദേശാനുസരണം സുപ്രീംകോടതി, പ്രസിഡന്റിന്റെ അധികാരാവകാശം പരിശോധിച്ച്, രാജ്യരക്ഷാച്ചുമതല പ്രസിഡന്റിൽ നിക്ഷിപ്തമാണെന്നു ചൂണ്ടിക്കാട്ടുകയുണ്ടായി. പ്രസിഡന്റിനെ മറികടന്നുകൊണ്ട്, രാജ്യരക്ഷാമന്ത്രിക്ക് പ്രധാന തീരുമാനങ്ങളെടുക്കാൻ അധികാരമില്ലെന്ന് കോടതി ഊന്നിപ്പറഞ്ഞു.

ഈ പ്രശ്നത്തിന്മേൽ രൂക്ഷമായ അഭിപ്രായ സംഘട്ടനം, വരുന്ന നവംബർ 12 ന് ആരംഭിക്കാനിരിക്കുന്ന പാർലമെന്റ് സമ്മേളനത്തിൽ സംഭവിക്കുമെന്ന് തീർച്ചയത്രെ. സുപ്രീംകോടതി ചീഫ് ജസ്റ്റിസിനെ കുറ്റവിചാരണക്കു വിധേയമാക്കാനുള്ള ആലോചനയുമുണ്ട്.

പ്രസിഡന്റും പ്രധാനമന്ത്രിയും തമ്മിലുള്ള അഭിപ്രായഭിന്നത രൂക്ഷമായ പശ്ചാത്തലത്തിലാണ് ഇടക്കാല ഭരണാധികാരത്തിനായുള്ള എൽ ടി ടി ഇയുടെ നിർദ്ദേശങ്ങൾ ഉയർന്നുവന്നത്. പ്രസ്തുത നിർദ്ദേശങ്ങൾ, ഗവൺമെന്റിന്റെ അഭിപ്രായങ്ങളുമായി അകന്നുനിൽക്കുന്നവയാണെങ്കിലും തുടർന്നുള്ള ചർച്ചകൾക്ക് അടിസ്ഥാനമായി സഹകരിക്കാമെന്ന് വിക്രംസിഗെ ഗവൺമെന്റ് കരുതലോടെ അഭിപ്രായപ്പെട്ടു. ഇടക്കാല ഭരണസംവിധാന നിർദ്ദേശത്തെ രൂക്ഷമായി എതിർക്കുകയും അത് ശ്രീലങ്കയുടെ ഐക്യത്തിനും അഖണ്ഡതക്കും ദോഷകരമാവുമെന്ന് അഭിപ്രാ

യപ്പെടുകയുമാണ് പ്രസിഡന്റ് കുമാരതുംഗെ ചെയ്തത്.

അടിയന്തരാവസ്ഥ പ്രഖ്യാപിക്കാനുള്ള നീക്കത്തിൽനിന്ന് പിന്മാറിക്കൊണ്ട് പ്രസിഡന്റ് കുമാരതുംഗെ സമാധാന സംഭാഷണം തുടർന്നു നടത്താൻ താല്പര്യം കാട്ടി. വിക്രമസിംഗെ ഗവൺമെന്റ് വിയോജിക്കുകയും പാർലമെന്റ് വിളിച്ചുകൂട്ടി അഭിപ്രായം ആരായണമെന്ന് നിർബന്ധിക്കുകയും ചെയ്തു. ദേശീയ ഐക്യത്തിന് സഹായകമായവിധം എല്ലാ രാഷ്ട്രീയകക്ഷി പ്രതിനിധികളും അടങ്ങുന്ന ഗവൺമെന്റ് രൂപീകരണമാണ് ഉചിതമെന്ന് കുമാരതുംഗെ നിർദ്ദേശിച്ചു. രാജ്യരക്ഷ, ആഭ്യന്തരം തുടങ്ങിയ പ്രമുഖ വകുപ്പുകളുമായി ചർച്ച നടത്താനുള്ള സാഹചര്യമല്ലെന്ന് വിക്രംസിംഗെ ഗവൺമെന്റ് ചൂണ്ടിക്കാട്ടി. സംഭാഷണത്തിന് പ്രസിഡന്റിനെ ചുമതലപ്പെടുത്തുകയും ചെയ്തു. തർക്കം ഈ വിധം തുടർന്നുകൊണ്ടേയിരുന്നു.

യഥാർഥ സ്റ്റേറ്റിനുവേണ്ടിയുള്ള എൽ ടി ടി ഇ പദ്ധതി

ഇടക്കാല ഭരണസംവിധാനത്തിനുവേണ്ടിയുള്ള എൽ ടി ടി ഇയുടെ നിർദ്ദേശം, പ്രത്യേക തമിഴ് സംസ്ഥാനരൂപീകരണത്തിനുള്ള പ്രാരംഭനടപടിയല്ലാതെ മറ്റൊന്നുമല്ല. നിർദ്ദേശരേഖ വായിച്ചാൽ, ഇടക്കാല സംവിധാനം, ശ്രീലങ്കൻ ഭരണഘടനക്കു പുറത്തുള്ള അധികാര വിഭജനമാണെന്നു വ്യക്തമാകും. ഏതാനും മുസ്ലീം, സിംഹള പ്രതിനിധികളെ ഉൾപ്പെടുത്തുമെങ്കിലും എൽ ടി ടി ഇ ക്ക് ഭൂരിപക്ഷമുള്ള ഭരണകൂടമാണ് അവർ ലക്ഷ്യമിട്ടത്. അന്തിമ തീരുമാനമെടുക്കാൻ അഞ്ചു വർഷത്തെ അവധി അവർ നിർദ്ദേശിച്ചു. അഞ്ചു വർഷം കഴിയുന്ന സന്ദർഭത്തിൽ, അന്താരാഷ്ട്ര മേൽനോട്ടത്തിൽ, ഒരു സ്വതന്ത്ര തിരഞ്ഞെടുപ്പു കമ്മീഷൻ രൂപീകരിച്ച് തിരഞ്ഞെടുപ്പു നടത്താമെന്നും നിർദ്ദേശിക്കപ്പെട്ടു. നികുതി വർദ്ധിപ്പിക്കാനും ക്രമസമാധാനപാലനം നിർവഹിക്കാനും സ്വന്തം നീതിന്യായവ്യവസ്ഥ രൂപപ്പെടുത്താനും ഇടക്കാല ഭരണസംവിധാനത്തിന് അധികാരം ഉണ്ടായിരിക്കും. രേഖ ഇങ്ങനെ ചൂണ്ടിക്കാട്ടുന്നു, "വടക്കു കിഴക്കൻ മേഖലയിൽ നീതിന്യായ നിർവഹണം നടത്താൻ പ്രത്യേകം സ്ഥാപനങ്ങൾ ഏർപ്പെടുത്തും." സ്വന്തം സായുധസേനയുടെ പദവി എന്തായിരിക്കുമെന്ന് എൽ ടി ടി ഇ തുറന്നുപറഞ്ഞില്ല. എന്നാൽ നാവിക സേന പ്രവർത്തിക്കുമെന്ന് പരോക്ഷസൂചന നൽകി. സമീപ സമുദ്രതീരം സംരക്ഷിക്കുമെന്നും നിയന്ത്രണാധികാരം താൽക്കാലിക ഗവൺമെന്റിന് ഉണ്ടായിരിക്കുമെന്നും രേഖ ചൂണ്ടിക്കാട്ടി. നാവികസേനക്കു മാത്രമെ പ്രസ്തുത ചുമതല നിർവഹിക്കാനാകൂ എന്ന് വ്യക്തമായിരുന്നു.

അഥോറിട്ടിയും ശ്രീലങ്കൻ ഗവൺമെന്റും തമ്മിൽ തർക്കം ഉണ്ടാകുമ്പോൾ, ചർച്ചയിലൂടെയൊ നോർവീജിയൻ മൂന്നംഗ മധ്യസ്ഥതയിലൂടെയൊ പരിഹരിക്കണം. അധ്യക്ഷൻ ആരാകണം എന്നതിൽ തർക്കം വരുമ്പോൾ, അന്താരാഷ്ട്രക്കോടതിയുടെ പ്രസിഡന്റിനോട് ഒരാളെ നിർദ്ദേ

ശിക്കാൻ ആവശ്യപ്പെടാം. അത്തരം തർക്കപരിഹാരത്തിന് ശ്രീലങ്കൻ ഭരണകൂടത്തിനോ സ്ഥാപനങ്ങൾക്കോ അവകാശം ഉണ്ടായിരിക്കില്ല. പ്രാദേശിക സ്വയം ഭരണം നിർവഹിക്കുന്ന ഫെഡറൽ സംവിധാനം ആയിരുന്നില്ല എൽ ടി ടി ഇ യുടെ നിർദ്ദേശത്തിൽ അടങ്ങിയിരുന്നത്. വ്യത്യസ്ത സ്റ്റേറ്റിനായുള്ള പ്രാഥമിക രൂപരേഖയായിരുന്നു അത്.

ശ്രീലങ്കയുടെ അഖണ്ഡതയോട് കൂറുപുലർത്തുന്ന ആരെയും അത്തരം നിർദ്ദേശം അമ്പരപ്പിക്കും. എന്നാൽ വിക്രം സിംഗെ ഗവൺമെന്റ് ,അത്തരം പദ്ധതിയുടെ അപകടത്തെപ്പറ്റി അത്രയൊന്നും അമ്പരപ്പ് പ്രകടിപ്പിച്ചില്ല. പ്രസിഡന്റുമായി രാഷ്ട്രീയപ്പോരിൽ ഏർപ്പെട്ട പ്രധാനമന്ത്രിക്ക് യൂറോപ്യൻ രാജ്യങ്ങളുടെയും അമേരിക്കയുടെയും പിന്തുണ ലഭിച്ചിരുന്നു.

പ്രധാനമന്ത്രിക്ക് അമേരിക്കൻ പിന്തുണ

സമാധാനശ്രമത്തെ പിന്തുണയ്ക്കുന്ന നാട്യത്തിൽ അമേരിക്ക പ്രധാനമന്ത്രിയെ പിന്താങ്ങി. അടുത്ത കാലത്ത്, സെപ്റ്റംബർ 11നു ശേഷം, ശ്രീലങ്കൻ പ്രശ്നത്തിൽ അമേരിക്ക സവിശേഷ താല്പര്യം പ്രകടിപ്പിച്ചു. നാറ്റോ സഖ്യത്തിൽ നോർവെ അംഗമാണെന്ന് ഓർക്കണം. മനുഷ്യാവകാശ പ്രശ്നങ്ങളിലും വംശീയസംഘർഷങ്ങളിലും ഭരണകൂട പരമാധികാരം വിട്ടുവീഴ്ച കാട്ടണമെന്ന അഭിപ്രായമാണ് അമേരിക്കയും ചില യൂറോപ്യൻ രാജ്യങ്ങളും പ്രകടിപ്പിച്ചത്. ശ്രീലങ്കയിലെ ദേശീയപ്രശ്നം സങ്കീർണമാക്കാൻ ഇത് ഇടയാക്കി.

ഫെഡറൽ സമ്പ്രദായത്തിനുള്ളിലെ പരമാധികാരം

ഫെഡറൽ സംവിധാനത്തിനകത്തെ പരമാധികാരം സിംഹളസമരോത്സുക രാജ്യസ്നേഹികൾ നിരസിച്ചു. "ഒരു സ്റ്റേറ്റിന്നുള്ളിലെ രണ്ടു രാഷ്ട്രം" എന്ന ആശയമായിരുന്നു എൽ ടി ടി ഇക്ക്. തമിഴ് ജനതയുടെ അവകാശങ്ങൾ ന്യായമായും അംഗീകരിക്കണമെന്ന് ഇന്ത്യയിലെ സി പി ഐ (എം)ഉം മറ്റ്, ഇടതുപക്ഷ കക്ഷികൾ ആവശ്യപ്പെട്ടു. സിംഹളരുടെ സമരോത്സുകമായ ദേശാഭിമാനത്തെ താലോലിക്കുകയും തമിഴ് ന്യൂനപക്ഷത്തിന്റെ ന്യായമായ അവകാശങ്ങളെ നിഷേധിക്കുകയുമാണ് വളരെ കാലത്തോളം ശ്രീലങ്ക ചെയ്തു പോന്നത്. ശ്രീലങ്കൻ ഏകതയുടെ അകത്ത് പ്രാദേശിക പരമാധികാരം സ്ഥാപനവൽക്കരിക്കുക എന്നതാണ് ഇതിന് നിർദ്ദേശിക്കപ്പെട്ടിട്ടുള്ള പരിഹാരം. ഇതിന് ഫെഡറൽ ചട്ടക്കൂട് ആവശ്യമാണ്. നിലവിലുള്ള ഭരണഘടനാ സംവിധാനത്തിൽ മാറ്റം വരുത്തിയാലേ ഇത് സാധ്യമാവുകയുള്ളൂ.

അടുത്ത കാലത്തു നടന്ന വിക്രംസിംഗെയുടെ സന്ദർശന സന്ദർഭത്തിൽ, സംയുക്തപ്രസ്താവനയിൽ ഇന്ത്യാ ഗവൺമെന്റ് നിർദ്ദേശിച്ച നിലപാടിൽ പ്രശ്നം പരിഹരിക്കാവുന്നതാണ്: "ശ്രീലങ്കയുടെ ഐക്യവും അഖണ്ഡതയും നിലനിർത്തുന്ന ചട്ടക്കൂടിനകത്തു മാത്രമേ ഇടക്കാല

തീരുമാനം കൈക്കൊള്ളാൻ പാടുള്ളൂ."

1977ൽ ചന്ദ്രിക കുമാരതുംഗെ പ്രസിഡന്റായിരുന്നപ്പോൾ മുന്നോട്ടുവെച്ച ഏതാനും നിർദ്ദേശങ്ങൾ, ഈ യാഥാർത്ഥ്യം അംഗീകരിക്കുന്നുണ്ട്. യു എൻ പി യുടെ പിന്തുണയോടെ ഈ നിർദ്ദേശങ്ങളിൽ ചില മാറ്റം വരുത്തിയത്, തമിഴ്കക്ഷികൾ തള്ളിക്കളഞ്ഞു. സംയുക്തസംവിധാനം/അധികാരസംക്രമണം മാത്രമേ പ്രശ്നപരിഹാരത്തിന് സഹായിക്കുകയുള്ളൂ. ജനാധിപത്യരീതിയിൽ ശ്രീലങ്കയിലെ പ്രശ്നം പരിഹരിക്കുന്നതിനു ഈ രീതി സ്വീകരിക്കാൻ ഇരു വിഭാഗവും സന്നദ്ധമാകേണ്ടതുണ്ട്.

എൽ ടി ടി ഇ യുടെ ഭീഷണി

തമിഴ് മേഖലയിൽ എൽ ടി ടി ഇ സ്വാധീനം ഉറപ്പിച്ചിരിക്കുന്നു. ഇതര രാഷ്ട്രീയശക്തികൾ ഇല്ലാതാവുകയോ ഉള്ളവ എൽ ടി ടി ഇ യുടെ ചൊല്പടിയിലാവുകയോ ചെയ്ത അവസ്ഥയാണ്. വ്യത്യസ്തമായ തമിഴ് ഈഴത്തിനായുള്ള അന്വേഷണം തമിഴ് ജനതയ്ക്ക് നീതിയോ തുല്യാവകാശങ്ങളോ ലഭ്യമാക്കിയിട്ടില്ല. അതിനു പകരം സാധാരണക്കാർക്ക് ദുരിതവും അവഗണനയും സമ്മാനിക്കുകയാണു ചെയ്തത്. തമിഴ് ഈഴത്തിനുവേണ്ടിയുള്ള എൽ ടി ടി ഇ യുടെ അവകാശവാദത്തെ തമിഴ്നാട്ടിലെ പല രാഷ്ട്രീയക്കാരും അന്ധമായി പിന്തുണയ്ക്കുകയാണ് ചെയ്യുന്നത്. ഇന്ത്യയുടെ അയൽനാടും ദക്ഷിണേഷ്യയിലെ ഭാഗവുമായ ശ്രീലങ്കയെപ്പോലൊരു രാജ്യത്തെ വെട്ടിമുറിക്കുന്നതിന്റെ അപകടം ഇടതുപക്ഷവും ഇതര ജനാധിപത്യ കക്ഷികളും തിരിച്ചറിയേണ്ടതാണ്.

ആഭ്യന്തര യുദ്ധത്തിൽ 64000 പേരുടെ ജീവൻ നഷ്ടപ്പെട്ട തമിഴ്, സിംഹള ജനതയ്ക്ക് കഴിഞ്ഞ ഒന്നര വർഷക്കാലമായി ആശ്വാസം കൈവന്നിരിക്കുന്നു. സമാധാനകാംക്ഷ മുമ്പെന്നത്തേക്കാളും വർദ്ധിച്ചിട്ടുണ്ട്. ഈ മാറ്റം പ്രസിഡന്റോ പ്രധാനമന്ത്രിയോ അവഗണിക്കരുത്. സമാധാനക്രമം തുടർന്നുകൊണ്ടേയിരിക്കണമെന്ന് ഇരുകൂട്ടരും അഭിലഷിക്കുന്നത് അതുകൊണ്ടാണ്. അതേ സന്ദർഭത്തിൽ, എൽ ടി ടി ഇ ശ്രീലങ്കയുടെ വടക്കു ഭാഗത്ത് പിടിമുറുക്കുകയും കിഴക്കു ഭാഗത്തേക്ക് സ്വാധീനം വർദ്ധിപ്പിക്കുകയും ചെയ്തിരിക്കുന്നു. രണ്ടു പ്രമുഖ രാഷ്ട്രീയകക്ഷികളുടെ ഇടയിലെ സംഘർഷം എൽ ടി ടി ഇ യ്ക്ക് സഹായകമാകും. കുമാരതുംഗെക്കും വിക്രം സിംഗെക്കും രക്ഷപ്പെടാനൊക്കില്ല. കൂടിയാലോചനകൾക്ക് ഒരു പൊതു മുന്നണി രൂപീകരിക്കാനോ ജനഹിതം ആരായുന്നതിന് പുതുതായി പാർലമെന്റ് തിരഞ്ഞെടുപ്പ് വൈകാതെ നടത്താനോ ഇരുകൂട്ടരും തയ്യാറാകേണ്ടതുണ്ട്.

(Peoples Democracy, നവംബർ 10, 2003)

ശ്രീലങ്കയിലെ സംഭവവികാസങ്ങൾ: സി പി ഐ (എം) ന്റെ നിലപാട്

ശ്രീലങ്കയിലെ വംശീയപ്രശ്നം അടുത്തകാലത്ത് വല്ലാതെ മൂർച്ഛിക്കുകയും രാജ്യത്തിന്റെ അഖണ്ഡതയേയും സ്വാതന്ത്ര്യത്തേയും അപകടസന്ധിയിൽ അകപ്പെടുത്തുകയും ചെയ്തു. ശ്രീലങ്കൻ സേനയും തമിഴ് ന്യൂനപക്ഷ ഈഴം ഗ്രൂപ്പുകളും തമ്മിൽ നടന്നുവന്ന സ്ഫോടനാത്മകമായ സംഘട്ടനം ആഭ്യന്തര യുദ്ധത്തിന്റെ വക്കിൽ എത്തിച്ചേർന്നു. സായുധസൈന്യത്തിന്റെ നേതൃത്വത്തിൽ ശ്രീലങ്കൻ ഭരണകൂടം നടത്തിയ അടിച്ചമർത്തൽ നിമിത്തം വടക്കൻ മേഖലകളിൽ നിരവധി തമിഴ് വംശജർ മരണമടയുകയും സാധാരണ ജീവിതം തകരുകയും ചെയ്തു. കിഴക്കൻ പ്രദേശങ്ങളിലും അതുപോലെ മറ്റിടങ്ങളിലും പ്രതികാര പ്രവർത്തനങ്ങളിൽ ധാരാളം സിംഹളപൗരന്മാർക്കും ജീവഹാനി സംഭവിച്ചു.

സങ്കീർണമായ ഈ വംശീയ സമസ്യയുടെ വികാസഗതി പരിശോധിക്കാനല്ല ഈ ലേഖനം ലക്ഷ്യമിടുന്നത് 1985ൽ *ദ മാർക്സിസ്റ്റിൽ* ഈ ഇതിവൃത്തം കൈകാര്യം ചെയ്തതത്രെ. സമകാലിക സംഭവവികാസങ്ങളുടെ വിശകലനമാണ് ഞങ്ങൾ ഇപ്പോൾ ലക്ഷ്യമിടുന്നത്. ഇന്തോ-ശ്രീലങ്ക കരാറ്, ഇൻഡ്യൻ പീസ് കീപ്പിങ്ങ് ഫോഴ്സ് (ഐ പി കെ എഫ്) എന്നിവയെപ്പറ്റിയുള്ള സി പി ഐ (എം)ന്റെ കാഴ്ചപ്പാട് വിവരിക്കാനും ഉദ്ദേശിക്കുന്നു.

ദേശീയതാ പ്രശ്നം-ജനാധിപത്യവിരുദ്ധസമീപനം

ഒരു മൂന്നാംലോക രാജ്യത്തിലെ ബൂർഷ്വാ ഭരണവർഗം ദേശീയ/വംശീയ പ്രശ്നം പരിഹരിക്കാൻ നടത്തുന്ന ശ്രമത്തിന്റെ നല്ല ഉദാഹരണമാണ് ശ്രീലങ്ക. രാജ്യത്തിന്റെ ഐക്യത്തെതന്നെ തകർക്കുന്ന വിധം

വർഗ-സാഹസികതാ സമീപനം സ്വീകരിക്കുകയും അതുവഴി സാമ്രാജ്യത്വം രാജ്യത്തിന്റെ സ്വതന്ത്രമായ വികസനസാധ്യതയെ തുരങ്കം വെക്കാനിടവരികയും ചെയ്യുന്നതിന് ശ്രീലങ്കയിലെ സംഭവഗതികൾ ഉദാഹരണമത്രെ.

രണ്ടാംലോക മഹായുദ്ധാനന്തര ദശകങ്ങളിൽ സ്വാതന്ത്ര്യം നേടിയ ഒരു രാജ്യത്തിനുശേഷം മറ്റൊരു രാജ്യത്തായി ബൂർഷ്വാ-ഭൂപ്രഭുവർഗമോ ബൂർഷ്വാസിയോ അധികാരം നേടുകയുണ്ടായി. ആ ഭരണവർഗം ന്യൂനപക്ഷദേശീയതാ പ്രശ്നങ്ങളും മതവൈവിധ്യത്തിന്റേയും വിഭിന്ന ജനവിഭാഗങ്ങളുടെയും കാര്യങ്ങളും ജനാധിപത്യവിരുദ്ധമായ രീതിയിലാണ് കൈകാര്യം ചെയ്തത്. ന്യൂനപക്ഷമായതിനാൽ സാമ്പത്തികമായി അവർ അവഗണിക്കപ്പെട്ടു. അവരുടെ ഭാഷയും സംസ്കാരവും വളരാനുള്ള സാഹചര്യം അനുവദിക്കപ്പെട്ടില്ല. ദേശീയവിമോചനത്തിന്റെ ജനാധിപത്യ കർത്തവ്യങ്ങൾ പൂർത്തിയാക്കുന്നതിൽ ഭരണവർഗം പാടേ പരാജയപ്പെട്ടു. പഴയ നാടുവാഴി ബന്ധങ്ങൾ അവസാനിപ്പിക്കുകയോ സാധാരണ ജനങ്ങളുടെ ജീവിതനിലവാരം മെച്ചപ്പെടുത്തുകയോ ചെയ്തില്ല. അസമത്വത്തിന്റെയും അധികാരി മേധാവിത്വത്തിന്റെയും പഴയ മൂല്യങ്ങൾ തുടരുകയും മുതലാളിത്ത വികസന പ്രക്രിയയിലൂടെ പുതിയ നേട്ടങ്ങൾ അതേ വർഗങ്ങൾക്കു ലഭിച്ചു തുടങ്ങുകയും ചെയ്തു. അവഗണിത വിഭാഗങ്ങളുടെ ഇടയിൽ, വിവേചനത്തിന്റെയും ദേശീയമായ അടിച്ചമർത്തലിന്റെയും സാംസ്കാരികവും മതപരവുമായ സമ്മർദ്ദത്തിന്റേയും വികാരങ്ങൾ പ്രബലമാവുകയും വേർപിരിഞ്ഞുപോകാനുള്ള പ്രവണത വളരുകയും ചെയ്തു. പൗരാവകാശങ്ങൾക്ക് അനർഹരാണെന്ന് മുദ്രകുത്തപ്പെട്ട ഈ ന്യൂനപക്ഷങ്ങളുടെ അവകാശ സംരക്ഷകരെന്ന നാട്യത്തിൽ, അവരെ ചൂഷണ വിധേയരാക്കി സാമ്രാജ്യത്വം, പുതുസ്വതന്ത്രനാടുകളെ ദുർബലപ്പെടുത്തി.

ന്യൂനപക്ഷങ്ങളുടെ അവശതയാർന്ന അവസ്ഥയോട് അനുഭാവം പ്രകടിപ്പിക്കുന്നതോടൊപ്പം ദേശീയ അഖണ്ഡതയ്ക്കും തൊഴിലാളിവർഗ ഐക്യത്തിന്നും സാമ്രാജ്യത്വശക്തികൾ വരുത്തിവെക്കുന്ന വിനകൾക്കെതിരെ മുന്നറിവു നൽകാനും മാർക്സിസ്റ്റുകാർ ശ്രദ്ധിച്ചു. പുതുതായി സ്വാതന്ത്ര്യം നേടിയ രാജ്യങ്ങളിലെ ദേശീയ/വംശീയ പ്രശ്നങ്ങളിലും ഭൂരിപക്ഷ ന്യൂനപക്ഷവിഭാഗങ്ങളിലെ അധ്വാനിക്കുന്ന വർഗത്തിന്റെ ഐക്യത്തിലും ശ്രദ്ധിക്കുന്നതോടൊപ്പം ന്യൂനപക്ഷങ്ങളുടെ നേരായ അവകാശങ്ങൾക്കുവേണ്ടി പൊരുതാനും അവരോടു കാട്ടുന്ന അവഗണനയ്ക്കും വിവേചനത്തിനും എതിരെ ശബ്ദമുയർത്താനും തൊഴിലാളിവർഗം പ്രതിജ്ഞാബദ്ധമാണ്

ദേശീയ ഐക്യത്തിന്റെ പ്രശ്നങ്ങൾ ബൂർഷ്വാ ഭൂപ്രഭുവർഗം കൈകാര്യം ചെയ്യുന്നതിന്റെ ഭവിഷ്യത്തുകൾ, ദക്ഷിണേഷ്യൻ രാജ്യങ്ങളെയും വിഴുങ്ങിത്തുടങ്ങിയിരിക്കുന്നു. ന്യൂനപക്ഷ ദേശീയ വിഭാഗങ്ങളോടും മതന്യൂനപക്ഷങ്ങളോടും പാക്കിസ്ഥാനിലെയും ബംഗ്ലാദേശി

ലേയും ഭരണവർഗം നെറികെട്ട നയമാണ് കാട്ടുന്നത്. ഇസ്ലാംവൽക്കരണവും ന്യൂനപക്ഷങ്ങളുടെ അവകാശ നിഷേധങ്ങളും സംബന്ധിച്ച ന്യൂനപക്ഷ ദേശീയ/മത വിഭാഗങ്ങളുടെ ദുരിതങ്ങൾ പരിഹരിക്കപ്പെടേണ്ടതുണ്ട്. പഴയ ക്രമം മാറ്റിയെടുക്കുന്നതിൽ പരാജയപ്പെടുക മാത്രമല്ല, അവയുമായി ബന്ധപ്പെട്ടു നീങ്ങുകയും ചെയ്യുന്നു എന്നതാണ് ഇപ്പറഞ്ഞ രാജ്യങ്ങളിൽ എല്ലാമുള്ള പുതിയ ബൂർഷ്വാ മേധാവിത്വത്തിന്റെ രീതി. പഴഞ്ചൻ മൂല്യങ്ങളുമായുള്ള ഈ ഒത്തുതീർപ്പ്, ദേശീയ പുനർനിർമാണത്തിലും ദേശീയ ഐക്യത്തിലും വിഘ്നങ്ങൾ സൃഷ്ടിക്കുന്നു. ഉപവൻകരയിൽ മത ന്യൂനപക്ഷങ്ങളോടു കാട്ടുന്ന വിവേചനവും അടിച്ചമർത്തലും നിമിത്തം, പ്രസ്തുത വിഭാഗങ്ങൾ അന്യതാത്വം അനുഭവിക്കുകയും വിഘടനവാദം ഉന്നയിക്കുകയും ചെയ്യുന്നു. പണ്ടത്തെ വിഭജനം പുതിയ രൂപത്തിൽ പ്രത്യക്ഷപ്പെടുകയും ഈ രാജ്യങ്ങളുടെ സ്വാതന്ത്ര്യത്തിന് ഭീഷണിയുയർത്താനും അതിനെ ദുർബലപ്പെടുത്താനുള്ള സാമ്രാജ്യത്വ തന്ത്രങ്ങൾ വിജയിക്കുകയും ചെയ്യുന്നു. ഇന്ത്യയും ഈ പ്രതിഭാസത്തിൽനിന്ന് വിമുക്തമല്ല. സാമ്രാജ്യത്വ ശക്തികളുടെ പിന്തുണയോടെ ഖലിസ്ഥാനി ഭീകരവാദികൾ പഞ്ചാബിൽ സജീവമാവുകയും ഇന്ത്യയുടെ ഐക്യത്തിന് തുരങ്കം വയ്ക്കുകയും ചെയ്യുന്നു. മതമൗലികവാദത്തിന്റെ അടിസ്ഥാനത്തിൽ സിഖ് ന്യൂനപക്ഷം വിഭാഗീയ പ്രസ്ഥാനത്തിൽ ആകൃഷ്ടരാവുന്നു.

ശ്രീലങ്ക: ആഴമേറുന്ന പിളർപ്പുകൾ

ശ്രീലങ്കയുടെ കാര്യത്തിൽ, 'തുറന്ന സാമ്പത്തിക നയ'വുമായി മുന്നോട്ടുപോകാൻ നിശ്ചയിച്ച, പതിറ്റാണ്ടു പഴക്കമുള്ള യു എൻ പി ഭരണം, പ്രശ്നം കുറേക്കൂടി ബലപ്പെടുത്തുകയാണുണ്ടായത്. ഐ എം എഫിന്റെയും ലോക ബാങ്കിന്റെയും നിർബന്ധത്തിൽ, സാമ്പത്തികരംഗം പൂർണമായും സാമ്രാജ്യത്വ മൂലധനത്തിനും രാജ്യാന്തര കോർപ്പറേഷനുകൾക്കും വിട്ടുകൊടുക്കുകയാണു ശ്രീലങ്ക ചെയ്തത്. ആശ്രിത മുതലാളിത്ത വികസന രീതിയിലേക്ക് രാജ്യത്തിലെ സാമ്പത്തികരംഗവും സമൂഹവും വഴിതിരിഞ്ഞപ്പോൾ, ജനങ്ങളുടെ ജീവിതസാഹചര്യം വഷളായിത്തീർന്നു. സ്വാതന്ത്ര വ്യാപാര മേഖലകൾക്കും ടൂറിസത്തിനും കൂടുതൽ ഊന്നൽ നൽകുകയും കാർഷിക–വ്യവസായിക മേഖലകളിലേക്ക് വിദേശ മൂലധനം കടന്നുകയറ്റം നടത്തുകയും ചെയ്തപ്പോൾ അതിന്റെ സാമൂഹിക പ്രത്യാഘാതമെന്നോണം സാമൂഹ്യവഴക്കങ്ങൾ വഷളാവുകയും നിലവിലുണ്ടായിരുന്ന സാമൂഹിക സമ്മർദ്ദം കൂടുതൽ മോശമാവുകയും ചെയ്തു.

സാമ്രാജ്യത്വവുമായുള്ള ഒത്തുകളിയോടൊപ്പം, അമിതാധികാരം കൈയാളുന്ന രാഷ്ട്രീയ സംവിധാനവും ഗവൺമെന്റ് സ്വീകരിച്ചു. അതിന്റെ ഫലമായി, 1977ൽ (ആറു വർഷത്തേക്ക്) തിരഞ്ഞെടുക്കപ്പെട്ട പാർലമെന്റിന്റെ കാലാവധി മറ്റൊരു ആറുവർഷത്തേക്കുകൂടി നീട്ടുകയും

കൂടുതൽ അധികാരമുള്ള പ്രസിഡൻഷ്യൽ സമ്പ്രദായം നടപ്പിലാക്കുകയും ചെയ്തു.

ആഴമേറിയ ഈ സാമൂഹിക-സാമ്പത്തിക പ്രതിസന്ധിയുടെ പശ്ചാത്തലത്തിൽ അവ പരിഹരിക്കുന്നതിൽ ഭരണവർഗം ജനാധിപത്യ മാർഗ്ഗത്തിൽ പരാജയമടഞ്ഞപ്പോഴാണ്, വംശീയ പ്രശ്നം വഷളായത്. രണ്ടു പ്രമുഖ ഭരണകക്ഷികളായ എസ് എൽ എഫ് പി യും യു എൻ പി യും തമിഴ് ന്യൂനപക്ഷങ്ങളെ അടിച്ചമർത്തുകയും 'സിംഹളഭാഷ മാത്രം' എന്ന നയം ദശകങ്ങളോളം പിന്തുടരുകയും ചെയ്തപ്പോഴാണ്, തമിഴ് മാതൃഭൂമിക്കായുള്ള മുറവിളി മുഴങ്ങുകയും വിഭാഗീയ പ്രവണത പ്രകടമാവുകയും ചെയ്തത്. മതിയായ വിധത്തിലുള്ള ഇടതുപക്ഷ പ്രസ്ഥാനം ശക്തിപ്പെടുകയും രണ്ടു വിഭാഗത്തിലുംപെട്ട തൊഴിലാളി വർഗങ്ങളെ അണിനിരത്തുകയും ചെയ്യുന്നതിൽ പരാജയം പറ്റിയതുകൊണ്ടാണ് സിംഹള സാഹസപ്രകടനവും അതിനെ പ്രതിരോധിക്കാൻ തമിഴ് വിഭാഗീയതയും വളർച്ച നേടിയത്. സിംഹളരും തമിഴരും തമ്മിലുള്ള സ്പർദ്ധ മൂർച്ഛിച്ചപ്പോൾ, തക്കം നോക്കി സാമ്രാജ്യത്വശക്തകൾ നുഴഞ്ഞുകയറി.

തമിഴ് തീവ്രവാദികളെ ഒതുക്കാൻ, 1985–86 കാലഘട്ടത്തിൽ യു എൻ പി ഭരണകൂടം, വർദ്ധിച്ച തോതിൽ സൈനികതന്ത്രങ്ങൾ സ്വീകരിച്ചു. പാശ്ചാത്യ ശക്തികളുടെ പ്രേരണയാൽ ശ്രീലങ്കൻ ഗവൺമെന്റ്, വടക്കൻ പ്രവിശ്യയിലെ പ്രശ്നപരിഹാരത്തിന് യുദ്ധമുറകളെ ആശ്രയിച്ചു. പട്ടാളച്ചെലവ് പതിന്മടങ്ങ് കൂടി, 300കോടിരൂപയായി വർദ്ധിച്ചു. സൈനികരുടെ സംഖ്യ മൂന്നിരട്ടിയായി, അമ്പതിനായിരത്തിൽ എത്തി.

ആഗോള സൈനികസന്നാഹത്തിനുള്ള പ്രവർത്തനമണ്ഡലമായി ശ്രീലങ്കയെ മാറ്റിത്തീർക്കാനുള്ള സാമ്രാജ്യത്വശക്തികളുടെ നടപടിയായിരുന്നു അത്. രാജ്യത്തിന് ഏറെ അപകടം വരുത്തുംവിധം ജയവർദ്ധനെ ഭരണകൂടം, ഇസ്രായേലി മൊസാദുകളെയും ബ്രിട്ടീഷ് കൂലിപ്പോരാളികളെയും വരുത്തി; ഈഴം ഗ്രൂപ്പുകളുമായി പൊരുതാൻ പാകിസ്ഥാനിൽ നിന്ന് ആയുധങ്ങൾ വാങ്ങിക്കൂട്ടി; യു എസ് എമ്പസിയുടെ നേതൃത്വത്തിൽ, യു എൻ പി ഗവൺമെന്റ് 1984ൽ, "താല്പര്യമുള്ളവരുടെ വിഭാഗം" ആരംഭിച്ചു. 1985 ഏപ്രിലിൽ പ്രസിഡന്റ് ജയവർദ്ധനെ, പാകിസ്ഥാൻ സന്ദർശിച്ചു. 1985 ഡിസംബറിൽ പ്രസിഡന്റ് സിയാ, കൊളമ്പൊവിൽ സന്ദർശനം നടത്തി. ശ്രീലങ്കക്ക് അധികം ആയുധം നൽകുന്ന രാജ്യമായി പാകിസ്ഥാൻ. ശ്രീലങ്കൻ സൈനികർക്ക് പരിശീലനം നൽകുന്ന പരിപാടിയും പാകിസ്ഥാൻ ഏറ്റെടുത്തു.

യു എസ് ഗവൺമെന്റാവട്ടെ ഇരട്ടത്താപ്പു നയം കൈക്കൊണ്ടു. ഒരു വശത്ത് തമിഴ് വംശജരുടെ മനുഷ്യാവകാശ പ്രശ്നങ്ങളോട് അനുഭാവം അഭിനയിച്ചു. മറുവശത്ത്, യു എൻ പി ഗവൺമെന്റിന്റെ സൈനികസന്നാഹത്തിന് സഹായിക്കാൻ ഇസ്രായേൽ, ബ്രിട്ടൻ, പാകിസ്ഥാൻ എന്നിവയ്ക്ക് അനുമതിമുദ്ര കാട്ടി. 1984 ഡിസംബറിൽ ജനറൽ വെർണർ

വാൾട്ടർ സന്ദർശനം നടത്തിയതിനുശേഷം, യു എൻ പി ഗവൺമെന്റിന്റെ യുദ്ധസന്നദ്ധതയ്ക്ക് യു എസ് എ, സമ്മതവും സൗകര്യവും നൽകി.

1983നുശേഷം ഇന്ത്യയിലെത്തിയ തമിഴ് അഭയാർഥികളുടെ സംഖ്യ 1,40,000 ആയി. ജാഫ്ന ഉപരോധത്തോടെ ശ്രീലങ്കയും ഇന്ത്യയും തമ്മിലുള്ള ബന്ധം കൂടുതൽ വഷളായി. ശ്രീലങ്കൻ സമുഹത്തിൽ അഗാധമായ സ്വാധീനം ചെലുത്താൻ സാമ്രാജ്യത്വശക്തികൾക്ക് സാധ്യമാകുന്ന വിധം രണ്ട് അയൽ രാജ്യങ്ങൾ തമ്മിലുള്ള അകലം വർദ്ധിച്ചു. ട്രിങ്കോമാലി തുറമുഖത്തിൽ സ്വന്തം നാവികത്താവളം ഉറപ്പിക്കാനുള്ള യു എസ് എ യുടെ ലക്ഷ്യം സാധ്യമാകുന്ന അവസ്ഥ വന്നു ചേർന്നു.

ഈ ഗൗരവാവഹമായ സാഹചര്യം വിലയിരുത്തിക്കൊണ്ട്, സി പി ഐ (എം) ന്റെ കേന്ദ്ര കമ്മറ്റി 1987 ഏപ്രിലിൽ പ്രസ്താവനയിറക്കി:

> ഇരു രാജ്യങ്ങളും തമ്മിൽ ഇന്നു നിലവിലുള്ള അകൽച്ച നിർവികാരമായി നോക്കി നിൽക്കാൻ ഇന്ത്യക്ക് സാധ്യമല്ല. ഇരു രാജ്യങ്ങളും ഇരു ഗവൺമെന്റുകളും സംഘർഷത്തിന്റെ, മാർഗ്ഗത്തിലേക്ക് നീങ്ങുന്നത് എന്തു വില നൽകിയും ഒഴിവാക്കണം. ഇനിയും അകലം വർദ്ധിച്ചാൽ, സംഘട്ടനത്തിലേക്കു നീങ്ങിയാൽ, ഒരു രാജ്യത്തിനെതിരെ മറ്റൊരു കരുവാക്കി കളിക്കാനുള്ള സാമ്രാജ്യത്വ ശക്തിയുടെ സൂത്രത്തിന് കളമൊരുക്കുകയും ശ്രീലങ്കയുടെ രാഷ്ട്രീയ ജീവിതത്തിൽ അവർ ആഴ്ന്നിറങ്ങുകയും ചെയ്യും.

"തങ്ങളുടെ അയൽരാജ്യത്തിന്റെ അഖണ്ഡതയ്ക്കും പരമാധികാരത്തിനുംവേണ്ടിയാണ് ഇന്ത്യയിലെ ജനങ്ങളും ഗവൺമെന്റും നിലകൊള്ളുന്നത് എന്നും അതിനായി അവർ എല്ലാ സഹായവും നൽകാൻ സന്നദ്ധമാണെന്നും" ശ്രീലങ്കക്ക് ഉറപ്പുനൽകാൻ ഇന്ത്യാ ഗവൺമെന്റ് അടിയന്തിര നടപടികൾ സ്വീകരിക്കണമെന്ന് കേന്ദ്രകമ്മറ്റി ആവശ്യപ്പെട്ടു. മധ്യസ്ഥ പങ്കാളിത്തം തുടരാനുള്ള ഇന്ത്യയുടെ ശ്രമത്തിന് സഹായകരമായ വിധം ജയവർദ്ധനെ ഭരണകൂടം സൈനിക നടപടി നിർത്തിവെക്കണമെന്നും ഡിസംബർ 19ന്റെ തീരുമാനങ്ങളുടെ അടിസ്ഥാനത്തിൽ സംഭാഷണം പുനരാരംഭിക്കണമെന്നും കേന്ദ്രകമ്മറ്റി നിർദ്ദേശിച്ചു.

രണ്ടു രാജ്യങ്ങളും തമ്മിലുള്ള ബന്ധം കൂടുതൽ വഷളാക്കുന്ന ഒരു നടപടിയും ഉണ്ടായിക്കൂടാ എന്ന് സെൻട്രൽ കമ്മറ്റി അഭിപ്രായപ്പെട്ടു. ലങ്കൻ ഗവൺമെന്റിന്റെ ഉപരോധം നിമിത്തം ആവശ്യവസ്തുക്കൾ അലഭ്യമായ ജാഫ്നയിലെ ജനങ്ങൾക്ക് അവ എത്തിച്ചുകൊടുക്കുമെന്ന ഇന്ത്യയുടെ പ്രഖ്യാപനം, പാർട്ടി കേന്ദ്ര കമ്മറ്റി വിലയിരുത്തി : 'അത്തരമൊരു നടപടി രണ്ടു ഗവൺമെന്റുകളും തമ്മിൽ സംഘർഷത്തിലേക്കു നീങ്ങാനുള്ള സാധ്യത വർദ്ധിപ്പിക്കും. കണക്കാക്കാൻ വയ്യാത്ത ഭവിഷ്യത്തുകൾ വരുത്തിവക്കും.' 1987 ജൂണിൽ, ശ്രീലങ്കയുടെ വ്യോമാതിർത്തി ലംഘിച്ചുകൊണ്ട്, ഇന്ത്യാ ഗവൺമെന്റ് ജാഫ്നയിലേക്ക് വിമാനങ്ങൾ വഴി സാധനസാമഗ്രികൾ വിതരണം ചെയ്തപ്പോൾ, മറ്റു പ്രതിപക്ഷ കക്ഷി

കൾ പിന്തുണ നൽകിയതുപോലെ, ഞങ്ങളുടെ പാർട്ടി അതിനോട് യോജിച്ചില്ല. അവിഭക്ത ശ്രീലങ്കയുടെ ചട്ടക്കൂടിനകത്ത്, കൂടിയാലോചനവഴി പ്രശ്നപരിഹാര ശ്രമങ്ങൾ നടത്താൻ ഇന്ത്യൻ ഗവൺമെന്റ് തുടർന്നും ശ്രമിക്കണമെന്നാണ് പാർട്ടി ആവശ്യപ്പെട്ടത്.

ഒത്തുതീർപ്പിന് സി പി ഐ (എം) ന്റെ സ്വാഗതം

1987 ജൂലായിൽ ഇന്ത്യാ-ശ്രീലങ്കാ കരാറ് ഒപ്പുവയ്ക്കപ്പെട്ടപ്പോൾ, സി പി ഐ (എം) അതിനെ സ്വാഗതം ചെയ്തു. 1987 ആഗസ്തിൽ ചേർന്ന യോഗത്തിൽ കേന്ദ്ര കമ്മറ്റി ഇങ്ങനെ പ്രസ്താവിച്ചു: 'ഇന്ത്യയുടെയും ശ്രീലങ്കയുടെയും ഗവൺമെന്റുകൾ തമ്മിൽ ഒപ്പിട്ട കരാറ് ശരിയായവിധം എല്ലാവരും സ്വീകരിക്കുകയും നടപ്പിലാക്കുകയും ചെയ്താൽ തമിഴ് പ്രശ്നം പരിഹരിക്കപ്പെടും; ഇരു രാജ്യങ്ങളിലെയും ജനങ്ങൾ തമ്മിലുള്ള ബന്ധം സൗഹൃദപൂർവം പുനഃസ്ഥാപിക്കപ്പെടും.'

കരാറിന്റെ വിജയകരമായ നിർവഹണത്തിൽ വിഷമഘട്ടങ്ങളുണ്ടെന്ന് പാർട്ടി കേന്ദ്രകമ്മറ്റി വിലയിരുത്തി. എന്നാൽ അതു നടപ്പാക്കേണ്ടത് അത്യാവശ്യമത്രെ. കാരണം, ഇരു രാജ്യങ്ങളും തമ്മിലുള്ള അകൽച്ചയിൽനിന്ന് മുതലെടുക്കാൻ സാമ്രാജ്യത്വശക്തികൾ തക്കം പാർത്തിരിക്കുകയത്രെ. കരാർ നടപ്പിലാക്കിയില്ലെങ്കിൽ ഇരു രാജ്യങ്ങളുടെയും സുരക്ഷ അപകടത്തിലാകും.

ഇന്തോ-ശ്രീലങ്കൻ കരാറിലെ പ്രധാന നിബന്ധനകൾ ഇവയാണ്: വിഭിന്ന ഭാഷകളും വിഭിന്ന വംശങ്ങളും നിലവിലുള്ള ശ്രീലങ്കൻ സമുഹസ്ഥിതിയുടെ യാഥാർഥ്യം, കരാറ് ഉൾക്കൊള്ളുന്നുണ്ട്. തമിഴ് ഭാഷാ വംശജരുടെ ചരിത്രപരമായ അധിനിവേശം, വടക്കൻ, കിഴക്കൻ പ്രവിശ്യകളിൽ നടന്നിട്ടുണ്ട് എന്ന് അത് അംഗീകരിക്കുന്നു. ശ്രീലങ്കയുടെ ഐക്യവും പരമാധികാരവും അതിർത്തിഭദ്രതയും നഷ്ടപ്പെടുത്താതെ, വിഭിന്ന ഭാഷാ വംശ വിഭാഗത്തിന്റെ സാംസ്കാരികവും ഭാഷാപരവുമായ സ്വത്വം സംരക്ഷിക്കാൻ കരാറ് പ്രതിജ്ഞാബദ്ധമാണ്. വടക്കൻ കിഴക്കൻ പ്രവിശ്യകളെ, ഒരു ഭരണക്രമ ഏകകത്തിന്റെ അകത്ത് പ്രവർത്തിക്കാൻ അനുവദിക്കണമെന്ന് കരാറിൽ വ്യവസ്ഥയുണ്ട്. ഈ വ്യവസ്ഥയോട് കിഴക്കൻ പ്രവിശ്യ യോജിക്കുന്നുണ്ടോ ഇല്ലയോ എന്ന് തീർച്ചയാക്കാൻ ഒരു വർഷത്തിനകം ഹിതപരിശോധന നടത്താനും തീരുമാനമായി. പ്രാദേശിക കൗൺസിലുകൾ രൂപീകരിക്കും; 1987 ഡിസംബർ അവസാനിക്കും മുമ്പ് തിരഞ്ഞെടുപ്പ് നടത്തും.

കരാറ് ഒപ്പിട്ട്, 48 മണിക്കൂറിനുള്ളിൽ എല്ലാ അതിക്രമപ്രവർത്തനങ്ങളും നിർത്തിവയ്ക്കണമെന്ന് നിബന്ധനയുണ്ടായി. ശ്രീലങ്കൻ ഗവൺമെന്റിന്റെ സൈന്യം ബാരക്കുകളിലേക്കു മടങ്ങണം. തമിഴ് ഒളിപ്പോരാളികൾ 72 മണിക്കൂറിനുള്ളിൽ ആയുധംവച്ച് കീഴടങ്ങണം. അതിക്രമങ്ങൾ അവസാനിക്കുന്നത് പരിശോധിക്കാൻ മേൽനോട്ടത്തിന് ശ്രീലങ്കൻ ഗവൺമെന്റ് ആവശ്യപ്പെടുകയാണെങ്കിൽ, ഇന്ത്യൻ സായുധസേന

സഹായിക്കണം. അവസാനമായി, സിംഹളഭാഷക്കും ഇംഗ്ലീഷിനും ഒപ്പം തമിഴിനും ഔദ്യോഗിക ഭാഷാ പദവി അനുവദിക്കാനും കരാറിൽ വ്യവസ്ഥയുണ്ടായി.

സാമ്രാജ്യത്വത്തിന്റെ സ്വാധീനത്തിന് പ്രതിബന്ധം

കരാറിന് അനുബന്ധമായി, ഇന്ത്യൻ പ്രധാനമന്ത്രിയും ശ്രീലങ്കൻ പ്രസിഡന്റും തമ്മിൽ കത്തുകൾ കൈമാറുകയുണ്ടായി. ഇന്ത്യയുടെ താല്പര്യത്തിനു വിരുദ്ധമായി ട്രിങ്കോമാലിയോ മറ്റേതെങ്കിലും ശ്രീലങ്കൻ തുറമുഖമോ, ഏതെങ്കിലും വിദേശ രാജ്യത്തിന് സൈനികാവശ്യത്തിന് വിട്ടുകൊടുക്കില്ലെന്ന്, മറ്റു പലതിന്റെയും കൂട്ടത്തിൽ, ആ കത്തിൽ സമ്മതിക്കുകയുണ്ടായി. മറ്റൊന്ന് വോയിസ് ഓഫ് അമേരിക്കക്ക് ശ്രീലങ്കയിൽനിന്ന് പ്രക്ഷേപണസൗകര്യം നൽകുന്നത് സംബന്ധിച്ചായിരുന്നു. അത്തരം വിദേശ പ്രക്ഷേപണസംവിധാനങ്ങൾ സൈനികാവശ്യങ്ങൾക്കോ രഹസ്യാന്വേഷണങ്ങൾക്കോ ഉപയോഗപ്പെടുത്തില്ലെന്നും സമ്മതിക്കുകയുണ്ടായി. 'വിദേശ സൈനിക, രഹസ്യാന്വേഷണ ഉദ്യോഗസ്ഥരെ നിയമിക്കുമ്പോൾ, അവരുടെ നിയമനസാന്നിധ്യം, ഇന്ത്യ-ശ്രീലങ്കാ ബന്ധങ്ങൾക്ക് ഹാനികരമാവാതിരിക്കാൻ ശ്രദ്ധിക്കു'മെന്ന്, ഇരു പ്രധാനമന്ത്രിമാരും നേരത്തേ ധാരണയിൽ എത്തിയിരുന്നു. ശ്രീലങ്കയിൽ പ്രവർത്തിക്കുന്ന ഏതെങ്കിലും സായുധഗ്രൂപ്പിനെ തങ്ങളുടെ മണ്ണിൽ പ്രവർത്തിക്കാൻ അനുവദിക്കില്ലെന്ന് ഇന്ത്യ ഉറപ്പുനൽകി.

ഈ ഉറപ്പുകൾ, ഈ മേഖലയിൽ സാമ്രാജ്യത്വശക്തികളുടെ ഇടപെടൽ ഒഴിവാക്കാൻ എടുക്കുന്ന നടപടികളിൽ മുന്നോട്ടുള്ള ഒരു ചുവടുവയ്പാണെന്ന് ജയവർദ്ധനെ യു എൻ പി ഭരണകൂടത്തിന്റെ പഴയ റിക്കാർഡ് നോക്കിയാൽ ബോധ്യമാകും. ഇന്ത്യാ-ശ്രീലങ്കാ കരാറിന്റെ സുപ്രധാന മേന്മയും അതായിരുന്നു. ഇന്ത്യൻ സമുദ്രം സമാധാന മേഖലയായി പ്രഖ്യാപിക്കണമെന്ന പ്രശ്നം ചേരിചേരാ പ്രസ്ഥാനവേദികളിൽ 1964 മുതൽ ആദ്യം ഉന്നയിച്ചത് ശ്രീലങ്കയായിരുന്നു എന്ന് അനുസ്മരിക്കുന്നത് നന്നായിരിക്കും. 1971 ൽ, ശ്രീലങ്കയുടെ മുൻകൈ പ്രവർത്തനത്തിൽ, യു എൻ ജനറൽ അസംബ്ലി, ഇന്ത്യൻ സമുദ്രം സമാധാന മേഖലയായി പ്രഖ്യാപിക്കുന്ന പ്രമേയം, ഭൂരിപക്ഷവോട്ടോടെ പാസ്സാക്കുകയുണ്ടായി. പക്ഷേ, യു എസ് സാമ്രാജ്യത്വശക്തി ഇന്ത്യൻ സമുദ്രത്തെ സൈനികവൽക്കരിക്കുന്ന പ്രവർത്തനം തുടരുകയാണുണ്ടായത്. ഡീഗൊ ഗാർസിയ കേന്ദ്രമായി മുപ്പതു സൈനികത്താവളങ്ങൾ ഇന്ത്യൻ സമുദ്ര മേഖലയിൽ സ്ഥാപിക്കപ്പെട്ടു. ദക്ഷിണേഷ്യയിൽ ട്രിങ്കോമാലിയും യുദ്ധസജ്ജീകരണത്തിന്റെ ഭാഗമായി ലഭിക്കാൻ റീഗൻ ഭരണകൂടം ശ്രമം തുടരുകയായിരുന്നു. സാമ്രാജ്യത്വത്തിന്റെ സാമ്പത്തികനയങ്ങളോട് ആനുകൂല്യം പുലർത്തിയ യു എൻ പി ഭരണം, തമിഴ് പ്രശ്നത്തിന് സൈനികപരിഹാരം തേടാനുള്ള അപകടകരമായ നീക്കം നിമിത്തം സാമ്രാജ്യത്വ സൈനിക സംവിധാനത്തിനകത്ത് ശ്രീലങ്കയെ സ്ഥിരമായി

തളച്ചിടാൻ ശ്രമിച്ചു.

ഇൻഡൊ-ലങ്കൻ കരാറ് ഒപ്പുവയ്ക്കുകയും അതിന്റെ അനുബന്ധമായി, വിദേശശക്തികളെ അകറ്റിനിർത്താൻ തീരുമാനിക്കുകയും ചെയ്തത്, അതുവരെ ഭരണകക്ഷി ശ്രീലങ്കയിൽ പിന്തുടർന്ന നയത്തിൽനിന്ന് തീർത്തും വ്യത്യസ്തമായ നടപടിയായിരുന്നു. വിദേശശക്തികളെ അടുപ്പിച്ചാൽ ഇരു രാജ്യങ്ങൾക്കും ദോഷകരമാകുമെന്ന സൂചന കരാറിൽ അടങ്ങിയിരുന്നു. വംശീയപ്രശ്നം സമാധാനപരമായി പരിഹരിക്കാനും രണ്ട് അയൽരാജ്യങ്ങളും തമ്മിൽ ബന്ധം ശക്തിപ്പെടുത്താനും കൈക്കൊണ്ട തീരുമാനങ്ങൾക്ക് രാജ്യത്തിനകത്തും പുറത്തും കടുത്ത എതിർപ്പുകൾ നേരിടേണ്ടിവന്നു.

ഒത്തുതീർപ്പിനുശേഷം വന്ന പ്രതിബന്ധങ്ങൾ

പ്രതിബന്ധങ്ങൾ തുടക്കം തൊട്ടുതന്നെ വ്യക്തമായി. തമിഴ് ഗ്രൂപ്പുകളിൽ കൂടുതൽ തീവ്രവും വലിയതുമായ വിഭാഗം എൽ ടി ടി ഇ ആയിരുന്നു. അവർ മനസില്ലാമനസോടെയാണ് കരാറിലെ തീരുമാനങ്ങൾക്ക് വഴങ്ങിയത്. ഭൂരിപക്ഷ സമുദായമായ സിംഹളരിൽ ഗണ്യമായ വിഭാഗം, ദേശീയ വികാരക്ഷോഭം പ്രകടിപ്പിച്ചു. സങ്കുചിതവും വിവേകശൂന്യവുമായ ദേശാഭിമാനശക്തികൾ വികാരക്ഷുഭിതരായി-ഇന്ത്യയുടെ സഹായത്തോടെ തമിഴ് ഗ്രൂപ്പുകൾ രാജ്യത്തെ ഛിന്നഭിന്നമാക്കുമെന്ന് അവർ ധരിച്ചു. തമിഴ് വിഭാഗീയതയ്ക്കും ഇന്ത്യൻ ആധിപത്യത്തിനും കീഴടങ്ങലാണ് കരാറെന്ന് അവർ കണ്ടു. ജയവർദ്ധനെഭരണത്തിന്റെ സാമ്പത്തിക-സാമൂഹിക നയങ്ങളോട് വ്യാപകമായി വളർന്നുവന്നിരുന്ന അസംതൃപ്തിയും പുതിയ കരാറിന്റെ ഉള്ളടക്കവും ജനങ്ങളെ ക്ഷുഭിതരാക്കി.

തമിഴ് പ്രക്ഷോഭകാരികളെ നിരായുധരാക്കുന്ന നടപടി എൽ ടി ടി ഇയുടെ നിഷേധാത്മക നിലപാടിനെ തുടർന്ന് തടസപ്പെട്ടു. ഇന്ത്യൻ സമാധാന ദൗത്യസേനയുടെ പ്രവർത്തനം രണ്ടുരീതിയിൽ നിരീക്ഷിക്കപ്പെട്ടു. ശ്രീലങ്കൻ സുരക്ഷാസേനയുടെ മുമ്പാകെ ആയുധംവച്ചു കീഴടങ്ങാൻ തമിഴ് ഗ്രൂപ്പുകൾ വിസമ്മതിച്ചപ്പോഴാണ് ഐ പി കെ എഫിനെ വരുത്തിയതും അവരുടെ മുന്നിൽ കീഴടങ്ങാൻ നിർദ്ദേശം നൽകിയതും. തമിഴരുടെ രക്ഷയ്ക്കുവേണ്ടിയാണ് ഐ പി കെ എഫ് മത്സരബുദ്ധികളായ ഇരു വിഭാഗങ്ങളുടെയും ഇടയിൽ നിഷ്പക്ഷ നിലയിൽ നിന്നത് എന്നാണ് രണ്ടാമത്തെ നിരീക്ഷണം. കുറച്ചുകാലം വിമുഖത കാട്ടിനിന്ന എൽ ടി ടി ഇ, സെപ്തംബറോടെ പ്രതികാരപ്രവർത്തനം തുടങ്ങി. ആയുധംവച്ചു കീഴടങ്ങാൻ ആദ്യം അവർ വിസമ്മതിച്ചു. കരാറിനെ അനുകൂലിച്ച മറ്റു തമിഴ് ഗ്രൂപ്പുകാരെ ആക്രമിക്കാനും തുടങ്ങി. ഇന്ത്യൻ അധികൃതർ അവർക്ക് ഇടക്കാല ഭരണ നിർവഹണ സമിതിയിൽ അധികപദവി (12 അംഗങ്ങളിൽ 7 പേരുടെ അംഗത്വവും ചെയർമാൻ സ്ഥാനവും) അനുവദിക്കുകയും ചെയ്തു. എന്നിട്ടും എല്ലാ ഒത്തുതീർപ്പു ശ്രമത്തിൽനിന്നും പിന്മാറിക്കളഞ്ഞു. ഏറ്റവും ഒടുവിൽ, കിഴക്കൻ പ്രവിശ്യകളിലെ സിവി

ലിയന്മാരുടെ നേരെ ആക്രമണവും ആരംഭിച്ചു. അതോടെ സിംഹളീയരായ പൊതുജനത്തിന്റെ രോഷം ഉയർന്നു. ഒത്തുതീർപ്പുശ്രമങ്ങൾ ആകെ അവതാളത്തിലായി. വടക്കൻ, കിഴക്കൻ പ്രവിശ്യകളിലെ എല്ലാ സമുദായങ്ങളുടെയും സംരക്ഷണച്ചുമതല, ഒത്തുതീർപ്പുവ്യവസ്ഥയനുസരിച്ച് ഇന്ത്യൻ സമാധാന രക്ഷാസേനയ്ക്കായിരുന്നു. അതനുസരിച്ച് എൽ ടി ടി ഇയെ നിരായുധമാക്കാൻ ശ്രമം തുടങ്ങിയതോടെ അവർ പൂർണമായ ആക്രമണം ആരംഭിച്ചു; രക്തച്ചൊരിച്ചിൽ രൂക്ഷമായി. കരാറിനെ അനുകൂലിക്കുകയും രാഷ്ട്രീയപ്രക്രിയ ആരംഭിക്കുകയും ചെയ്യാൻ എൽ ടി ടി ഇ തയാറായിരുന്നെങ്കിൽ, ചോരചൊരിച്ചിൽ ഒഴിവാക്കാമായിരുന്നു.

എൽ ടി ടി ഇ അക്രമപ്രവർത്തനം ആരംഭിച്ചപ്പോൾ, അതിന്റെ സൈനികശേഷി ഇന്ത്യൻ അധികൃതർ ശരിയായി മനസിലാക്കിയിരുന്നില്ല എന്നതാണ് വാസ്തവം. ചുരുങ്ങിയകാലത്തെ പ്രവർത്തനംകൊണ്ട്, തീവ്രവാദികളെ നിരായുധരാക്കുന്ന പ്രവർത്തനം പൂർത്തിയാക്കാൻ കഴിയും എന്നായിരുന്നു ഇന്ത്യാഗവൺമെന്റിന്റെ കണക്കുകൂട്ടൽ. എന്നാൽ ഉദ്ദേശിച്ചതിലുമധികം കാലതാമസം വരുത്തുന്ന പ്രക്രിയയായി ഇത് നീണ്ടുനീണ്ടുപോയി. ഇരുഭാഗത്തും സംഭവിച്ച നാശനഷ്ടങ്ങൾ കനത്തതായിരുന്നു. സിവിലിയന്മാരുടെ ജീവഹാനിയും സംഭവിച്ചു. കരാറിനെ അനുകൂലിച്ചിരുന്ന ഇന്ത്യൻ ജനത, ഈ സംഭവവികാസങ്ങളെ സംശയത്തോടെ കണ്ടുതുടങ്ങി. എന്നാൽ, കരാറനുസരിച്ച്, എൽ ടി ടി ഇയെ നിരായുധമാക്കുന്ന പ്രക്രിയ ഇന്ത്യൻ സമാധാനരക്ഷാസേന പൂർത്തിയാക്കണം എന്നായിരുന്നു ഇരു രാജ്യങ്ങളുടെയും താല്പര്യം.

എൽ ടി ടി ഇ യുടെ വിനാശകരമായ പങ്ക് തിരിച്ചറിയുകയും അതിനെ അപലപിക്കുകയും ചെയ്യേണ്ടത് അത്യാവശ്യമത്രെ. യുക്തിയുക്തമായ യാതൊരു പ്രത്യയശാസ്ത്രത്തിന്റെയും പിൻബലമില്ലാതെ, ശ്രീലങ്കൻ സായുധസേനയുടെ ആക്രമണത്തിനു മുന്നിൽ പൊരുതാനിറങ്ങി ജാഫ്നാമേഖലയിലെ ജനങ്ങളുടെ ഗണ്യമായ അനുഭാവത്തിന്റെ ബലത്തിൽമാത്രം പ്രവർത്തിച്ച്, തമിഴ്ജനതയ്ക്ക് നാശകരമെന്നു തെളിഞ്ഞ മാർഗ്ഗമാണ് എൽ ടി ടി ഇ സ്വീകരിച്ചത്. മറ്റെല്ലാ തമിഴ് വിഭാഗത്തോടും അവർ അസഹിഷ്ണുത പുലർത്തി. അവരെ നശിപ്പിക്കാൻ തുടർച്ചയായി ശ്രമിച്ചു. സൈനികരല്ലാത്ത സിംഹളീയരോടും അവർ ഭീകരത കാട്ടി. ഒടുവിൽ, കിഴക്കൻ പ്രവിശ്യയിലെ മുസ്ലീങ്ങളോടും, അവർ ജാഫ്നയിലെ പരാജയത്തിനുശേഷം ഏറ്റുമുട്ടി. ഈ പ്രവൃത്തികളെല്ലാം ഒത്തുതീർപ്പു സംരംഭത്തിന് തുരങ്കംവച്ചു. ഒത്തുതീർപ്പിന് എതിർനിന്ന സിംഹളീയ വർഗീയ പിന്തിരിപ്പൻ ശക്തികൾക്ക്, സമാധാനശ്രമത്തിന് എതിരെ നീങ്ങാനുള്ള സാധ്യത നൽകി. അതോടെ, എൽ ടി ടി ഇ, സാഹസ സായുധ സമരസംഘടന മാത്രമായി മാറി. സങ്കുചിതമായ ദേശീയതയല്ലാതെ, ദീർഘവീക്ഷണമുള്ള യാതൊരു രാഷ്ട്രീയ തത്ത്വദീക്ഷയും അവർക്ക് ഉണ്ടായിരുന്നില്ല. അതാകട്ടെ തമിഴ്ജനങ്ങളെ ദീർഘകാല ദുരിതത്തിലേക്ക് വലിച്ചിഴക്കുകയും ചെയ്തു. ഒത്തുതീർപ്പു

വ്യവസ്ഥ തകർക്കാനും സാമ്രാജ്യത്വ മാതൃക പിന്തുടരാനും ആഗ്രഹിച്ച പിന്തിരിപ്പൻ ശക്തികൾക്ക് ആ നയം അനുകൂലമാവുകയും ചെയ്തു.

സിരിമാവൊ ബണ്ഡാരനായകെ നേതൃത്വം നൽകിയ ശ്രീലങ്കൻ ഫ്രീഡം പാർട്ടി (എസ് എൽ എഫ് പി) പ്രധാന പ്രതിപക്ഷകക്ഷിയായിരുന്നു. ശ്രീലങ്കാ രാഷ്ട്രീയത്തിലെ മുഖ്യധാരയിലെ പ്രബലശക്തിയായിരുന്നു അവർ, ഒത്തുതീർപ്പു തീരുമാനങ്ങളെ എതിർക്കുകയും പ്രാദേശിക കൗൺസിലുകൾക്ക് അധികാരം വിട്ടുകൊടുക്കുന്നതിനോട് വിയോജിക്കുകയും ചെയ്തു. പ്രതിപക്ഷത്തുള്ള ബൂർഷ്വാ ദേശീയ കക്ഷിയുടെ എല്ലാ പങ്കും നിർവഹിക്കുന്ന പ്രവർത്തനരീതിയായിരുന്നു എസ് എൽ എഫ് പിയുടേത്. ഭരണത്തിലുള്ള യു എൻ പിയോടുള്ള എതിർപ്പിന് മൂർച്ചകൂട്ടാൻ, അവർ സിംഹളീയരുടെ ഭൂരിപക്ഷവികാരത്തെ ഉപയോഗപ്പെടുത്തുകയും വംശീയമായ സാഹസികതകളെ പ്രോത്സാഹിപ്പിക്കുകയും ചെയ്തു. വംശീയ വിഭാഗീയത മൂർച്ഛിപ്പിച്ച് മുതലെടുപ്പിന് തക്കം പാർത്തിരിക്കുന്ന സാമ്രാജ്യത്വത്തിന്റെ സാന്നിധ്യത്തെ അവഗണിക്കുകയും രാജ്യത്തിന്റെ സുരക്ഷാഭീഷണിയെ നിസ്സാരമാക്കുകയും ചെയ്തു. അവരുടെ അവസരവാദ നിലപാടും സിംഹള സാഹസപ്രകടനശക്തിയിൽപ്പെട്ട അനുരാ ബണ്ഡാരനായകെയുടെ അഭ്യർഥനയും ശ്രീലങ്കൻ ജനതയുടെ താല്പര്യത്തിന് ഹാനികരമത്രെ.

ആഭ്യന്തര സുരക്ഷാമന്ത്രി ലളിത് അതുല മുതലിയും പ്രധാനമന്ത്രി പ്രേമദാസയും നേതൃത്വം നൽകിയ യു എൻ പിയിലെ കടുംപിടിത്തക്കാർ, ഒത്തുതീർപ്പുവ്യവസ്ഥയിലെ ചില കാര്യങ്ങളിൽ നിർബന്ധബുദ്ധി പ്രദർശിപ്പിച്ചു. ജയവർദ്ധനെ അതിനെ അതിജീവിച്ചെങ്കിലും പലപ്പോഴും വഴങ്ങിക്കൊടുക്കേണ്ടിവന്നു.

ശ്രീലങ്കൻ ഇടതുപക്ഷ കക്ഷികളുടെ തത്വാധിഷ്ഠിതമായ നിലപാട്

ശ്രീലങ്കയിലെ ഇടതുപക്ഷ കക്ഷികൾ, യുണൈറ്റഡ് സോഷ്യലിസ്റ്റ് അലയൻസ് എന്ന പേരിൽ പുതിയതായി രൂപീകരിച്ച നാലു കക്ഷികളുടെ മുന്നണി ഇന്ന് ശ്രീലങ്കയിലെ രാഷ്ട്രീയ രംഗത്ത്, ഏറ്റവും യുക്തവും തത്ത്വാധിഷ്ഠിതവുമായ പങ്കാണ് നിർവഹിക്കുന്നത്. നാലു കക്ഷികൾ : ശ്രീലങ്കൻ കമ്യൂണിസ്റ്റ് പാർട്ടി, ലങ്കാ സമാ സമാജ് പാർട്ടി, ശ്രീലങ്കാ മഹാജന പാർട്ടി, നവ സമാജ് പാർട്ടി. 1988 മാർച്ചിൽ രൂപീകൃതമായ ഈ മുന്നണി, ഒത്തുതീർപ്പുവ്യവസ്ഥയെയും അതിന്റെ നിർവഹണത്തെയും ശക്തമായി പിന്തുണച്ചു. ഈ ഐക്യമുന്നണിയുടെ പിന്തുണ പ്രഖ്യാപനത്തിന്റെ പ്രസ്താവന ഇതായിരുന്നു :

> ശ്രീലങ്കയിലെ ദേശീയപ്രശ്നം സൈനികമാർഗം ഉപയോഗിച്ച് ബലപ്രയോഗത്തിലൂടെ പരിഹരിക്കാൻ ശ്രമിച്ചതുകൊണ്ട് പ്രാദേശിക വിഭജനത്തിന്റെ വക്കുവരെ പ്രശ്നം എത്തിച്ചേർന്നു. ചില

> വിശദാംശങ്ങൾ അപൂർണവും അവ്യക്തവുമാണെങ്കിലും ആ ഒത്തുതീർപ്പ് പ്രശ്നത്തിന്റെ രാഷ്ട്രീയ പരിഹാരത്തിനുള്ള പ്രാഥമികവും പ്രായോഗികവുമായ അടിസ്ഥാനമാണ്. അത് കൂടുതൽ ശക്തിപ്പെടുത്തിയാൽ, അതിന്മീതെ ശാശ്വതമായ പരിഹാരം പടുത്തുയർത്താവുന്നതാണ്. രാഷ്ട്രീയ കക്ഷികളുടെ കോൺഫറൻസിൽ ഞങ്ങൾ ആവശ്യപ്പെട്ടവിധം രൂപീകൃതമായ പ്രാദേശിക സമിതികൾ പ്രവർത്തിച്ചു തുടങ്ങിയാൽ, സ്റ്റേറ്റ് ഭരണത്തിന്റെ പ്രധാന വികേന്ദ്രീകരണ പ്രക്രിയയായി മാറും.
>
> സ്വാഗതാർഹവും പ്രായോഗികവുമായ ഘടകങ്ങൾ ഒത്തുതീർപ്പു വ്യവസ്ഥ ഉൾക്കൊള്ളുന്നുണ്ട്. യു എസ് സാമ്രാജ്യത്വവും അതിന്റെ സഖ്യശക്തികളും രാഷ്ട്രീയവും സൈനികവുമായ സ്പർശിനികൾ ശ്രീലങ്കയിലേക്കു വ്യാപിപ്പിക്കാൻ നടത്തുന്ന ശ്രമങ്ങളെ പരാജയപ്പെടുത്തേണ്ടതാണ്. നമ്മുടെ രാജ്യത്തെ അവരുടെ പ്രാദേശികവും ആഗോളതലത്തിലുള്ളതുമായ യുദ്ധ പദ്ധതിയുടെ താവളമായി ഉപയോഗപ്പെടുത്തി, നാമും നമ്മുടെ അയൽ രാജ്യമായ ഇന്ത്യയും തമ്മിൽ ശത്രുതാപരമായ സംഘട്ടനത്തിന് കളമൊരുക്കാനുള്ള പദ്ധതിയേയും വിഫലമാക്കേണ്ടതുണ്ട്. ചേരിചേരാ പ്രസ്ഥാനത്തിനും പ്രാദേശിക സുരക്ഷയ്ക്കും അത് ശക്തി പകരും.
>
> ഒത്തുതീർപ്പുവ്യവസ്ഥയോടുള്ള എതിർപ്പും അതിൽനിന്ന് വിട്ടുനിൽക്കാനുള്ള തീരുമാനവും സാമ്രാജ്യത്വ അനുകൂലവും പിന്തിരിപ്പനുമായ വർഗീയശക്തികളുടെ നയമാണ്. ഇന്ത്യയിലും ശ്രീലങ്കയിലുമുള്ള ഈ ശക്തികൾ പഴയ രാഷ്ട്രീയ വേർതിരിവുകൾ ഉപേക്ഷിച്ച് പുതിയ കൂട്ടുകെട്ടുകൾക്ക് തുടക്കമിടുകയാണ്. ഈ എതിർപക്ഷങ്ങൾ രാഷ്ട്രീയ രീതികൾ മാത്രമല്ല അവലംബിക്കുന്നത്. മറിച്ച്, എൽ ടി ടി ഇ, ജെ വി പി എന്നിവയെപ്പോലെ സായുധ ഭീകര നടപടികളും സ്വീകരിക്കുന്നുണ്ട്.

രാജ്യത്തിന്റെ ഐക്യത്തെയും ന്യൂനപക്ഷങ്ങളുടെ അവകാശ സംരക്ഷണത്തെയും ലക്ഷ്യംവയ്ക്കുന്ന ശ്രീലങ്കയിലെ ഇടതുപക്ഷ കക്ഷികളുടെ ധീരമായ നിലപാട്, ഇന്ത്യയിലെ ഇടതുപക്ഷശക്തികളുടെ നയവുമായി പൊരുത്തപ്പെട്ടുനിൽക്കുന്നതാണ്. സിംഹളഭാഷയോടൊപ്പം തമിഴിനെയും രാജ്യത്തിന്റെ ഔദ്യോഗിക ഭാഷയായി അംഗീകരിക്കുക; വടക്കും കിഴക്കുമുള്ള പ്രവിശ്യകളിലെ തമിഴ് ഭൂരിപക്ഷ പ്രദേശങ്ങൾക്ക് സ്വയംഭരണാവകാശം അനുവദിക്കുക; വിദ്യാഭ്യാസ കാര്യത്തിലും തൊഴിൽ ലഭ്യതയിലും ന്യൂനപക്ഷങ്ങൾക്ക് തുല്യ പരിഗണന നൽകുക – ശ്രീലങ്കയിലെ വംശീയ പ്രശ്നങ്ങളുടെ പരിഹാരത്തിന് അടിസ്ഥാനമായി സ്വീകരിക്കാവുന്ന പോംവഴികളാണ് ഇവ. ശ്രീലങ്കൻ ഇടതുപക്ഷവും പുതുതായി രൂപീകരിച്ച യുണൈറ്റഡ് സോഷ്യലിസ്റ്റ് അലയൻസും ഈ നിലപാടിലാണ് നിൽക്കുന്നത്.

ജനതാ വിമുക്തി പെരുമന (ജെ വി പി)യുടെയും സിംഹള തീവ്ര വാദികളുടെയും ഭീകരപ്രവർത്തനത്തിൽ അധിഷ്ഠിതമായ എതിർപ്പുകളെ നേരിട്ടുകൊണ്ടാണ്, ഇടതുപക്ഷശക്തികൾ ഇന്ന് ഈ ധീരമായ തത്ത്വാധിഷ്ഠിത നിലപാടിൽ ഉറച്ചുനിൽക്കുന്നത്. എസ് എൽ എം പിയുടെയും സഖ്യകക്ഷിയുടെയും ജനകീയ നേതാവ് വിജയകുമാരതുംഗയെ വെടിവച്ചുകൊന്ന് ശ്രീലങ്കയുടെ ശത്രുക്കളെ സഹായിക്കുന്നത് ജെ വി പിയും തീവ്രവാദികളുമാണ്. കമ്യൂണിസ്റ്റുപാർട്ടിയുടെയും ഇതര ഇടതുപക്ഷ കക്ഷികളുടെയും നേതാക്കന്മാരെയും പ്രവർത്തകരെയും ജെ വി പി കൊലപ്പെടുത്തിയിരുന്നു. ഭീകരവിഭാഗത്തിന്റെയും സങ്കുചിതദേശസ്നേഹവാദികളുടെയും ക്രൂരമായ ആക്രമണവും എതിർപ്പും നേരിട്ടുകൊണ്ട്, കമ്യൂണിസ്റ്റു പാർട്ടിയും ഇതര ഇടതുപക്ഷ കക്ഷികളും ശ്രീലങ്കയുടെ ഐക്യത്തിനും തമിഴ്വംശജരുടെ ന്യായമായ അവകാശങ്ങൾക്കുംവേണ്ടി പൊരുതുകയാണ്. കൊലപാതകമെന്ന സമരരീതി ജെ വി പി പരസ്യമായി പ്രഖ്യാപിക്കുമ്പോൾ, വിരോധാഭാസമെന്നു പറയട്ടെ എൽ ടി ടി ഇയെപ്പോലെയുള്ള തമിഴ് വിഘടനവാദികൾ അതേ രീതി ഇടതുപക്ഷത്തോട് സ്വീകരിക്കുന്നു. കുമാരതുംഗയെ ജെ വി പി കൊലപ്പെടുത്തി. അതുപോലെ, കമ്യൂണിസ്റ്റ് പാർട്ടിയുടെ ഒരു പോളിറ്റ്ബ്യൂറോ അംഗത്തെ 1988 ഏപ്രിലിൽ ജാഫ്നയിൽവച്ച് പിന്തിരിപ്പിന്മാരായ തമിഴ് തീവ്രവാദികൾ വധിക്കുകയുണ്ടായി. ജനാധിപത്യ അവകാശങ്ങളെ അടിച്ചമർത്തുന്ന യു എൻ പി ഭരണകൂടത്തിന്റെ പിന്തിരിപ്പൻ വർഗനയങ്ങളെയും ജെ വി പിയുടെയും എൽ ടി ടി ഇയുടെയും രാഷ്ട്രീയ ഭീകരതയെയും എതിരിടാൻ ഇടതുപക്ഷ കക്ഷികൾ പ്രതിജ്ഞാബദ്ധമാണ്.

ഈഴം ഗ്രൂപ്പ് പ്രബലമാകുന്നതിനുമുമ്പ് ശക്തമായിരുന്ന പ്രമുഖ രാഷ്ട്രീയ കക്ഷിയായിരുന്ന ടി യു എൽ എഫിനോടൊപ്പം കരാറിനെ അനുകൂലിക്കാൻ, ഇ വി ആർ എൽ എഫ്, വി എൽ ഒ ടി, ടി ഇ എൽ ഒ എന്നീ ഗ്രൂപ്പുകൾ തയാറായി എന്നത് തമിഴ് വിഭാഗത്തിന്റെ ഭാഗത്ത് സംഭവിച്ച അനുകൂല വികാസമായിരുന്നു. അതുപോലെ, സിംഹളരുടെയും തമിഴ് തൊഴിലാളികളുടെയും ഐക്യത്തിനുവേണ്ടി യു എൻ പി ഭരണകൂടത്തിന്റെ ആഭ്യന്തരനയവുമായി പൊരുതാൻ, വളരെ വർഷത്തെ ഇടവേളയ്ക്കുശേഷം, ഇ പി ആർ എൽ എഫും പി എൽ ഒ ടിയും ബന്ധം പുനഃസ്ഥാപിച്ച് ഇടതുസഖ്യവുമായി ഒന്നിച്ചുനിൽക്കാൻ തയാറായി. ഉപവൻകരയിൽ, സാമ്രാജ്യത്വത്തെ തുരത്താൻ നടത്തുന്ന പൊതുസമരത്തിന്റെ ഭാഗമായിട്ടാണ് ശ്രീലങ്കയിലെ ഐക്യശ്രമത്തെ ഇന്ത്യയിലെ തൊഴിലാളിവർഗം വിലയിരുത്തുന്നത്. ശ്രീലങ്കയുടെ ദേശീയ ഐക്യം സംരക്ഷിക്കുന്നതോടൊപ്പം, തമിഴ് ന്യൂനപക്ഷത്തിന്റെ അവകാശത്തിനുവേണ്ടി വിഭാഗീയ ശക്തികളോട് സമരം ചെയ്യാനുമുള്ള ജനാധിപത്യശക്തികളുടെ ശ്രമങ്ങളെ പൂർണമായി മനസിലാക്കാൻ ഇന്ത്യയിലെ ഇടതുപക്ഷം സന്നദ്ധമാണ്. അതുപോലെ, ഇന്ത്യയിലും അധികാരക്കുത്തകക്കും വിഭാഗീയതക്കും എതിരായും പൊരുതി ദേശീയ ഐക്യം കാത്തു

രക്ഷിക്കാനും സ്റ്റേറ്റുകളുടെയും / പ്രാദേശിക വിഭാഗങ്ങളുടെയും സ്വയം ഭരണവും ഭാഷാവംശീയവിഭാഗങ്ങളുടെ അവകാശ സംരക്ഷണവും ഉറപ്പാക്കാനും ഇന്ത്യയിലും പോരാട്ടം നടക്കുന്നുണ്ട്.

കരാറിന്റെ സുഗമമായ നിർവഹണത്തിന്, പ്രാദേശിക കൗൺസിലുകൾ രൂപീകരിക്കുകയും അവിടെ തിരഞ്ഞെടുപ്പു നടത്തുകയും വേണം. പ്രാദേശിക കൗൺസിലുകൾ രൂപീകരിക്കാനും ഭരണഘടന ഭേദഗതി ചെയ്യാനും (13–ാം ഭേദഗതി) ജയവർദ്ധനെ ഗവൺമെന്റ് രണ്ടു ബില്ലുകൾ അംഗീകരിച്ചു. ഈ ബില്ലിലെ വകുപ്പുകൾ തമിഴ് ജനതയുടെ പ്രതീക്ഷയെ തൃപ്തിപ്പെടുത്തിയില്ല. എങ്കിലും, ശ്രീലങ്കയിലെ ഇടതുപക്ഷകക്ഷികൾ 1984 ലെ സർവകക്ഷി സമ്മേളനത്തിൽ ആവശ്യപ്പെട്ടതുപോലെ, അധികാരസംക്രമണത്തിനുള്ള ആദ്യത്തെ പടിയായി കണക്കാക്കാവുന്നതാണ്.

ഈ അധികാരസംക്രമണത്തിന്റെ കാര്യത്തിൽ, അതിന് അനുകൂലമായും പ്രതികൂലമായും ശ്രീലങ്കയിലെ രാഷ്ട്രീയകക്ഷികൾ ഇരുവിഭാഗമായി തിരിഞ്ഞ് വളരെ വലിയ വൈരുധ്യം സൃഷ്ടിക്കുന്നുണ്ട്. അധികാരം വിട്ടുകൊടുക്കാൻ എല്ലാ ഇടതുപക്ഷ കക്ഷികളും അനുകൂലമാണ്. അതുവഴി, തമിഴ്ഭൂരിപക്ഷകേന്ദ്രങ്ങളിൽ പ്രാദേശിക സ്വയംഭരണവും രാജ്യത്തിലെ മുഴുവൻ ജനങ്ങൾക്കും കൂടുതൽ ജനാധിപത്യാവകാശങ്ങളും ലഭ്യമാവും. എന്നാൽ, എസ് എൽ എഫ് പി, എം ഇ പി, യു എൻ പി എന്നിവയെല്ലാം ഈ അധികാരക്കൈമാറ്റത്തെ കഠിനമായി എതിർത്തു. അതുകൊണ്ട്, വളരെ പരിമിതികളുണ്ടെങ്കിലും ഈ ബില്ലിന്റെ അധികാരനിർവഹണത്തിനുള്ള പ്രാദേശിക കൗൺസിലുകളുടെ രൂപീകരണത്തെ വിലകുറച്ചു കാണരുത്. എന്നാൽ സ്വന്തം പാർട്ടിയിലെ 'കടുംപിടിത്തക്കാരു'ടെ സമ്മർദ്ദം നിമിത്തം ജയവർദ്ധനെ ഗവൺമെന്റ് കരാറ് നടപ്പിലാക്കുന്നതിൽ പൂർണമായും പരാജയപ്പെടുകയാണു ചെയ്തത് എങ്കിലും മുഴുവൻ പരിപാടിയും ഉപേക്ഷിക്കണമെന്നും തിരഞ്ഞെടുപ്പു ബഹിഷ്കരിക്കണമെന്നും വാദിക്കുന്നത്, തമിഴ് ജനതയുടെയും ശ്രീലങ്കയിലെ ജനാധിപത്യശക്തികളുടെയും താൽപ്പര്യങ്ങൾക്ക് ഹാനികരമായിരിക്കും. സ്വയംഭരണത്തിനുള്ള പോരാട്ടം സുദീർഘമാണ്. അതിലേക്കുള്ള ഓരോ ചുവടുവയ്പ്പും ജനാധിപത്യത്തിന്റെ ചട്ടക്കൂടിനെ ശക്തപ്പെടുത്തുകയേ ചെയ്യൂ. തമിഴ്ജനതയുടെ പ്രതീക്ഷയെ തകർത്തുകൊണ്ടുള്ള ഗവൺമെന്റിന്റെ തീരുമാനങ്ങളെ ശ്രീലങ്കയിലെ ഇടതുപക്ഷ കക്ഷികൾ കഠിനമായി വിമർശിച്ചു. ബില്ലിൽ ജനാധിപത്യവിരുദ്ധമായ വകുപ്പുകൾ ഉണ്ട് (ഒരു ജില്ലയിൽ പ്രാതിനിധ്യം ലഭിക്കണമെങ്കിൽ, പോൾ ചെയ്തതിന്റെ പന്ത്രണ്ടര ശതമാനം വോട്ട് ലഭിച്ചിരിക്കണം എന്ന നിബന്ധന ഇതിൽപെടും എന്നിട്ടും തിരഞ്ഞെടുപ്പിൽ പങ്കുകൊള്ളാനും കൂടുതൽ ജനാധിപത്യവൽക്കരണത്തിന് തുടർന്നു പൊരുതാനും ഇടതുപക്ഷ കക്ഷികൾ തീരുമാനിച്ചു.

പ്രാദേശിക കൗൺസിൽ തിരഞ്ഞെടുപ്പുകൾ

ഏഴ് പ്രാദേശിക കൗൺസിലുകളിലേക്കുള്ള തിരഞ്ഞെടുപ്പുകൾ ഏപ്രിൽ, ജൂൺ മാസങ്ങളിൽ പൂർത്തിയായി. ഭരണഘടനയുടെ ഏകതയുടെ അവിഭാജ്യഘടനയിൽ ഭേദഗതിയോ പരിഷ്കരണമോ വരുത്തുന്നതിന് എതിരായതുകൊണ്ട് തങ്ങൾ തിരഞ്ഞെടുപ്പ് ബഹിഷ്കരിക്കുന്നതായി എസ് എൽ പി തീരുമാനിച്ചു. യുണൈറ്റഡ് സോഷ്യലിസ്റ്റ് അലയൻസ് വോട്ടെടുപ്പിൽ പങ്കെടുത്തു. തിരഞ്ഞെടുപ്പു പ്രക്രിയയെ തകർക്കുമെന്നു ഭീഷണിപ്പെടുത്തിയ ജെ വി പി, യുണൈറ്റഡ് സോഷ്യലിസ്റ്റ് അലയൻസ്, യു എൻ പി സ്ഥാനാർത്ഥികളെ ആക്രമിച്ചു.

ഉവാ, ശബരഗമുവ, ഉത്തരപശ്ചിമസംസ്ഥാനം, ഉത്തര മധ്യസംസ്ഥാനം എന്നിവിടങ്ങളിൽ ഏപ്രിൽ 28ന് ആദ്യഘട്ടം വോട്ടെടുപ്പു നടന്നു. പശ്ചിമദക്ഷിണമധ്യ സംസ്ഥാനങ്ങളിൽ ജൂണിൽ രണ്ടാംഘട്ടം തിരഞ്ഞെടുപ്പു നടന്നു. ഇവയിൽ ഗണ്യമായ നേട്ടം വരിച്ചത് യുണൈറ്റഡ് സോഷ്യലിസ്റ്റ് അലയൻസ് ആയിരുന്നു. അതിന് ആദ്യഘട്ടം വോട്ടെടുപ്പിൽ 64 സീറ്റ് ലഭിച്ചു. യു എൻ പിക്ക് 88. സമ്മതിദായകരിൽ 61.5 ശതമാനംപേർ വോട്ടുചെയ്തതിൽ 38 ശതമാനം വോട്ട് യുണൈറ്റഡ് സോഷ്യലിസ്റ്റ് അലയൻസിന് ആയിരുന്നു. എസ് എൽ എഫ് പിയുടെ ബഹിഷ്കരണാഹ്വാനവും ജെ വി പിയുടെ ആക്രമണഭീഷണിയും ഉണ്ടായിട്ടുപോലും ബഹിഷ്കരണത്തിനുള്ള അഭ്യർഥന പരാജയമടഞ്ഞു എന്നു വ്യക്തമായിരുന്നു. ഇരു കക്ഷികളുടെയും അപേക്ഷയനുസരിച്ച് നഷ്ടമായ വോട്ടുകൾ 8.7 ശതമാനം മാത്രമായിരുന്നു. അതായത്, 53 ശതമാനം വോട്ടർമാർ പൂർണമായും തിരഞ്ഞെടുപ്പിൽ പങ്കാളികളായി.

രണ്ടാം ഘട്ടത്തിലും പശ്ചിമ, മധ്യ സംസ്ഥാനങ്ങളിൽ അമ്പതിലും അധികമായിരുന്നു പോളിങ്ങ് ശതമാനം. ദക്ഷിണ സംസ്ഥാനത്തിൽമാത്രം 27 ശതമാനത്തിൽ കുറഞ്ഞു. ഇവിടെ ജെ വി പിയുടെ സ്വാധീനവും ഭീഷണിയും ശക്തമായിരുന്നു. കൗൺസിൽ തിരഞ്ഞെടുപ്പിൽ യുണൈറ്റഡ് സോഷ്യലിസ്റ്റ്പാർട്ടി 139 സ്ഥാനം നേടി. യു എൻ പി 217 ഉം. ഭരണകക്ഷിയുടെ ഭാഗത്തുനിന്ന് ഔദ്യോഗിക സംവിധാനത്തിന്റെ ദുരുപയോഗവും കൃത്രിമവും നടന്നതുകൊണ്ടാണ് ആ നേട്ടം ഉണ്ടായത് എന്ന് റിപ്പോർട്ടുകൾ സൂചിപ്പിക്കുന്നു. ഒത്തുതീർപ്പുകരാറ് നടപ്പാക്കണമെന്നാണ് സിംഹളജനതയിൽ ഭൂരിപക്ഷവും കാംക്ഷിക്കുന്നത് എന്നാണ് പ്രാദേശിക കൗൺസിൽ തിരഞ്ഞെടുപ്പുഫലം കാണിക്കുന്നത്. തമിഴ് ന്യൂനപക്ഷത്തിന്റെ അഭിലാഷം അനുസരിക്കുകയും ശ്രീലങ്കയുടെ ഐക്യം സംരക്ഷിക്കുകയും ചെയ്തുകൊണ്ടുള്ള പുനഃസംഘടനയാണു വേണ്ടതെന്ന് അഭിലക്ഷിക്കുന്നവർക്ക് ശക്തിപകരുന്നതാണ് തിരഞ്ഞെടുപ്പുഫലം.

ഉത്തര, പൂർവ പ്രാദേശിക കൗൺസിലുകളിലേക്കുള്ള തിരഞ്ഞെടുപ്പ് നടക്കാനിരിക്കുന്നതേയുള്ളു. അന്തരീക്ഷം അനുകൂലമായാൽ, ഒത്തുതീർപ്പിന്റെ പ്രധാന നിർവഹണഘട്ടം പൂർത്തിയാകും.

സങ്കുചിതവും വിഭാഗീയവുമായ രാജ്യസ്നേഹം

സങ്കുചിതവും വിഭാഗീയവുമായ അഭിമാനബോധത്താൽ ഇരുഭാഗത്തും തീവ്രവാദികൾ സ്വപക്ഷസ്നേഹം ഭാവിച്ച്, സാമ്രാജ്യത്വശക്തികളുടെ താല്പര്യരക്ഷക്കായി വിവിധ തൊഴിലാളി വിഭാഗങ്ങൾക്കിടയിൽ അകൽച്ചയുടെ മതിലുകൾക്ക് ഉയരം കൂട്ടുന്നതിൽ ഏർപ്പെടുകയാണ്. ഇടതുപക്ഷ കക്ഷികളിലെ നേതാക്കന്മാരെയും അനുയായികളെയും നശിപ്പിക്കാൻ ജെ വി പി സ്ക്വാഡുകൾ ശ്രമിക്കുന്നു. പ്രാദേശിക കൗൺസിൽ തിരഞ്ഞെടുപ്പുകാലത്ത് യുണൈറ്റഡ് സോഷ്യലിസ്റ്റ് അലയൻസിലെ എട്ടു സ്ഥാനാർഥികളെ ജെ വി പിയുടെ ആളുകൾ കൊലപ്പെടുത്തി. യു എൻ പിയിലെ നേതാക്കളെയും സ്ഥാനാർഥികളെയും ഇതുപോലെ വകവരുത്തി.

സമകാലിക സാഹചര്യത്തിൽ ജെ വി പിയുടെ പങ്ക് പരിശോധിക്കേണ്ടതാണ്. ബണ്ഡാരനായകെ ഗവൺമെന്റിനെതിരെ 1971ൽ ജെ വി പിയുടെ നേതൃത്വത്തിൽ നടന്ന യുവജനസമരം പട്ടാളം അടിച്ചമർത്തി. തികച്ചും ആഭ്യന്തരമായ ഒരു പ്രതിഷേധ പ്രക്ഷോഭത്തെ അമർച്ചചെയ്യാൻ, ശ്രീലങ്കൻ ഗവൺമെന്റിന് ദീർഘകാല സൈനികസഹായം നൽകിയ കോൺഗ്രസ് ഗവൺമെന്റിന്റെ നടപടിയെ സി പി ഐ (എം) അപലപിക്കുകയുണ്ടായി. ജെ വി പി യുടെ രാഷ്ട്രീയ-പ്രത്യയശാസ്ത്രവർണം എന്തുതന്നെയായാലും ശ്രീലങ്കയിലെ ആഭ്യന്തര സാമൂഹികാവസ്ഥയിൽ ഉണ്ടായ സംഘട്ടനത്തിൽ പക്ഷംപിടിച്ച് ഇടപെടാൻ ഇന്ദിരാഗവൺമെന്റിന് യാതൊരു കാര്യവുമില്ലെന്നാണ് പാർട്ടിയുടെ നിലപാട്. രണ്ടു ദശകങ്ങൾ കഴിഞ്ഞപ്പോൾ രണ്ടു ബൂർഷ്വാ ഗവൺമെന്റുകൾ തമ്മിൽ ഉണ്ടാക്കിയ ഒത്തുതീർപ്പു വ്യവസ്ഥ പാലിക്കാൻ ഇന്ത്യൻ സൈന്യത്തെ വിന്യസിക്കാനുള്ള തീരുമാനത്തെ പാർട്ടി പിന്തുണച്ചു. ഉപരിപ്ലവമായി വിലയിരുത്തുന്നവർ ഇതിനെ സി പി ഐ (എം)ന്റെ അഭിപ്രായപ്രകടനത്തിലെ തകിടം മറിച്ചിലായി കണ്ടേക്കാം. എന്നാൽ അത് അത്തരത്തിൽപ്പെട്ടത് അല്ലതന്നെ. ഇടപെടലിന്റെ സന്ദർഭവും സാഹചര്യവും പാടേ മാറിയിരിക്കുന്നു. ഏതു രൂപത്തിൽ പൊട്ടിപ്പുറപ്പെട്ടതാണെങ്കിലും ശരി, പൂർണമായും ആഭ്യന്തരമായ വർഗപ്രക്ഷോഭത്തെ അടിച്ചമർത്താനാണ് 1970 ൽ ഇന്ത്യയുടെ ഇടപെടൽ ഉണ്ടായത്. ശ്രീലങ്കൻ ഗവൺമെന്റുമായി വർഗസഹാനുഭാവം പ്രദർപ്പിച്ച ഇന്ത്യൻ ഗവൺമെന്റിനെ എതിർത്ത അന്തർദേശീയ നിലപാടിനെ അനുകൂലിക്കുകയാണ് സി പി ഐ (എം) ചെയ്തത്. ശ്രീലങ്കൻ മേഖലയുടെ ഭദ്രതയെ തകർക്കാൻ സാമ്രാജ്യത്വം നടത്തുന്ന നീക്കങ്ങളെ തോല്പിക്കാനും ശ്രീലങ്കയുടെ ഐക്യത്തെ നിലനിർത്താനുമുള്ള ശ്രമങ്ങൾക്ക് ശക്തിപകരാനാണ് ഇന്ന് ഇന്ത്യ ഇടപെടുന്നത്. ശ്രീലങ്കയുടെ അഖണ്ഡതയെ സംരക്ഷിക്കാനും സാമ്രാജ്യത്വത്തിന്റെ അട്ടിമറിയെ തോല്പിക്കാനും വേണ്ടി, ഒത്തുതീർപ്പിന്റെ ചട്ടക്കൂട്ടിനകത്തുനിന്നുകൊണ്ട് നടത്തുന്ന ഇടപെടലിനെ, സി പി ഐ (എം) അനുകൂലിക്കുന്നത് ശ്രീലങ്കയിലെ ഇടതുപക്ഷത്തിന്റെ അഭിപ്രായത്തെയും മാനിച്ചുകൊണ്ടാണ്.

ജെ വി പിയുടെ സങ്കുചിതമായ രാജ്യസ്നേഹം

1971 ൽ ധീരസാഹസികമായ മുന്നേറ്റം നടത്തിയ ജെ വി പി, അതിന്റെ അനുഭവത്തെ സ്വയംവിമർശനത്തോടെ വിലയിരുത്തേണ്ടതാണ്. രാജ്യത്തിന്റെ ദേശീയപ്രശ്നവുമായി ബന്ധപ്പെട്ടുകൊണ്ട് ജെ വി പി വർഗ നിലപാട് സ്വീകരിക്കുമെന്ന് 1978–81 കാലഘട്ടത്തിൽ പ്രതീക്ഷ ഉണർത്തിയിരുന്നു. സിംഹള, തമിഴ് വിഭാഗങ്ങളിൽപെട്ട അധ്വാനിക്കുന്നവരുമായി അവർ അടുപ്പം കാട്ടുമെന്നും തോന്നിയിരുന്നു. അത് അവരുടെ പഴയ നിലപാടിൽനിന്ന് വ്യത്യസ്തമായിരുന്നു. അന്ന് അവർ സങ്കുചിതമായ രാജ്യസ്നേഹപ്രകടനക്കാരായിരുന്നു. ഇന്ത്യൻ വംശജരായ തമിഴ് തോട്ടം തൊഴിലാളികൾ ഇന്ത്യയുടെ രാജ്യവികസനമോഹികളുടെ കൂടെയാണെന്നും സ്വദേശത്തേക്ക് പറഞ്ഞയക്കപ്പെടേണ്ടവരാണെന്നും ജെ വി പി വിലയിരുത്തി. എല്ലാ ദേശീയതകളുടെയും വർഗഐക്യം പ്രവർത്തനമാർഗ്ഗമായി അംഗീകരിച്ചിരുന്ന ജെ വി പി, 1982 മുതൽ, സിംഹള സങ്കുചിതദേശാഭിമാനത്തിന്റെ വക്താക്കളായി. വർഗനിലപാട് നിലനിർത്തിയിരുന്ന മുൻ ജനറൽ സെക്രട്ടറി ലയോണൽ ബൊപേഷിനെപ്പോലുള്ളവർ ജെ വി പി ഉപേക്ഷിച്ചു. കൊളൊംബോവിലെ തമിഴ് വംശജർക്കെതിരെ ലഹള നടത്തി എന്ന വ്യാജമായ ആരോപണമുയർത്തി 1983ൽ ജയവർദ്ധനെ ഗവൺമെന്റ് ജെ വി പി യെ നിയമവിരുദ്ധമായി പ്രഖ്യാപിച്ചു. ഒളിവിൽപ്പോയ അതിന്റെ നേതാക്കന്മാർ, ഇന്ത്യയുടെ രാജ്യ വികസനമോഹ ആക്രമണഭീതി ഒഴിയാ ബാധപോലെ ഉന്നയിച്ച് ഇടുങ്ങിയ രാജ്യസ്നേഹ ഭ്രാന്തിലേക്കുതന്നെ വഴുതി വീണു.

1987 മെയിൽ ജെ വി പി നേതൃത്വം അതിന്റെ പഴയ ധാരണ ഈ വിധം ആവർത്തിച്ചു:

> ശ്രീലങ്കയുടെ ആഭ്യന്തരകാര്യങ്ങളിൽ ഇന്ത്യയിലെ ഭരണകൂട കുത്തകമുതലാളിത്തം ഇടപെടാൻ തുടങ്ങിയത് അടുത്ത കാലത്തല്ല; ബ്രിട്ടീഷ് സാമ്രാജ്യവാദികളുടെ കൈയിൽനിന്ന് അധികാരം നേടിയതുമുതൽ അത് ആരംഭിച്ചിരുന്നു. ബ്രിട്ടീഷ് സാമ്രാജ്യവാദികൾ ശ്രീലങ്കയിലേക്ക് ഇറക്കുമതി ചെയ്ത ലക്ഷക്കണക്കിന് തമിഴ് തൊഴിലാളികളെയാണ് ആദ്യം ഉപയോഗപ്പെടുത്തിയത്. ബ്രിട്ടീഷ് യജമാനന്മാരുടെ സൗമനസ്യത്തിൽ ശ്രീലങ്കയിൽ എത്തിയ ഇന്ത്യൻ മുതലാളിമാരും ഇതേ പ്രവൃത്തിയിൽ ഏർപ്പെട്ടു (ശ്രീലങ്കയിലെ സമകാലിക സാഹചര്യത്തെക്കുറിച്ചുള്ള പോളിറ്റ് ബ്യൂറോ പ്രമേയം)

ഉത്തര, പൂർവ പ്രവിശ്യകളിലെ സ്വദേശീയരായ തമിഴന്മാരെയല്ല ഇവിടെ, 'ലക്ഷക്കണക്കിന് തമിഴ് തൊഴിലാളികൾ' എന്ന് പരാമർശിച്ചിരിക്കുന്നത്; ബ്രിട്ടീഷ് ഭരണകാലത്ത് ഇറക്കുമതി ചെയ്യപ്പെട്ട ഇന്ത്യൻ തോട്ടംതൊഴിലാളികളെയാണ്. ശ്രീലങ്കയിലെ പൂർണമായ പൗരത്വം ലഭിച്ചിട്ടില്ലാത്ത ഈ വിഭാഗം തൊഴിലാളി വർഗത്തെയാണ്, ഇന്ത്യൻ മുതലാളിമാരുടെ കൂട്ടത്തിൽ തള്ളി, ഇന്ത്യൻ ഭരണകൂട കുത്തക മുതലാളി

ത്തത്തിന്റെ ഏജന്റുമാരായി ജെ വി പി കണക്കാക്കിയിരിക്കുന്നത്.

സ്വയംഭരണാവകാശത്തിന് വേണ്ടി പൊതുജനാധിപത്യപ്രസ്ഥാനം നയിക്കുന്ന തമിഴ് തൊഴിലാളിവർഗത്തെ സ്വാധീനിക്കുന്നതിൽ പരാജയപ്പെട്ട ജെ വി പിയുടെ നിലപാടിനെ തീവ്രവാദികളായ സിംഹളരുടെ നടപടിയിൽനിന്ന് വേർതിരിച്ചുകാണാൻ പ്രയാസമാണ്. സ്വയംഭരണം ഭിന്നിപ്പിന്റെ വിത്തുവിതയ്ക്കുമെന്നാണ് ജെ വി പിയുടെ വാദം. ഒത്തുതീർപ്പിൽ എത്തുന്നതിന് മുമ്പ് ജെ വി പി ഭീകരവാദം അംഗീകരിക്കുകയും ഇടതുപക്ഷ കക്ഷികളിലെ പ്രവർത്തകരെ കൊന്നൊടുക്കുന്നതിൽ താല്പര്യം കാട്ടുകയും ചെയ്തു. അന്ന് അവരെ ഭരണവർഗത്തിന്റെ പിന്തിരിപ്പൻ വിഭാഗത്തിൽപ്പെടുന്ന ബൂർഷ്വാ തീവ്രവാദികളിൽ നിന്ന് വേർതിരിച്ചുകാണാൻ പ്രയാസമായിരുന്നു.

ശ്രീലങ്കയുടെ വിഭജനം: മാർക്സിസ്റ്റുകാരുടെ എതിർപ്പ്

ഈഴത്തിനുവേണ്ടിയും പ്രത്യേക തമിഴ് മാതൃഭൂമിക്കുവേണ്ടിയുമാണ് തമിഴ് തീവ്രവാദിവിഭാഗം നിലകൊള്ളുന്നത്. വിട്ടുവീഴ്ചയില്ലാതെ സായുധസമരം നടത്തുന്ന എൽ ടി ടി ഇ യുടെ നിലപാട്, വിഭജനത്തിന് അവരെ അനർഹരാക്കുന്നു. അടുത്ത കാലത്ത് അവരുടെ പ്രസ്താവനയിൽ ഈ ആശയം കാണാം:

> ഈഴം തമിഴ് വിഭാഗത്തിന്റെ അടിസ്ഥാനപരമായ രാഷ്ട്രീയ അവകാശങ്ങൾ നിഷേധിക്കുന്നതാണ് ഇന്തോ-ശ്രീലങ്കൻ ഒത്തുതീർപ്പു വ്യവസ്ഥ. അതായത്, മാതൃഭൂമിക്കുവേണ്ടിയുള്ള ഞങ്ങളുടെ അവകാശം, ദേശീയതയായി ഞങ്ങളുടെ ജനതയുടെ അംഗീകാരം, ദേശീയ സ്വയംനിർണ്ണയാവകാശത്തിനുവേണ്ടിയുള്ള ഞങ്ങളുടെ ജനങ്ങളുടെ അവകാശം-ഇവയൊന്നും അംഗീകരിക്കപ്പെട്ടിട്ടില്ല. തമിഴ് ദേശീയപ്രശ്നത്തിന്റെ ശാശ്വതപരിഹാരത്തിന് അടിസ്ഥാനമായി തിമ്പു ചർച്ചക്കുശേഷം സർവ്വസമ്മതമായി അംഗീകരിച്ച തീരുമാനങ്ങളായിരുന്നു അവ. (1988 ഏപ്രിൽ 30, മെയ് 1 തിയ്യതികളിൽ ലണ്ടനിൽ ചേർന്ന ഇന്റർനാഷണൽ തമിഴ് കോൺഫറൻസിൽ എൽ ടി ടി ഇയുടെ പൊളിറ്റിക്കൽ കമ്മറ്റി സമർപ്പിച്ച രേഖ)

ശ്രീലങ്കയിലെ തമിഴ് ദേശീയ ജനവിഭാഗത്തിന്റെ സ്വയംനിർണയാവകാശത്തെ അംഗീകരിക്കാൻ വിസമ്മതിക്കുന്ന സി പി ഐ (എം)ന്റെ വീക്ഷണത്തെ, വിമർശിക്കുന്നവരാണ് ഇന്ത്യയിലെ, പ്രത്യേകിച്ച് തമിഴ്നാട്ടിലെ, ഈഴം അനുകൂലികൾ. ഈഴത്തെ എതിർക്കാൻ സി പി ഐ (എം) ന് എന്ത് അവകാശമാണ് ഉള്ളതെന്ന് അവർ ചോദ്യംചെയ്യുന്നു. ദേശീയ പ്രശ്നവും സ്വയംനിർണയാവകാശവും എങ്ങനെ നിർവഹിക്കണമെന്ന് മാർക്സിസ്റ്റ്-ലെനിനിസ്റ്റ് സിദ്ധാന്തത്തിൽ വ്യക്തമായ ധാരണയുണ്ട്. എന്നാൽ അത്തരം ധാരണ അനുസരിച്ച് പരിഹരിക്കപ്പെടാവുന്നതല്ല ശ്രീലങ്കയിലെ തമിഴ് വംശജരുടെ പ്രശ്നം.

സ്വയം നിർണയാവകാശത്തിന്റെ അംഗീകരണത്തിന് രാജ്യത്തിന്റെ വിഭജനമെന്ന് എപ്പോഴും അർഥമാക്കാൻ പാടില്ലെന്ന് ലെനിൻ വിശദമാക്കിയിട്ടുണ്ട്.

വർഗപ്രശ്നത്തിൽനിന്ന് വേർപെട്ടുകൊണ്ടുള്ള ദേശീയപ്രശ്നമില്ല. ബൂർഷ്വാ–ഭൂപ്രഭുത്വഭരണം നിലവിലുള്ള എല്ലാ മൂന്നാംലോകരാജ്യത്തിലും ഇന്ന് ദേശീയതയുടെ പ്രശ്നം വർഗസമരവുമായി ബന്ധമുള്ളതാണ്. അതിനെ വർത്തമാനകാലത്തിന്റെ പ്രധാനപ്പെട്ട സാമൂഹികവും വർഗപരവുമായ വൈരുധ്യങ്ങളുമായി ബന്ധപ്പെടുത്തി വേണം വിലയിരുത്താൻ. ഈ രാജ്യങ്ങളിൽ സാമ്രാജ്യത്വം വഹിക്കുന്ന പങ്കിനേയും അത് പിന്തുണയ്ക്കുന്ന വർഗങ്ങളേയും വിലയിരുത്താൻ സോഷ്യലിസ്റ്റു ശക്തികൾ ശ്രമിക്കണം. സ്വയംനിർണയാവകാശം, സാമ്രാജ്യത്വവിരുദ്ധ സമരത്തെ ശക്തിപ്പെടുത്തുമോ? അത് തൊഴിലാളിവർഗപ്രസ്ഥാനത്തിന് ശക്തിപകരുമോ? സ്വയംനിർണയാവകാശത്തിന്റെ പേരിൽ ശ്രീലങ്കയിൽനിന്നുള്ള വേർപെട്ടുപോകലാണ് ഉദ്ദേശിക്കുന്നതെങ്കിൽ, അത് ശ്രീലങ്കയുടെ ഐക്യം തകർക്കും. സിംഹളരേയും തമിഴരേയും സാമ്രാജ്യവാദികൾ സ്വാധീനിക്കും. തൊഴിലാളിവർഗപ്രസ്ഥാനത്തിന്റെ വളർച്ചയെ തടയും. ശ്രീലങ്കൻ സമുദായത്തിന്റെ സാമൂഹികപരിവർത്തനത്തിന് വിഘാതം സംഭവിക്കും. ശ്രീലങ്കയുടെ യഥാർഥ സമരവീര്യം തളരും. ഇരുവിഭാഗങ്ങളിലും പിന്തിരിപ്പൻ സാഹസികത പ്രത്യക്ഷപ്പെടും.

ലെനിൻ വിശദമാക്കിയത് അനുസരിച്ച് ദേശീയപ്രശ്നത്തെ വിലയിരുത്തിയാൽ, മാർക്സിസ്റ്റ് വീക്ഷണത്തിന്റെ രണ്ടു വിധം വസ്തുതകൾ വെളിവാകും. (ഒന്ന്) എല്ലാ രാഷ്ട്രങ്ങളുടെയും ദേശീയതകളുടെയും സമത്വത്തിനുവേണ്ടിയാണ് മാർക്സിസ്റ്റുകാർ നിലകൊള്ളുന്നത്. എല്ലാ തരത്തിലുമുള്ള ചൂഷണത്തെയും വിവേചനത്തെയും മാർക്സിസ്റ്റുകാർ എതിർക്കുന്നു. (രണ്ട്) വിവിധ ദേശീയ വിഭാഗങ്ങളിൽപ്പെട്ട തൊഴിലാളികളുടെ ഐക്യത്തിനുവേണ്ടി മാർക്സിസ്റ്റുകാർ പോരാടുകയും സങ്കുചിത ദേശീയവികാരത്തിൽനിന്നു വിമുക്തമായ തൊഴിലാളിവർഗപ്രസ്ഥാനം പടുത്തുയർത്തുകയും ചെയ്യും. ഇവ രണ്ടും പരസ്പരബന്ധമുള്ളവയും വേർപെടുത്താൻ ആവാത്തവയുമാണ്.

ചൂഷക, ചൂഷിതരാജ്യങ്ങളിലെ സോഷ്യൽ ഡമോക്രാറ്റുകളുടെ (മാർക്സിസ്റ്റ്) പ്രവർത്തനവിധം എന്താണെന്ന് ലെനിൻ വിശദമാക്കിയിട്ടുണ്ട്. ചൂഷകരാജ്യങ്ങളിലെ സോഷ്യൽ ഡമോക്രാറ്റുകൾ

> ഇന്റർനാഷണൽ സോഷ്യൽ ഡമോക്രാറ്റ് ആവണമെങ്കിൽ സ്വന്തം രാജ്യത്തെപ്പറ്റി മാത്രം ചിന്തിച്ചാൽ പോര. എല്ലാ രാജ്യങ്ങളുടെയും താല്പര്യങ്ങളും പൊതുവായ സ്വാതന്ത്ര്യവും സമത്വവും പരിഗണിക്കണം....എന്നാൽ ഒരു ചെറിയ രാജ്യത്തിലെ സോഷ്യൽ ഡമോക്രാറ്റ്, തന്റെ സമരത്തിൽ ഞങ്ങൾ രണ്ടാമതു പറഞ്ഞ പൊതു സൂത്രവാക്യമാണ് ഓർക്കേണ്ടത്: രാഷ്ട്രങ്ങളുടെ 'സ്വതന്ത്രമായ ഉദ്ഗ്രഥനം'... ചെറുരാജ്യങ്ങളുടെ സങ്കുചിതത്വത്തിനെ

തിരെ എപ്പോഴും പൊരുതണം. വേറിട്ടുനിൽക്കലും ഒറ്റപ്പെടലും ഒഴിവാക്കണം. പൊതുവായതും പൂർണമായതും പരിഗണനയിൽ വേണം. പൊതുതാല്പര്യത്തിനു താഴെ മാത്രം പ്രത്യേക താല്പ ര്യത്തിന് സ്ഥാനം നൽകുക.

അടിച്ചമർത്തപ്പെട്ടതും വിവേചനം നേരിട്ടതുമായ ന്യൂനപക്ഷവിഭാഗം എന്ന നിലയിൽ, തമിഴ്ജനത അവശത അനുഭവിക്കുകയും അവസാനം അവരുടെ രാഷ്ട്രീയം വിഭാഗീയതയുടെ ശൈലി സ്വീകരിക്കുകയും ചെയ്തു. ഭൂരിപക്ഷവിഭാഗമായ സിംഹളജനതയാവട്ടെ, അസംഘടിത രായതിനാൽ എതിർശക്തിയായി നിന്ന് ഇതിന് പരിഹാരം കാണുന്നതിൽ പരാജയപ്പെടുകയും പ്രശ്നം സങ്കീർണമാവുകയും ചെയ്തു. വംശീയ പ്രശ്നപരിഹാരത്തിന് മാർക്സിസ്റ്റുകാർ കാണുന്ന മാർഗം ഇതാണ്: വിഘടനവാദം ശരിയല്ല. വംശീയ ന്യൂനപക്ഷത്തിന് സ്വയംഭരണം നൽക ണം. അതോടൊപ്പം അവിഭക്ത ശ്രീലങ്കയുടെ ചട്ടക്കൂടിനകത്തുനിന്നു കൊണ്ട് സിംഹള, തമിഴ് ജനത ഐക്യം ശക്തിപ്പെടുത്തണം.

ജെ വി പിയുടെ ശൈലിയിലുള്ള ഉൽപതിഷ്ണുത്വം, പ്രബലരായ പല തമിഴ് പരിവർത്തനവാദികളേയും വിഭാഗീയതാവാദികളായി മാറ്റു കയാണു ചെയ്തത്. ദീർഘമായ ദേശീയ മോചന പ്രസ്ഥാനത്തിന്റെ പാര മ്പര്യം സിംഹളദേശീയതക്ക് അന്യമാണ്. ബുദ്ധിസ്റ്റ് ആശയാഭിലാഷണ ങ്ങളും സിംഹള അവകാശവാദങ്ങളും ചേർന്നുണ്ടായ ദേശീയാഭിലാഷ ത്തിന് മുൻഗണന ലഭിക്കുകയും തമിഴ് വികാരം സ്വാഭാവികമായും അന്യ മാവുകയും ചെയ്തു. പുരോഗതി സ്തംഭിച്ച അവസ്ഥയിലാണ് തങ്ങ ളുടെ രാജ്യം സ്വാതന്ത്ര്യലബ്ധിയുടെ നാലു ദശകങ്ങൾക്കുശേഷവും എന്ന് സിംഹളസമുദായത്തിലെ ദേശാഭിമാനികൾ കയ്പുകലർന്ന വികാ രത്തോടെ ധരിച്ചുവെച്ചിരിക്കുന്നു. വംശീയമായ അനൈക്യം നില നിൽക്കുന്ന സങ്കീർണമായ സാഹചര്യത്തിൽ തൊഴിലാളിവർഗസമരം മുന്നോട്ടുകൊണ്ടുപോകേണ്ട വിഷമകരവും ചരിത്രപരവുമായ കടമ ശ്രീല ങ്കയിലെ ഇടതുപക്ഷത്തിനുണ്ട്. ഒത്തുതീർപ്പുകരാറിനും അതിന്റെ നിർവ ഹണത്തിനും സി പി ഐ (എം) പിന്തുണ നൽകുന്നു. ഇരു രാജ്യങ്ങളി ലേയും തൊഴിലെടുക്കുന്ന ജനങ്ങളുടെ താൽപര്യങ്ങൾക്കാണ് സി പി ഐ (എം) മുൻഗണന നൽകുന്നത്. ശ്രീലങ്കൻ ജനതയുടെ വർഗസമര ത്തിന്റെ പുരോഗതിയിലും നിയോ-കൊളോണിയൽ മേധാവിത്വത്തിന് സാമ്രാജ്യത്വം നടത്തുന്ന ശ്രമങ്ങൾക്കെതിരായുള്ള കൂട്ടായ പോരാട്ട ത്തിലും സി പി ഐ (എം) ന് താല്പര്യമുണ്ട്. തങ്ങളുടെ രാജ്യത്തെ എങ്ങനെ രക്ഷിക്കാം എന്ന കാര്യത്തിൽ ശ്രീലങ്കയിലെ ഭൂരിഭാഗം തൊഴി ലാളികളും ഉത്കണ്ഠാകുലരാണ് ആ വികാരത്തിൽ പങ്കുപറ്റുന്ന നില പാടാണ് സി പി ഐ (എം) സ്വീകരിക്കുന്നത്.

എൽ ടി ടി ഇപ്പോൾ ഒറ്റപ്പെട്ടിരിക്കുന്നു. അവർ സ്വയംരക്ഷയുടെ മാർഗ്ഗത്തിലാണ്. സ്വന്തം ഭാവിയെപ്പറ്റി അവർ പുനരാലോചന നടത്തേ ണ്ടതുണ്ട്. ഇതര തമിഴ്വിഭാഗത്തെ തകർക്കാനുള്ള അവരുടെ ശ്രമം,

ഭീകരപ്രവർത്തനത്തോടുള്ള ആഭിമുഖ്യം, സങ്കുചിതമായ ദേശീയത–ഇവയെല്ലാം കൊണ്ട് എൽ ടി ടി ഇ യുടെ ഭാവി ഇരുളടഞ്ഞിരിക്കുന്നു. ജനാധിപത്യ രാഷ്ട്രീയ പ്രക്രിയയിൽ പങ്കാളികളാകാനും രാഷ്ട്രീയമായി മുന്നോട്ടുപോകാനുമുള്ള അവസരം അവർക്ക് ഒത്തുതീർപ്പിനെ അനുകൂലിച്ചാൽ ലഭിക്കും. എന്നാൽ, ഈഴം മാതൃദേശത്തിനുവേണ്ടിയുള്ള കടുംപിടിത്തം, പ്രത്യയശാസ്ത്രദൃഢതയുടെ അഭാവം ദേശീയ പ്രതിരോധത്തെക്കുറിച്ചുള്ള വാചകമടി എന്നിവ നിമിത്തം എൽ ടി ടി ഇ, പിന്തിരിപ്പൻ കാഴ്ചപ്പാടുള്ള സൈനികസംഘം മാത്രമായി ചുരുങ്ങിയിരിക്കുന്നു.

ബൂർഷ്വാ പ്രതിപക്ഷം: അവസരവാദപരമായ നിലപാട്

തമിഴരുടെ താല്പര്യം രക്ഷിക്കുന്നതിനു പകരം അവരോട് യുദ്ധം ചെയ്യുകയാണെന്ന കാരണം കാണിച്ച് ഇന്ത്യയിലെ ഇടതുപക്ഷ ഇതര രാഷ്ട്രീയ കക്ഷികൾ–ജനത, ബി ജെ പി, ലോക് ദൾ തുടങ്ങിയവ–ഇന്ത്യൻ സമാധാന സംരക്ഷണ സേന (ഐ പി കെ എഫ്) യെ പിൻവലിക്കണമെന്ന് ആവശ്യപ്പെട്ടിരിക്കുന്നു. എൽ ടി ടി ഇ അഴിച്ചുവിട്ട അക്രമമാണ് ഈ ആവശ്യം ഉന്നയിക്കാൻ പ്രതിപക്ഷത്തെ പ്രേരിപ്പിച്ചത്. എന്നാൽ, സി പി ഐ (എം) നും ഇതര ഇടതുപക്ഷകക്ഷികൾക്കും ഇതിനോട് യോജിപ്പിച്ചില്ല. കരാറിലെ പ്രധാനപ്പെട്ട തീരുമാനങ്ങൾ നടപ്പിലാക്കാൻ, ഐ പി കെ എഫിന്റെ സാന്നിധ്യം ആവശ്യമാണെന്ന് ഇടതുപക്ഷം വിലയിരുത്തി. അതു നിമിത്തം, നിരപരാധികളായ തമിഴ് സിവിലിയന്മാരോട് ശ്രീലങ്കൻ സേന കാട്ടിയ അതിക്രമങ്ങൾക്ക് അറുതി വന്നിട്ടുണ്ടെന്നും ബോധ്യമായി. ഇസ്രായേലികൾ, കൂലിപ്പട്ടാളക്കാർ എന്നിവരെ ഉപയോഗിച്ച്, തമിഴ് സായുധഭടന്മാരെ നേരിടാൻ സാമ്രാജ്യത്വ ശക്തികൾ നടത്തിയ ശ്രമത്തിന് തടയിടാനും സാധ്യമായി.

ഇന്ത്യൻ സമാധാനസംരക്ഷണസേനയെ പിൻവലിച്ചാൽ തമിഴ് ജനതയ്ക്ക് ആര് ആത്മരക്ഷ നൽകുമെന്ന് ബുർഷ്വാ പ്രതിപക്ഷ കക്ഷികൾ വ്യക്തമാക്കുന്നില്ല. തമിഴരും സിംഹളരും ഇടകലർന്ന് താമസിക്കുന്ന കിഴക്കൻ പ്രവിശ്യകൾ ശ്രീലങ്കൻ സേനയുടെ പ്രവർത്തനരംഗമാകും. തമിഴ് പ്രശ്നം പരിഹരിക്കാൻ ശ്രീലങ്കയിലേക്ക് ഇന്ത്യാ ഗവൺമെന്റ് 'സൈനിക ഇടപെടൽ' നടത്തണമെന്ന് വാദിച്ച അതേ ശക്തികൾ തന്നെ, ശ്രീലങ്കൻ സർക്കാരിന്റെ സമ്മതത്തോടെ തമിഴ് മേഖലകളുടെ സംരക്ഷണത്തിന് അയച്ച സേനയെ പിൻവലിക്കണമെന്ന് ആവശ്യപ്പെടുകയാണ്. രാജീവ് ഗവൺമെന്റിനോടുള്ള ശത്രുതയാണ് അതിന് കാരണം. അല്ലാതെ തമിഴ് ജനതയോടുള്ള മമതയോ ഇരു സർക്കാരുകളോടുമുള്ള താല്പര്യമോ അല്ല.

വിദേശനയത്തിന്റെയും ദേശീയ ഐക്യത്തിന്റെയും പ്രശ്നങ്ങളിൽ സങ്കുചിതവും അവസരവാദപരവുമായ നയം സ്വീകരിക്കാറുള്ള ബൂർഷ്വാ പ്രതിപക്ഷകക്ഷികൾ ശ്രീലങ്കയുടെ കാര്യത്തിലും അതേ നയമാണ്

പിന്തുടരുന്നത്. സാമ്രാജ്യത്വം ഈ പ്രശ്നത്തിൽ കൈക്കൊള്ളുന്ന സമീപനം അവർ അവഗണിക്കുന്നു. രാജീവ് ഗാന്ധിയുടെ ഗവൺമെന്റ് സ്വീകരിക്കുന്ന വിദേശനയത്തിന്റെ നീക്കം, രാജ്യത്തിന്റെ താല്പര്യത്തിന് നിരക്കുന്നതാണോ സാമ്രാജ്യത്വവിരുദ്ധമാണോ എന്ന് പരിശോധിക്കുന്നതിൽ ബൂർഷ്വാ പ്രതിപക്ഷം അശ്രദ്ധകാട്ടുന്നു.

സി പി ഐ (എം) സ്വീകരിക്കുന്ന സമീപനം : ഇരു രാജ്യങ്ങളിലെയും ജനങ്ങളുടെ താല്പര്യത്തിന് ഇണങ്ങുന്നത്

ശ്രീലങ്കൻ പ്രശ്നത്തിൽ സാമ്രാജ്യത്വത്തിന്റെ പങ്ക് പരിഗണിച്ചുകൊണ്ട് സുവ്യക്തമായ സമീപനമാണ് സി പി ഐ (എം) സ്വീകരിച്ചിരിക്കുന്നത്. ബൂർഷ്വാ കക്ഷികൾ അത് കാണുന്നില്ല. ഉദാരമതികളും നല്ലവരുമായ ബുദ്ധിജീവികളും മാധ്യമങ്ങളും അതേ മട്ടുതന്നെ കാട്ടുന്നു. ഇന്ത്യാ–ശ്രീലങ്കാ ബന്ധങ്ങളുടെ സുരക്ഷയാണ് സർവപ്രധാനം. തമിഴ് ന്യൂനപക്ഷങ്ങൾക്ക് നീതി ലഭിക്കുകയും വേണം. സിംഹള ജനതയെയും അവഗണിക്കരുത് ദേശീയ ഐക്യം കാത്തുസൂക്ഷിക്കുകയും വേണം. സാമ്രാജ്യത്വമാവട്ടെ ഇരുപക്ഷത്തുനിന്നും പ്രശ്നം മൂർച്ഛിപ്പിക്കുകയാണ്; സംഘർഷത്തിന്റെ എരിതീയിൽ എണ്ണയൊഴിക്കുകയാണ്. ഇന്ത്യയുടെ പക്ഷം ദുർബ്ബലപ്പെടുത്താനും സാമ്രാജ്യത്വം ലക്ഷ്യം വയ്ക്കുന്നു. സാമ്രാജ്യത്വത്തിന്റെ നീക്കങ്ങൾക്ക് പരാജയമേല്പിക്കാൻ സഹായകമാണ് ഇന്ത്യാ–ശ്രീലങ്കാ ഒത്തുതീർപ്പും നൂറു കണക്കിന് ഭാരതീയ ജവാന്മാരുടെ ജീവത്യാഗവും. ഇരു രാജ്യങ്ങൾക്കും സാമ്രാജ്യത്വം സൃഷ്ടിക്കുന്ന ഭീഷണിയെക്കുറിച്ചുള്ള അജ്ഞതയോ നിഷേധമോ പ്രശ്നത്തെക്കുറിച്ചുള്ള തെറ്റായ വിശകലനത്തിലേക്കും നിഗമനത്തിലേക്കുമാണ് നയിക്കുക.

ശ്രീലങ്കയിലെ തമിഴ് ന്യൂനപക്ഷത്തോട് കടുത്ത അക്രമം തുടരുമ്പോഴും 1983–84 ൽ അഭയാർഥി പ്രവാഹം ഉണ്ടായപ്പോഴും ഡി എം കെയെപ്പോലുള്ള പ്രമുഖ രാഷ്ട്രീയശക്തികൾ ഈഴത്തിന് പിന്തുണ നൽകിയപ്പോഴും തമിഴ്നാട്ടിലെ സി പി ഐ (എം) സ്റ്റേറ്റ് യൂണിറ്റ്, പാർട്ടിയുടെ നയത്തിന് പിന്തുണ നൽകി. ശ്രീലങ്കയിലെ തമിഴ് ജനവിഭാഗത്തോട് കാട്ടുന്ന അതിക്രമങ്ങളെ അപലപിക്കുകയും ശ്രീലങ്കൻ ഗവൺമെന്റിനോട് സൈനിക നടപടി പിൻവലിക്കാൻ ആവശ്യപ്പെടുകയും ശ്രീലങ്കയുടെ ഐക്യത്തിന് ഹാനിവരാതെ തമിഴ് വിഭാഗത്തിന് സ്വയംഭരണം നൽകണമെന്ന് അഭിപ്രായപ്പെടുകയും ചെയ്യാൻ സി പി ഐ (എം) തയാറായി. സൈനിക നടപടിക്കുള്ള ഇന്ത്യാ ഗവൺമെന്റിന്റെ എല്ലാ ആഹ്വാനത്തെയും തള്ളിക്കളയുകയും വിദേശ ഇടപെടലിന്റെ പേരുപറഞ്ഞ് പ്രശ്നം അന്താരാഷ്ട്രവൽക്കരിക്കാനുള്ള നീക്കത്തെ ചെറുക്കുകയും ചെയ്തു. സങ്കുചിതമായ ദേശസ്നേഹം ഇളക്കിവിടാനുള്ള ഈഴത്തിന്റെ രീതിയെ അപലപിച്ചു. സ്വയംഭരണവും തമിഴ് ഭാഷയ്ക്ക് തുല്യപദവിയും അനുവദിച്ചുകൊണ്ട് തമിഴ് ജനതയുടെ അവകാശങ്ങൾ സംര

ക്ഷിക്കണമെന്ന് ആവശ്യപ്പെട്ടു. ഒത്തുതീർപ്പിനും ഇന്ത്യൻ സമാധാന സംരക്ഷണ സൈന്യത്തിന്റെ നടപടിക്കുംശേഷം തമിഴ്നാട്ടിലെ ജനങ്ങളോട് പാർട്ടി സംഭവപശ്ചാത്തലം വിശദീകരിച്ചു. ഒത്തുതീർപ്പുവ്യവസ്ഥകൾ പ്രതിബന്ധമില്ലാതെ നടപ്പിലാക്കാൻ എൽ ടി ടി ഇ ക്ക് ഉത്തരവാദിത്വമുണ്ടെന്ന് ചൂണ്ടിക്കാട്ടി. പുതിയ അക്രമങ്ങൾ ആരംഭിക്കാൻ അവരെ അനുവദിക്കരുതെന്നും സമാധാനസംരക്ഷണ സൈന്യത്തെ പിൻവലിക്കുന്നത് യുക്തിരഹിതമായ നടപടിയായിരിക്കുമെന്നും അവരെ ബോധ്യപ്പെട്ടു. ക്രമേണ, സി പി ഐ (എം) ന്റെ നിലപാടുകൾ കൂടുതൽ കൂടുതൽ ജനവിഭാഗങ്ങളെ ആകർഷിച്ചു. ഇപ്പോൾ, ഇന്ത്യൻ സമാധാനസേനയെ ഉടനെ പിൻവലിക്കണമെന്ന ആവശ്യത്തിൽനിന്ന് ഡി എം കെ പിൻവാങ്ങുകയും എൽ ടി ടി ഇയുമായുള്ള ഒത്തുതീർപ്പും വെടിനിർത്തലും എന്ന പരിമിതമായ നിർദ്ദേശം ഉന്നയിക്കുകയും ചെയ്തു. വലിയ രാജ്യത്തിന്റെ സാമീപ്യം ചെറിയ രാജ്യത്തിന് ഭീതി ജനിപ്പിക്കുമെന്ന മന:ശാസ്ത്രം ഇന്ത്യയിലെ മാർക്സിസ്റ്റുകാരെ ബാധിച്ചേക്കാം. ഇന്ത്യൻ ബുർഷ്വാ–ഭൂപ്രഭു ഭരണകൂടം കഴിഞ്ഞ കാലത്ത് കാട്ടിയ ചില നയങ്ങൾ ഈ ഭീതിയെ സാധൂകരിക്കുകയും ചെയ്യും. എന്നാൽ, തങ്ങൾ ഒരു വൻകിട രാഷ്ട്രത്തിന്റെയും അതിക്രമ നയത്തെ അനുകൂലിക്കുകയില്ലെന്നും ശ്രീലങ്കയുടെ പരമാധികാരം തകർക്കാൻ അനുവദിക്കുകയില്ലെന്നും അവിടത്തെ ജനങ്ങളെ ബോധ്യപ്പെടുത്താൻ ഇന്ത്യയിലെ മാർക്സിസ്റ്റുകാരും ഇടതുപക്ഷവും തയാറാകണം. അത് അവരുടെ കടമയാണ്.

വംശീയപ്രശ്നം പരിഹരിക്കാനും ഒത്തുതീർപ്പ് നടപ്പിൽവരുത്താനും ഇന്ത്യൻ സമാധാന സംരക്ഷണ സേനയെക്കൊണ്ടു മാത്രം സാധിക്കുമെന്ന് സി പി ഐ (എം) വിശ്വസിക്കുന്നില്ല. സൈന്യത്തെ മാത്രം ആശ്രയിച്ചാൽ പരാജയമായിരിക്കും ഫലം. ഒത്തുതീർപ്പ് നടപ്പിലാക്കാനുള്ള രാഷ്ട്രീയമായ നടപടികൾ, വ്യവസ്ഥ പാലിക്കാനുള്ള ഇരു ഗവൺമെന്റുകളുടെയും സന്നദ്ധത, സിംഹള തമിഴ് ജനവിഭാഗത്തിലെ ദേശാഭിമാന ജനാധിപത്യശക്തികളുടെ കൂട്ടായ ശ്രമം എന്നിവകൊണ്ടുമാത്രമേ നടപടികൾ വിജയിക്കുകയുള്ളു.

വടക്കും കിഴക്കും പ്രവിശ്യകളിലുള്ള തമിഴ് ജനവിഭാഗത്തെ, ഒത്തുതീർപ്പിന് അനുകൂലമായി അണിനിരത്താൻ സാധിച്ചാൽ മാത്രമെ സമാധാനസംരക്ഷണസൈന്യത്തിന്റെ ദൗത്യം ഫലപ്രദമാവുകയുള്ളു. വടക്കൻ പ്രവിശ്യകളിൽ എൽ ടി ടി ഇയുടെ അതിക്രമരീതിയും സാധാരണ പൗരന്മാരെപ്പോലും കൊല്ലുന്ന സായുധനടപടികളും സമാധാന സംരക്ഷണശ്രമത്തെ പിറകോട്ടടിപ്പിച്ചിരിക്കുന്നു. ആയുധാക്രമണത്തിന്റെ മൂർദ്ധന്യഘട്ടത്തിൽ, ഇന്ത്യയുടെ സമാധാനനീക്കത്തിന്റെ ഗുണപരമായ വശം ഉൾക്കൊള്ളാൻ ജനങ്ങൾക്ക് സാധ്യമാകാതെ വരും. ക്രമേണ, അതിന് മാറ്റം വന്നേക്കാം. രക്ഷാസേനയുടെയും ഹോംഗാർഡിന്റെയും നിരന്തരമായ ശല്യവും തദ്ദേശവാസികളുടെ സമ്മർദ്ദവും നിമിത്തം കിഴ

ക്കൻ പ്രവിശ്യകളിലെ തമിഴ് ജനവിഭാഗം ഇന്ത്യയുടെ ശ്രമങ്ങളെ തിരിച്ചറിയുകയും അതിനെ അനുകൂലിക്കുകയും ചെയ്തു തുടങ്ങിയിട്ടുണ്ട്.

ഒത്തുതീർപ്പിനെ അനുകൂലിക്കുകയും അതിന്റെ വിജയത്തിനുവേണ്ടി പരിശ്രമിക്കുകയും ചെയ്യുന്ന തമിഴ് വിഭാഗങ്ങൾക്ക് ഈ വിഷയത്തിൽ വലിയ പങ്ക് നിർവഹിക്കാനുണ്ട്. ഒത്തുതീർപ്പ് സത്വരമായി നടപ്പിലാക്കിയാൽ മാത്രമെ ഇന്ത്യൻ സൈന്യത്തെ പിൻവലിക്കാൻ സാധിക്കൂ. രണ്ടു പ്രവിശ്യകളിലെ പ്രാദേശിക തിരഞ്ഞെടുപ്പ് പൂർത്തിയാക്കുകയും വേണം. ഒത്തുതീർപ്പു വ്യവസ്ഥകൾ നടപ്പിലാക്കുന്നതുവരെ മാത്രമേ ഇന്ത്യൻ സൈന്യത്തിന്റെ സാന്നിധ്യം ശ്രീലങ്കയിൽ ഉണ്ടാകാൻ പാടുള്ളൂ എന്നും അതിനപ്പുറം ദീർഘകാലത്തേക്കുള്ള യാതൊരു ദൗത്യവും അതിനില്ലെന്നും സി പി ഐ (എം) വിലയിരുത്തുന്നു. എത്രയും വേഗം അത് പൂർത്തിയായാൽ, അത്രയും നല്ലത്.

(The Marxist)

ഇറാഖ് : അമേരിക്ക ലോകത്തിനെതിരെ

യുദ്ധത്തിന്റെ പെരുമ്പറ മുഴക്കി, ഇറാഖിൽ ആക്രമണം ആരംഭിക്കുമ്പോൾ, അമേരിക്ക ഇതരരാജ്യങ്ങളിൽനിന്ന് കൂടുതൽ ഒറ്റപ്പെടുകയാണ്. ബുഷിനോട് വളരെ വിധേയത്വമുള്ള ടോണി ബ്ലയർ, സ്വന്തം പാർട്ടിയുടെ എതിർപ്പിന് പാത്രമാകുന്നു. അത്യുന്നത സാമ്രാജ്യത്വശക്തിക്കെതിരെ, ഐക്യരാഷ്ട്രസഭ ആദ്യമായി പ്രതിഷേധസ്വരം ഉയർത്തി. യു എസ്-ബ്രിട്ടീഷ് അച്ചുതണ്ട് തയാറാക്കിയ സമയവിവരപ്പട്ടിക താളം തെറ്റുന്നു. ടോണി ബ്ലയറിന്റെ സമ്മർദ്ദത്തിനു വഴങ്ങി, രക്ഷാസമിതിയിൽ രണ്ടാമതൊരു പ്രമേയം അവതരിപ്പിക്കാൻ യു എസ് തയാറായി. മാർച്ച് 17-ന് തീരുമാനം കാക്കാനും അതിനുശേഷം ഇറാഖിൽ ആക്രമണം ആരംഭിക്കാനുമാണ് അമേരിക്കയുടെ പരിപാടി. എന്നാൽ ഫ്രാൻസ്, റഷ്യ, ചൈന എന്നീ രാജ്യങ്ങൾ പ്രമേയത്തെ എതിർക്കാൻ നിശ്ചയിച്ചു. പ്രമേയം പാസാക്കാനുള്ള ഒമ്പതു വോട്ടിന് സാധ്യത മങ്ങി. ആംഗ്ലോ അമേരിക്കൻ ഒറ്റപ്പെടൽ തെളിഞ്ഞു. യുദ്ധത്തിന് തങ്ങൾ അനുവദിക്കുകയില്ലെന്നും രണ്ടാം പ്രമേയത്തെ വീറ്റോ ചെയ്യുമെന്നും ഫ്രാൻസും റഷ്യയും പ്രസ്താവിച്ചിട്ടുണ്ട്. ആംഗ്ലോ-അമേരിക്കൻ ക്യാമ്പിൽ ഉറച്ചു നിൽക്കുന്നത് സ്പെയിനും ബൾഗേറിയയുമാണ്.

അൽ സമദ് മിസൈലുകൾ ഇറാക്ക് നശിപ്പിച്ചുകഴിഞ്ഞു. മാർച്ച് 7-ന്, രക്ഷാസമിതിയിൽ യു എൻ മുഖ്യ ആയുധപരിശോധകൻ ഹൻസ് ബ്ലിക്സ്, പ്രസ്തുത നടപടിയെ, "നിരായുധീകരണത്തിലേക്കു നയിക്കുന്ന പ്രധാന നടപടി" യാണെന്ന് വിശേഷിപ്പിച്ചു. ബലപ്രയോഗത്തിനൊരുങ്ങുന്ന യു എസ്, ബ്രിട്ടൻ സഖ്യത്തിന് അത് വിപരീതമായിത്തീർന്നു.

പരാജയം ഏറ്റുവാങ്ങിയ ആംഗ്ലോ അമേരിക്കൻ സഖ്യം പിന്തിരിഞ്ഞിരിക്കുന്നു. ഭേദഗതിചെയ്ത മറ്റൊരു പ്രമേയത്തെപ്പറ്റിയാണ് അവ

രുടെ സംസാരം. അല്പനാളത്തേക്കുകൂടി അന്ത്യശാസനം നീട്ടാനും, തങ്ങളുടെ വാദത്തിന് കൂടുതൽ അംഗങ്ങളുടെ പിന്തുണ നേടാനുമാണ് അവരുടെ പരിപാടി.

അമേരിക്കക്ക് മറ്റൊരു പരാജയവും പറ്റി. ഇറാഖിനെ വടക്കുവശത്തുനിന്ന് ആക്രമിക്കാൻ തുർക്കിയുടെ അതിർത്തിയിലൂടെ സൈനികനീക്കം നടത്താൻ തുർക്കിയുടെ പാർലമെന്റിന്റെ അനുമതിക്കുവേണ്ടി നടത്തിയ ശ്രമം പാളിപ്പോയി. തുർക്കിയിൽ ചെന്നിറങ്ങാൻ 62,000 അമേരിക്കൻ ഭടന്മാർ കാത്തിരുന്നത് വെറുതെയായി. തുർക്കിയുടെ പാർലമെന്റിൽ പ്രമേയത്തിന് ഭൂരിപക്ഷം ലഭിച്ചില്ല.

യുദ്ധം, ബുഷിനെ സംബന്ധിച്ചിടത്തോളം *ബൈബിൾ* വചനമനുസരിച്ച് നന്മയും തിന്മയും തമ്മിലുള്ള പോരാട്ടമാണ്. അവിടെ, ഐക്യരാഷ്ട്രസഭ അധികപ്പറ്റാണ്. ഐക്യരാഷ്ട്രസഭ അനുവദിച്ചാലും ഇല്ലെങ്കിലും, ഇറാക്കിനെ നിരായുധമാക്കാൻ അമേരിക്ക മുന്നോട്ടു പോകുമെന്ന് മാർച്ച് 7 ന് ബുഷ് പ്രസ്താവിച്ചു. ബ്ലെയറിന് അതൊരു കൗശലമായി. ബ്രിട്ടീഷ് പാർലമെന്റിൽ ലേബർ പാർട്ടിയിലെ എം പിമാരിൽ നാലിലൊന്നു ഭാഗം യുദ്ധത്തിന് എതിരായി വോട്ടുചെയ്തു. ഒരു ജൂനിയർ മിനിസ്റ്റർ രാജിവച്ചു. യു എൻ അനുമതിയില്ലാതെ യുദ്ധത്തിന് പോയാൽ താൻ രാജിവക്കുമെന്ന് ക്യാബിനറ്റ് മന്ത്രി മിസ്സിസ് ക്ലയർ ഷോർട്ട് പ്രഖ്യാപിച്ചതോടെ പ്രശ്നം സങ്കീർണമായി. മറ്റു നാലു മന്ത്രിമാർ കൂടി രാജിക്ക് സന്നദ്ധരായി.

ഇറാക്കിലെ യുദ്ധം ഒരു വഴിത്തിരിവാകും. രണ്ടാം ലോക മഹായുദ്ധത്തിനുശേഷം, സാമ്രാജ്യത്വശക്തികളുടെ ഇടയിൽ മൂർച്ഛിച്ച വൈരുധ്യങ്ങളുടെ അടയാളമാണത്. 1956 ൽ ആംഗ്ലോ-ഫ്രഞ്ച് കൂട്ടുകെട്ട് സൂയസ് ആക്രമണം നടത്തുകയും അമേരിക്ക അതിനെ അനുകൂലിക്കാതിരിക്കുകയും ചെയ്തപ്പോൾ, പ്രശ്നം ഇത്രയും സങ്കീർണമായിരുന്നില്ല. യൂറോപ്പിലെ പ്രബല രാഷ്ട്രങ്ങളായ ഫ്രാൻസും ജർമനിയും, സമഗ്രാധിപത്യത്തിനായി അമേരിക്ക നടത്തുന്ന ശ്രമത്തിന് എതിരായി നിന്നു. മുതലാളിത്തത്തിന്റെ ഭ്രമണപഥത്തിൽ സഞ്ചാരം തുടങ്ങിയ മറ്റൊരു പ്രധാന രാജ്യമായ റഷ്യയും യൂറോപ്യൻ രാജ്യങ്ങളെ അനുകൂലിച്ചു. എണ്ണയുടെ പ്രഭവകേന്ദ്രം പിടിച്ചടക്കപ്പെട്ടാൽ, ബഹുകേന്ദ്രീകൃതമായ ലോകത്തിനും പ്രബലമായ സംയുക്ത യൂറോപ്പിനും അതൊരു തിരിച്ചടിയാകും. ഫ്രാൻസ്, ജർമനി, റഷ്യ എന്നീ രാജ്യങ്ങളിലെ വിദേശ മന്ത്രിമാർ മാർച്ച് 5 ന് സമ്മേളിച്ച് പുറപ്പെടുവിച്ച സംയുക്ത പ്രസ്താവനയിൽ, യുദ്ധത്തിന് അനുകൂലമായ പ്രമേയത്തിന് തങ്ങൾ എതിരാണെന്ന് ദൃഢമായി പ്രസ്താവിച്ചു. സത്യത്തിൽ അതൊരു ചരിത്രസന്ദർഭമായിരുന്നു. പ്രസ്തുത നിലപാടിനെ അടുത്ത ദിവസം ചൈനയും അംഗീകരിച്ചു. ലോകമഹായുദ്ധാനന്തരം നിലനിന്ന ശീതസമരാന്തരീക്ഷം അടിച്ചേല്പിക്കാനും സമഗ്രാധിപത്യം സമ്പാദിക്കാനും അമേരിക്ക നടത്തുന്ന ശ്രമത്തിന് എതിരായ മുന്നറിയിപ്പായിരുന്നു അത്.

രക്ഷാസമിതിയിലും നയതന്ത്രവൃത്തങ്ങളിലും ബഹളം നടന്നു. അണിയറയിൽ, യുദ്ധവിരുദ്ധ നീക്കങ്ങൾക്ക് ആക്കം കൂടിവന്നു. ഗവൺമെന്റുകൾ എത്ര ശക്തങ്ങളാണെങ്കിലും, അവരുടെ അമേരിക്കൻ അനുകൂല നടപടിക്കെതിരെ തെരുവിലിറങ്ങി പ്രകടനം നടത്തിയ ജന ലക്ഷങ്ങൾ അജയ്യശക്തിയായിരുന്നു. ബ്രിട്ടൻ, ആസ്ട്രേലിയ, ഇറ്റലി എന്നീ യു എസ് സഖ്യ രാജ്യങ്ങളിൽ യുദ്ധപ്രതിഷേധ പ്രകടനങ്ങൾ ഇളകിമറിഞ്ഞു. രക്ഷാസമിതിയിൽ അംഗമല്ലാത്തതിനാൽ ഇന്ത്യക്ക്, പാകിസ്ഥാനെപ്പോലെ പക്ഷം പിടിക്കാനില്ല. പാകിസ്ഥാൻ അമേരിക്കയുടെ നിയന്ത്രണത്തിലാണ്. രക്ഷാസമിതിയിൽ അമേരിക്കക്ക് എതിരായി വോട്ടു ചെയ്യുന്ന കാര്യം ഹീനമായ ആശ്രിതത്വത്തിൽ കഴിയുന്നതിനാൽ അചിന്ത്യമാണ്. വിട്ടുനിൽക്കൽ മാത്രമായിരിക്കും പോംവഴി. അമേരിക്കയോടൊപ്പം വോട്ടുചെയ്താൽ പൊതുജനാഭിപ്രായം ആളിക്കത്തും. ഭരണത്തിന്റെ വിശ്വാസ്യത നശിക്കും.

ബി ജെ പിയുടെ നേതൃത്വത്തിലുള്ള ഗവൺമെന്റിന് അത്തരം ധർമ്മസങ്കടമൊന്നും ഇല്ല. അവരുടെ മനസ്സ് അമേരിക്കയുടെ ഒപ്പമായിരുന്നെങ്കിലും ഇന്ത്യയിലെയും ലോകത്തിലെയും പൊതുജനാഭിപ്രായം ഭയന്ന് അമേരിക്കയെ പരസ്യമായി പിന്താങ്ങിയില്ല. അതുകൊണ്ടാണ് പ്രധാനമന്ത്രി വാജ്പേയി "മധ്യമാർഗ്ഗ"ത്തെപ്പറ്റി പറഞ്ഞത്. യുദ്ധവുമായി സഹകരിക്കുന്നില്ലെങ്കിലും നിഷ്പക്ഷനില അമേരിക്കയെ സന്തോഷിപ്പിക്കാതിരിക്കില്ല. പാർലമെന്റിൽ പ്രമേയം അവതരിപ്പിക്കാൻ ബി ജെ പി തയാറായില്ല. അതിനു പറഞ്ഞ കാരണം, യുദ്ധം നടക്കാനിടയില്ല എന്നും ഐക്യരാഷ്ട്രസഭ പ്രശ്നം സമാധാനപരമായി പരിഹരിക്കും എന്നുമാണ്. ഇത് വാജ്പേയിയുടെ ഗവൺമെന്റിന്റെ ഇരട്ടമുഖം പ്രദർശിപ്പിക്കുന്നു. ഇറാക്കിനെ ഏതുവിധം കൈകാര്യം ചെയ്യണം എന്ന കാര്യത്തിൽ ഇന്ത്യയുടെയും യു എസിന്റെയും നിലപാടുകളിൽ വ്യത്യാസമില്ല എന്നാണ് യു എസ് അംബാസഡർ ബ്ലാക്ക്മിൽ ആവർത്തിച്ച് പ്രസ്താവിച്ചത്. ഇറാക്കിന്റെ യുദ്ധാനന്തര "പുനർനിർമാണ"ത്തിൽ ഇന്ത്യക്കും പങ്കാളിത്തം അനുവദിച്ചുകൊണ്ട്, ഇന്ത്യയെ അമേരിക്ക അപമാനിക്കുകയാണ് ചെയ്തത്. ഈ ഗവൺമെന്റിൽ, അമേരിക്കയുടെ സ്വാധീനം എത്രത്തോളമുണ്ട് എന്നതിന്റെ തെളിവാണത്. അവരുടെ പതിവായ പിന്തുണക്കാർക്കുപോലും അരോചകമായ കാര്യം ബി ജെ പി ഭരണാധികാരികൾക്ക് രുചികരമായിരിക്കുന്നു.

കോൺഗ്രസിന്റെ നിലപാടും തണുപ്പൻമട്ടിലുള്ളതാണ്. അമേരിക്കയുടെ ഏകപക്ഷീയമായ ആക്രമണത്തെ അപലപിക്കുകയും എതിർക്കുകയും ചെയ്തുകൊണ്ട് അവരുടെ അസന്തുഷ്ടി ഏറ്റുവാങ്ങാൻ കോൺഗ്രസ്സ് തയാറല്ല. ഇറാക്കുമായി തങ്ങളുടെ ഭരണകാലത്ത് പുലർത്തിയിരുന്ന ദൃഢമായ ബന്ധംപോലും കോൺഗ്രസ്സ് വിസ്മരിച്ചു.

ഇറാക്കിനുനേരെ സൈനികാക്രമണം ആസന്നമാണ്. പടയൊരുക്കം നടന്ന നിലയ്ക്ക് പിന്മാറാൻ സാധ്യതയില്ല. യുദ്ധാനന്തരമുള്ള ഇറാക്കിന്റെ

അധിനിവേശത്തിലാണ് ബുഷിന്റെ ശ്രദ്ധ. അമേരിക്കയുടെ കുറ്റകരമായ യുദ്ധത്തിന്റെ ഭവിഷ്യത്ത് ഭയാവഹമാകും. യുദ്ധാനന്തരം അവർ അഭിമുഖീകരിക്കുന്ന ഒറ്റപ്പെടൽ, താത്കാലികമാവില്ല. കഴിഞ്ഞ ഒരു ദശകമായി അമേരിക്ക അഴിച്ചുവിട്ട സൈനിക ഭീഷണിക്കെതിരെയുള്ള ചെറുത്തുനിൽപ്പിന് ആക്കംകൂടും. എതിർപ്പിന്റെ ഫലം ഇപ്പോൾത്തന്നെ കണ്ടുതുടങ്ങിയിട്ടുണ്ട്.

അമേരിക്കയുടെ യുദ്ധക്കൊതിയെ തടുത്തുനിർത്തുന്നതിൽ ലോകം നിസ്സഹായമാണെന്ന് കരുതുമ്പോൾ, അമേരിക്കൻ സഖ്യരാജ്യങ്ങളിൽനിന്നുതന്നെ യുദ്ധവിരുദ്ധമായ വികാരപ്രകടനം ശക്തമായി ഉയർന്നുവന്നിട്ടുണ്ട്. കുറേക്കൂടി വ്യക്തമായി പറഞ്ഞാൽ, അമേരിക്കയും മറ്റുള്ള രാജ്യങ്ങളും നേർക്കുനേരേയുള്ള നിലപാടിലാണ് ലോകം ഇന്ന് എത്തിനിൽക്കുന്നത്. ഫെബ്രുവരി 15 ന്റെ പ്രതിഷേധങ്ങൾക്കുശേഷം, *ന്യൂയോർക്ക് ടൈംസിൽ* മുഖപ്രഭാഷക ലേഖകൻ പ്രസ്താവിച്ചതുപോലെ, "രണ്ട് വൻകിട ശക്തികളാണ് ഭൂഗോളത്തിൽ ഇന്നുള്ളത് : യുണൈറ്റഡ് സ്റ്റേറ്റ്സും ലോക പൊതുജനാഭിപ്രായവും."

(Student Struggle, ഫെബ്രുവരി 2003)

ഇറാഖ് : ലോകത്തിന്റെ പുനഃക്രമീകരണത്തിനുള്ള യുദ്ധം

അമേരിക്കക്ക് എതിരെ നടക്കാനിടയുള്ള അതിക്രമം തടയാൻ മുൻകൂട്ടി സ്വീകരിച്ച നടപടിയോ ഒരു ഏകാധിപതിയുടെ വരുതിയിൽ കുന്നുകൂടിയ നശീകരണായുധങ്ങൾ ഇല്ലാതാക്കാനുള്ള മുൻകരുതലോ ആയിരുന്നില്ല ഇറാഖിനോടുള്ള യുദ്ധം. ലോകമേധാവിത്വം നേടാൻ അമേരിക്ക നടത്തിയ ധിക്കാരപൂർവ്വമായ ആക്രമണം മാത്രമായിരുന്നു അത്. യു എസ് അഹങ്കാരത്തിന്റെ വിളംബരമാണ് 21-ാം നൂറ്റാണ്ട് കണ്ടുകൊണ്ടിരിക്കുന്നത്. ഭൂലോകസർവാധിപത്യമാണ് അതിന്റെ ലക്ഷ്യം. ആധിപത്യം നിലനിർത്തുകയും വർദ്ധിപ്പിക്കുകയും വേണം. യു എസ് കുത്തകമൂലധനത്തിന്റെ സുരക്ഷ ഉറപ്പിക്കണം. സാമ്രാജ്യത്വ താല്പര്യങ്ങൾക്കെതിരെ ഉയരുന്ന ഏതു വെല്ലുവിളിയേയും സായുധമുഷ്ടികൊണ്ട് ഒതുക്കണം.

21-ാം നൂറ്റാണ്ടിന്റെ ആരംഭത്തിൽ അമേരിക്കൻ കരുത്തിലാണ് സാമ്രാജ്യത്വം പ്രത്യക്ഷപ്പെട്ടത്. ബുഷിന്റെ പ്രസിഡന്റു പദവിയോടെ അത് പ്രകടവും ധിക്കാരപരവുമായി. 20-ാം നൂറ്റാണ്ടിന്റെ അന്ത്യദശകങ്ങളിലാണ് അതിന്റെ പ്രകടനത്തിന്റെ തുടക്കം. സാമ്രാജ്യത്വത്തിന്റെ ഈ പുത്തൻ അതിക്രമത്തിന്റെ അടയാളമായി ഇറാക്ക് ഉയർന്നുനിൽക്കുന്നു.

ഇറാഖിനു നേരെ നടന്ന ആക്രമണം ഒരു വഴിത്തിരിവാണ്. ഒരു സ്വതന്ത്ര അറബ് രാജ്യത്തെ ആക്രമിച്ച് കീഴടക്കി സാമന്തരാജ്യമാക്കി മാറ്റുകയാണ് (അഫ്ഗാനിസ്ഥാനെപ്പോലെ) അമേരിക്ക ചെയ്തത്. രണ്ടാം ലോകമഹായുദ്ധത്തിനുശേഷം സൗദി അറേബ്യ, ലബനൻ, ഗൾഫ് സ്റ്റേറ്റുകൾ എന്നിവിടങ്ങളിലെല്ലാം സൈനിക വിന്യാസം നടത്തി താവളമുറപ്പിക്കാൻ അമേരിക്ക മടിച്ചില്ല. പശ്ചിമ ഏഷ്യയിലെ പല ഭരണകൂടങ്ങളെയും പലവട്ടം അട്ടിമറിക്കുകയും ആശ്രിതവാഴ്ച ഉറപ്പിക്കുകയും

ചെയ്തു. അത്തരം ചെയ്തികൾക്കു പറ്റിയ ഇടത്താവളമായി ഇസ്രായേലിനെ ഉപയോഗിച്ചു. എന്നാൽ ഇറാഖിനെപ്പോലെ ഇത്രയും ശക്തമായ രാജ്യത്തെ ഇത്തരത്തിൽ ആക്രമിച്ച് വരുതിയിലാക്കുന്നത് ഇത് ആദ്യമായാണ്. എണ്ണസമ്പത്തു നിറഞ്ഞ ഇറാഖിനെ വെട്ടിപ്പിടിച്ച് കാവൽ സൈനികത്താവളമാക്കി മാറ്റിയ ഈ നാടകീയമായ നടപടിക്കു തുല്യമായി മറ്റൊന്ന് ഇതിനുമുമ്പ് നടന്നിട്ടില്ല.

ഇറാഖിനെതിരെ നടത്തിയ യുദ്ധം മുൻകൂറായി തീരുമാനിച്ചുറപ്പിച്ചതായിരുന്നു. 2001 സെപ്തംബർ 11 ലെ സംഭവം നടന്നില്ലായിരുന്നു എങ്കിൽപ്പോലും അത് തീർച്ചയായിരുന്നു. സൗകര്യകരമായ അഭിനയത്തിന് സെപ്തംബർ 11 അരങ്ങൊരുക്കി എന്നുമാത്രം. എന്തും ആദ്യം ചെയ്യാനുള്ള അവകാശം തങ്ങൾക്കാണെന്ന ബുഷിന്റെ സിദ്ധാന്തത്തിന്റെ പ്രയോഗമായിരുന്നു അത്. അഫ്ഗാനിസ്ഥാനിലെ യുദ്ധം അതിന്റെ മുന്നൊരുക്കമായിരുന്നു. ഇറാഖ്, ഇറാൻ, ഉത്തര കൊറിയ എന്നിവയെ ഉദ്ദേശിച്ച്, "തിന്മയുടെ അച്ചുതണ്ടി"നെ ചൂണ്ടിയുള്ള പ്രഭാഷണം പിന്നാലെ വന്നു. "ഭീകരവാദത്തിന് എതിരായ ആഗോളയുദ്ധ" ത്തിന് അവസാനമില്ല എന്ന ആശയാവതരണവും നടന്നു. ബുഷിന്റെ ഭരണകൂടത്തിലെ "പുതിയ സാമ്രാജ്യവാദികൾ"ക്ക് പ്രോത്സാഹനം നൽകിക്കൊണ്ട്, ഭീകരവാദത്തിന് എതിരായ ആഗോളസഖ്യം അനായാസം നിലവിൽവന്നു.

എന്തുകൊണ്ട് ഇറാഖ്?

1991 നുശേഷം, ഇടതടവില്ലാത്ത യുദ്ധത്തിന്റെ ഇടമായി ഇറാഖ് മാറി. യുദ്ധാനന്തരം ഭരണമാറ്റങ്ങൾ നടക്കും. അമേരിക്കയുടെ സമ്മർദ്ദത്താൽ ഐക്യരാഷ്ട്രസഭയുടെ ഇടപെടൽ ഉണ്ടാകും. ബുഷി (സീനിയർ) ന്റെ ഭരണത്തിനുശേഷം വന്ന ക്ലിന്റന്റെ കാലത്തും ഇറാഖ് ആക്രമണത്തിന് വിധേയമായി. ഇപ്പോഴത്തെ ബുഷ് മാത്രമായിരുന്നില്ല ഇറാഖിന്റെ ശത്രു. ക്ലിന്റന്റെ വാഴ്ചക്കാലത്ത്, 1993 ലെ വ്യോമാക്രമണത്തിലും 1998 ലെ "മരുഭൂമിക്കുറുക്കൻ" ആക്രമണത്തിലും ക്ലിന്റൺ ഗവൺമെന്റ് 72 മണിക്കൂർ നീണ്ടുനിന്ന ബോംബാക്രമണം നടത്തിയിരുന്നു. അതിനുപുറമെ, വിമാനങ്ങൾക്കു പറക്കാൻ അനുമതിയില്ലെന്ന് അടയാളപ്പെടുത്തിയ ഇറാഖിലെ ആകാശാതിർത്തിയുടെ അകത്തുകൂടിയും നിരന്തരം അമേരിക്കയുടെ ബോംബാക്രമണം ഉണ്ടായിരുന്നു. അനായാസം അതിക്രമം കാട്ടാനുള്ള ഇടമായിട്ടാണ് ഇറാഖിനെ അമേരിക്ക കണക്കാക്കിയത്.

ഈ ശത്രുതയ്ക്ക് എന്താണ് കാരണം? ആ മേഖലയിൽ അമേരിക്കയ്ക്ക് വഴങ്ങാത്ത പ്രധാന രാജ്യം (ഇറാൻ, സിറിയ എന്നിവ ഒഴികെ) ഇറാഖായിരുന്നു. ഇറാഖിന്റെ ഭൂമിശാസ്ത്രപരവും യുദ്ധതന്ത്രപ്രധാനവുമായ പ്രത്യേകത കണക്കിലെടുത്തു വേണം സദ്ദാം ഹുസൈന്റെ ശാഠ്യബുദ്ധി വിലയിരുത്താൻ. എണ്ണശേഖരത്തിൽ ലോകത്തിൽ രണ്ടാം സ്ഥാന

മുള്ള രാജ്യം, ബാത്തിസ്റ്റ് പാർട്ടിയുടെ സർവ്വാധിപത്യഭരണത്തിൽ പ്രവർത്തിക്കുന്ന ആധുനിക രാജ്യം എന്നീ പ്രത്യേകതയുള്ള ഇറാഖ്, ആധിപത്യമുറപ്പിക്കാൻ അമേരിക്ക നടത്തുന്ന ശ്രമത്തിന് വിലങ്ങുതടിയായിരുന്നു. അമേരിക്കയുടെ ഏജന്റായി പ്രവർത്തിക്കുന്ന ഇസ്രായേലിന്റെ സാന്നിധ്യവും പ്രധാനമായിരുന്നു. 1990 ൽ കുവൈത്തിനെ ഇറാക്കിസേന പിടിച്ചടക്കിയതോടെ, അമേരിക്കയുടെ ഭീതി വർദ്ധിച്ചു. സദ്ദാമിന്റെ കീഴിൽ ഇറാക്ക് ഭാവിയിൽ തങ്ങൾക്ക് ഇറാനേക്കാൾ ഭീഷണിയാകുമെന്ന് അമേരിക്ക കണക്കുകൂട്ടി. ഒരടിക്ക് രണ്ടു രാജ്യങ്ങളേയും അശക്തമാക്കാനുള്ള അടവ് കാണിക്കാൻ അമേരിക്കക്ക് അവസരമൊരുക്കിക്കൊണ്ട് 1980–1988 കാലഘട്ടത്തിൽ ഇറാനും ഇറാക്കും തമ്മിൽ സംഘട്ടനം നടന്നു. ഇരുകൂട്ടർക്കും ആയുധം നൽകുന്ന തന്ത്രമാണ് അമേരിക്ക പയറ്റിയത്.

ലോകമേധാവിത്വം നേടാൻ സാമ്രാജ്യത്വം നടത്തുന്ന പുതിയ കണക്കുകൂട്ടലുകൾ അനുസരിച്ച് ബുഷ് ഭരണകൂടം ശത്രുരാജ്യങ്ങളെ യുദ്ധത്തിലേക്ക് ചെന്നു ചാടിക്കാനുള്ള ഉടക്കുകൾ പ്രവർത്തനനിരതമാക്കും വിധമായിരുന്നു ഗൾഫിലെ സംഭവഗതികൾ.

ബുഷ് ഭരണകൂടത്തിലെ പ്രധാന വ്യക്തികളായിരുന്ന റംസ്ഫീൽഡ്, വുൾഫൊവിറ്റ്സ്, ജോൺ ബോൾടൺ, റിച്ചാർഡ് ആർമിറോഷ് തുടങ്ങിയവർ "പുതിയ അമേരിക്കൻ നൂറ്റാണ്ടിനുവേണ്ടിയുള്ള പ്രോജക്ട്" തയ്യാറാക്കി, 1998ൽ പ്രസിഡന്റ് ക്ലിന്റണ് സമർപ്പിച്ചു[1]: "ഗൾഫ് മേഖലയിൽ ശക്തമായ സൈനിക സാന്നിധ്യം ഉറപ്പുവരുത്താൻ, അമേരിക്ക ശ്രദ്ധിക്കണം. ഗൾഫിലെ നമ്മുടെ താല്പര്യം സംരക്ഷിക്കാൻ അതുവഴി സാധ്യമാക്കണം. സാധിക്കുമെങ്കിൽ സദ്ദാമിനെ അധികാരഭ്രഷ്ടനാക്കാൻ ശ്രമിക്കണം."

ഈ വ്യക്തികൾ തന്നെ, 'യു എസ് എ യുടെ ദേശീയ സുരക്ഷാ തന്ത്രം' തയ്യാറാക്കി. 2002 സെപ്തംബറിൽ ബുഷ് അത് യു എസ് കോൺഗ്രസിൽ സമർപ്പിച്ചു. യു എസ് സാമ്രാജ്യത്വം ഇന്നും പിന്തുടരുന്നത് അതിൽപ്പറഞ്ഞ സൈനികസൂത്രങ്ങൾ തന്നെയാണ്. ഒന്നാമത്തെ കാര്യം ലോകം മുഴുവൻ വരുതിയിൽ വരുത്താൻ അമേരിക്ക ശ്രമിക്കണം എന്നതാണ്. രണ്ടാമത്, യു എസിന്റെ താല്പര്യത്തിന് വിഘാതമായി വരാൻ സാധ്യതയുള്ളതിനെ മുൻകൂട്ടി നടപടിയെടുത്ത് തടയണം. മൂന്നാമത്, യു എസിന്റെ പ്രബലശക്തിക്ക് വെല്ലുവിളി ഉയർത്തുന്നതോ തുല്യമായി നിൽക്കുന്നതോ ആയ ഏതു ശക്തിയേയും അത് തടഞ്ഞുനിർത്തണം. ഈ മുന്നറിയിപ്പോടെയാണ് രേഖ അവസാനിക്കുന്നത്: "യുണൈറ്റഡ് സ്റ്റേറ്റ്സിന്റെ ശക്തിക്ക് തുല്യമാകാനോ അതിനെ മറികടക്കാനോ ഉള്ള ഏതു ശ്രമത്തെയും പിന്തിരിപ്പിക്കാനും പരാജയപ്പെടുത്താനുമുള്ള സൈനികശേഷി നമുക്കുണ്ട്."

സാമ്രാജ്യത്വത്തിന്റെ കാലഘട്ടത്തിൽ, മുതലാളിത്ത വ്യവസ്ഥിതിയിൽ, അന്യരാജ്യങ്ങളെ ആക്രമിക്കാനോ കീഴടക്കാനോ ഭരണകൂടങ്ങളെ

അസ്ഥിരമാക്കാനോ സൈനികബലപ്രയോഗം നടത്തുന്നത്, ലോക മുതലാളിത്തക്രമത്തിനകത്തെ വൈരുധ്യമാണെന്ന് മാർക്സിസ്റ്റുകാർ കരുതുന്നു. ദേശരാഷ്ട്രങ്ങൾ തമ്മിലും സാമ്രാജ്യത്വ രാജ്യങ്ങൾ തമ്മിലും ഉണ്ടാകുന്ന സംഘർഷങ്ങൾ, സാമ്രാജ്യത്വ വ്യവസ്ഥിതി സൃഷ്ടിക്കുന്ന മത്സരത്തിന്റെയും ചൂഷണത്തിന്റെയും അനന്തരഫലങ്ങളാണ്. സൈനികസംഘട്ടനങ്ങളിൽ, ഭൂമിശാസ്ത്രപരവും രാഷ്ട്രീയവും സാമ്പത്തികവുമായ താല്പര്യങ്ങൾ ഇടകലർന്നിരിക്കും.

യു എസ് സാമ്രാജ്യത്വശക്തിയുടെ മേധാവിത്വത്തെയും അഭൂതപൂർവമായ അതിന്റെ സൈനിക പ്രകടനത്തെയും ഏതു വിധമാണ് വിലയിരുത്തുക? സാമ്രാജ്യത്വ വ്യവസ്ഥക്കകത്ത് യു എസി ന്റെ പട്ടാളശേഷി, മികച്ചതാണ് എന്നതിൽ സംശയമില്ല. ലോകത്തിന്റെ മൊത്തം സൈനികച്ചെലവിന്റെ നാല്പതു ശതമാനം യു എസ് തനിച്ച് ചെലവഴിക്കുന്നുണ്ട്. തൊട്ടടുത്ത 25 വൻകിട രാജ്യങ്ങൾ ആകെ വിനിയോഗിക്കുന്ന സൈനിക ബജറ്റിനെ കവച്ചുവയ്ക്കുന്നതാണ് യു എസിന്റെ രാജ്യരക്ഷാച്ചെലവ്. എന്നാൽ, സാമ്പത്തികശേഷിയുടെയോ ധനമേധാവിത്വത്തെയോ പ്രതിഫലിപ്പിക്കുന്നതല്ല ഈ പട്ടാളച്ചെലവ്. ആ രംഗത്തുള്ള മത്സരത്തിൽ പശ്ചിമ യൂറോപ്പിനെയോ ജപ്പാനെയോ മറി കടക്കാൻ, അമേരിക്കക്ക് അസാധ്യമാണ്. രണ്ടാം ലോക മഹായുദ്ധത്തിനുശേഷം, ജർമനിയും ജപ്പാനും എപ്പോഴും ആഗോള രാഷ്ട്രീയരംഗത്ത് അമേരിക്കയുടെ നേതൃത്വം അംഗീകരിച്ചിരുന്നു. അതേ അവസരത്തിൽ, സാമ്പത്തിക രംഗത്ത് സദാ സംഘർഷവും മത്സരവും നിലനിൽക്കുകയും ചെയ്തു. ഈ വൈരുധ്യം തിരിച്ചറിഞ്ഞ അമേരിക്ക, ഇരുപതാം നൂറ്റാണ്ടിന്റെ അവസാന ദശകത്തിൽ, സാമ്പത്തിക ശക്തി സമാഹരിക്കാനും വളർത്താനും സർവ സന്ദർഭങ്ങളും ഉപയോഗിച്ചുവരുന്നു.

കടിഞ്ഞാണില്ലാത്തവിധം സൈനികശക്തി ഉപയോഗിക്കുന്ന സാമ്രാജ്യത്വ വൻശക്തികളുടെ സാമ്പത്തിക അടിത്തറയും പരിശോധനയ്ക്ക് വിധേയമാക്കണമെന്ന മാർക്സിസ്റ്റ് വിശകലനം ശ്രദ്ധേയമാണ്. ആഗോള ധനവ്യവസ്ഥയുടെ മേൽ ആധിപത്യം നിലനിർത്താൻ, യു എസ് ഭരണവൃത്തങ്ങൾ തല്പരരാണ്. എല്ലാ മുതലാളിത്ത രാജ്യങ്ങളേക്കാളും മികച്ച സാമ്പത്തിക ക്രമമാണ് അമേരിക്ക ലക്ഷ്യമിടുന്നത്. സ്വതന്ത്രമായ മൂലധന പ്രവാഹം, സ്വതന്ത്ര വ്യാപാരം (ആഭ്യന്തര താല്പര്യം ഹനിക്കാത്തവിധം) എന്നിവ നടക്കണമെന്നും കരുതൽ ധനമായി ഡോളർ നിലനിൽക്കണമെന്നുമാണ് അമേരിക്കയുടെ ലക്ഷ്യം. പരിധിവിട്ട വ്യാപാരക്കമ്മി സംഭവിക്കുമ്പോൾ, പുറത്തുനിന്നുള്ള മൂലധന പ്രവാഹത്തിന്ന് സാധ്യത വർദ്ധിക്കും മൂന്നു വർഷത്തിനുള്ളിൽ ഹ്രസ്വകാല പലിശനിരക്ക് 12 തവണ ഫെഡറൽ റിസർവ് കുറയ്ക്കുകയുണ്ടായി. 2000ൽ 237 ബില്യൻ ഡോളർ മിച്ചമുണ്ടായ സ്ഥാനത്ത്, ഈ വർഷം 300 ബില്യൺ ഡോളർ കമ്മിയാണ് സംഭവിച്ചത്. ഗവൺമെന്റിന്റെ ചെലവു വർദ്ധനയും കുറഞ്ഞ പലിശ നിരക്കും ഗുണം ചെയ്തില്ല.

അടുത്ത കാലത്ത് യു എസ് സാമ്പത്തിക സ്ഥിതിയിൽ വന്ന തകർച്ച നേരിടാൻ, യു എസ് സൈനിക വൃത്തങ്ങൾ, പട്ടാളച്ചെലവ് കൂട്ടാനും അതുവഴി സമ്പദ്‌വ്യവസ്ഥയെ ഉണർത്താനുമാണ് താല്പര്യപ്പെടുന്നത്. സൈനികച്ചെലവിന്റെ ഭാരം കമ്മിയെ കവച്ചുവെച്ചു. "ഭരണ നിർവഹണച്ചെലവിന് ഉണർവു നൽകുമാറ് സെപ്തംബർ 11 ലെ സംഭവത്തിനുശേഷം, രാജ്യത്തിന്റെ ഏറ്റവും വലിയ രാജ്യരക്ഷാച്ചെലവിന്റെ കരാറുകളിൽ കമ്പനികളുടെ ഓഹരിമൂല്യം 30 ശതമാനം വർദ്ധിച്ചു. [2]

ഈ പശ്ചാത്തലത്തിൽ വേണം, നാം ഇറാഖിനേയും ഇറാക്കിനു നേരെ പെട്ടെന്നു നടത്തിയ ആക്രമണത്തെയും വിലയിരുത്താൻ. ഗൾഫ് മേഖലയുടെ മേൽ ചോദ്യം ചെയ്യപ്പെടാത്ത പരമാധികാരം സ്ഥാപിക്കാൻ, ഭൂമിശാസ്ത്രപരവും സാമ്പത്തികവും രാഷ്ട്രീയവുമായ പ്രേരണകളുണ്ട്. തീർച്ചയായും എണ്ണയുടെ പ്രശ്നവുമുണ്ട്. ദൈനംദിനാവശ്യത്തിന്റെ 60 ശതമാനം എണ്ണയും യു എസിന് ഇറക്കുമതി ചെയ്യേണ്ട അവസ്ഥ 2020 ഓടെ വന്നുചേരും. സാമ്രാജ്യത്വ മേഖലയിൽ, തങ്ങളുടെ എണ്ണയുടെ ആവശ്യം ഭദ്രമായി നിറവേറ്റാൻ, ഇറാഖിലെ എണ്ണശേഖരത്തിനുമേൽ നിയന്ത്രണം സ്ഥാപിക്കേണ്ടത് അമേരിക്കക്ക് അത്യാവശ്യമത്രെ. അത് യൂറോപ്യൻ ശക്തികൾക്കും ജപ്പാനും അസൗകര്യം സൃഷ്ടിക്കും. യഥാർഥ ഭീഷണിയായ ചൈനയെ അഭിമുഖീകരിക്കാൻ ഈ അവസ്ഥകൾ സഹായകരമാകും.

എണ്ണയുടെ പ്രശ്നം മാത്രമല്ല, ഇപ്പോഴത്തെ ഇറാഖ് യുദ്ധത്തിന്റെ പ്രേരണ. ആഗോള മേധാവിത്വം ലക്ഷ്യമാക്കുന്ന അമേരിക്കയുടെ യുദ്ധതന്ത്രജ്ഞതക്ക്, തങ്ങൾക്കു വഴങ്ങാത്ത എല്ലാ ഭരണകൂടശക്തികളേയും തളർത്തേണ്ടത് അത്യാവശ്യമത്രെ. അമേരിക്കയുടെ അഭിലാഷത്തിനു വഴങ്ങാത്ത പ്രാദേശിക ശക്തികളെ അവർ പൊറുപ്പിക്കില്ല. ശീതയുദ്ധത്തിന്റെ രാഷ്ട്രീയ കാലാവസ്ഥ അവസാനിച്ചതോടെ, സമ്പൂർണാധിപത്യത്തിനായുള്ള അമേരിക്കയുടെ അഭിലാഷത്തിന് വിലങ്ങടിച്ചു നിൽക്കുന്നത് "തെമ്മാടി ഭരണകൂടങ്ങളാ"ണ്. "തിന്മയുടെ അച്ചുതണ്ട്" എന്ന് ബുഷ് വിശേഷിപ്പിച്ച്, പട്ടികയിൽ എണ്ണമിട്ടു കണക്കാക്കിയ ഭീകരരാജ്യങ്ങളാണ്. തങ്ങളുടെ സ്വാതന്ത്ര്യം ഉറപ്പിക്കാൻ കൊതിക്കുന്ന അറബ് ദേശീയ രാഷ്ട്രങ്ങളെല്ലാം അമേരിക്കയുടെ വിദ്വേഷപാത്രങ്ങളത്രെ. ഇതിന് രണ്ടു കാരണങ്ങളുണ്ട്. എണ്ണയുടെ നിയന്ത്രണത്തിന് അമേരിക്കക്ക് ആശ്രിത രാജ്യങ്ങൾ ആവശ്യമാണ്. രണ്ടാമത്, തങ്ങളുടെ പോലീസ് ദൗത്യം നിർവഹിക്കുന്ന ഇസ്രായേലി ഗവൺമെന്റിനെ സംരക്ഷിക്കണം.

സെപ്തംബർ 11 ന്റെ പ്രാധാന്യം

ചരിത്ര സന്ദർഭത്തിന്റെ വിശേഷ വിഭജനഘട്ടമാണ് വാഷിങ്ടണിലും ന്യൂയോർക്കിലും സെപ്തംബർ 11നു നടന്ന ആക്രമണം–അത് ഒരു ഒഴികഴിവായി–രാഷ്ട്രീയ ക്ഷോഭത്തിന് വഴിയൊരുക്കി. അമേരിക്കധിക്കാരപൂർവ്വം ലോകത്തെ പുന:ക്രമീകരിക്കാൻ പുറപ്പെട്ടു.[3] സി പി ഐ

(എം) ന്റെ 17-ാം കോൺഗ്രസിലെ രാഷ്ട്രീയ പ്രമേയം പ്രസ്താവിക്കുന്നു:

> 2001 സെപ്തംബർ 11ലെ യു എസ് എ യുടെ നേരെ നടന്ന ഭീകരാക്രമണവും അതിനെ തുടർന്ന് അമേരിക്കൻ സാമ്രാജ്യവും സഖ്യശക്തികളും അഫ്ഗാനിസ്ഥാനിൽ നടത്തിയ യുദ്ധവും സാർവദേശീയ അനന്തരഫലങ്ങൾ സൃഷ്ടിച്ചിരിക്കുന്നു. ഈ അവസരം ഉപയോഗിച്ച് തങ്ങളുടെ സർവാധിപത്യം, സാമ്പത്തികവും സൈനികവും രാഷ്ട്രീയവുമായ രംഗങ്ങളിൽ ലോകവ്യാപകമായി ഉറപ്പിക്കാനാണ് യു എസ് സാമ്രാജ്യത്വം ശ്രമിച്ചു വരുന്നത്.

താമസിയാതെ ചക്രവാളത്തിൽ ഇറാഖ് പ്രത്യക്ഷപ്പെട്ടു. സെപ്തംബർ 11ന്റെ അടുത്ത ദിവസം, ഡിഫൻസ് സെക്രട്ടറി റംസ് ഫീൽഡ്, നാഷണൽ സെക്യൂരിറ്റി കൗൺസിൽ യോഗത്തിൽ ഇറാഖ് പ്രശ്നം ഉന്നയിച്ചു; പിറ്റേന്ന്, റംസ് ഫീൽഡും പോൾ വൊൾഫൊവിറ്റ്സും ക്യാമ്പ് ഡേവിഡിൽ പ്രശ്നം വീണ്ടും അവതരിപ്പിച്ചു.[4]

യുദ്ധത്തിൽനിന്ന് കാര്യലാഭം

ഇറാഖിനെ കീഴടക്കിയത് പെട്ടെന്ന് കാര്യലാഭം പ്രതീക്ഷിച്ചായിരുന്നു. ഇറാഖിലെ 'യഥാർഥ അധികൃതരു'ടെ കീഴിൽ, 'ഭക്ഷണത്തിനു പകരം എണ്ണ' എന്ന പരിപാടി ആരംഭിക്കാൻ ഐക്യരാഷ്ട്രസഭ അനുമതി നൽകി. എണ്ണ വില്പനയിൽ നിന്ന് 1000കോടി ഡോളർ കാരുണ്യ പ്രവർത്തനങ്ങൾക്ക് അവശ്യവസ്തുക്കൾ വാങ്ങാൻ നീക്കി വെയ്ക്കപ്പെട്ടു. ഇറാഖിലെ എണ്ണ വിറ്റുകിട്ടുന്ന പ്രസ്തുത തുക, രാജ്യം കൈയടക്കിയ അധികൃതരെന്ന നിലയ്ക്ക് അമേരിക്കയാണ് വിനിയോഗിക്കുക. ഇറാഖിലെ ജനങ്ങളുടെ മേൽ ആദ്യം നാശം അടിച്ചേൽപ്പിക്കുക, അതിനുശേഷം ഇറാഖുകാരുടെ ചെലവിൽത്തന്നെ ആശ്വാസം എത്തിക്കുക- ഇതാണ് അമേരിക്കയുടെ കുതന്ത്രം. അതുമാത്രമല്ല, "ഇറാഖിന്റെ പുനർനിർമ്മാണ"വും ലാഭകരമായ ഇടപാടായിരിക്കും.

"ഇറാഖിന്റെ പുനർനിർമ്മാണ"ത്തിന് യു എസ് കമ്പനികൾ, എണ്ണയിൽ നിന്നുള്ള വരുമാനമാണ് ഉപയോഗിക്കുക. അതിനു പുറമെ, മുഴുവൻ നിർമാണ പ്രവർത്തനങ്ങളും നിയന്ത്രിക്കുന്നത്, ഇറാഖിനെ കൈയടക്കിയ യു എസ് അധികൃതരായിരിക്കും. പാതകളും കെട്ടിടങ്ങളുമൊക്കെ നിർമ്മിക്കാനുള്ള കരാറുകൾ യു എസ് എയ്ഡ് (US AID) നൽകി. യുദ്ധത്തിന്റെ ആവശ്യത്തിന് പ്രസിഡന്റ്, കോൺഗ്രസിനോട് 7500 കോടി ഡോളർ ആവശ്യപ്പെട്ടു. അതിൽ 350 കോടി ഡോളർ ഇറാഖിന്റെ പുനർനിർമാണത്തിന് നീക്കിവച്ചു. ലാഭകരമായ കരാറുകളിലെ ഭൂരിഭാഗവും അമേരിക്കൻ കമ്പനികൾക്കാണു ലഭിക്കുക. ഉംഖാസർ തുറമുഖത്തിന്റെ പുനർനിർമിതിക്കുള്ള 480 കോടി ഡോളറിന്റെ കരാർ, വൈസ് പ്രസിഡന്റ് ഡി കെ ചെനെ മുമ്പ് അധിപനായിരുന്ന സ്ഥാപനത്തിനാണ് നൽകിയത്. ബുഷിന്റെ സുഹൃദ്വലയത്തിൽ ഉള്ളവരോടുള്ള സഹായ സന്നദ്ധതയുടെ തെളിവാണിത്.

സദ്ദാം ഹുസൈനിന്റെ ഗവൺമെന്റ് ധാരാളം കരാറുകൾ എണ്ണയുടെ യഥാർഥ വിലയ്ക്ക്, റഷ്യൻ കമ്പനികൾക്കും ഫ്രഞ്ച് കമ്പനികൾക്കുമാണ് നൽകിയിരുന്നത്; ഫ്രഞ്ച് ഓയിൽ കമ്പനിയായ ടോട്ടൽ ഫിനാ എൽഫ, ലുക്കോയിലിന്റെ നിയന്ത്രണത്തിലുള്ള റഷ്യൻ കൺസോർഷ്യം എന്നിവയ്ക്ക്. അമേരിക്കൻ നിയന്ത്രണത്തിലാകുമ്പോൾ ഫ്രഞ്ച്, റഷ്യൻ കമ്പനികൾ പുറത്താകും. യു എസ് കമ്പനികളായ എക്സൺ മോബിൽ, ഷെഖ്റോൺ–ടെക്സാകൊ എന്നിവയ്ക്ക് നല്ല കളി കളിക്കാം.

ബ്രിട്ടീഷ് കൊളോണിയലിസത്തിന്റെ പഴയകാലത്ത് ആംഗ്ലോ–അമേരിക്കൻ ഡച്ച് കമ്പനികളുടെ നിയന്ത്രണത്തിൽ പ്രവർത്തിച്ച ഇറാഖ് പെട്രോളിയം കമ്പനിയാണ് ഉണ്ടായിരുന്നത്. രണ്ട് ലോകമഹായുദ്ധങ്ങൾക്കുശേഷം, കാലചക്രം കറങ്ങി, കൊളോണിയലിസം ആവർത്തിച്ചിരിക്കുന്നു.

ചരിത്രം ആവർത്തിക്കുന്നു

ബ്രിട്ടീഷ് പിന്തുണ ഉണ്ടായിരുന്ന നുരി സയ്ദ സർക്കാരിനെ, ജനകീയ മുന്നേറ്റത്തിലൂടെ പുറത്താക്കിയതിനുശേഷം, 1958 മുതൽ ഇറാഖ് സ്വതന്ത്ര രാജ്യമായിരുന്നു. അതുവരെ, ബ്രിട്ടീഷ് സാമ്രാജ്യത്വ വ്യവസ്ഥയുടെ ഭാഗമായിരുന്നു. ഒന്നാം ലോകമഹായുദ്ധത്തിനുശേഷം ഓട്ടോമൻ സാമ്രാജ്യത്തിന്റെ തകർച്ചയോടെ, ബ്രിട്ടനും ഫ്രാൻസും അറബ് ദേശത്തിന്റെ അതിർത്തി കവർന്നെടുക്കാൻ തുടങ്ങി. ജോർദാൻ കീഴടക്കാൻ ബ്രിട്ടന് കഴിഞ്ഞു. ഇറാക്കും ഗൾഫ് ഷെയ്ക് ദേശവും ബ്രിട്ടനു കിട്ടി. സിറിയയും ലബനനും ലഭിച്ചത് ഫ്രാൻസിനായിരുന്നു. ബ്രിട്ടീഷ് ആധിപത്യത്തിൻകീഴിലാണ് ഈജിപ്തും സുഡാനും ചെന്നുപെട്ടത്.

ലീഗ് ഓഫ് നേഷൻസിന്റെ നിർദ്ദേശാനുസരണം, ജോർദാനിൽ ഹുസൈൻ രാജാവിനെ ബ്രിട്ടൻ അധികാരത്തിലിരുത്തി. ഇറാക്കിൽ ഫൈസൽ രാജാവിന് സ്ഥാനം ലഭിച്ചു. 1920 ൽ ഇറാക്കികൾ ബ്രിട്ടീഷാധിപത്യം അംഗീകരിച്ചില്ല. തുർക്കികളുടെ അധീനതയിൽനിന്ന് മോചനം നേടാൻ അവർ ധീരതയോടെ പോരാടി. എട്ടുമാസംകൊണ്ട് ബ്രിട്ടീഷുകാർ വിപ്ലവം അടിച്ചമർത്തി. ചരിത്രത്തിലെ അറിയപ്പെടുന്ന ആദ്യകാല കൂട്ടക്കൊലകൾ റോയൽ എയർഫോഴ്സ്, ബോംബിങ്ങ് നടത്തി നിർവഹിച്ചു. റോയൽ എയർഫോഴ്സിനേയും അതിന്റെ ബോംബർ വിമാനങ്ങളേയും ഉപയോഗപ്പെടുത്തി. അമ്പത്തിയൊന്ന് ബറ്റാലിയൻ പട്ടാളക്കാരുടെ പകരമാണ് ബോംബർ വിമാനങ്ങളെ ഉപയോഗിച്ചത്. അതിനുശേഷമാണ് ഇറാക്കിനെ വരുതിയിൽ നിർത്താൻ സാധിച്ചത്. "പട്ടാളത്തിനു പകരം ഇറാക്കിനെ നിയന്ത്രണത്തിലാക്കാൻ, റോയൽ എയർഫോഴ്സിന് 60 ലക്ഷം പൗണ്ട് ചർച്ചിൽ ആദ്യം അനുവദിച്ചു. പിന്നീട് ചെലവു പതിനെട്ടു ലക്ഷം പൗണ്ടായി വർദ്ധിച്ചു". അതിനുശേഷം എന്തു സംഭവിച്ചു എന്നതിനെ സംബന്ധിച്ച് രസകരമായ വിവരണം നൽകുന്ന പുസ്തക

മാണ്, സ്വൻ ലിന്റ്ക്വിസ്റ്റ് എഴുതിയ *എ ഹിസ്റ്ററി ഓഫ് ബോംബിങ്ങ്.* “ആക്രമണം നടത്തുന്നതിനുമുമ്പ് പ്രദേശവാസികൾക്ക് മുന്നറിയിപ്പു നൽകണമെന്ന് വ്യവസ്ഥയുണ്ട്. കെട്ടിടങ്ങൾ, മൃഗങ്ങൾ, സൈനികർ എന്നിവയുടെ നേരെ ബോംബിടാറുണ്ട്. എന്നാൽ, വൃദ്ധന്മാരെയും സ്ത്രീകളെയും കുട്ടികളെയും ഒഴിവാക്കും. പ്രായോഗികമായി ഇപ്പറഞ്ഞ തുപോലെ നടക്കുകയില്ല. സ്ഥലവാസികളെയും കുടുംബങ്ങളെയും പരി ഭ്രമത്തിലാഴ്ത്തിയ വ്യോമാക്രമണത്തെക്കുറിച്ച് ആദ്യമായി ബാഗ്ദാദിൽനി ന്നുവന്ന റിപ്പോർട്ടുകൾ സൂചിപ്പിച്ചു. ‘ആളുകൾ ഒരു തടാകത്തിലേക്ക് ഓടിയിറങ്ങി. മിക്കവരും യന്ത്രത്തോക്കുകൾക്ക് ഇരയായി[5]’.

സമരം തുടർന്ന ഇറാക്കിന് ഔപചാരികമായ സ്വാതന്ത്ര്യം 1932 ൽ ലഭിച്ചെങ്കിലും, ബ്രിട്ടൻ, ഉടമ്പടികളിലൂടെയും അവരുടെ സൈനികത്താ വളങ്ങളിലൂടെയും സ്വാതന്ത്ര്യത്തെ പരിമിതപ്പെടുത്തി. കേണൽ ടി ഇ ലോറൻസ് (അറേബ്യയിലെ ലോറൻസ് എന്നപേരിൽ സാമ്രാജ്യവാദി കൾ, കാല്പനിക പ്രശസ്തി നൽകിയ വ്യക്തി) നിയമിച്ച ഏജന്റുമാ രിൽ ഒരാളായ നൂരി സൈദിനെ പ്രധാനമന്ത്രിയാക്കി. അതോടെ മൃഗീയ മായ സ്വേച്ഛാഭരണം ആരംഭിച്ചു. ഇറാക്കിൽ ബ്രിട്ടീഷുകാർ കാട്ടിക്കൂട്ടിയ കാര്യങ്ങൾ അനുസ്മരിച്ചാൽ, ടോണി ബ്ലയർ അത്ഭുതപ്പെടും. ഒരു ബ്രിട്ടീഷ് നിരീക്ഷകന്റെ അഭിപ്രായം ഇപ്രകാരമാണ്: കലാപത്തിനുള്ള പ്രചോദനവും പ്രകോപനവും മിക്കപ്പോഴും പണക്കാരും പാവങ്ങളും തമ്മിലുള്ള അഗാധമായ അന്തരമത്രെ..... നൂരി സൈദ്, ഭൂവുടമകളായ അറബി ഷെയ്ക്കുമാർ, ഖുർദിഷ് ആഗമാർ എന്നിവരോട് ജനരോഷം പെരുകി. സാർവത്രികമായ വിദ്വേഷത്തിന് വേറെ രണ്ടു കാരണം ഉണ്ടാ യി. 1942 ൽ ഇറാക്ക് പെട്രോളിയം കമ്പനിയുമായി ഏർപ്പെട്ട 50:50 എണ്ണ ക്കരാറ്; ബാഗ്ദാദ് ഉടമ്പടി[6]. വെറുക്കപ്പെട്ട ഭരണകൂടത്തെ മറിച്ചിടുന്നതി നോട്, പ്രഭുവർഗം ഒഴികെയുള്ള എല്ലാ ജനവിഭാഗവും യോജിച്ചു.

അമേരിക്കയും ബ്രിട്ടനും ഇതിനോട് ഏതുവിധമാണ് പ്രതികരിച്ചത്? ചെറുപടക്കപ്പൽ ഉപയോഗിച്ചുള്ള നയതന്ത്രമാണ് അവർ പയറ്റിയത്. അമേരിക്ക, നാവികസേനയെ ലബനനിലേക്ക് അയച്ചു; പാരഷൂട്ട് പടയാ ളികളെ ജോർദാനിലേക്ക് ബ്രിട്ടൻ കൊണ്ടുചെന്നിറക്കി. ഇറാക്കിലെ വിപ്ല വത്തെ അടിച്ചമർത്താൻ, ആംഗ്ലോ–അമേരിക്കൻ ശക്തികൾ നടത്തുന്ന നീക്കങ്ങളെ സംബന്ധിച്ച്, ബ്രിട്ടീഷ് കമ്യൂണിസ്റ്റ് നേതാവ് രജനി പാമി ദത്ത്, താൻ പത്രാധിപത്യം വഹിക്കുന്ന ‘*ലേബർ മന്ത്‌ലി*’യിൽ മൂർച്ചയേ റിയ ഒരു ലേഖനം എഴുതി. ഗൾഫ് മേഖലയിൽ സാമ്രാജ്യത്വം കാട്ടിക്കൂ ട്ടുന്ന ഇരുണ്ട ചെയ്തികളെപ്പറ്റി അജ്ഞരായ പലർക്കും ഇറാക്കിൽ അതിന്റെ മാതൃകയുടെ രൂപം മനസിലാക്കാൻ ഒരു രേഖ എന്ന നില യിൽ ഈ ലക്കത്തിൽ പ്രസിദ്ധീകരിച്ച പ്രസ്തുത ലേഖനത്തിലെ മൂർച്ച യേറിയ വിശകലനം സഹായിക്കും.

തങ്ങളുടെ രാജ്യം ആരാണു ഭരിക്കേണ്ടത് എന്ന് തീരുമാനിക്കാ നുള്ള അധികാരം തങ്ങൾക്കാണ് എന്ന അഹങ്കാരം കാണിക്കുകയാണ്

ഇറാക്കിലെ ജനങ്ങളെന്ന് ബ്രിട്ടീഷുകാർ വിധിച്ചു. *ദി ടൈംസ്* ചൂണ്ടിക്കാട്ടി:

> "വിപ്ലവം വിജയിച്ചാൽ, വിപത്ത് പാശ്ചാത്യനാടുകൾക്കായിരിക്കും. ഇറാക്കിലെ വിമാനത്താവളങ്ങൾ വഴി, ഗതാഗതം നടത്താൻ ഇന്നുള്ള അവകാശം ബ്രിട്ടനും നാറ്റോ രാജ്യങ്ങൾക്കും നഷ്ടപ്പെടും. യുണൈറ്റഡ് കിങ്ങ്ഡത്തിനുവേണ്ട എണ്ണ മുഴുവൻ ലഭിക്കുന്നത് ഇറാക്കിൽനിന്നാണ്. ആർക്കെല്ലാം എണ്ണ കൊടുക്കണമെന്ന് തീരുമാനിക്കാനുള്ള അധികാരം അവർക്കു നഷ്ടപ്പെടും[7]."

1957 ലെ വിപ്ലവം വിജയിച്ചു. ലോകത്തിലെ സാഹചര്യം ഇന്നത്തേതിൽനിന്ന് വ്യത്യസ്തമായതിനാലാണ് അങ്ങനെ സംഭവിച്ചത്. സോവിയറ്റു യൂണിയന്റെ സാന്നിധ്യം, ബ്രിട്ടന്റെയും അമേരിക്കയുടെയും സൈനിക നടപടിയെ തടഞ്ഞുനിർത്തി. സോവിയറ്റു യൂണിയൻ, ജൂലായ് 19 ന് കാസിം ഗവൺമെന്റിന് അംഗീകാരം നൽകി. കൊക്കേഷ്യയിലും തുർക്കിമിസ്താനിലും അവർ സൈനികാഭ്യാസം നടത്തി. സായുധ ഇടപെടലിന് അടിയന്തിര വിരാമമിടാൻ, യു എൻ സ്വീകരിക്കേണ്ട നടപടികൾ നിർദ്ദേശിക്കാൻ ബ്രിട്ടൻ, യു എസ് എസ് ആർ, ഫ്രാൻസ്, ഇന്ത്യ എന്നീ രാജ്യങ്ങൾ സമ്മേളിക്കണമെന്ന അഭിപ്രായം ഉയർന്നു. ഐക്യരാഷ്ട്രസഭയിൽ പ്രശ്നം ഉന്നയിക്കപ്പെട്ടെങ്കിലും സാമ്രാജ്യത്വത്തിന്റെ ഇടപെടൽ നിമിത്തം തീരുമാനം ഉണ്ടായില്ല.

സാമ്രാജ്യത്വം ആദ്യമായി സംഘടിപ്പിച്ച സഖ്യമാണ് ബാഗ്ദാദ് കരാർ. അമേരിക്കയുടെ അനുഗ്രഹത്തോടെ 1955 ഫെബ്രുവരിയിൽ നൂരി സയ്ദ ഗവൺമെന്റ് നിലവിൽ വന്നു. ബ്രിട്ടൻ, പാകിസ്ഥാൻ, പേർഷ്യ എന്നീ രാജ്യങ്ങളാണ് കരാറിൽ ഉൾപ്പെട്ടിരുന്നത്. സെൻടോവിന്റെ (CENTO) മുന്നോടിയായ ഈ സഖ്യത്തിന്റെ ആസ്ഥാനം ബാഗ്ദാദിൽ ആയിരുന്നു. ജനറൽ സെക്രട്ടറി ഇറാക്കിലും. 1958 ലെ വിപ്ലവം, സാമ്രാജ്യത്വത്തിന്റെ ഭ്രമണപരിധിയിൽനിന്ന് ഇറാഖിനെ പുറത്തേക്ക് തള്ളിവിട്ടു. ഇറാഖ് "എതിർ ഭാഗത്ത്" ചേർന്ന വസ്തുത കണക്കിലെടുത്ത്, തുർക്കി, പാകിസ്ഥാൻ, ഇറാൻ എന്നിവയെല്ലാം ചേർന്ന് സെന്റോ എന്ന പുതുസഖ്യം രൂപീകൃതമായി.

ഇപ്പോൾ ചക്രം ഒരു മുഴുവൻ ആവൃത്തി കറങ്ങി. അമേരിക്കൻ രക്ഷാകർത്തൃത്വത്തിൽ, സാമ്രാജ്യത്വത്തിന്റെ ചങ്ങലക്കെട്ടിൽ ഇറാഖ് അകപ്പെട്ടിരിക്കുന്നു. മുമ്പ് ബ്രിട്ടൻ ആയിരുന്നു. ഇപ്പോൾ അമേരിക്കയും: ഇറാഖി ഇടപാടിൽ ചെറുകിട പങ്കാളിയായ ബ്രിട്ടന്റെ നില അമേരിക്കയുമായി താരതമ്യപ്പെടുത്തുമ്പോൾ പരിതാപകരമാണ്. ലെയ്ബർ പാർട്ടിയുടെ നേതൃത്വത്തെ പണ്ടത്തെ നേതാക്കളായ ബവാൻ, ഗെയ്റ്റ്സ്കൽ എന്നിവരുടെ പ്രേതങ്ങൾ പിടികൂടിയതായി തോന്നുന്നു.

ഇറാഖ് & അമേരിക്കൻ സാമ്രാജ്യം

സെപ്തംബർ 11 നുശേഷം, ഭീകരതക്കെതിരായി ആഗോള യുദ്ധം

പ്രഖ്യാപിക്കപ്പെട്ടതോടെ അമേരിക്ക മധ്യ ഏഷ്യയിൽ പ്രവേശിച്ച് കിർഗിസ്ഥാൻ, ഉസ്ബകിസ്ഥാൻ, താജിക്കിസ്ഥാൻ എന്നിവിടങ്ങളിൽ വമ്പിച്ച തോതിൽ പട്ടാളത്താവളങ്ങൾ സ്ഥാപിച്ചു. കാസ്പിയൻ കടലിടുക്കിലെ എണ്ണ സമ്പത്ത് നിറഞ്ഞ പ്രദേശം, അമേരിക്കൻ എണ്ണക്കമ്പനികൾക്കു വേണ്ടി തുറന്നുകിട്ടി. ഫിലിപ്പൈൻസിൽ അമേരിക്കക്ക് പ്രവേശനം ലഭിച്ചു. ദക്ഷിണ ഏഷ്യയിൽ അഫ്ഗാനിസ്ഥാനിലും പാകിസ്ഥാനിലും സ്ഥിരമായ പട്ടാളത്താവളം സ്ഥാപിച്ചു. ഇന്ത്യ, ബംഗ്ലാദേശ്, നേപ്പാൾ, ശ്രീലങ്ക എന്നിവയുമായി സൈനിക കരാറുകൾ ഉണ്ടാക്കി.

ഇറാഖ്, അമേരിക്കയുടെ സംരക്ഷിത രാജ്യമായതോടെ, മധ്യപൂർവ്വദേശത്ത്, സൈനിക-സാമ്രാജ്യത്വ ശൃംഖലാമേഖല നിർമ്മിക്കാൻ എളുപ്പമായി. ഈ മേഖലയിൽ തുർക്കി, ദീർഘകാലമായി, നാറ്റോവിന്റെ ഭാഗമാണ്. ഇറാഖിന്റെ വടക്ക് അമേരിക്കൻ സൈന്യം പ്രവേശിച്ചത് തുർക്കിയിലൂടെയായിരുന്നു. അഫ്ഗാനിസ്ഥാനും തുർക്കിക്കും ഇടയിൽ ഇറാനും സിറിയയും മാത്രമെ അമേരിക്കയുടെ കൂട്ടുകെട്ടിൽ ഉൾപ്പെടാതിരുന്നുള്ളു. സൗദി അറേബ്യ, യമൻ, ഈജിപ്ത്, ജോർദാൻ, ഗൾഫ് സ്റ്റേറ്റ്സ് എന്നിവയെല്ലാം അതിന്റെ ഭ്രമണപഥത്തിൽ അമേരിക്കൻ ഗവൺമെന്റുമായി സഹകരിച്ച് നിലകൊള്ളുന്നു.

ഇറാക്കിനെ ആക്രമിച്ച സന്ദർഭത്തിൽ, സിറിയ ഇറാക്കി ഗവൺമെന്റിനെ സഹായിച്ചതിനെപ്പറ്റി ഡൊണാൾഡ് റംസ്ഫീൽഡും സ്റ്റേറ്റ് സെക്രട്ടറി കോളിൻ പവലും പ്രകോപനപരമായ പ്രസ്താവനകളാണ് നടത്തിയത്. അമേരിക്കയുടെ അടുത്ത ഉരസൽ ഇറാനോടും സിറിയയോടും ആയിരിക്കുമത്രെ.

രണ്ടാം ലോക മഹായുദ്ധത്തിനുശേഷം, പാശ്ചാത്യരാഷ്ട്രങ്ങളുടെ ഭരണവർഗ സൈദ്ധാന്തികർക്ക്, സാമ്രാജ്യത്വ ആശയം അസ്വീകാര്യമായിത്തീർന്നു. ലോകരാഷ്ട്രീയത്തെ സാമ്രാജ്യത്വത്തിന്റെയും അതിന്റെ ബലതന്ത്രത്തിന്റെയും സങ്കേതമനുസരിച്ച് വിശകലനം ചെയ്യാൻ മാർക്സിസ്റ്റുകൾ മാത്രമാണ് ശ്രദ്ധിച്ചത്. സോവിയറ്റുയൂണിയന്റെ പതനത്തോടെ, ഇടതുപക്ഷ വിഭാഗവും പ്രസ്തുത സങ്കേതം ഉപേക്ഷിച്ചമട്ടാണ്. സെപ്തംബർ 11 നുശേഷം അതിന് വീണ്ടും പ്രസക്തി ലഭിച്ചിരിക്കുന്നു. വൈരുദ്ധ്യമെന്നു പറയട്ടെ, വലതുപക്ഷ പ്രത്യയശാസ്ത്ര വിശാരദരാണ് ആ രീതിയെ ആലിംഗനം ചെയ്തിരിക്കുന്നത്. അമേരിക്കൻ സാമ്രാജ്യത്തിന്റെ മഹത്വത്തെ നാണമില്ലാതെ ആഘോഷിക്കുകയും ചെയ്യുന്നു. ഹാർഡ്‌വാർഡ് സർവകലാശാലയിലെ അധ്യാപകനായ മിഖായേൽ ഇഗ്നതീഫ് അത്തരമൊരു അമേരിക്കൻ സാമ്രാജ്യത്തെപ്പറ്റി എഴുതിയിട്ടുണ്ട്. അന്യനാടുകൾ വെട്ടിപ്പിടിക്കുകയും പടുത്തുയർത്തുകയും പിന്നീട് ഭാരമായി തീരുകയും ചെയ്ത പഴയകാല സാമ്രാജ്യങ്ങളെപ്പോലെയല്ല പുതിയ സാമ്രാജ്യങ്ങളെന്ന് അദ്ദേഹം ബോധ്യപ്പെടുത്തുന്നു. "കടൽ കടന്നു ചെന്ന് മൂലധനനിക്ഷേപം നേടാൻ അമേരിക്കൻ കോർപ്പറേഷനുകൾക്ക് കപ്പലുകൾ ആവശ്യമുണ്ടായിരുന്ന പഴയ യുണൈറ്റഡ് ഫ്രൂട്ട്

കമ്പനിയുടെ കാലത്തെ സാമ്രാജ്യത്വമല്ല ഇന്നത്തേത്. സ്വതന്ത്രവ്യാപാരം, മനുഷ്യാവകാശം, ജനാധിപത്യം എന്നിവ ലോകം ഇന്നുവരെ കണ്ടിട്ടില്ലാത്ത ഭീകരമായ സൈനികശക്തിയുടെ പിൻബലത്തിൽ അടിച്ചേല്പിക്കുന്ന പുതിയതരം സാമ്രാജ്യത്വമാണത്[8]".

ഇറാഖിനെ കീഴടക്കിയതിനെക്കുറിച്ച് മിഖായേൽ ഇഗ്നതിഫിന്റെ അഭിപ്രായം ഇതാണ്:

> ഇറാഖിന്റേത് ഒരു സാമ്രാജ്യത്വ നീക്കമാണ്. എളുപ്പം ജ്വലന വിധേയമായ ഇസ്ലാമിക ജനവിഭാഗങ്ങളുടെ മേഖലയിൽ സമാധാനം, സുസ്ഥിരത, ജനാധിപത്യവൽക്കരണം, എണ്ണ വിതരണം എന്നിവ സംരക്ഷിത രീതിയിൽ നിർവഹിക്കാൻ നിയുക്തമായ ഒരു റിപ്പബ്ലിക്കിന്റെ സ്ഥാപനമായിരുന്നു അതിന്റെ ലക്ഷ്യം.

വാൾ സ്ട്രീറ്റ് ജർണലിന്റെ പത്രാധിപന്മാരിൽ ഒരാളായ മാക്സ് ബൂട്ട്, 19–ാം നൂറ്റാണ്ടിൽ അഫ്ഗാനിസ്ഥാനിലും ഇറാക്കിലും സൈനിക നടപടിയിൽ ഏർപ്പെട്ട ബ്രിട്ടന്റെ നയത്തെ അനുസ്മരിക്കുന്നു: "അപര്യാപ്തമായ അമേരിക്കൻ ഇടപെടലിന്റെയും ലക്ഷ്യസാഫല്യത്തിന്റെയും ഫലമാണ് സെപ്തംബർ 11 ലെ ആക്രമണം. അതിന്റെ പരിഹാരത്തിൽ നമ്മുടെ ലക്ഷ്യവും അടങ്ങുന്നു. അതിന്റെ നിർവഹണം അമേരിക്കയുടേതും". മറ്റൊരു പത്രപ്രവർത്തകനായ റോബർട്ട് കപ്ലാൻ *വോറിയർ പൊളിറ്റിക്സ്* എന്ന ഒരു പുസ്തകം എഴുതിയിട്ടുണ്ട്. "അമേരിക്കയുടെ മൃദുവായ സാമ്രാജ്യത്വ സ്വാധീനത്തിൽ, ലോകത്തിന്റെ വിദൂര മേഖലകളിൽ സമൃദ്ധി കൈവരുത്താനുള്ള യു എസ് നേതൃത്വത്തിന്റെ ശ്രമ"ത്തെപ്പറ്റി അതിൽ വിവരിക്കുന്നു. കപ്ലാന്റെ നിഗമനം ഇതാണ്: "സാമ്രാജ്യത്വത്തിന് ഒരു അനുകൂലവശവും ഉണ്ട്. ചില കാര്യങ്ങളിൽ, അപായകരമല്ലാത്ത ക്രമവ്യവസ്ഥയാണത്".

അമേരിക്കൻ വലതുപക്ഷ ആശയപ്രചാരകർ, ബുഷ് ഭരണത്തെ അനുകൂലിക്കുന്നതിൽ ലജ്ജിക്കുന്നില്ല. യുണൈറ്റഡ് സ്റ്റേറ്റ്സിന്റെ നടപടിയെ സാമ്രാജ്യത്വനീക്കമെന്ന് അപലപിക്കുന്നില്ല. അവരോട് അനുഭാവമുള്ള ബ്രിട്ടീഷ് പ്രചാരകരും അതേ നയം പിന്തുടരുന്നു. നവീന ഉദാര സാമ്രാജ്യത്വം നടപ്പാക്കണം എന്നാണ്, ബ്ലെയറിന്റെ മുതിർന്ന നയ ഉപദേഷ്ടാവ് റോബർട്ട് കൂപ്പർ ആവശ്യപ്പെടുന്നത്. പ്രമുഖ ബ്രിട്ടീഷ് പത്രമായ "*ദ ഒബ്സർവറി*"ൽ കൂപ്പർ എഴുതിയ ലേഖനത്തിൽ ചൂണ്ടിക്കാട്ടുന്നു: "ഒരു പുതിയ സാമ്രാജ്യത്വമാണ് സാഹചര്യം ആവശ്യപ്പെടുന്നത്. മനുഷ്യാവകാശങ്ങൾക്കും സാർവലൗകിക മൂല്യങ്ങൾക്കും സ്വീകാര്യമായ വ്യവസ്ഥിതിയായിരിക്കണം അത്. നമുക്ക് ഇത്തരമൊരു രൂപരേഖ നിർമ്മിക്കാം: എല്ലാ സാമ്രാജ്യത്വത്തെപോലെ അതും ക്രമവ്യവസ്ഥ കൈവരുത്തുന്നു. സംഘടിത നിർബന്ധിത തത്ത്വങ്ങളിൽ അടിയുറച്ചു നിൽക്കുന്നു". "ആഗോള സമ്പദ്വ്യവസ്ഥയുടെ നിയന്ത്രിത സാമ്രാജ്യത്വ"ത്തെപ്പറ്റിയും കൂപ്പർ എഴുതുന്നു.

അന്താരാഷ്ട്ര നാണയനിധിയേയും ലോകബാങ്കിനേയും പ്രശംസി ക്കാനും കൂപ്പർ മടിക്കുന്നില്ല. ലോകത്തിന്റെ, സർവാധിപത്യം അമേരി ക്കയുടെ അവകാശമാണെന്ന അധികാരഭാവത്തിന്റെയും അമിത വിശ്വാ സത്തിന്റെയും അടയാളമാണ്, നവ-സാമ്രാജ്യവാദികളുടെ ഉള്ളറകൾ വെളിപ്പെടുത്തുന്നത്. പുതിയ സാമ്രാജ്യത്വക്രമവുമായി ഒത്തുപോകാൻ വിസമ്മതിക്കുന്നവർക്കുള്ള മുന്നറിയിപ്പാണ്, ഇറാക്കിനോടുള്ള യുദ്ധവും സദ്ദാം ഹുസൈന്റെ സ്ഥാനചലനവും.

ഇന്ത്യയിലെ സാമ്രാജ്യത്വ സ്നേഹികൾ

ബി ജെ പി-ആർ എസ് എസ് വീക്ഷണത്തിൽ അന്തർഹിതമായ സാമ്രാജ്യത്വാനുകൂല പ്രവണതകൾക്ക് ആശ്വാസമരുളാൻ അമേരിക്ക യുടെ ഇറാഖ് കൈവശപ്പെടുത്തൽ സഹായിച്ചു. അമേരിക്കയുടെ യുദ്ധ ശ്രമങ്ങളെ എതിർക്കാൻ തുടക്കത്തിൽ വാജ്പേയ് ഗവൺമെന്റ് വിസമ്മ തിച്ചു. വിമർശനം വർദ്ധിച്ചുവന്നപ്പോൾ, നിശ്ശബ്ദതയുടെ ഇടവേളയ്ക്കു ശേഷം, ബി ജെ പി ഗവൺമെന്റ് ആകെ ചെയ്തത്, ഐക്യരാഷ്ട്രസഭ യുടെ സമ്മതത്തോടെ വേണം ഇറാഖിൽ നടപടി സ്വീകരിക്കാൻ എന്ന് പ്രസ്താവിക്കുകമാത്രമാണ്. യുദ്ധത്തെ എതിർക്കുന്ന പ്രമേയം പാർല മെന്റ് പാസാക്കണമെന്ന ആവശ്യം ഉയർന്നപ്പോഴാണ് അതും ഉണ്ടായത്. കാലാലമ്പൂരിൽ നടക്കാനിരിക്കുന്ന ചേരിചേരാ സമ്മേളനത്തിൽ ഒരു പൊതു നിലപാടിൽ എത്താൻ അയഞ്ഞ സമീപനം ആവശ്യമുള്ളതി നാൽ ഗവൺമെന്റിന്റെ കൈകൾ കെട്ടിയിടപ്പെടരുത് എന്നതിനാലാണ് ആ അഭ്യർഥന ഉയർന്നത്. ഇറാക്കിനെതിരെ പൊങ്ങുന്ന യുദ്ധഭീക്ഷണി ക്കെതിരെ കടുത്ത ഭാഷയിൽ പ്രതികരിക്കുന്ന മലേഷ്യയുടെ കരടു പ്രമേ യത്തിൽ വെള്ളംചേർത്ത് മയപ്പെടുത്താൻ ഇടവരുത്തുന്നതിൽ മറ്റുചില രാജ്യങ്ങളോടൊപ്പം ഇന്ത്യയും പങ്കുവഹിച്ചു. അവസാനം, “മധ്യമാർഗ്ഗ” ത്തിന്റെ സംഭാഷണം, അമേരിക്കക്ക് അടയാളം കാണിച്ചു: ഒരു യുദ്ധം ഇന്ത്യ ആഗ്രഹിക്കുന്നില്ല എന്നു പറയുന്നു. എന്നാലും യുദ്ധത്തിലൂടെ അമേരിക്ക ലക്ഷ്യം കൈവരിച്ചാൽ ഇന്ത്യ സന്തോഷിക്കും. ഈ ഇരട്ട മുഖം അമേരിക്കയെ സന്തോഷിപ്പിച്ചു. ഇറാക്കിനെ ഏതുവിധത്തിൽ കൈകാര്യം ചെയ്യണം എന്ന കാര്യത്തിൽ, ഇന്ത്യയുടെയും അമേരിക്ക യുടെയും നിലപാട് ഒന്നുതന്നെയാണ് എന്ന് അമേരിക്കയുടെ അംബാ സഡർ റോബർട്ട് ബ്ലാക്മിൽ പ്രസ്താവിച്ചത് അതുകൊണ്ടാണ്.

ആർ എസ് എസും അനിശ്ചിതമായ നിലപാടാണ് സ്വീകരിച്ചത്. ഇറാക്കിനെതിരെ യുദ്ധത്തിന് ഒരുങ്ങുന്നതിനെ ഒരു പ്രസ്താവനയിൽ ആർ എസ് എസിന്റെ തലവൻ സുദർശൻ വിമർശിച്ചു. യുദ്ധം തുടങ്ങിയ പ്പോഴാവട്ടെ, യുദ്ധത്തിൽ പ്രതിഷേധിക്കുകയോ അമേരിക്കയുടെ അക്ര മത്തെ അപലപിക്കുകയോ ചെയ്തില്ല. *ഓർഗനൈസർ* മുഖപ്രസംഗ ത്തിൽ ചൂണ്ടിക്കാട്ടി:

> അമേരിക്കക്കാരുടെ അജണ്ട നിശ്ചയിക്കാൻ യു എസ് സ്റ്റേറ്റ് ഡിപ്പാർട്ടുമെന്റിന് അവകാശമുണ്ട്, ലോകത്തിന്റെ അജണ്ട വേണ്ട. ബഹു-ധ്രുവ ലോകത്തിലേക്കു നീങ്ങുമ്പോൾ ഏക-ധ്രുവലോകത്തിന്റെ ലക്ഷ്യനിർണയം വേണ്ട. അതേ അവസരത്തിൽ, സുരക്ഷിതത്വത്തിന് ഭീഷണി ഉയരുമ്പോൾ സ്വന്തം സൈനികശേഷി ഉപയോഗിക്കാൻ ബോണിന്റെയൊ ബീജിങ്ങിന്റെയൊ അനുവാദം വേണമെന്നു വാദിക്കുന്നത് യുക്തിസഹമല്ല.

ആർ എസ് എസിന്റെ നിലപാടു നിമിത്തമാണ് ബി ജെ പി, ആശയക്കുഴപ്പത്തിലും അവ്യക്തതയിലും അകപ്പെട്ടത്.

ഇസ്രായേലിന്റെ അക്രമ വികസനശൈലിയാണ് ബി ജെ പി-ആർ എസ് എസ് കൂട്ടുകെട്ടിന് പഥ്യം. ഇറാക്കിനെ നിലയ്ക്കുനിർത്താനും അറബികളെ പാഠം പഠിപ്പിക്കാനും ഇസ്രായേൽ മോഹിക്കുന്നു. വിവേകശൂന്യരായ ഹിന്ദു വർഗീയവാദികളും അത്തരമൊരു മാറ്റത്തിൽ സന്തുഷ്ടരാണ്. ഇറാക്കിനോടുള്ള നിലപാട് പാകിസ്ഥാനോട് കാണിക്കാത്തതിൽ മാത്രമാണ് ആർ എസ് എസിന് അമേരിക്കയോട് വിയോജിപ്പ്.

ബുദ്ധിജീവികളും മാധ്യമങ്ങളും വലതുപക്ഷ പ്രവണത പ്രകടിപ്പിക്കുന്നുണ്ട്. അമേരിക്ക നടത്തുന്ന യുദ്ധത്തെ പരസ്യമായി ഇന്ത്യ പിന്തുണയ്ക്കണമെന്ന്, ധാരാളം വലതുപക്ഷ പത്രാധിപർമാരും യുദ്ധകാര്യ വിദഗ്ദ്ധരും മുൻ നയതന്ത്രജ്ഞരും ആവശ്യപ്പെട്ടു. അമേരിക്കയുടെ യുദ്ധത്തെ എന്തുകൊണ്ട് അനുകൂലിക്കണം എന്നതിനെ സംബന്ധിച്ച രണ്ട് തുടർലേഖനങ്ങൾ *ഇന്ത്യൻ എക്സ്പ്രസിന്റെ* എഡിറ്റർ-ഇൻ-ചീഫ് ശേഖർ ഗുപ്ത പ്രസിദ്ധീകരിച്ചു[9]:

> "ഇറാക്കിനെ അമേരിക്ക കീഴ്പ്പെടുത്തിയതോടെ, മധ്യപൂർവദേശത്ത് ഇസ്ലാമിക് മൗലികവാദത്തിന് അറുതി വരികയും ജനാധിപത്യം പുലരുകയും ചെയ്യും."

എന്നാണ് അദ്ദേഹത്തിന്റെ അഭിപ്രായം.

> "ഇറാക്കിനെ ദീർഘകാലം അമേരിക്കയുടെ അധീനതയിൽ അകപ്പെടുത്താൻ യുദ്ധം ഇടവരുത്തും. മുസ്ലിം രാഷ്ട്രീയം അനിസ്ലാമികം ആവില്ലെങ്കിലും അതിന്റെ വിഷപ്പല്ലു പൊഴിയാൻ കാരണമാകും. പ്രത്യേകിച്ച്, അറബ് രാജ്യങ്ങളിലെ രാഷ്ട്രീയം....ബുഷിന്റെ എല്ലാ നടപടികളെയും എല്ലാ രാഷ്ട്രീയ വിശകലനക്കാരും അനുകൂലിക്കുന്നില്ല. എന്നാൽ അവർ എല്ലാവരും ഒരു കാര്യം സമ്മതിക്കുന്നു: പ്ലാസ്റ്റർ ഒട്ടിക്കുന്ന ലഘു ചികിത്സ മുസ്ലിം ലോകത്ത് ഒട്ടും തന്നെ ഫലപ്രദമാവില്ല. ശസ്ത്രക്രിയ തന്നെ വേണം. സദ്ദാമിന്റെ കാര്യത്തിലേതുപോലെ അവയവച്ഛേദവും അത്യാവശ്യം. ആ ചെയ്തി, നമുക്ക് നേട്ടമോ, കോട്ടമോ? ഒരു അവസരം ലഭിച്ചു;

അധികാരവും. ഇഷ്ടമുള്ളതു ചെയ്യാമല്ലോ. ഈ യുദ്ധം എണ്ണയെച്ചൊല്ലിയല്ല; ഇസ്ലാമിന്റെ സൈനികതക്ക് എതിരാണ്. എല്ലാവരുടെയും ഭാവിക്കുവേണ്ടിയും."

അകൃത്രിമമായ അഭിപ്രായ പ്രകടനമല്ല ഗുപ്തയുടേത്. അമേരിക്കൻ വലതുപക്ഷ ആശയശേഖരത്തിൽനിന്നും *വാൾസ്ട്രീറ്റ്* ജർണൽ പോലുള്ള ദിനപത്രങ്ങളിൽനിന്നും കടംകൊള്ളുന്ന ശീലം, ഇന്ത്യയിലെ മാധ്യമവിപണിയിൽ പതിവായിരിക്കുന്നു. ലോകത്തെങ്ങും മൗലിക തീവ്രവാദം പരത്തുന്ന സൗദി അറേബ്യൻ ഭരണകൂടത്തെ സംരക്ഷിച്ചു നിർത്തുന്ന വലിയ രക്ഷിതാവ് അമേരിക്കയാണ്. അമ്പതുകളിൽ ഗൾഫ് മേഖലയെ വരുതിയിൽ വരുത്താൻ, ഈ രാജ്യതന്ത്രശൃംഖലയിൽ പാകിസ്താൻ, ഇറാൻ, സൗദി അറേബ്യ എന്നിവയെ അമേരിക്ക കൂട്ടിയിണക്കിയത് എങ്ങനെയെന്ന് അല്പം ചരിത്രം വായിച്ച ആർക്കും അറിയാം. മുമ്പ് സൂചിപ്പിച്ച ബാഗ്ദാദ് ഉടമ്പടി അത്തരം സംരംഭങ്ങളിൽ ആദ്യത്തേത് ആയിരുന്നു.

ഇറാഖിലെ ബാത്തിസ്റ്റ് ഭരണത്തെ അട്ടിമറിക്കുകവഴി അമേരിക്ക ചെയ്തത്, അറബ് ലോകത്ത് നിലനിൽക്കുന്ന പ്രധാന മതേതര ഭരണകൂടങ്ങളിൽ ഒന്നിനെ തകർക്കുകയാണ്. ആ മേഖലയിലെ രാഷ്ട്രീയത്തെ "അനിസ്ലാമികം" ആക്കുകയോ "അപായകരം" അല്ലാതാക്കുകയോ ആയിരുന്നില്ല അതിന്റെ ലക്ഷ്യം. മറിച്ച്, മതതീവ്രവാദത്തിനും മൗലികവാദത്തിനും പ്രചോദനം നൽകാനാണ്. അല്ലാതെ, അമേരിക്കയുടെ കീഴിൽ അറേബ്യയിലെ മരുഭൂമിയിൽ ജനാധിപത്യം പുഷ്ടിപ്പെടുത്താനാണെന്ന് ആരെക്കൊണ്ടും വിശ്വസിപ്പിക്കാനാവില്ല. സൗദി രാജകുടുംബത്തിന്റെ മധ്യകാല വാഴ്ചാ രീതി ഒരുതരം. ഈജിപ്ത്, ജോർദാൻ, മൊറോക്കോ എന്നിവിടങ്ങളിൽ "ജനാധിപത്യ"ത്തിന്റെ പേരിൽ അമേരിക്കയുടെ പിന്തുണയിൽ നടക്കുന്ന സ്വേച്ഛാധിപത്യം വേറെ ഓരോ തരം. അമേരിക്കൻ സാമ്രാജ്യത്തിന്റെ ആവശ്യകതയെപ്പറ്റി *ഇന്ത്യൻ എക്സ്പ്രസ്* പത്രാധിപർ അത്യുത്സാഹത്തോടെ വാദിക്കുന്നത് ഇന്ത്യയിലെ അച്ചടി മാധ്യമങ്ങളെ പാശ്ചാത്യനാടുകളിലെ മാധ്യമ ഇടപ്രഭുക്കന്മാരുടെ ഇടയിൽ കൊണ്ടുപോയി കെട്ടിയിടാനാണ്.

ബി ജെ പി അമേരിക്കയോട് അനുകൂല നിലപാട് വച്ചുപുലർത്തുമ്പോൾത്തന്നെ, ജനങ്ങൾക്ക് ഇറാഖിനോട് അനുഭാവവും യുദ്ധത്തോട് കഠിനമായ വിരോധവും ആയിരുന്നു. യുദ്ധത്തെ "അപലപിക്കാനും" അന്യായമെന്ന് വിശേഷിപ്പിക്കാനും ബി ജെ പിയെ പ്രേരിപ്പിച്ചത് ഈ പൊതുജനാഭിപ്രായമാണ്. യുദ്ധവിരുദ്ധ പ്രക്ഷോഭം രാജ്യത്ത് പരിമിതമായിരുന്നു. ഇടതുപക്ഷത്തിന് അടിത്തറയുള്ള പശ്ചിമ ബംഗാളിലും കേരളത്തിലും പ്രതിഷേധപ്രകടനങ്ങളിൽ ആയിരങ്ങൾ അണിനിരന്നു. ഇടതുപക്ഷ കക്ഷികളും മുസ്ലിം സംഘടനകളും മുസ്ലിം പിന്തുണയുള്ള ഇടതുപക്ഷ ഇതര കക്ഷികളും പ്രതിഷേധത്തിൽ ആവേശം പ്രകടിപ്പിച്ചു. കോൺഗ്രസ്സ് പാർട്ടി ഔപചാരികമായ പ്രതിഷേധം രേഖപ്പെടുത്തിയത

ല്ലാതെ, യുദ്ധത്തിന് എതിരായി ജനങ്ങളെ അണിനിരത്താൻ ഒന്നും ചെയ്തില്ല.

"ഇസ്ലാമിക ഭീകരത"ക്ക് എതിരായി ബി ജെ പി / ആർ എസ് എസ് സംയുക്ത പ്രതിഷേധത്തിന് ഒരുങ്ങിയതിന്റെ പ്രസക്തിയെപ്പറ്റി ഇടത്–ജനാധിപത്യ ശക്തികൾ വിലയിരുത്തേണ്ടത് പ്രധാനമാണ്. പാകിസ്ഥാൻ പ്രോത്സാഹിപ്പിക്കുന്ന ഭീകരതയ്ക്ക് എതിരെ യുദ്ധം വേണമെന്ന വാദത്തിന് ശക്തി കിട്ടാനാണ്, അമേരിക്ക "ഭീകരതയ്ക്ക് എതിരെ ചെയ്യുന്ന യുദ്ധ"ത്തെ ബി ജെ പി പിന്തുണക്കുന്നത്. ഒരു വിഭാഗം ജനങ്ങളുടെ ഇടയിൽ, സാമ്രാജ്യത്വ വിരുദ്ധ വികാരത്തിന് മൂർച്ച കുറയാൻ കാരണം ഇതാണ്. ബി ജെ പിയുടെ സാമ്രാജ്യത്വ അനുകൂലനിലപാടും ജനങ്ങളെ അണിനിരത്താൻ കോൺഗ്രസ്സ് പ്രകടിപ്പിച്ച മടിയുടെയും ഫലമായി കുറേക്കൂടി വിപുലമായ ബഹുജന യുദ്ധവിരുദ്ധ വികാരപ്രകടനത്തിന് സാധ്യത മങ്ങി. പൊതുവികാരം യുദ്ധത്തിന് എതിരായിട്ടും അങ്ങനെയാണ് സംഭവിച്ചത്.

ജനങ്ങളുടെയും രാജ്യങ്ങളുടെയും ചെറുത്തുനിൽപ്പ്

അമേരിക്ക നടത്തിയ യുദ്ധത്തെ തുടർന്നാണ് ഇറാഖ് കീഴടങ്ങിയത്. എന്നാൽ അമേരിക്കയുടെ ഒടുവിലത്തെ ഈ ശക്തിപ്രകടനത്തിന് ഇറാക്കിൽ കടുത്ത ചെറുത്തുനിൽപ്പ് നേരിടേണ്ടിവന്നു. യുദ്ധത്തിനെതിരായ പ്രതിഷേധം ഇറാക്കിൽ പല രൂപത്തിൽ പ്രകടമായി. അമേരിക്കയുമായി കൂട്ടുകെട്ടുള്ള ഫ്രാൻസ്, ജർമനി എന്നീ രാജ്യങ്ങളെപ്പോലെ യൂറോപ്പിലെ പ്രമുഖ സഖ്യങ്ങളുടെപോലും എതിർപ്പ് ഇത്തവണ അമേരിക്കക്ക് നേരിടേണ്ടിവന്നു. ഇറാക്കിൽ അമേരിക്ക നടത്തുന്ന സൈനിക നടപടിക്ക് സ്വയം അംഗീകാരം നൽകുന്ന 1441 പ്രമേയത്തെ അനുകൂലിക്കാൻ, രക്ഷാസമിതിയിലെ സ്ഥിരാംഗങ്ങളായ ഫ്രാൻസ്, റഷ്യ, ചീന എന്നീ രാജ്യങ്ങൾ വിസമ്മതിച്ചു. രണ്ടാമതൊരു പ്രമേയം പാസാക്കുന്നതിലും വൻ പരാജയം പറ്റി. സമ്മർദ്ദതന്ത്രത്തിലൂടെ യുദ്ധത്തിന് അംഗീകാരം അനുവദിപ്പിക്കുന്നതിൽ അമേരിക്കക്ക് അതാദ്യമായി ഐക്യരാഷ്ട്രസഭയിൽ വലിയ തോൽവി പിണഞ്ഞു. രക്ഷാസമിതിയിൽ പ്രമേയം പാസാകുന്നതിന് ആവശ്യമായ ഒമ്പതു വോട്ടു നേടുന്നതിൽ അമേരിക്കക്കു പറ്റിയ പരാജയം, യുദ്ധശ്രമത്തിനേറ്റ വ്യാപകമായ എതിർപ്പിന്റെ സൂചനയായിരുന്നു. ഐക്യരാഷ്ട്രസഭയുടെ അനുമതി നേടാതെതന്നെ അമേരിക്ക യുദ്ധവുമായി മുന്നോട്ടുപോയി. എന്നാലും അമേരിക്കയുടെ യുദ്ധത്തിന് നിയമസാധുത നൽകാൻ ഐക്യരാഷ്ട്രസഭ വിസമ്മതിച്ചു. അമേരിക്കയുടെ ഏകപക്ഷീയതയോട് പ്രതിഷേധം ഏറിവരുന്നതിന്റെ അടയാളം വ്യക്തമായിരുന്നു.

ഐക്യരാഷ്ട്രസഭയുടെ പിന്തുണ നേടുന്നതിൽ അമേരിക്കക്കു പിണഞ്ഞ തോൽവി, സാമ്രാജ്യത്വശക്തികളുടെ ഇടയിൽ വർദ്ധിച്ചുവരുന്ന വൈരുധ്യത്തിന്റെ സൂചകമായിരുന്നു. രണ്ടു പതിറ്റാണ്ടുകൾക്കിട

യിൽ അത്തരം സംഭവം ആദ്യത്തെതായിരുന്നു. ഇറാക്കിനെ കീഴടക്കി ഗൾഫ് മേഖലയിൽ അമേരിക്ക ആധിപത്യം സ്ഥാപിക്കുന്നതിൽ, യൂറോപ്യൻ യൂണിയനിലെ രണ്ടു പ്രബല ശക്തികളായ ഫ്രാൻസും ജർമനിയും ആശങ്ക പുലർത്തി. എണ്ണയ്ക്കുവേണ്ടി യൂറോപ്പ് ആശ്രയിക്കുന്ന ഗൾഫ് മേഖലയിൽ, അമേരിക്ക ധിക്കാരപൂർവമായ ആധിപത്യശ്രമം നടത്തുന്നതിൽ യൂറോപ്പിലെ ശക്തിരാജ്യങ്ങൾ പ്രതിഷേധമുയർത്തി. ഡോളറിനു മീതെ യൂറോ പ്രാബല്യം നേടുന്നതിലുള്ള അമർഷവും സംഘർഷത്തിൽ അന്തർധാരയായി പ്രവർത്തിച്ചു. മുതലാളിത്തഭ്രമണപഥത്തിൽ സഞ്ചാരം തുടങ്ങിയ റഷ്യയും തങ്ങളുടെ കരുത്തു കാട്ടാൻ ഫ്രാൻസിന്റെയും ജർമനിയുടെയും ഒപ്പം അണിചേർന്നു. യുദ്ധത്തിന് അനുകൂലമായ പ്രമേയം രക്ഷാസമിതിയിൽ പാസാക്കുന്നതിനെ ശക്തമായി എതിർക്കുന്ന ഒരു പ്രസ്താവന പുറത്തിറക്കാൻ 2003 മാർച്ച് 5 ന് പാരീസിൽ ചേർന്ന ഫ്രാൻസ്, ജർമനി, റഷ്യ എന്നീ രാജ്യങ്ങളിലെ വിദേശമന്ത്രിമാരുടെ സമ്മേളനം തീരുമാനിച്ചു. അത് ശ്രദ്ധേയമായ വഴിത്തിരിവായിരുന്നു. നവലോക ക്രമത്തിനും സർവാധിപത്യത്തിനും ശ്രമിക്കുന്ന അമേരിക്കയെ വെല്ലുവിളിക്കുന്ന മുന്നറിയിപ്പ്.

രക്ഷാസമിതിയിലും നയതന്ത്രവൃത്തങ്ങളിലും അണിയറയിൽ നടന്നുവന്ന യുദ്ധ പ്രതികൂല നീക്കങ്ങൾക്കു പുറമെ, ഫെബ്രുവരി 15ന് യുദ്ധവിരുദ്ധ ബഹുജനപ്രക്ഷോഭവും നടന്നു. യു എസ് സാമ്രാജ്യത്വം തത്ത്വദീക്ഷയില്ലാതെ അടിച്ചേല്പിക്കുന്ന സാഹസികതക്ക് എതിരെ നടന്ന ശ്രദ്ധേയമായ ക്ഷോഭസൂചനയായിരുന്നു അത്. അമേരിക്കയുടെ യുദ്ധയത്നത്തെ അനുകൂലിച്ച ബ്രിട്ടൻ, ആസ്ട്രേലിയ, ഇറ്റലി, സ്പെയിൻ എന്നീ രാജ്യങ്ങളിലും വമ്പൻ യുദ്ധവിരുദ്ധ ജനപ്രകടനങ്ങൾ നടന്നത് ഒരു വഴിത്തിരിവായിരുന്നു. ആഗോളവൽക്കരണത്തിനെതിരെ മൂന്നുവർഷമായി പാശ്ചാത്യ രാജ്യങ്ങളിൽ നടക്കുന്ന പ്രതിഷേധ പ്രസ്ഥാനത്തിന്റെ തുടർച്ചയായിരുന്നു പുതിയ യുദ്ധവിരുദ്ധ പ്രക്ഷോഭം. സാമ്രാജ്യത്വം നടപ്പിലാക്കിവരുന്ന ആഗോളീകരണവും യുദ്ധവും തമ്മിലുള്ള ബന്ധം എന്തെന്ന്, ജനലക്ഷങ്ങളെ ബോധ്യപ്പെടുത്തുന്നതായിരുന്നു പുതിയ നീക്കങ്ങൾ.

വിയറ്റ്നാം യുദ്ധകാലത്ത് നടന്ന യുദ്ധവിരുദ്ധ പ്രക്ഷോഭങ്ങൾ ജനങ്ങളെ, പ്രത്യേകിച്ച് യുവാക്കളെ ഉല്പതിഷ്ണുക്കളാക്കി മാറ്റി. അതുപോലെ ഇപ്പോൾ യുദ്ധത്തിനു മുമ്പ് നടന്ന ജനമുന്നേറ്റം മറ്റൊരു ശ്രദ്ധേയമായ സംഭവമായിരുന്നു. ബ്രിട്ടനിലും ആസ്ട്രേലിയയിലും ചില രീതിയിൽ അമേരിക്കയിലും, സ്കൂൾ വിദ്യാർഥികൾ സംഘടിതരായി തെരുവിലിറങ്ങി യുദ്ധത്തിനെതിരെ പ്രതിഷേധ പ്രകടനം നടത്തി. അവിടങ്ങളിൽ അതിനുമുമ്പ് അത്തരം യുദ്ധ-വിരുദ്ധ പ്രസ്ഥാനം സ്കൂൾ വിദ്യാർഥികളുടെ ഇടയിൽ അത്രയും വലിയ തോതിൽ നടന്നിരുന്നില്ല. യുവാക്കളുടെ ഇടയിൽ പ്രകടമായിവരുന്ന രാഷ്ട്രീയ സാമൂഹിക വീക്ഷണത്തിലെ ഉല്പതിഷ്ണുത്വം, ഈ രാജ്യങ്ങളിലെ ഇടതുപക്ഷത്തിന്റെ ഭാവിക്ക് ശുഭസൂചനയാണ്.

കഴിഞ്ഞ ഒരു ദശകമായി സമഗ്രാധിപത്യത്തിന് അമേരിക്ക നടത്തുന്ന നീക്കം, ചെറിയ ഭരണകൂടങ്ങളുടെമേൽ നടത്തുന്ന പട്ടാളനടപടി, തങ്ങൾക്ക് ഹിതമല്ലാത്ത ഗവൺമെന്റുകളെയും വ്യവസ്ഥകളെയും മാറ്റാനുള്ള ഇടപെടൽ, അന്താരാഷ്ട്ര വേദികളും വ്യവസ്ഥകളും തന്നിഷ്ടത്തിന് രൂപപ്പെടുത്തി അന്യരാജ്യങ്ങളിൽ അടിച്ചേൽപ്പിക്കൽ എന്നിവയെല്ലാം അമേരിക്ക ചെയ്തുകൂട്ടിയത് ചില പുരോഗമനവൃത്തങ്ങളിൽ വേദനയും ഉൽക്കണ്ഠയും വളർത്തി. അനീതികരമായ സമ്പദ്ക്രമം ദരിദ്രരാജ്യങ്ങളുടെ മീതെ അടിച്ചേൽപ്പിക്കലും, ഉപരോധങ്ങൾ ഏർപ്പെടുത്തലും പരസ്യമായി പട്ടാള ഇടപെടൽ നടത്തലുമെല്ലാം അശുഭാപ്തിവിശ്വാസവും ഉൽക്കണ്ഠയും വർദ്ധിപ്പിച്ചിട്ടുണ്ടെങ്കിലും ചിത്രത്തിന്റെ ഈ വശം മാത്രം കാണുന്നത് തെറ്റായിരിക്കും. എല്ലാ "സാമ്രാജ്യങ്ങളേ"യുംപോലെ, ഏകാധിപത്യത്തിനും പരിമിതികളുണ്ട്. ഈ പരിമിതികൾ രാഷ്ട്രീയ സാമ്പത്തിക സൈനിക മേഖലകളിൽ പ്രത്യക്ഷമായി കാണാം.

ആദ്യമായി, സാമ്രാജ്യത്വം മുൻകൈയെടുത്ത് നടപ്പാക്കിയ ആഗോളീകരണം അടിച്ചേല്പിച്ചപ്പോൾ, ലോകത്തിൽ അങ്ങോളമിങ്ങോളം നവ-ഉദാരനയങ്ങൾ നടപ്പാക്കിയപ്പോൾ, അത് അതിന്റേതായ ബലതന്ത്രവും ചലനശാസ്ത്രവും പ്രകടിപ്പിച്ചു. ധനമൂലധനം പ്രബലമായി പ്രവർത്തിച്ച്, നവ-ഉദാരീകരണം ഓരോ രാജ്യത്തിലും നടപ്പിലാക്കിത്തുടങ്ങിയപ്പോൾ, അസമത്വങ്ങൾ പെരുകി. ഉപജീവനമാർഗ്ഗം നഷ്ടമായി; ദാരിദ്ര്യം വർദ്ധിച്ചു; അതോടെ അസംതൃപ്തി വ്യാപകമായി. ദരിദ്രരാജ്യങ്ങളും ധനികരാജ്യങ്ങളും തമ്മിൽ അകലം രൂക്ഷമായി. അമേരിക്കൻ സാമ്രാജ്യത്വക്രമത്തിന് നിയന്ത്രണവിധേയമല്ലാത്തവിധം പ്രശ്നങ്ങൾ പെരുകി. തെക്കേ അമേരിക്കയിൽ ഇത് രൂക്ഷമായി കാണാം. നവ ഉദാരീകരണനയത്തിന് ഓരോ രാജ്യത്തും പോരായ്മകൾ പ്രത്യക്ഷപ്പെട്ടു. ഭരണവർഗത്തിന് നയം നടപ്പാക്കാൻ കഴിയാതായി.

അമേരിക്കൻ സൈനികശക്തി അതിന്റെ വിപുലമായ സാങ്കേതികമികവോടെ പ്രകടമായി പ്രവർത്തിച്ചുതുടങ്ങി. ബുഷ് ഭരണകൂടം പട്ടാളപ്പകിട്ടിന്റെ മോടി കൂടെക്കൂടെ കാട്ടിത്തുടങ്ങി. ലോകക്രമം മാറ്റിമറിക്കാനുള്ള ഉത്തോലകമായി സൈനികശക്തിയെ ഉപയോഗിക്കാൻ ശ്രമിച്ചു. ലോകത്ത് എല്ലായിടത്തുമുള്ള ജനങ്ങളുടെ ജീവിത സുരക്ഷിതത്വത്തിന്, ഈ പൈശാചിക വിനാശശക്തി ഭീഷണിയായി. അമേരിക്കൻ സാമ്രാജ്യലക്ഷ്യങ്ങളുടെ ദീർഘകാല വിജയത്തിന് ഈ സൈനികശക്തിയുടെ മൃഗീയമായ പ്രയോഗം മാത്രമല്ല സഹായിച്ചത്. അതിന്റെ പരിമിതി അഫ്ഗാനിസ്ഥാനിൽ പ്രകടമായി കണ്ടു. മിസൈലുകളുടെയും സൂക്ഷ്മനിയന്ത്രിത ബോംബുകളുടെയും ഉപയോഗം വഴി, അമേരിക്കയുടെ പക്ഷത്ത് നാശനഷ്ടങ്ങൾ വലിയതോതിൽ ഒഴിവാക്കാനും ദുർബലനായ പ്രതിയോഗിയെ കീഴ്പെടുത്താനും കഴിഞ്ഞു; എങ്കിലും അമേരിക്ക ഇഷ്ടപ്പെട്ട മട്ടിലുള്ള രാഷ്ട്രീയ സാമൂഹിക ഘടന സ്ഥാപിക്കുന്ന

തിന് സാധിച്ചില്ല. അഫ്ഗാനിസ്ഥാനിൽ അമേരിക്ക തിരഞ്ഞെടുത്ത അധികാരി ഹമീദ് കർസായിക്ക് അമേരിക്കൻ സ്പെഷ്യൽ ഫോഴ്സിന്റെ സ്ഥിരമായ സംരക്ഷണത്തിൽ കഴിയേണ്ടിവന്നു. കർസായിയുടെ കല്പനകൾ രാജ്യത്തിന്റെ പല ഭാഗങ്ങളിലുമുള്ള ജനങ്ങൾ അനുസരിച്ചതേയില്ല. താലിബാൻ നേതൃത്വത്തെയും അൽഖയ്ദയേയും തകർക്കുമെന്ന് സ്വയം സ്തുതി നടത്തിയിട്ടും അത്തരത്തിലൊരു ലക്ഷ്യം പൂർണമായി പൂർത്തീകരിക്കാൻ കഴിഞ്ഞില്ല.

അഗാധമായ ദേശീയ പാരമ്പര്യവും വികസനവുമുള്ള ഇറാക്കിൽ, അമേരിക്കൻ സൈനിക ഇടപെടൽ വഴി എളുപ്പം വഴങ്ങുന്ന ഭരണകൂടം അടിച്ചേൽപ്പിക്കാനാവില്ലെന്ന് അമേരിക്കൻ സൈനിക നേതൃത്വത്തിന് ബോധ്യമാകും. കൊളോണിയൽ കൈയേറ്റത്തിനെതിരെ ഇറാഖിൽ പ്രതിരോധവും സുദീർഘ സമരവും വളർത്തിയെടുക്കേണ്ടതുണ്ട്. ഇറാക്കിലെ സംഘർഷത്തിന് വിരാമം വരില്ല എന്നുമാത്രമല്ല പ്രസ്തുത മേഖലയിൽ ഒട്ടാകെ കുഴപ്പം വ്യാപിക്കുകയാണു ചെയ്യുക. പാലസ്തീനിയൻ പ്രസ്ഥാനത്തെ തകർക്കാൻ ഇസ്രായേൽ ശ്രമിക്കും. അവിടത്തെ അമേരിക്കൻ അനുകൂല ഭരണകൂടം പ്രതിസന്ധിയിൽ അകപ്പെടും. അഫ്ഗാനിസ്ഥാൻപോലെ, ഇറാക്കും ഒരു വഴിത്തിരിവാകും. അമേരിക്കൻ സാമ്രാജ്യത്വത്തിന്റെ കപടനാട്യം നിറഞ്ഞ രീതിശാസ്ത്രം, ഭീകരത തടയാനോ ജനാധിപത്യവും മനുഷ്യാവകാശവും സംരക്ഷിക്കാനോ ലോകജനതയെ സഹായിക്കുകയില്ല. ലാഭം കൊയ്തുകൂട്ടാനുള്ള അതിയായ കൊതിയാണ് സാമ്രാജ്യത്വത്തിന്റെ ഘടനാസ്വരൂപമെന്ന് ജനങ്ങൾക്കറിയാം. എണ്ണപോലുള്ള പ്രകൃതിവിഭവങ്ങൾ കവർച്ചചെയ്യാൻ, ദേശീയ ഭരണകൂടങ്ങളെ പട്ടാളമേധാവിത്വം ഉപയോഗിച്ച് തകർത്ത്, സർവാധിപത്യം സ്ഥാപിക്കുകയാണ് അമേരിക്കയുടെ രീതി. ബ്രിട്ടനും ഫ്രാൻസും ജർമനിയും റഷ്യയും തമ്മിൽ അമേരിക്കൻ ഭരണകൂടത്തിന് ഇടയ്ക്ക് സംഭവിക്കാറുള്ള സംഘർഷം താൽക്കാലിക ശമനം വരുത്തി, ഏകധ്രുവരീതിയിലുള്ള ലോക മേധാവിത്വത്തിന് അമേരിക്ക ഒരുക്കം തുടങ്ങിക്കഴിഞ്ഞു.

ഈ പുതിയതരം അമേരിക്കൻ സാമ്രാജ്യത്വക്രമത്തിന് എതിരായ സമരം, എങ്ങനെയൊക്കെ കണക്കുകൂട്ടിയാലും, സുദീർഘവും പ്രയാസകരവും ആകാനാണ് സാധ്യത. ഇറാഖിൽ ഈയിടെ സാമ്രാജ്യത്വം നടത്തിയ ഇടപെടലിന്റെ പാഠം, ശരിയായ രീതിയിൽ ഉൾക്കൊള്ളേണ്ടത് പ്രധാനമാണ്. ഇറാക്കി ജനത അനുഭവിക്കുന്ന കഠിനമായ യാതനയും വേദനയും ഭീകരമാണ്. എന്നാലും നിരാശക്കോ വിഷാദവിവശതക്കോ സ്ഥാനമില്ല. വർഷങ്ങൾക്കുശേഷം, ഫാസിസത്തിന്റെ ഭീഷണി അമേരിക്കൻ സാമ്രാജ്യത്വം പ്രത്യക്ഷമായി പ്രകടിപ്പിച്ചപ്പോൾ, ലോകത്തെങ്ങുമുള്ള ജനങ്ങൾ യുദ്ധത്തിനെതിരായും സാമ്രാജ്യത്വ സൈനിക ശക്തിക്ക് എതിരായും അണിചേർന്നിരിക്കുന്നു. "ഭീകരതക്കെതിരായ ആഗോള സഖ്യം", ഇന്ന് "ഇച്ഛാപൂർവ്വമായ സഖ്യ"മായി രൂപംകൊണ്ടിരിക്കുന്നു. സാമ്രാജ്യത്വസംഘത്തിനകത്ത് മേധാവിത്വം സ്ഥാപിക്കാൻ ശ്രമം തുട

ങ്ങിയതോടെ, രണ്ടാം ലോകമഹായുദ്ധത്തിനുശേഷം, അമേരിക്ക മറ്റു ലോകരാജ്യങ്ങളിൽനിന്ന് ഏറെ ഒറ്റപ്പെട്ടിരിക്കുന്നു.

സാമ്രാജ്യത്വഹിംസ്രജന്തുവിന്റെ ക്രൂരമായ ആക്രമണങ്ങൾ അടുത്തകാലത്ത് ഇനിയും ഉണ്ടാകും. ഭാവിയിൽ അത് കൂടുതൽ പോരാട്ടങ്ങൾക്കും ഇടയാക്കും. ആ പോരാട്ടങ്ങൾ കൂടുതൽ രാജ്യങ്ങളിലെ ജനശക്തികളെ ഒന്നിച്ചുചേർക്കാൻ അവസരം ഒരുക്കുമെന്നു തീർച്ച.

കുറിപ്പുകൾ

1. വിജയ് പ്രസാദ് : *ദി അറോഗൻസ് ഓഫ് എമ്പയർ: ആൻ അസസ്മെന്റ് ഓഫ് ബുഷ് ഡോക്ട്രിൻ - ദി മാർക്സിസ്റ്റ്*, 2002 ജൂലായ്-ഡിസംബർ
2. *ടുവാർഡ്സ് ദി പ്രസിപൈസ്* - റോബർ ബ്രണർ, ലണ്ടൻ റിവ്യു ഓഫ് ബുക്സ്, 2003 ഫെബ്രുവരി.
3. പ്രകാശ് കാരാട്ട് : *ഗ്ലോബൽ വാർ എഗൻസ്റ്റ് ടെററിസം, എക്സ്റ്റൻഷൻ ഓഫ് അമേരിക്കൻ ഹെഗിമണി, ദി മാർക്സിസ്റ്റ്*, ജൂലായ്-ഡിസംബർ, 2001
4. ബോബ് വുഡ്വാർഡ്: *ബുഷ് അറ്റ് വാർ*, സൈമൺ & ഷുസ്റ്റർ 2002
5. സ്വൻ ലിന്റ് ക്വിസ്റ്റ്: *എ ഹിസ്റ്ററി ഓഫ് ബോംബിങ്ങ്*, ദി ന്യൂ പ്രസ്സ്, ന്യൂയോർക്ക്, 2000
6. ജനറൽ ജി എച്ച് മാർടിൻ, മിഡിൽ ഈസ്റ്റേൺ എഫയർസ്, 1959 മാർച്ച്, *ഫ്രം യാൾടാ ടു വിയറ്റ്നാം* എന്ന പുസ്തകത്തിൽ നിന്ന് ഡേവിഡ് ഹൊറോവിറ്റ്സ് ഉദ്ധരിച്ചത്. പെൻഗ്വിൻ, ലണ്ടൻ
7. *ലേബർ മന്ത്‌ലി*യിൽ ഉദ്ധരിച്ചത്, 1958 ആഗസ്റ്റ്.
8. ഫ്രഡ് ഗോൾഡ് സ്റ്റീൻ : *ബുഷ് കാണ്ട് സെൽ വാർ ഫോർ എമ്പയർ*, വർക്കേഴ്സ് വേൾഡ്, 2003 ജനുവരി 16
9. *ദി ഇന്ത്യൻ എക്സ്പ്രസ്സ്*, 2003 ഫെബ്രുവരി1, ഫെബ്രുവരി 8

(The Marxist, Jan. 2003)

'ഭീകരതക്ക് എതിരായ ആഗോളയുദ്ധം': അമേരിക്കൻ അധിനിവേശത്തിന്റെ വ്യാപന തന്ത്രം

സി പി ഐ (എം)ന്റെ 17–ാം കോൺഗ്രസ്സ് ഈ വർഷം മാർച്ചിൽ നടക്കാൻ പോവുകയാണ്. അതിൽ സമർപ്പിക്കേണ്ട കരടു രാഷ്ട്രീയ പ്രമേയത്തിന്റെ ചർച്ച പാർട്ടിയിൽ എല്ലാ തലങ്ങളിലും നടക്കുന്നു. ആ സന്ദർഭത്തിൽ, അന്താരാഷ്ട്രനിലയെപ്പറ്റി വിശദമായ ധാരണ – സെപ്തംബർ 11 ന്റെ നാടകീയ സംഭവഗതിയും അതിന്റെ പ്രത്യാഘാതവുമടക്കമുള്ളവയെപ്പറ്റിയുള്ള വിശദധാരണ–ഉണ്ടായാൽ മാത്രമേ പാർട്ടിക്ക് തന്ത്രപരമായ നയം രൂപപ്പെടുത്താൻ സാധ്യമാവുകയുള്ളു.

അന്താരാഷ്ട്ര ബന്ധങ്ങളിലെ "വഴിത്തിരിവാ"യിട്ടാണ്, സെപ്തംബർ 11 ലെ ഭീകരാക്രമണത്തെ പരിഗണിക്കുന്നത്. സെപ്തംബർ 11 നുശേഷം, ലോകഗതി ആകെ മാറിയിരിക്കുന്നു എന്നാണ് അമേരിക്കയിലെ ഭരണവൃത്തം അവകാശപ്പെടുന്നത്. അതിനനുസരിച്ച് പുതിയ ചട്ടങ്ങളും നയങ്ങളും അന്താരാഷ്ട്ര ബന്ധങ്ങളിൽ നടപ്പാക്കണമെന്നാണ് അമേരിക്കയുടെ വാദം. സെപ്തംബർ 11 നുശേഷമുള്ള കാലസ്ഥിതിയെ സവിശേഷമായി വിലയിരുത്താനുള്ള അമേരിക്കയുടെ നീക്കത്തിനു പിന്നിൽ, അവരുടെ ആഗോള മേധാവിത്വം ഒന്നുകൂടി ഉറപ്പിക്കാനുള്ള തന്ത്രമാണ് ഒളിഞ്ഞിരിക്കുന്നത്.

ഭീകരത : വ്യത്യസ്തങ്ങളായ വീക്ഷണങ്ങൾ

അമേരിക്ക പ്രഖ്യാപിച്ചിരിക്കുന്ന ഭീകരതക്ക് എതിരായ ആഗോള യുദ്ധത്തിന്റെ പ്രത്യാഘാതങ്ങൾ വിലയിരുത്താൻ, ആദ്യം അന്താരാഷ്ട്ര ബന്ധങ്ങളിലെ അതിന്റെ പ്രവർത്തനം മനസിലാക്കേണ്ടതുണ്ട്. "ഭീകരവാദ"ത്തിന് അമേരിക്കയും മറ്റു മുതലാളിത്ത രാജ്യങ്ങളും കല്പിക്കുന്ന അർഥത്തിൽ നിന്നു വ്യത്യസ്തമാണ്, ഇടതുപക്ഷങ്ങളും ഇതര പുരോ

ഗമനശക്തികളും കല്പിക്കുന്നത്.

രണ്ടാം ലോകമഹായുദ്ധാനന്തരം, ദേശീയ സ്വാതന്ത്ര്യസമരങ്ങൾ പല രാജ്യങ്ങളിലും പ്രധാന രാഷ്ട്രീയ ശക്തിയായി പ്രത്യക്ഷപ്പെട്ടപ്പോൾ, മോചനത്തിന് സായുധസമരമാർഗ്ഗം പല രാജ്യങ്ങളും അവലംബിച്ചപ്പോൾ അമേരിക്ക അതിനെ "ഭീകരവാദ"ത്തിൽ ഉൾപ്പെടുത്തി. ഇത് അമേരിക്കയുടെ മാത്രമല്ല, പല മുതലാളിത്ത രാജ്യങ്ങളുടെയും കാഴ്ചപ്പാടായിരുന്നു. കാസ്ട്രോവിനെയും ഗറില്ലാ യോദ്ധാക്കളെയും അമേരിക്ക ഭീകരപ്രവർത്തകരായി ചിത്രീകരിക്കുമ്പോൾ, ഫ്രഞ്ച് ഗവൺമെന്റ് അൾജീരിയൻ സ്വാതന്ത്ര്യസമരപ്പോരാളികളെയും ഭീകരരുടെ പട്ടികയിൽപ്പെടുത്തി. സാമ്രാജ്യശക്തികളുടെയും കൊളോണിയൽ അധികാരികളുടെയും മർദ്ദനത്തിനെതിരെ ആയുധമേന്തിയ പടയാളികളെ, ഭീകരരായി മുദ്രകുത്തുന്നത് പതിവു രീതിയായി.

കമ്യൂണിസത്തിനെതിരായ സമരത്തെയും സമഗ്രാധിപത്യ ഭീകരതക്കെതിരായ പോരാട്ടമായി ചിത്രീകരിച്ചു. കൊളോണിയലിസവും ഇമ്പീരിയലിസവും നടത്തുന്ന ചൂഷണത്തെ എതിർക്കുന്ന ആരും, അതിനെതിരായ പോരിനെ ഭീകരതയായി കണക്കാക്കുന്ന രീതിയെ അംഗീകരിക്കുന്നില്ല.

സാധാരണക്കാരോടും സൈനികരല്ലാത്തവരോടും അക്രമവും ഹിംസയും പ്രവർത്തിക്കുമ്പോൾ, അതിനെതിരായി ആശ്രയിക്കുന്നതാണ് ഭീകരപ്രവർത്തനം. വ്യക്തികളും സംഘങ്ങളും സംഘടനകളും ഭരണകൂടവും ഭീകരപ്രവർത്തനത്തിന്റെ ഹിംസ പ്രയോഗിക്കാം. അടിച്ചമർത്തപ്പെട്ട സംഘങ്ങളിലോ ദേശീയ ജനവിഭാഗത്തിലോ ഉൾപ്പെട്ട ദുർബലരായി കഴിയുന്ന ജനവിഭാഗങ്ങൾ, ശക്തരായ വർഗങ്ങളോടോ ഭരണകൂടങ്ങളോടോ അക്രമം പ്രവർത്തിക്കാൻ നിർബന്ധിതരാകുന്നു. ഇതിനു വിപരീതമായി, രാജ്യം ഭരിക്കുന്ന അധികാരിവർഗവും ഭരണാധികാരയന്ത്രം ഉപയോഗിച്ച് എതിർപക്ഷത്തെ അടിച്ചമർത്തുന്നുമുണ്ട്. ഭരണകൂടത്തെ തുറന്നുകാട്ടുന്ന വ്യക്തികളെയും മർദ്ദിച്ചൊതുക്കുന്നുണ്ട്. കൂലിപ്പട്ടാളക്കാരെയും ചാവേർപ്പടയേയും ഉപയോഗിക്കുന്ന പിന്തിരിപ്പൻ ഭരണാധികാരികളും ഭീകരപ്രവർത്തനമാണ് നടത്തുന്നത്.

ജനാധിപത്യ സമരങ്ങളും വിപ്ലവപ്രസ്ഥാനങ്ങളും വളർത്തിയെടുക്കുന്നതിന് ഭീകരശൈലിയെ, ന്യായയുക്തമായ സമരായുധമായി മാർക്സിസ്റ്റുകാർ സ്വീകരിക്കുന്നില്ല. പിന്തിരിപ്പൻ ഭരണകൂടങ്ങളും ഭരണവർഗങ്ങളും ഭീകര രീതികൾ കൈക്കൊള്ളുമ്പോൾ, മർദ്ദിത ജനത, ചെറുത്തുനില്പിന്, അക്രമരീതി അവലംബിക്കുന്നതിനെ വേർതിരിച്ചുകാണണം.

മത മൗലികവാദത്തിന്റെ വളർച്ച

വർത്തമാനകാല സാഹചര്യം കണക്കിലെടുക്കുമ്പോൾ, ഭീകരപ്രവർത്തനത്തെയും അതിൽ ഏർപ്പെടുന്ന ശക്തികളേയും തിരിച്ചറിയേണ്ട

തുണ്ട്. സോവിയറ്റു യൂണിയന്റെ തകർച്ചക്കുശേഷം, ലോകവ്യാപകമായി സോഷ്യലിസ്റ്റു പ്രസ്ഥാനങ്ങൾ തിരിച്ചടി നേരിട്ടപ്പോൾ, എല്ലാ വിധത്തിലുമുള്ള പിന്നോക്ക പിന്തിരിപ്പൻ ആശയങ്ങൾ നവീകരിക്കപ്പെടുകയും അത്യുഗ്രമായ രീതികൾ കൈക്കൊള്ളുകയും ചെയ്തുവരുന്നതായി കാണാം. ഇത്തരം കാഴ്ച ലോകവ്യാപകമായിരുന്നു. മുൻ സോവിയറ്റു യൂണിയൻ റിപ്പബ്ലിക്കുകൾ, ബാൽക്കൻസ്, പശ്ചിമ ഏഷ്യ, ഏഷ്യ, യൂറോപ്പ്, അമേരിക്ക എന്നിവയുടെ ഇതരഭാഗങ്ങൾ–ഇവിടങ്ങളിലെല്ലാം ഇതു കാണാം.

1990 ൽ ഇസ്ലാമിക് തീവ്രവാദത്തിന്റെ പുനരാവർത്തനം ലോകവ്യാപകമായി സംഭവിച്ചു. തൊണ്ണൂറുകൾക്ക് മുമ്പും ഇസ്ലാമിക് തീവ്രവാദപ്രവണത പ്രവർത്തിച്ചിരുന്നു. എന്നാൽ പിന്നീട് അതിന് കൂടുതൽ ശക്തിയും ആഗോള വ്യാപ്തിയും ലഭിച്ചു. മതനിരപേക്ഷത പ്രകടിപ്പിച്ചിരുന്ന അറബ്–മുസ്ലിം രാജ്യങ്ങളിലും ഈ സന്ദർഭത്തിൽ തീവ്രവാദം പ്രചരിച്ചു. ഇടതുപക്ഷ ആഭിമുഖ്യവും മതനിരപേക്ഷതയും പാലിച്ചിരുന്ന അൾജീരിയയും വലതുപക്ഷച്ചായ്‌വും മതനിരപേക്ഷതയും ദീക്ഷിച്ചിരുന്ന തുർക്കിയും ഈ മാറ്റത്തിന് ഉദാഹരണമാണ്. ഇരു രാജ്യങ്ങളും സമുദായഘടനയിൽ മതമൗലികവാദത്തിന് അടിപ്പെട്ടിരിക്കുന്നു. സർവ്വ ഇസ്ലാമിക പ്രസ്ഥാനത്തിന്റെ പിടിയിൽ അകപ്പെട്ട്, ബോസ്നിയ മുതൽ ഇൻഡൊനേഷ്യവരെ ഈ പ്രവണത പ്രകടിപ്പിക്കുന്നു. ഇതിന്റെ അല ഇന്ത്യയിലും എത്തിയിട്ടുണ്ട്.

മതത്തിന്റെ രാഷ്ട്രീയം ഇസ്ലാമിക ലോകത്തു മാത്രമല്ല പ്രകടമായിരിക്കുന്നത്. മുൻ യൂഗോസ്ലോവിയയിൽ സർബുകളും ക്രോട്ടുകളും ഭ്രാതൃഹത്യാകലഹത്തിൽ ഏർപ്പെട്ടിരിക്കുന്നു. രണ്ടും ക്രിസ്തുമത വിഭാഗക്കാരാണെങ്കിലും പള്ളിയുടെ വ്യത്യസ്തതയെച്ചൊല്ലി അവർ കലാപത്തിലാണ്. സർബിയൻ ഓർത്തഡോക്സ് ചർച്ച് ഒരുവശത്ത്, റോമൻ കത്തോലിക്ക ചർച്ച് മറുവശത്ത്. ഹിന്ദു ഭൂരിപക്ഷമുള്ള ഇന്ത്യയിൽ, സങ്കുചിത രാജ്യാഭിമാനശക്തികൾ തലപൊക്കുന്നുണ്ട്. അമേരിക്കയിൽപ്പോലും റിപ്പബ്ലിക്കൻ പാർട്ടിയിൽ, ക്രിസ്തുമത മൗലികവാദികൾ പിടിമുറുക്കുന്നു.

മനുഷ്യവർഗത്തെ ആശ്ലേഷിക്കേണ്ട സാർവലൗകിക മതനിരപേക്ഷ പുരോഗമന മൂല്യങ്ങൾക്കു പകരം, മതസ്വത്വത്തിന്റെ പേരിൽ ഇതര വിശ്വാസികളോട് അസഹിഷ്ണുത വർദ്ധിച്ചുവരികയാണ്. സോഷ്യലിസത്തിനു സംഭവിച്ച തിരിച്ചടി നിമിത്തം, സ്വത്വരാഷ്ട്രീയ രൂപങ്ങൾ തലപൊക്കുന്നു. സോവിയറ്റുയൂണിയന്റെ പതനത്തിനു മുമ്പുതന്നെ പല മതനിരപേക്ഷ ബൂർഷ്വാ–ഭൂപ്രഭു ഭരണകൂടങ്ങളും ജനങ്ങളുടെ ജീവിത നിലവാരം മെച്ചപ്പെടുത്താൻ സ്വീകരിച്ച നയങ്ങൾ പരാജയപ്പെട്ടപ്പോൾ നിരാശരായ ജനങ്ങൾ പാരമ്പര്യസ്വത്വങ്ങളിലേക്കും മതത്തിലേക്കും വംശീയതയിലേക്കും പിന്മടക്കം നടത്തി. സോഷ്യലിസത്തിന്റെ സാർവദേശീയ ലക്ഷ്യത്തിനു സംഭവിച്ച തിരിച്ചടി, സ്ഥിതി പിന്നെയും ഗുരുതരമാക്കി. ജനാധിപത്യ സാമൂഹിക രാഷ്ട്രീയ പങ്കാളിത്തം ദീർഘകാലമായി നിഷേധിക്കപ്പെട്ട ജനവിഭാഗങ്ങൾ തീവ്രവാദത്തിലേക്കു തിരിച്ചുപോയി. നീണ്ട

നാളത്തെ അടിച്ചമർത്തൽ നിമിത്തം പലസ്തീനിലും പെറുവിലും കൊളംബിയായിലും ലാറ്റിനമേരിക്കയിലും ശ്രീലങ്കയിലെ തമിഴ് ന്യൂനപക്ഷങ്ങളുടെ ഇടയിലും തീവ്രവാദശക്തികൾ കരുത്തുനേടി.

രണ്ടാം ലോകമഹായുദ്ധാനന്തരം അഞ്ചു ദശകങ്ങളിൽ അമേരിക്ക കാട്ടിക്കൂട്ടിയ കുത്സിതങ്ങളായ ചെയ്തികളുടെ മുഴുവൻ രേഖകളും ഇവിടെ വിസ്തരിക്കേണ്ടതില്ല. ഒന്നിനു പിറകെ മറ്റൊന്നായി പല രാജ്യങ്ങളിലും ഭീകര ഭരണകൂടങ്ങൾക്ക് അമേരിക്ക താങ്ങും തണലും നൽകി. ഗ്വാട്ടിമാല, ഡൊമിനിക്കൻ റിപ്പബ്ലിക്, ബ്രസീൽ, അർജന്റീന, ചിലി, നിക്കരാഗ്വെ, എൽ സാൽവദോർ, കൊളംബിയ, ഇൻഡൊനേഷ്യ, ദക്ഷിണാഫ്രിക്ക, അംഗോള, വിയറ്റ്നാം, കംബോഡിയ, അഫ്ഗാനിസ്ഥാൻ, ഇറാക്ക് പട്ടിക പിന്നെയും അന്തമില്ലാതെ നീളും. പിന്തിരിപ്പൻ സ്വേച്ഛാഭരണാധികാരികളുടെ ഇരകളായി പതിനായിരങ്ങൾ പീഡനങ്ങളേറ്റുവാങ്ങി. നപാം ബോംബുകളും ക്ലസ്റ്റർ ബോംബുകളും ഉപയോഗിച്ച്, ചാവേർപ്പടയും എതിർസംഘവും നടത്തിയ ആക്രമണങ്ങളിൽ ആയിരങ്ങൾ ഒടുങ്ങി. അമേരിക്കയെപ്പോലെ മറ്റൊരു ഭരണകൂടവും ഈവിധം ഭീകരത കയറ്റിയയക്കുകയും ഭീകരത നടത്താൻ അന്യരാജ്യങ്ങളെ തയാറാക്കുകയും ചെയ്യുന്നില്ല.

എന്നാൽ സാമ്രാജ്യത്വത്തിന്റെ ഈ കടന്നാക്രമണത്തെ നേരിടാൻ, സെപ്തംബർ 11 പോലുള്ള ഭീകരപ്രസ്ഥാന പ്രവർത്തനശൈലി പര്യാപ്തമല്ല. കഴിഞ്ഞകാലത്ത്, ഇത്തരം തീവ്രവാദരീതിയെ അമേരിക്കയാണ് പ്രോത്സാഹിപ്പിച്ചിരുന്നത്. 1980 കളിൽ അമേരിക്കൻ ഭരണകൂടത്തിന്റെ തലോടൽ അനുഭവിച്ചുകൊണ്ട് മതഭീകര തീവ്രവാദികൾ ശക്തിപ്രാപിച്ചു. അംഗോളയിലെ സാവിമ്പി കഴുത്തറുപ്പന്മാരും എൽ സാൽവദോറിലെ കോൺട്രാകളും, ഐ എസ് ഐ, സി ഐ എ സംരക്ഷണത്തിൽ അഫ്ഗാനിസ്ഥാനിലെ മുജാഹിദീൻ തീവ്രവാദികളും തമ്മിൽ വ്യത്യാസമൊന്നും പറയാനില്ല.

മതമൗലികവാദത്തിന് അമേരിക്ക നൽകുന്ന സംരക്ഷണം

ശീതസമരകാലത്ത്, കമ്യൂണിസത്തിനെതിരായി അമേരിക്ക ഉപയോഗിച്ചുവന്നതായിരുന്നു ഇസ്ലാമിക മൗലിക തീവ്രവാദം. 1950 കൾക്കുശേഷം പശ്ചിമ ഏഷ്യയിൽ അമേരിക്കയുടെ ഏറ്റവും അടുത്ത കൂട്ടാളി, സൗദി അറേബ്യ ആയിരുന്നു. മതതീവ്രതയുടെ സുരക്ഷാകേന്ദ്രമാണ് സൗദിഭരണകൂടം. ഒന്നിനു പിറകെ മറ്റൊന്നായി സൗദിയിലെ പുരോഗമന ഭരണവ്യവസ്ഥയെ തുരങ്കം വയ്ക്കാൻ സൗദിയിലെ ധനവും മതനിക്ഷേപവും അമേരിക്ക ഉപയോഗപ്പെടുത്തി. സൗദിക്കാരനായ ഒസാമ ബിൻലാദൻ തന്നെ സൗദി രാജ്യഭരണത്തെ എതിർത്തു എന്നത് വിരോധാഭാസമത്രെ. അമേരിക്കയുമായി കൂട്ടുകൂടി ഇസ്ലാമിനെ നിഷേധിക്കുകയാണ് സൗദിയിലെ അധികാരികൾ ചെയ്യുന്നത് എന്നാണ് അവരേക്കാൾ മതതീവ്രവാദത്തിന്റെ അവകാശവാദിയായ ബിൻലാദന്റെ ആക്ഷേപം.

പശ്ചിമ ഏഷ്യയിലെ സോഷ്യലിസ്റ്റ്–പുരോഗമന പ്രസ്ഥാനങ്ങളെ എതിരിടാൻ ആവശ്യമുള്ള കാലത്തോളം ഇസ്ലാമിക മൗലിക തീവ്രവാദികളുമായി അമേരിക്ക കൂട്ടുകൂടും. ഇത്തരം ശീതസമരരീതിയുടെ ഉല്പന്നമാണ് ഇന്ന് അഫ്ഗാനിസ്ഥാൻ. 1989 ൽ സോവിയറ്റ് സായുധസേന അഫ്ഗാനിസ്ഥാനിൽ നിന്നു പിൻവാങ്ങി. മുജാഹിദീനിന്റെ പതാകയുടെ കീഴിൽ ഒത്തുചേർന്ന മുഴുവൻ തീവ്രപക്ഷക്കാരെയും പതിറ്റാണ്ടുകളോളം പണം നൽകി പോറ്റിവളർത്തിയത് സി ഐ എയും പെന്റഗണും ആയിരുന്നു. പാകിസ്ഥാനിലെ ഐ എസ് ഐയിലൂടെ സി ഐ എ സകല സംരക്ഷയും നൽകിവന്ന മുജാഹിദീൻ നേതാക്കന്മാരായ ഗുൽബുദീൻ ഹിക്മത്യാർ, മസൂദ് എന്നിവരുടെ അനന്തരാവകാശികളാണ് താലിബാൻ.

ഐ എസ് ഐയും പാകിസ്ഥാനി തീവ്രവാദി സംഘമായ താലിബാനും സംരക്ഷിക്കുന്ന ഭീകര മൗലികവാദികൾ 1994 മുതൽ അഫ്ഗാനിസ്ഥാനിൽ അഴിഞ്ഞാടുകയും 1996 ൽ അധികാരനിയന്ത്രണത്തിൽ വരികയും ചെയ്തു. ആദ്യം കമ്യൂണിസത്തിനെതിരായി "ജിഹാദ്" മുഴക്കിയ ഒസാമാ ബിൻലാദൻ, പിന്നീട് താലിബാനിൽ ചേരുകയും "അവിശ്വാസികളാ"യ അമേരിക്കക്കാർക്കെതിരെ പോർവിളി ഉയർത്തുകയും ചെയ്തു. അഫ്ഗാനിസ്ഥാനിൽനിന്ന് താലിബാനെ തുരത്താൻ അമേരിക്ക ശ്രമിക്കുന്നു. താലിബാനെ താലോലിക്കുന്ന പാകിസ്ഥാനുമായി അമേരിക്ക സഹകരിക്കുകയും ചെയ്യുന്നു!

മതതീവ്ര ചെയ്തികളുടെയും ഇസ്ലാമിക മൗലികസിദ്ധാന്തത്തിന്റെയും ധാരാളിത്ത ദൃശ്യങ്ങളാണ് അറബ് മുസ്ലിം രാജ്യങ്ങളുടെ ചരിത്രത്തിൽ ഉടനീളം കാണാൻ കഴിയുന്നത്. ഒസാമാ ബിൻലാദനിൽ നിന്ന് പ്രചോദനം ഉൾക്കൊണ്ടുകൊണ്ട് മതഭ്രാന്ത് ബാധിച്ച ഇസ്ലാമിസ്റ്റ് സംഘങ്ങളാണ് അൾജീരിയയിൽ കൂട്ടക്കൊല നടത്തിയത്. അമേരിക്കയുടെ സഹായത്തോടെ, പിന്തിരിപ്പൻ ഭരണാധികാരികൾ കമ്യൂണിസ്റ്റുകാരെയും പുരോഗമന പക്ഷക്കാരെയും വൻതോതിൽ വകവരുത്തി. അധികാരത്തിൽ ഇല്ലാത്ത ഏറ്റവും അധികം കമ്യൂണിസ്റ്റുകാരുള്ള ഇന്തൊനേഷ്യയിലും ഇതേ തരത്തിലുള്ള വമ്പൻ കമ്യൂണിസ്റ്റുവേട്ട സംഘടിപ്പിച്ചു.

മതമൗലികവാദത്തെയും ദേശസ്നേഹഭ്രാന്തിനെയും സ്വാർഥ രാഷ്ട്രീയ താല്പര്യത്തിനു കാലാകാലങ്ങളിൽ ഉപയോഗപ്പെടുത്തുന്നത് അമേരിക്കൻ രാജ്യതന്ത്രത്തിന്റെ ഭാഗമാണ്. ബാൽക്കൻസിലെ മൃഗീയമായ സംഘർഷത്തിന്റെ ഉത്തരവാദിത്വം സ്ലോബൊദാൻ മിലൊ സെവിച്ചിന്റെയും സെർബ് ദേശീയതയുടെയും ചുമലിലാണ് ചുമത്തിയത്. ക്രോട്ട് പിന്തിരിപ്പന്മാരെയും ഇതര സങ്കുചിത ദേശീയതയെയും പിന്തുണച്ച അമേരിക്കയുടെയും ഇതര സാമ്രാജ്യത്വശക്തികളുടെയും പങ്കിനേയും അപകടകരമായി കണക്കാക്കണം.

ഭീകരവാദത്തിന്റെ പ്രതിലോമ പങ്കാളിത്തം

മതമൗലികതയുടെയൊ വംശീയഭ്രാന്തിന്റെയൊ വീക്ഷണത്തിന്റെ

പിടിയിൽ പെട്ടാൽ, വ്യക്തികളുടെയൊ സംഘങ്ങളുടെയൊ സമീപനം സമഗ്രമായി സങ്കുചിതവും വിഭാഗീയവുമായി മാറുന്നു. തങ്ങളെപ്പോലെ അടിച്ചമർത്തലോ അനീതിയോ അനുഭവിക്കുന്ന അന്യരെപ്പോലും അവർ അന്യമതസ്ഥരാണെന്ന കാരണത്താൽ അടുപ്പിക്കാതെ പെരുമാറുന്നു. പാശ്ചാത്യ രാജ്യങ്ങളുടെ സാമ്രാജ്യത്വ മേധാവിത്വം ശക്തിപ്പെട്ടതോടെ, പടിഞ്ഞാറൻ സംസ്കാരവും മൂല്യവും തങ്ങൾക്ക് അപകടകാരിയാണെന്ന് ഈ മതതീവ്രവിഭാഗം വിലയിരുത്തി. വിശുദ്ധ വേദഗ്രന്ഥങ്ങളിൽ വിവരിച്ച ജീവിതക്രമം പാലിക്കാൻ വിധിക്കപ്പെട്ട ഈ മതമൗലിക സംഘം, ആധുനിക പുരോഗമന മൂല്യങ്ങൾ തങ്ങളുടെ മതത്തിന് എതിരാണെന്ന് വിധിയെഴുതി. മറ്റുവിധത്തിലുള്ള വൈരുധ്യങ്ങളെ കാണാനോ വിലയിരുത്താനോ വർഗങ്ങളുടെ അസ്തിത്വം അംഗീകരിക്കാനോ സാമ്രാജ്യത്വത്തിന്റെ ചൂഷണം അനുഭവിക്കുന്ന ജനങ്ങളെ അറിയാനോ അക്കൂട്ടർ അശക്തരായി.

ഇത്തരം വിലക്ഷണമായ വിശ്വവീക്ഷണത്തിൽ നിന്നാണ് മതഭ്രാന്തൻ ചെയ്തികളും ഭീകരതകളും ഉടലെടുക്കുന്നത്. സകല ഭീകരപ്രവണതകളും ഇസ്ലാമിക ലോകത്ത് നടമാടുന്നതായി ആർ എസ് എസും ബി ജെ പിയും ആരോപിക്കുന്നു. എന്നാൽ, ഇതര മതങ്ങളുടെയും മത ഇതര സംഘങ്ങളുടെയും വകയായും മതതീവ്രത വളരുന്നുണ്ട്. ആത്മഹത്യാ ബോംബുകൾ കൈകാര്യം ചെയ്യുന്ന എൽ ടി ടി ഇ, ഇസ്ലാമിക സംഘം അല്ലല്ലൊ.

വ്യക്തിയെയോ സംഘത്തെയോ കേന്ദ്രമാക്കി പ്രവർത്തിക്കുന്ന ഭീകര സംഘടനകൾ സാധാരണക്കാരോടു കാട്ടുന്ന അക്രമം, ഭരണവർഗങ്ങളെയും സാമ്രാജ്യത്വത്തെയുമാണ് സഹായിക്കുക. അത്തരം അക്രമം നടക്കുമ്പോൾ, ഭരണകൂടവും അധികൃതരും സാധാരണക്കാരുടെ മൃദുലവികാരങ്ങളും അക്രമങ്ങളോടുള്ള അസഹിഷ്ണുതയും മുതലെടുത്തുകൊണ്ട് അവരെ തങ്ങളുടെ ചുറ്റും അണിനിരത്തുന്നു. സെപ്തംബർ 11 ന് അമേരിക്കയിൽ നടന്ന ഭീകരാക്രമണം അമേരിക്കയിലെ അധികൃതരെ തളർത്തുകയല്ല ശക്തിപ്പെടുത്തുകയാണു ചെയ്തത്. സാധാരണക്കാരായ അമേരിക്കക്കാർ, പിന്തിരിപ്പൻ സ്വഭാവമുള്ള ബുഷ് ഭരണകൂടത്തിനു ചുറ്റും അണിചേരുകയാണ് ചെയ്തത്.

അതുപോലെ, സാധാരണക്കാരുടെനേരെ അതിക്രമം കാട്ടുന്ന ഭീകരപ്രസ്ഥാനക്കാരെ മാർക്സിസ്റ്റുകാർ പിന്തുണയ്ക്കുന്ന പ്രശ്നമേ ഉദിക്കുന്നില്ല. വിപ്ലവ പ്രസ്ഥാനത്തിന്റെ പ്രവർത്തനഘട്ടത്തിൽ, ഭരണകൂടത്തിന്റെയും അതിന്റെ അടിച്ചമർത്തൽ സംവിധാനത്തിന്റെയും പ്രതീകങ്ങളുടെ നേരെ ബഹുജന പിന്തുണയോടെ ആക്രമണം നടന്നേക്കാം. അത്തരം അതിക്രമങ്ങളെ ഭീകരപ്രവർത്തനമായി കണക്കാക്കാനാവില്ല.

അമേരിക്കൻ കടന്നാക്രമണത്തിന്റെ പുതിയ ഘട്ടം

സെപ്തംബർ 11 നുശേഷമുള്ള സംഭവഗതികൾ രണ്ടു വ്യത്യസ്ത

വീക്ഷണകോണുകളിലൂടെ നിരീക്ഷിക്കാം. ഒന്ന്, പ്രസിഡന്റ് ബുഷിന്റെ അഭിപ്രായത്തിലുള്ള കൃത്യമായ തീരുമാനം : "ഒന്നുകിൽ നിങ്ങൾ ഞങ്ങളുടെ കൂടെയാണ്. അല്ലെങ്കിൽ ഭീകരരുടെ ഒപ്പമാണ്". രണ്ടിന്റെയും നടുവിലുള്ള വിഭജനരേഖ, ഒന്നുകിൽ അമേരിക്കയുടെ സാമ്രാജ്യത്വ താല്പര്യങ്ങളെ അനുകൂലിച്ചുകൊണ്ട് അവരുടെ കൂടെ അണിചേരുക. അതിനു വിസമ്മതമെങ്കിൽ ഭീകരരുടെ അനുകൂലികളെന്ന് മുദ്രകുത്തപ്പെടും. ഇത് പഴയ ശീതസമരകാലഘട്ടത്തെ ഓർമ്മിപ്പിക്കുന്നു. അന്ന് എല്ലാ രാജ്യങ്ങളുടെയും മുന്നിലുള്ള പ്രശ്നം അവർ ആരുടെകൂടെ എന്നതായിരുന്നു: "സ്വതന്ത്രലോക"ത്തിന്റെകൂടെയോ, "സമഗ്രാധിപത്യ" കമ്യൂണിസ്റ്റുകളുടെ കൂടെയോ?

ഈ സാമ്രാജ്യത്വ നിർവചനത്തെയും അതിന്റെ നിഗൂഢ ലക്ഷ്യത്തിൽ ഊന്നിയ ലളിതവൽക്കരണത്തെയും വെല്ലുവിളിക്കുന്ന ബദൽ കാഴ്ചപ്പാട് മാർക്സിസ്റ്റുകാർക്കുണ്ട്. 20–ാം നൂറ്റാണ്ടിന്റെ അവസാനത്തെ രണ്ടു പതിറ്റാണ്ടുകൾ, സാമ്രാജ്യത്വത്തിന്റെയും അന്തർദേശീയ മൂലധനശക്തികളുടെയും അഭൂതപൂർവമായ കടന്നുകയറ്റത്തിന് കളമൊരുക്കി. ലോക സാമ്പത്തിക ബന്ധങ്ങൾ പുനഃക്രമീകരിക്കുകയും മൂലധനവും തൊഴിലും സാമ്രാജ്യത്വ താല്പര്യങ്ങൾക്കനുസരിച്ച് നവീകരിക്കുകയും ചെയ്യാനുള്ള തന്ത്രമാണ് വാസ്തവത്തിൽ, ആഗോളീകരണം എന്ന പേരിൽ അറിയപ്പെടുന്ന പരിപാടികൾ. അതിന്റെ ഫലമായി ഒരുപിടി കോടീശ്വരന്മാരുടെയും ധനമിടപാടുകാരുടെയും കോർപറേഷനുകളുടെയും വരുതിയിൽ സമ്പത്ത് കുന്നുകൂടുകയും മൂന്നാം ലോകത്ത് കഴിഞ്ഞുകൂടുന്ന ജനങ്ങളിൽ ഭൂരിഭാഗവും കൂടുതൽ ദാരിദ്ര്യത്തിലേക്ക് വഴുതിവീഴുകയും ചെയ്യുന്ന കാഴ്ചയാണ് കാലഘട്ടം സമ്മാനിക്കുന്നത്.

സോഷ്യലിസത്തിനു സംഭവിച്ച തിരിച്ചടി, സാമ്രാജ്യത്വത്തിന്റെ കടന്നുകയറ്റത്തിന് എളുപ്പവഴി ഒരുക്കിക്കൊടുത്തു. അതോടെ മതമൗലികവാദവും സങ്കുചിത ദേശീയതയും പിടിമുറുക്കി. ആഗോളീകരണം രാജ്യങ്ങളുടെ പരമാധികാരം ദുർബലമാക്കി, വിപരീതശക്തികൾക്ക് പ്രോത്സാഹനം നൽകി. വികല വീക്ഷണത്താൽ പരിപാവനമായി കണക്കാക്കുന്ന മതതീവ്രവാദം പ്രോത്സാഹിപ്പിക്കുന്ന ഇവരാണ് സെപ്തംബർ 11 ലെ ആക്രമണം സംഘടിപ്പിച്ചത്. സാമ്രാജ്യത്വം നടപ്പാക്കുന്ന ആഗോളീകരണത്തിന് എതിരായി പ്രതിരോധം ജനകീയ പ്രസ്ഥാനങ്ങളുടെ നേതൃത്വത്തിൽ, തൊണ്ണൂറുകൾക്കുശേഷം നടന്നുവരുന്നുണ്ട്. സാമ്രാജ്യത്വം നടപ്പാക്കുന്ന മൃഗീയമായ ആഗോളീകരണത്തെയൊ, അതിനെ ചെറുക്കാൻ നടത്തുന്ന ഭീകരപ്രവർത്തനത്തെയൊ പിന്തുണയ്ക്കേണ്ട ആവശ്യമില്ല.

ലോകത്തിലെ പുരോഗമനശക്തികളുടെ മുന്നിൽ സെപ്തംബർ 11 ഉന്നയിക്കുന്ന ചോദ്യം ഇതാണ്: മതേതര ജനാധിപത്യ ലോകക്രമം സ്ഥാപിക്കാൻ, സാമ്രാജ്യത്വ ആഗോളീകരണത്തെ എങ്ങനെ ചെറുത്തു തോല്പിക്കാം?

ബുഷ് ഭരണകൂടത്തിന്റെ ആക്രമണ നടപടികൾ

2001 ൽ പ്രധാനപ്പെട്ട രണ്ടു സംഭവ വികാസങ്ങൾ ഉണ്ടായി. പുതിയ നൂറ്റാണ്ടിന്റെ ആദ്യവർഷം. വർഷാരംഭത്തിൽ അമേരിക്കയിൽ ബുഷ്ഭരണകൂടം അധികാരമേറ്റു. അമേരിക്കൻ നയങ്ങളിൽ ആക്രമണസ്വഭാവം കടന്നുകൂടി. അതിനുമുമ്പ് ക്ലിന്റൻ രണ്ടുവട്ടം പ്രസിഡന്റുപദവിയിൽ ഇരുന്ന്, സോവിയറ്റു യൂണിയന്റെ പതനാനന്തരം രാഷ്ട്രീയവും പ്രത്യയശാസ്ത്രപരവും സൈനികവുമായ നേട്ടങ്ങൾ പുതിയ ലോകക്രമത്തിൽ കൈവരിക്കാൻ നടപടികൾ ത്വരിതപ്പെടുത്തി. "തുറന്ന വിപണിയും ജനാധിപത്യ"വും നടപ്പാക്കുകയും ക്രൂയിസ് മിസൈൽ വഴി പുതിയ ക്രമം ശക്തിപ്പെടുത്തുകയും ചെയ്തതാണ് ഈ കാലഘട്ടത്തിന്റെ പ്രത്യേകത. തുടർന്ന് വന്ന ബുഷിന്റെ സംഘം, പഴയ കൂട്ടരേക്കാൾ വലതുപക്ഷക്കാരും പ്രതിലോമകാരികളും ആയിരുന്നു. വൈസ് പ്രസിഡന്റ് ഡിക് ചെനി, ഡിഫൻസ് സെക്രട്ടറി ഡൊണാൾഡ് റംസ്ഫെൽഡ്, ഡിഫൻസ് ഡെപ്യൂട്ടി സെക്രട്ടറി പോൾ വുൾഫൊവിറ്റ്സ്, ഐക്യരാഷ്ട്രസഭയിലെ അമേരിക്കൻ പ്രതിനിധി ജോൺ നിഗ്രൊപൊൺടി എന്നിവർ റീഗന്റെയും (സീനിയർ) ബുഷിന്റെയും ഭരണകാലത്തെ പ്രമുഖരായിരുന്നു. അമേരിക്കൻ സാമ്രാജ്യത്വമേധാവിത്വം കൂടുതൽ വ്യാപിപ്പിക്കാനും വൻകിട കോർപറേഷനുകളുടെയും മൂലധനസ്ഥാപനങ്ങളുടെയും താല്പര്യം സംരക്ഷിക്കാനും തുറന്ന പ്രവർത്തനം നടത്താൻ അവർക്കായിരുന്നു ചുമതല.

നാഷണൽ മിസൈൽ ഡിഫൻസ് (എൻ എം ഡി) പദ്ധതിയുമായി മുന്നോട്ടുപോകും എന്ന പ്രഖ്യാപനമായിരുന്നു ലോകശ്രദ്ധയിൽ ആദ്യം പതിഞ്ഞത്. 1972 ലെ ബാലിസ്റ്റിക് മിസൈൽ വിരുദ്ധ (എ ബി എം) കരാറിൽ നിന്ന് അമേരിക്ക ഒഴിവാകും എന്ന പ്രഖ്യാപനം രണ്ടാമതായി വന്നു. പരീക്ഷിക്കുകയും വിന്യസിക്കുകയും ചെയ്യുന്ന മിസൈലുകളുടെ എണ്ണം പരിമിതപ്പെടുത്താൻ അമേരിക്കയും റഷ്യയും സ്വീകരിച്ച നിബന്ധനയായിരുന്നു പ്രസ്തുത കരാറിൽ ഉൾപ്പെട്ടിരുന്നത്. പുതിയ തരം മിസൈലുകൾ പരീക്ഷിക്കുകയും വിന്യസിക്കുകയും ബഹിരാകാശത്തേക്ക് അയക്കുകകയും ചെയ്യാനുള്ള പദ്ധതിയാണ് നാഷണൽ മിസൈൽ ഡിഫൻസ് സിസ്റ്റത്തിൽ അടങ്ങിയത്; എ ബി എം കരാറിന്റെ ലംഘനമാണ് അത്.

സോവിയറ്റുയൂണിയന്റെ പതനത്തിനുശേഷം മറ്റുരാജ്യങ്ങൾ മിസൈലുകളുടെ കാര്യത്തിൽ സുസജ്ജമാണെന്നും അവർ അമേരിക്കയെ ആക്രമിക്കാൻ ഇടയുണ്ടെന്നും അതുകൊണ്ട് മിസൈലുകൾ അയക്കുന്ന താവളത്തിൽവച്ചുതന്നെ അവയെ തടയാൻ തയാറെടുക്കേണ്ടതുണ്ടെന്നും ഉള്ള ന്യായമാണ് അമേരിക്ക ഉന്നയിച്ചത്. അമേരിക്കയുടെ യുദ്ധതന്ത്രങ്ങൾക്ക് ചൈന വിഘാതമാണെന്ന അടിസ്ഥാനത്തിൽ ജപ്പാനുമായി ചേർന്ന് രൂപപ്പെടുത്തിയതാണ് തിയേറ്റർ മിസൈൽ ഡിഫൻസ് സിസ്റ്റവും എൻ എം ഡിയും, ന്യൂക്ലിയർ ആയുധരംഗത്ത് അമേരിക്കയുടെ മേധാവിത്വം ഉറപ്പിക്കലായിരുന്നു അതിന്റെ യഥാർഥലക്ഷ്യം. എൻ എം ഡിയും

എ ബി എം കരാറ് റദ്ദാക്കലും പുതിയ ആയുധപ്പന്തയത്തിന് കളമൊരുക്കും. പുതിയ മിസൈൽ സമ്പ്രദായവുമായി മത്സരിക്കാനും മിസൈൽ ഭീഷണിയിൽനിന്ന് മുക്തമാകാനും റഷ്യയും ചൈനയും ശ്രമിക്കും.

പത്തുവർഷം പഴക്കമുള്ള അന്തർദേശീയ ജൈവായുധ കൺവൻഷനിൽനിന്ന് വിട്ടുനിൽക്കാൻ അമേരിക്ക തീരുമാനിച്ചു. സർവനാശത്തിനു വഴിയൊരുക്കുന്ന ജൈവായുധ ഗവേഷണങ്ങൾക്ക് വിരാമമിടാൻ ലക്ഷ്യമിട്ടതായിരുന്നു അത്. കൺവൻഷനിൽ കൈക്കൊണ്ട പുതിയ തീരുമാനം അംഗീകരിക്കാൻ അമേരിക്ക കൂട്ടാക്കിയില്ല. അമേരിക്കൻ കമ്പനികളുടെ വ്യാപാര രഹസ്യങ്ങൾ കൺവൻഷനിൽ വെളിപ്പെട്ടുപോകാൻ ഇടയുണ്ടെന്ന് അവർ കാരണമായി കാട്ടി. ജീവശാസ്ത്ര സമ്മേളനം തകർക്കാൻ ഇടയാക്കിയതുവഴി അമേരിക്കയുടെ ഇരട്ടത്താപ്പുനയം വെളിവായി. ഭീകരതക്കെതിരാണെന്ന നിലപാടും തുറന്നുകാട്ടപ്പെട്ടു. അണ്വായുധനിർമ്മാണത്തേക്കാൾ ജൈവായുധ നിർമ്മാണം, എളുപ്പമാണ്. ഭീകര സംഘടനകൾക്ക് അവ നിഷ്പ്രയാസം ലഭ്യമാകും. അടുത്തകാലത്ത് അമേരിക്കയിൽ നടന്ന ആന്ത്രാക്സ് ആക്രമണം ഈ ഭീഷണിയുടെ വ്യക്തമായ ചിത്രം നൽകുന്നു. എന്നിട്ടും അത്തരം ആയുധം നിരോധിക്കാൻ അമേരിക്ക താല്പര്യം കാട്ടുന്നില്ല; മറിച്ച് വൻകിട കമ്പനികളുടെ വ്യാപാര താല്പര്യം രക്ഷിക്കാനാണ് ശ്രദ്ധിക്കുന്നത്.

സസ്യങ്ങൾ വളർത്താനുള്ള താപനിയന്ത്രിത കണ്ണാടി വീടുകളിൽ നിന്നുള്ള വാതകം പുറത്തുവിടുന്നതു സംബന്ധിച്ചുള്ള കൊയോട്ടോ പരിസര സംരക്ഷണ ചട്ടങ്ങളിൽനിന്ന് ബുഷ് ഭരണകൂടം വിട്ടുനിൽക്കാനെടുത്ത ഏകപക്ഷീയമായ തീരുമാനമാണ് മറ്റൊരു പ്രധാന സംഭവം. പ്രസ്തുത ചട്ടം അനുസരിക്കില്ലെന്ന തീരുമാനം പ്രസിഡന്റ് ബുഷ് പ്രഖ്യാപിച്ചു. ഇത്തരം വാതകനിർഗമന പരിശോധനയിൽനിന്ന് ഇന്ത്യയും ചൈനയും രക്ഷപ്പെടുന്നുവെന്നും ബുഷ് പ്രസ്താവിച്ചു.

അമേരിക്കയുടെ യുദ്ധതന്ത്രപരമായ പ്രമാണങ്ങൾ പെന്റഗൺ പുതിയ സമീപനത്തോടെ തയാറാക്കി. മുമ്പ് രണ്ട് യുദ്ധമുന്നണികളാണ് അമേരിക്ക നിർണയിച്ചിരുന്നത്. ഇപ്പോൾ അത് ഏഷ്യാ–പസഫിക് മേഖലയിൽ കേന്ദ്രീകരിച്ചു. ചൈനയാണ് പ്രധാന ഉന്നമെന്ന് വ്യക്തമായിരുന്നു. ഇതിനെ തുടർന്ന്, “2020 ന്റെ സംയുക്ത കാഴ്ചപ്പാട്” പെന്റഗൺ അവതരിപ്പിച്ചു. അമേരിക്കൻ സൈനിക ശക്തി “സമ്പൂർണ്ണ ആധിപത്യം” ആർജിക്കുന്നതിനെപ്പറ്റിയാണ് അതിൽ പ്രസ്താവിച്ചത്. രേഖ ഇങ്ങനെ തുടരുന്നു: “നമ്മുടെ താല്പര്യങ്ങളുടെയും ബാധ്യതകളുടെയും ആഗോളസ്വഭാവം പരിഗണിച്ച്, സമുദ്രാന്തര സൈനികശക്തി സംരക്ഷിക്കാൻ അമേരിക്ക തയാറാവണം. ലോകത്ത് എല്ലായിടത്തും സമ്പൂർണ ആധിപത്യം ഉറപ്പിക്കലാണ് അതിന്റെ ലക്ഷ്യം”.

പ്രതിരോധ ശക്തികൾ

അമേരിക്കൻ സാമ്രാജ്യത്വത്തിന്റെ നിന്ദ്യമായ ആക്രമണം തുടരു

ന്നതിനെപ്പറ്റിയാണ് 16-ാം കോൺഗ്രസ്സിന്റെ രാഷ്ട്രീയ പ്രമേയത്തിൽ പാർട്ടി ചൂണ്ടിക്കാട്ടിയത്. ഈ ആക്രമണത്തിനെതിരായ പ്രതിരോധത്തെപ്പറ്റിയും പ്രമേയം പ്രസ്താവിച്ചു. പ്രസ്തുത പ്രതിരോധം ഇക്കഴിഞ്ഞ മൂന്നുവർഷവും തുടരുകയുണ്ടായി. ബുഷ് ഭരണകൂടത്തിന്റെ ഏകപക്ഷീയമായ നടപടികൾക്കെതിരെയുള്ള പ്രതിരോധവും ദൃശ്യമാണ്. രണ്ടാമത്, നാഷണൽ മിസൈൽ ഡിഫൻസിനെപ്പറ്റി റഷ്യയും ചൈനയും സംയുക്ത തീരുമാനം പ്രഖ്യാപിച്ചു. യൂറോപ്പിലെ നാറ്റോ സംയുക്ത കക്ഷികളെക്കൊണ്ട് പദ്ധതി അംഗീകരിപ്പിക്കുന്നതിൽ അമേരിക്ക പരാജയപ്പെട്ടു.

കൊയൊടൊ ചട്ടങ്ങളിൽനിന്ന് അമേരിക്ക പിൻമാറിയപ്പോൾ, 2001 ജൂലായ് 21ന് 186 രാജ്യങ്ങൾ ബോണിൽ സമ്മേളിച്ച്, കരാറിന്റെ ചട്ടങ്ങളുടെ അടിസ്ഥാനത്തിൽ പുതിയ തീരുമാനവുമായി മുന്നോട്ടുപോകാൻ നിശ്ചയിച്ചു.

ഐക്യരാഷ്ടസഭയുടെ നേതൃത്വത്തിൽ, ഡർബനിൽവച്ച്, വർണവിവേചനത്തിനെതിരെ യോഗം ചേർന്നപ്പോൾ അമേരിക്ക അതിൽനിന്ന് ഇറങ്ങിപ്പോയി. ഒപ്പം കൂടിയ മറ്റൊരു രാജ്യം ഇസ്രായേൽ മാത്രമായിരുന്നു. വർണവിവേചനത്തിന്റെ ചരിത്രപരമായ വിലയിരുത്തലും തെറ്റുതിരുത്തലും സംബന്ധിച്ച് ഗൗരവപൂർണമായ ചർച്ച തടഞ്ഞുനിർത്താനാണ് അമേരിക്ക ശ്രമിച്ചത്. സിയോണിസത്തിന്റെ പ്രശ്നം വന്നപ്പോൾ, ഇസ്രായേലിന്റെ ഒപ്പം അമേരിക്കയും ഇറങ്ങിപ്പോക്കു നടത്തി. യൂറോപ്യൻ യൂണിയനടക്കം, ശേഷിച്ച അംഗരാജ്യങ്ങൾ യോജിച്ച തീരുമാനമെടുത്ത് സമ്മേളനം അവസാനിപ്പിച്ചു. അമേരിക്ക മനുഷ്യാവകാശലംഘനം നടത്തുകയും പല രാജ്യങ്ങളുടെയും ആഭ്യന്തര കാര്യങ്ങളിൽ ഇടപെടുകയും ചെയ്തു. എന്നിട്ടും മനുഷ്യാവകാശങ്ങളുടെ സംരക്ഷകരെന്ന് അഭിമാനിച്ചു. ഒടുവിൽ 1950 ൽ ഐക്യരാഷ്ട്രസഭയുടെ മനുഷ്യാവകാശ കമ്മീഷൻ തിരഞ്ഞെടുപ്പിൽ അമേരിക്ക ആദ്യമായി പരാജയപ്പെട്ടു.

സാമ്രാജ്യത്വത്തിന്റെ ആഗോളീകരണത്തിന് എതിരായ പ്രതിരോധപ്രസ്ഥാനമായിരുന്നു, അന്താരാഷ്ട്രവേദിയിലെ മറ്റൊരു പുതിയ സംഭവവികാസം. 1990 ൽ സിയാറ്റിൽ ചേർന്ന ഡബ്ല്യു ടി ഒ (ലോക വ്യാപാര സംഘടന) വിന്റെ യോഗത്തിൽ ആദ്യമായി പ്രതിഷേധസ്വരം ഉയർന്നു. ഐ എം എഫിന്റെയും (അന്താരാഷ്ട്ര നാണയനിധി) ലോകബാങ്കിന്റെയും യൂറോപ്യൻ യൂണിയന്റെയും യോഗങ്ങൾ നടന്ന ഇടങ്ങളിലെല്ലാം ബഹുജനപ്രതിഷേധങ്ങൾ തുടർച്ചയായി നടന്നു. ഇറ്റലിയിലെ ജനോവയിൽ ജി 8 രാജ്യങ്ങൾ സമ്മേളിച്ചപ്പോൾ, പ്രതിഷേധ പ്രകടനം നടന്നു. പോലീസ് വെടിവപ്പിൽ ഒരാൾ മരിച്ചു. അത്തരം സംഭവങ്ങളിലെ ആദ്യ രക്തസാക്ഷി.

സാമ്രാജ്യത്വത്തിന്റെ കടന്നാക്രമണവും അതിനെതിരെ നടന്ന പ്രതിരോധവും ഞങ്ങളുടെ 16-ാം കോൺഗ്രസിലെ ചർച്ചാവിഷയമായിരുന്നു. ഈ രണ്ടുവിധം സംഭവഗതികളുടെ പ്രതിഫലനമാണ് സെപ്തംബർ 11.

നഷ്ടപ്പെട്ട ഭൂമിക വീണ്ടെടുക്കാനും സ്വന്തം നില ഭദ്രമാക്കാനും അമേരിക്കൻ സാമ്രാജ്യത്വം ശ്രമിക്കുന്നു. ഭീകരവിരുദ്ധപ്രസ്ഥാനം ഉപയോഗിച്ച് രാഷ്ട്രീയ ആഗോളീകരണത്തിലൂടെ ആഗോള സാമ്പത്തിക താല്പര്യം ഭദ്രമാക്കാനാണ് അമേരിക്കയുടെ ശ്രമം. ഭീകരതക്ക് എതിരായ ഏകീകരണത്തിലൂടെ പുതിയ ആക്രമണപദ്ധതി ആവിഷ്കരിക്കാൻ അമേരിക്കക്കു കഴിഞ്ഞു. ശീതയുദ്ധാനന്തര കാലത്തെപ്പറ്റി നാം തിരിഞ്ഞുനോക്കുമ്പോൾ കാണുന്ന കാഴ്ച, 1991 ൽ പാശ്ചാത്യ സഖ്യരാജ്യങ്ങളും മധ്യപൂർവ്വദേശത്തെ കൂട്ടു രാജ്യങ്ങളും ചേർന്ന്, അമേരിക്കയുടെ നേതൃത്വത്തിൽ നടത്തിയ ഗൾഫ് യുദ്ധമാണ്. ഗൾഫ് മേഖലയിൽ പിടിമുറുക്കാൻ അതുവഴി അവർക്കു കഴിഞ്ഞു. ഇതിനെതുടർന്ന് 1998 ൽ യൂഗോസ്ലോവ്യയിൽ യുദ്ധം നടന്നു. അമേരിക്കയുടെ നേതൃത്വത്തിൽ നാറ്റോ സഖ്യരാജ്യങ്ങൾ യൂഗോസ്ലോവ്യയെ ആക്രമിച്ച്, കൊസൊവൊയെ* വിമുക്തമാക്കി. ഇതിനെതുടർന്ന് ബാൾക്കൻസിലും കിഴക്കൻ യൂറോപ്പിലും സ്വാധീനം ഉറപ്പിക്കാൻ അമേരിക്കക്കു സാധിച്ചു. നാറ്റോ അതിന്റെ പുതിയ തന്ത്രം ഈ സന്ദർഭത്തിലാണ് അവതരിപ്പിച്ചത്. യൂറോപ്പിൽ സൈനിക പ്രതിരോധം സാധ്യമായതോടെ, ലോകത്തിൽ ഏതു ഭാഗത്തും ഇടപെടാമെന്ന് അമേരിക്ക കണക്കുകൂട്ടി. “ഭീകരതക്ക് എതിരായ ആഗോള യുദ്ധം” അതിന്റെ പ്രവർത്തന വ്യാപ്തി വർദ്ധിപ്പിച്ചു. ഭീകരതക്ക് എതിരായ സഖ്യം എന്ന നാട്യത്തിൽ ലോകത്ത് എല്ലാ ഭാഗത്തുമുള്ള രാജ്യങ്ങളെ ഉൾപ്പെടുത്തി, ഏതു രാജ്യത്തും ഇടപെടാനും അന്യായമായി അധീനപ്പെടുത്താനും അവകാശമുണ്ടെന്ന സൂചകമാണ് അഫ്ഗാനിസ്ഥാനിലെ യുദ്ധം.

യു എസ് സൈനിക മേധാവിത്വം

ഇറാക്കിലെ യുദ്ധത്തിൽ ആരംഭിച്ച്, യൂഗോസ്ലാവിയയിലെ ആക്രമണത്തിലൂടെ, ഈയിടെ അഫ്ഗാനിസ്ഥാനിൽ നടന്ന യുദ്ധം വഴി മൂന്ന് സൈനിക നടപടികളിലൂടെ യുദ്ധതന്ത്രത്തിൽ തങ്ങൾക്കുള്ള മേധാവിത്വം സ്ഥാപിച്ചെടുക്കുകയാണ് അമേരിക്ക ചെയ്തത്. സാമ്രാജ്യത്വ വ്യവസ്ഥിതിയിൽ ഇന്ന് അജയ്യമായ നേതൃത്വമാണ് അമേരിക്ക അവകാശപ്പെടുന്നത്. അമേരിക്കയുടെ നേതൃത്വമാണ് സാമ്രാജ്യത്വശക്തികളെ ഇണക്കി നിർത്തി, രാഷ്ട്രീയവും ആശയപരവും സാമ്പത്തികവുമായ കാര്യങ്ങളിൽ വ്യവസ്ഥിതിയെ തകരാതെ നിർത്തുന്നത്, ഈ നേതൃത്വത്തിന്റെ ധനശക്തി മാത്രമല്ല രാജ്യങ്ങളുടെ ഭൂരിപക്ഷസ്ഥിതി കൂടിയാണ്. ലോകത്തെങ്ങുമുള്ള സൈനികച്ചെലവിന്റെ 36 ശതമാനവും അമേരിക്കയാണ് വഹിക്കുന്നത്. രാജ്യരക്ഷക്കായി അമേരിക്ക ചെലവിടുന്നത് ആ രംഗത്ത് അടുത്ത ഒമ്പതു രാജ്യങ്ങളേക്കാൾ കൂടുതലാണ്. ഗൾഫ് യുദ്ധത്തിൽ, സൈനികമായി അമേരിക്ക കാട്ടിയ മുൻകൈ നാം കണ്ടതാണ്. നാറ്റോവിലെ സഖ്യകക്ഷികൾ കൂടെ ഉണ്ടായിരുന്നെങ്കിലും യൂഗോസ്ലോവിയ

*കൊസൊവൊ – സെർബിയയിലെ സംസ്ഥാനം

യിലും അഫ്ഗാനിസ്ഥാനിലും അമേരിക്കയുടെ പിന്തുണ വളരെ വർദ്ധിച്ചതായിരുന്നു.

ഭീകരതയെ നേരിടാനാണെന്ന നാട്യത്തിൽ പ്രതിരോധച്ചെലവിൽ വലിയ വർദ്ധന വരുത്താൻ അമേരിക്കക്ക് എളുപ്പമായി. 2002 ലെ പെന്റഗണിന്റെ ബഡ്ജറ്റ്, ബുഷ് അധികാരത്തിൽ കയറിയ ശേഷം റീഗന്റെ കാലത്തേക്കാൾ കൂടുതലായിരുന്നു; തൊട്ടുമുമ്പത്തെ വർഷത്തേക്കാൾ 33 ലക്ഷം ലക്ഷം ഡോളറിന്റെ വർദ്ധന. 2003ൽ കോൺഗ്രസിന്റെ മുന്നിൽ 48 ലക്ഷം ലക്ഷം ഡോളറിന്റെ വർദ്ധനയാണ് വന്നത്; ആകെ 379 ലക്ഷം ലക്ഷം ഡോളർ; ഇരുപതു വർഷത്തിനിടയിൽ ഏറ്റവും കൂടിയ ബഡ്ജറ്റ്.

അമേരിക്കയുമായി താരതമ്യം ചെയ്യുമ്പോൾ ജപ്പാൻ, ജർമനി എന്നീ രാജ്യങ്ങളിലെ ധനസ്ഥിതി ക്ഷീണിതമായ അവസ്ഥയിലാണ്. സാങ്കേതിക മികവിലും അതുതന്നെ അവസ്ഥ.

സാമ്രാജ്യത്വവ്യവസ്ഥയിൽ, അന്താരാഷ്ട്ര ധനശാസ്ത്ര സാമ്പത്തിക രാഷ്ട്രീയ സ്ഥാപനങ്ങളിലെല്ലാം അമേരിക്കയുടെ കുത്തകാധിപത്യത്തിന്റെ പ്രതിഫലനം ദൃശ്യമാണ്. സ്വന്തം സാമ്പത്തിക താല്പര്യം രക്ഷിക്കുക എന്ന ലക്ഷ്യത്തിന് അന്താരാഷ്ട്ര നാണയനിധിയേയും ലോകബാങ്കിനേയും ഉപയോഗപ്പെടുത്തുന്നു. യു എസ് ബ്ലോക്കിന്റെ ആഗോള സൈനിക ഉപകരണമായി നാറ്റോവിനെ മാറ്റിത്തീർത്തു. ലോകത്തിന്റെ ഏതു ഭാഗത്ത് അമേരിക്ക ഇടപെട്ടാലും ഐക്യരാഷ്ട്രസഭ അതിനെ അവഗണിക്കുകയോ സാങ്കേതിക സാധുത നൽകുകയോ ചെയ്യും.

ലോകമുതലാളിത്ത ലോകത്തിലെ സംഭവഗതികളെ ഈ പശ്ചാത്തലത്തിൽ വേണം വിലയിരുത്താൻ.

21-ാം നൂറ്റാണ്ടിലെ ആദ്യത്തെ ആഗോള സാമ്പത്തികത്തകർച്ച

1991 ൽ സോവിയറ്റു യൂണിയന്റെ അവസാനത്തകർച്ചയോടെ മുതലാളിത്തത്തിന്റെ വിജയദ്ധ്വനി ഉയർന്നു. ഇതേ സന്ദർഭത്തിൽ അമേരിക്കയും പ്രമുഖ മുതലാളിത്ത രാജ്യങ്ങളും തളർച്ച അനുഭവിക്കുകയായിരുന്നു എന്ന വിരോധഭാസവുമുണ്ട്. തെക്കു കിഴക്കൻ ഏഷ്യൻ രാജ്യങ്ങളിലും കിഴക്കൻ രാജ്യങ്ങളിലും സംഭവിച്ച സാമ്പത്തികത്തകർച്ചയായിരുന്നു തൊണ്ണൂറുകളിലെ ആദ്യത്തെ പ്രധാന പ്രതിസന്ധി. തായ്ലണ്ടിൽ തുടങ്ങിയ പ്രശ്നം താമസിയാതെ ഫിലിപ്പൈൻസ്, ഇൻഡൊനേഷ്യ, ദക്ഷിണ കൊറിയ എന്നിവിടങ്ങൾക്കു പുറമെ ഏറ്റവും പ്രധാനമായി ജപ്പാനിലും ബാധിച്ചു. 1998 ആയതോടെ റഷ്യയിലേക്കും വ്യാപിച്ചു. സ്റ്റോക്കു മാർക്കറ്റിലെ പ്രതിസന്ധി, തെക്കെ അമേരിക്കയിലെ ഏറ്റവും വലിയ ധനസ്ഥിതിത്തകർച്ചയായി ബ്രസീലിലും അനുഭവപ്പെട്ടു. അമേരിക്കൻ സമ്പദ് വ്യവസ്ഥയുടെ പിൻബലത്തിൽ ലോകമുതലാളിത്തത്തിന് ഈ പ്രതിസന്ധിയെ മറികടക്കാൻ കഴിയും.

1991-92 ലെ തകർച്ചക്കുശേഷം, അമേരിക്ക കഴിഞ്ഞ ഒരു ദശാബ്ദമായി തുടർച്ചയായ വളർച്ചാനിരക്ക് പ്രദർശിപ്പിച്ചു. 2001 ആദ്യം മുതൽ

യു എസ് സമ്പദ്സ്ഥിതി തിരിച്ചടി നേരിട്ടു. ഐ ടി മേഖലയിലെ അതിരു കവിഞ്ഞ മുതൽ മുടക്ക്, സ്റ്റോക്കു മാർക്കറ്റ് തകർച്ച, വിദേശ വ്യാപാര ക്കമ്മി, കുടുംബവായ്പകൾ എന്നിവ നിമിത്തമാണ് ഈ തകർച്ച സംഭ വിച്ചത്. ആഗോള വ്യാപാരത്തിന്റെ 25 ശതമാനവും അമേരിക്ക മുഖേന യാണ്. ആ നിലയ്ക്ക് അവിടത്തെ തകർച്ച ലോകവ്യാപകമായ പ്രതിക രണം സൃഷ്ടിക്കും. ഫെഡറൽ റിസർവ് പലിശനിരക്ക് 2001 ൽ പതി നൊന്നു തവണ വെട്ടിക്കുറച്ചിട്ടും ധനസ്ഥിതി തിരിച്ചടി നേരിട്ടു.

സാമ്പത്തികത്തകർച്ച സെപ്തംബർ 11നു മുമ്പ് പ്രത്യക്ഷപ്പെടു കയും ക്രമേണ വർദ്ധിക്കുകയും ചെയ്തു. സെപ്തംബർ 11 സംഭവം സ്ഥിതി പിന്നെയും ഗുരുതരമായി. സെപ്തംബർ 11നു ശേഷമുള്ള മൂന്നര മാസത്തിനുള്ളിൽ തൊഴിലവസരങ്ങൾ കുറഞ്ഞു. 2001ൽ പത്തുലക്ഷം തൊഴിലുകളാണ് കുറവു വന്നത്.

സെപ്തംബർ 11നു ശേഷം ബുഷ് ഭരണകൂടം ഗവൺമെന്റ് ചെലവ് വർദ്ധിപ്പിച്ചു. പ്രസിഡന്റു തിരഞ്ഞെടുപ്പുകാലത്ത് ചെലവ് വെട്ടിക്കു റയ്ക്കും എന്നായിരുന്നു പ്രചാരവേല നടത്തിയത്. 50 ലക്ഷം ലക്ഷം ഡോളർ ചെലവു ചെയ്യാനാണ് പ്രസിഡന്റിന് കോൺഗ്രസ്സ് അനുമതി നൽകിയത്. എയർ ലൈൻ വ്യവസായത്തിന്റെ വക 15 ലക്ഷം ലക്ഷം ഡോളറും ലഭിച്ചു. ന്യൂയോർക്കിന്റെ പുനർനിർമ്മാണത്തിനും വർദ്ധിച്ചു വരുന്ന സൈനികച്ചെലവിനും വേണ്ട ഫണ്ട് തിരിച്ചുവിടേണ്ടതുണ്ടായി രുന്നു. അത് എങ്ങനെ വീണ്ടെടുക്കാനാവുമെന്ന് ബൂർഷ്വാ സാമ്പത്തിക വിദഗ്ധർക്ക് നിശ്ചയം ഇല്ലായിരുന്നു.

ഭീകരതയ്ക്ക് എതിരായ സമരം, യു എസ് ഭരണകൂടം തങ്ങളുടെ സാമ്പത്തിക നടപടികൾ മൂന്നാം ലോകരാജ്യങ്ങളെക്കൊണ്ട് അംഗീക രിപ്പിക്കാനുള്ള സൗകര്യമായി ഉപയോഗപ്പെടുത്തി. സ്വതന്ത്രവ്യാപാര ത്തിന്റെ മൂല്യങ്ങൾക്ക് വിരുദ്ധമായ ആക്രമണമാണ് ഭീകര പ്രവർത്തന മെന്ന്, യു എസ് വ്യാപാര പ്രതിനിധി റോബോർട്ട് സുള്ളിക്ക് പ്രസ്താവി ച്ചു. ലോകവ്യാപാര സംഘടനയുടെ സമ്മേളനം ദോഹയിൽ നടന്നപ്പോൾ, അമേരിക്ക ആ അവസരം ഉപയോഗപ്പെടുത്തി, പുതിയ വട്ടം കൂടിയാ ലോചനകൾക്കുള്ള പരിപാടി മുന്നോട്ടുവെച്ചു. ആഗോള ഭീകരതയ്ക്ക് എതിരായ ശക്തികളെ അണിനിരത്താനായി, അമേരിക്ക യൂറോപ്യൻ യൂണിയന്റേയും ജപ്പാന്റേയും ഐക്യം സംഘടിപ്പിച്ചു. നിക്ഷേപം, മത്സ രം, ഗവൺമെന്റു നടപടികളിലെ സുതാര്യത എന്നിവയെപറ്റി ചർച്ച നട ത്താൻ തീരുമാനിച്ചു. ഭീകരതയെ എതിരിടാനുള്ള പ്രവർത്തന ക്രമം എന്ന നാട്യത്തിൽ വികസ്വര രാജ്യങ്ങളുടെ മുന്നിൽ, രണ്ടു മാർഗ്ഗനിർദ്ദേശം വന്നു. ഒന്നുകിൽ ജി 7 രാജ്യങ്ങളുടെ പരിപാടികൾ സ്വീകരിക്കുക; അല്ലെ ങ്കിൽ അന്താരാഷ്ട്ര സാമ്പത്തിക രംഗത്ത് കൂടുതൽ അരികിലേക്ക് പുറ ന്തള്ളപ്പെടുക.

വാഷിങ്ടണിന്റെയും ഐ എം എഫിന്റെയും അടിച്ചേല്പിക്കപ്പെട്ട നയങ്ങൾ നിമിത്തം, ഒരു രാജ്യത്തിനു പിന്നാലെ മറ്റൊരു രാജ്യം സാമ്പ

ത്തിക പ്രതിസന്ധിയിൽ അകപ്പെട്ടുതുടങ്ങി. കറൻസിയുടെ മൂല്യത്തകർച്ച, ബിസിനസ്സുകൾ അടച്ചുപൂട്ടൽ, തൊഴിലില്ലായ്മ എന്നിവ വ്യാപിച്ചു. തുർക്കിയും ഇൻഡോനേഷ്യയും 2001ൽ ഐ എം എഫിന്റെ കർശനമായ നിബന്ധനകൾക്കു വിധേയമായി. ജനങ്ങളുടെ ജീവിതനിലവാരത്തെ അതു ബാധിച്ചു. ഐ എം എഫിൽ നിന്ന് തുർക്കിക്ക് 15.7 ലക്ഷം ലക്ഷം ഡോളർ ലഭിച്ചു. 2001 ൽ ജി ഡി പി യിൽ 8 ശതമാനം തകർച്ച സംഭവിച്ചു.

അമേരിക്കയിലെ സാമ്പത്തികത്തകർച്ച നിമിത്തം കഴിഞ്ഞ നാലു വർഷമായി ജപ്പാനിലും സാമ്പത്തികത്തകർച്ച അനുഭവപ്പെട്ടു. ലോകത്തിന്റെ ഗാർഹിക ഉല്പന്നങ്ങളുടെ അഞ്ചിൽ രണ്ടു ഭാഗം ഈ രാജ്യങ്ങളിൽ നിന്നാണ് ഉണ്ടാക്കുന്നത്. അമേരിക്ക, ജപ്പാൻ, ജർമനി എന്നീ രാജ്യങ്ങളുടെ സാമ്പത്തികസ്ഥിതി ആദ്യമായി ഒരേ സമയത്ത് ശോഷണത്തിനിരയായി. 1974 നുശേഷം ആദ്യമായാണ് അത്തരത്തിൽ സംഭവിച്ചത്. ലോകത്തിലെ ആദ്യത്തെ 30 ധനികരാജ്യങ്ങളുടെ സാമ്പത്തിക സ്ഥിതി വല്ലാതെ വഷളായി.

പുതിയ മൂല്യശോഷണം 1997–1998 കാലഘട്ടത്തേതിനേക്കാൾ കടുത്തായിരുന്നു. പ്രസ്തുത പ്രതിസന്ധി, തെക്കു കിഴക്കൻ ഏഷ്യൻ രാജ്യങ്ങളേയും കിഴക്കൻ ഏഷ്യൻ രാജ്യങ്ങളേയും ബാധിച്ചു. അമേരിക്കയിലെ മൂല്യത്തകർച്ച, "പുതിയതായി ഉയർന്നുവന്ന വിപണികളേ"യും ബാധിച്ചപ്പോൾ, ലോകത്തെങ്ങുമുള്ള മൂലധന വ്യവസ്ഥയിൽ ഗൗരവതരമായ പ്രതിസന്ധി പിടിപെട്ടു.

അർജന്റീന: നവ ഉദാര പരിഷ്കരണങ്ങളുടെ വൻപരാജയം

അന്താരാഷ്ട്ര കട മൂലധനം, കണ്ണുമടച്ച് സ്വീകരിച്ചാലുള്ള അവസ്ഥയുടെ പരിതാപകരമായ ഉദാഹരണമാണ് അർജന്റീന. അർജന്റീന 1991ൽ വിദേശമൂലധന ശക്തികൾക്ക് കടന്നുവരാൻ അവസരം നൽകി. ഡോളറിന് നിശ്ചിതമായ സ്ഥിരവിനിമയനിരക്കും ഏർപ്പെടുത്തി. വ്യാപകമായ സ്വകാര്യവൽക്കരണ പരിപാടികളും നടപ്പിലാക്കി. തൊണ്ണൂറുകളുടെ അന്ത്യത്തോടെ, അർജന്റീനയുടെ കടബാധ്യത കുന്നുകൂടി. പീസോവിന്റെ സ്ഥിരനിരക്ക് ഡോളറിന്റേതുമായി ഒത്തുപോകുന്നതിന് സ്വീകരിച്ച നടപടികൾ, വിനയായിത്തീർന്നു. വിദേശ കടബാധ്യതയുടെ വലിപ്പം വല്ലാതെ വർദ്ധിച്ചു. ഗവൺമെന്റു ചെലവ് വെട്ടിച്ചുരുക്കാൻ ഐ എം എഫ് നിർബന്ധിച്ചു. ജാമ്യമില്ലാത്ത മറ്റൊരു കടത്തിനുവേണ്ടി നാണയ മൂല്യശോഷണനയം അടിച്ചേല്പിക്കപ്പെട്ടു. അതോടെ വമ്പിച്ച രാഷ്ട്രീയ പ്രതിസന്ധി സംഭവിച്ചു. രണ്ടാഴ്ചക്കുള്ളിൽ മൂന്നു പ്രസിഡന്റുമാർ മാറി വന്നു. സമ്പാദ്യവും ജീവിതമാർഗ്ഗവും നശിച്ച് പതിനായിരങ്ങൾ തെരുവിലേക്ക് എറിയപ്പെട്ടു.

സ്വകാര്യവൽക്കരണത്തിന് പുതിയ സമ്മർദ്ദം

മൂന്നാം ലോകരാജ്യങ്ങളിലെ പൊതുമേഖലയും പൊതുസേവന

സ്ഥാപനങ്ങളും സ്വകാര്യവൽക്കരിക്കണമെന്ന് അമേരിക്കയും പാശ്ചാത്യ സഖ്യരാജ്യങ്ങളും ഏകമനസ്കരായി ആവശ്യപ്പെട്ടു. 2001 മുതൽക്കുള്ള രണ്ട് ഉദാഹരണങ്ങൾ മതി ഇത് തെളിയിക്കാൻ. 2001 മെയിൽ തുർക്കിയിൽ സാമ്പത്തിക പ്രതിസന്ധി സംഭവിച്ചപ്പോൾ, ഐ എം എഫ് നിർദ്ദേശിച്ചത് "ടർക്ക് ടെലികോം" എന്ന പൊതുമേഖലാസ്ഥാപനം സ്വകാര്യവൽക്കരിക്കാനാണ്. ഗവൺമെന്റിന്റെ തീരുമാനത്തിന്, പാർലമെന്റ് സ്വകാര്യവൽക്കരണ ബില്ലു പാസാക്കേണ്ടിയിരുന്നു. മന്ത്രിമാരുടെ ഇടയിൽത്തന്നെ അഭിപ്രായവ്യത്യാസം ഉണ്ടായപ്പോൾ, പ്രസിഡന്റ് ബുഷ്, തുർക്കിയിലെ ടെലി കമ്യൂണിക്കേഷൻസ് മന്ത്രിക്ക് എഴുതി : 'സ്വകാര്യവൽക്കരണ തീരുമാനം കൈക്കൊള്ളാത്തപക്ഷം, ഐ എം എഫ് ഫണ്ട് തുർക്കിക്ക് അനുവദിക്കുന്നതിനെ അമേരിക്ക പിന്തുണക്കുകയില്ല'. ടെലികോം കമ്പനിയിൽ ഗവൺമെന്റിന് ഉണ്ടായിരുന്ന ഓഹരി മൂലധനം ഒരു ശതമാനമായി തുർക്കി വെട്ടിച്ചുരുക്കി. ബ്രിട്ടനിലെ ലേബർ ഗവൺമെന്റ് ഒട്ടും മോശമല്ല. ഘാനയിലെ ജലവ്യവസായം സ്വകാര്യവൽക്കരിച്ചാൽ മാത്രമെ, ജലപദ്ധതിക്ക് ഘാനാ ഗവൺമെന്റിന് ധനസഹായം അനുവദിക്കുകയുള്ളു എന്ന് ബ്രിട്ടൻ ശഠിച്ചു. ജലത്തിന്റെ വില 2 മുതൽ 3 വരെ മടങ്ങ് വർദ്ധിപ്പിച്ചുകൊണ്ട് ഘാനയിലെ ഗവൺമെന്റ് ബ്രിട്ടീഷ് കമ്പനിക്കും ഇതര പാശ്ചാത്യകമ്പനികൾക്കും വ്യവസായ നടത്തിപ്പ് വിട്ടുകൊടുത്തു. വിദേശ മാർക്കറ്റുകൾക്ക് സുഗമമായി കടന്നുചെല്ലാനും പൊതുമേഖലകളെ സ്വകാര്യവൽക്കരിക്കാനും വിദേശ മൂലധനത്തിന് സ്വതന്ത്രമായ ഒഴുക്ക് അനുവദിക്കാനും മൂന്നാം ലോക രാജ്യങ്ങളുടെമേൽ ചെലുത്തുന്ന സമ്മർദ്ദങ്ങൾ പടിപടിയായി വർദ്ധിച്ചുവരുന്നു.

കടന്നാക്രമണത്തിന്റെ സാമ്രാജ്യത്വ ലക്ഷ്യങ്ങൾ

"ഭീകരതക്ക് എതിരായ ആഗോളയുദ്ധം" എന്ന് ബുഷ് വിശേഷിപ്പിച്ചത് അനുസരിച്ച് അടുത്ത ലക്ഷ്യം സൗദിഅറേബ്യ ആയിരിക്കും. കാരണം, അൽ ഖയ്ദയിലെ അംഗശേഖരം കൂടുതലും അവിടെ നിന്നുള്ളവരാണ്. സെപ്തംബർ 11 സംഭവത്തിൽ പങ്കെടുത്ത അക്രമികളിൽ പത്തൊമ്പതുപേരിൽ പതിനൊന്നുപേരും സൗദിക്കാരായിരുന്നു. ഏഷ്യയിലെയും ആഫ്രിക്കയിലെയും തീവ്രവാദപരിപാടികളുടെ ഏറ്റവും വലിയ പിന്തുണക്കാർ സൗദി രാജഭരണകൂടമാണ്. അമേരിക്കയുടെ മറ്റൊരു ഇടപാടുരാജ്യമായ ഈജിപ്റ്റ് തീവ്രവാദികളെ തീറ്റിപ്പോറ്റുന്ന ഭരണകൂടതാവളമാണ്. എന്നിട്ടും അത്തരം അതിസാഹസികരുടെ സ്വാധീന സാന്നിധ്യം അവകാശപ്പെടാനില്ലാത്ത ഇറാക്കിനെയാണ് അമേരിക്ക ഉന്നംവച്ചത്.

യു എസ് സാമ്രാജ്യത്വ സംരക്ഷണം മാത്രമാണ്, "ഭീകരതയ്ക്ക് എതിരായ ആഗോളയുദ്ധം" കൊണ്ട് അമേരിക്ക ലക്ഷ്യംവയ്ക്കുന്നത്. ശീതയുദ്ധാനന്തരം പുതിയ ആക്രമണ താല്പര്യം എങ്ങനെ സാധിക്കാം എന്നതിനെ സംബന്ധിച്ച അന്വേഷണത്തിലായിരുന്നു അമേരിക്ക സെപ്തംബർ 11 സംഭവത്തിന് ഏറെ മുമ്പേ ഏർപ്പെട്ടിരുന്നത്. ഗൾഫ്

യുദ്ധം കഴിഞ്ഞ ഉടനെ അമേരിക്കൻ യുദ്ധതന്ത്രവിദഗ്ധർ കണ്ടെത്തിയ കാര്യം, പ്രാദേശിക ശക്തികൾ കഴിവ് വർദ്ധിപ്പിക്കുന്നതും അമേരിക്കക്ക് ഭീഷണി ഉയർത്തുന്നതുമായ കാര്യമായിരുന്നു. അണ്വായുധങ്ങളും മിസൈലുകളും മറ്റും നേടാൻ കരുത്തുള്ളവരും സൈനികശക്തിയിൽ മികവു പുലർത്തുന്നവരുമായ പ്രാദേശികശക്തികളുടെ വളർച്ച, അമേരിക്ക ആശങ്കയോടെ വീക്ഷിച്ചു. ചൈന, ഇന്ത്യ, ഈജിപ്റ്റ്, തുർക്കി, അർജന്റീന, ബ്രസീൽ തുടങ്ങിയ രാജ്യങ്ങളെയാണ് അമേരിക്ക നോട്ടമിട്ടത്.

എന്നാൽ ഇവയിൽ മിക്കവയും ഇപ്പോൾത്തന്നെ അമേരിക്കയുമായി അടുപ്പമുള്ളവയായിരുന്നു. ആ നിലയിൽ ഭീഷണിയുടെ അവകാശമില്ല. പിന്നെ പ്രാമുഖ്യം കല്പിക്കപ്പെട്ടത് "വികൃതി" രാജ്യങ്ങളെയത്രെ; അമേരിക്കയുടെ ആധിപത്യം അംഗീകരിക്കാത്ത കരുത്തു കാട്ടുന്ന രാജ്യങ്ങളെ. അത്തരം പട്ടികയിൽ പെടുത്തപ്പെട്ടത് ക്യൂബ, ലിബിയ, ഇറാക്ക്, സിറിയ, സുഡാൻ, ഇറാൻ, വ. കൊറിയ എന്നിവയെ ആയിരുന്നു. പിന്നീട് യൂഗോസ്ലാവ്യയും ആ പട്ടികയിൽ ഇടംപിടിച്ചു. സെപ്തംബർ 11 വരെ അഫ്ഗാനിസ്ഥാൻ അക്കൂട്ടത്തിൽ ഉൾപ്പെട്ടിരുന്നതെയില്ല. മധ്യ ഏഷ്യയിൽനിന്ന് അഫ്ഗാനിസ്ഥാനിലൂടെ പാകിസ്ഥാനിലേക്ക് യു എസ് എണ്ണക്കമ്പനികൾക്ക് പൈപ്പ് ലൈൻ കൊണ്ടുപോകാനുള്ള സൗകര്യം താലിബാൻ ഭരണകൂടം ഒരുക്കിക്കൊടുക്കുമെന്ന ധാരണയിൽ 1998 വരെ ക്ലിന്റൺ ഭരണകൂടം കാത്തിരിക്കുകയായിരുന്നു.

മധ്യ ഏഷ്യയിലെ ആക്രമണം

സെപ്തംബർ 11 ലെ സംഭവങ്ങൾ അമേരിക്കക്ക് തന്ത്രപരമായ വിജയം നേടിക്കൊടുത്തു. അഫ്ഗാനിസ്ഥാനിനുശേഷം മധ്യ ഏഷ്യയിൽ പ്രവേശിക്കാനും നിയന്ത്രണം സ്ഥാപിക്കാനും അതു സഹായകമായി. കുറഞ്ഞകാലം നടന്ന അഫ്ഗാൻ യുദ്ധത്തിനുശേഷം യു എസ് സൈന്യം അഫ്ഗാനിസ്ഥാനിൽ മാത്രമല്ല മദ്ധ്യ ഏഷ്യയിലും സ്ഥാനമുറപ്പിച്ചു. കിർഗിസ്ഥാനിൽ അമേരിക്കക്കാർ വിമാനത്താവളം ഇപ്പോൾ പണിതിട്ടുണ്ട് എന്നാണ് റിപ്പോർട്ട് ചെയ്യപ്പെടുന്നത്. 3000 പട്ടാളക്കാരെയും യുദ്ധവിമാനങ്ങളെയും നിർത്താവുന്ന "ഗതാഗതകേന്ദ്ര" മാണത് എന്ന് കരുതപ്പെടുന്നു.

ഉസ്ബെക്കിസ്ഥാനിലും പാകിസ്ഥാനിലുമുള്ള അമേരിക്കൻ പട്ടാളത്താവളങ്ങളിൽ വിമാനം പറപ്പിക്കാനുള്ള വഴിത്താരകളും പ്രകാശസംവിധാനവും വാർത്താവിനിമയ സങ്കേതങ്ങളും പാർപ്പിടങ്ങളും അമേരിക്ക നിർമ്മിച്ചിട്ടുണ്ട്. സൈന്യത്തെ ആവശ്യമുള്ള സ്ഥാനങ്ങളിലേക്ക് പെട്ടെന്ന് അയക്കാനുള്ള ദീർഘകാല പദ്ധതിയാണ് ഒരുക്കിയിരിക്കുന്നത് "ഭീകരതയ്ക്ക് എതിരായ യുദ്ധ"ത്തിന്റെ പേരിൽ അമേരിക്കക്ക് മധ്യ ഏഷ്യയിൽ സ്ഥിരമായ സൈനിക സാന്നിധ്യം സംഘടിപ്പിക്കാൻ സാധ്യമായി. ചെച്നിയയിലെ പ്രശ്നത്തിൽ, സ്വതന്ത്രമായി പ്രവർത്തിക്കാൻ അമേ

രിക്ക തന്നെ അനുവദിക്കുമെന്നും റഷ്യയിൽ തനിക്ക് നിലയുറപ്പിക്കാൻ പിന്തുണ നൽകുമെന്നും ഉള്ള പ്രതീക്ഷയിൽ റഷ്യൻ പ്രസിഡന്റ് പുടിൻ അമേരിക്കയുടെ നടപടിയെ അംഗീകരിച്ചു.

കൊസോവൊ പ്രശ്നത്തിൽ, യുദ്ധം നടന്നിട്ട് രണ്ടുവർഷം കഴിഞ്ഞിട്ടും 5400 ഭടന്മാർ അവിടെത്തന്നെ താമസിക്കുന്നുണ്ട്. ബോസ്നിയയിലെ യുദ്ധം അവസാനിച്ചിട്ട് മൂന്നുവർഷത്തിനുശേഷം ഇപ്പോഴും 3000 യു എസ് സൈനികർ അവിടെ തങ്ങുന്നു. മധ്യ ഏഷ്യയിൽ നിന്ന് സ്ഥലം വിടാൻ അമേരിക്കക്ക് തിടുക്കമേയില്ല.

അമേരിക്ക ദക്ഷിണ ഏഷ്യയിൽ സ്ഥാനമുറപ്പിക്കുന്നു

അഫ്ഗാനിസ്ഥാൻ, മധ്യ ഏഷ്യ, പാകിസ്ഥാൻ എന്നിവിടങ്ങളിൽ അമേരിക്ക ഭദ്രമായി സ്ഥാനമുറപ്പിച്ചിരിക്കുന്നു. അടുത്ത ലക്ഷ്യം ഇന്ത്യയുമായി കൃത്യമായ സൈനികബന്ധം സ്ഥാപിക്കലാണ്. അമേരിക്കയും ഇന്ത്യയും തമ്മിൽ സൈനിക സഖ്യം ഏർപ്പെടുത്തുന്നതിൽ വലിയ കുതിച്ചുചാട്ടം അടുത്തകാലത്ത് സംഭവിക്കും. സെപ്തംബർ 11 നുമുമ്പുതന്നെ, ബി ജെ പി ഗവൺമെന്റ്, അമേരിക്കയുമായി സൈനിക സഹകരണകരാറിൽ ഏർപ്പെടാൻ സന്നദ്ധമായിരുന്നു. 1998 ൽ ഇന്ത്യ ആണവപരീക്ഷണം നടത്തിയതുകൊണ്ട് അമേരിക്ക കരാറിന്റെ കാര്യത്തിൽ പിന്നോട്ടുപോയതാണ്. "ഭീകരതയ്ക്ക് എതിരായ യുദ്ധം", ഇന്ത്യയിലെ വലതുപക്ഷ ഗവൺമെന്റിന് അമേരിക്കയുമായി രാഷ്ട്രീയ സൈനിക കൂട്ടുകെട്ടിൽ കൂടാനുള്ള തക്കം അനുവദിച്ചിരിക്കുന്നു. നേപ്പാളിലെ മാവോ പക്ഷക്കാരോടു പൊരുതാൻ നേപ്പാളീസ് ഗവൺമെന്റിന് സൈനികസഹായം നൽകാമെന്ന് അമേരിക്കൻ സ്റ്റേറ്റ് സെക്രട്ടറി കോളിൻ പവൽ ഉറപ്പുനൽകിയിരിക്കുന്നു.

സെപ്തംബർ 11 നുശേഷം, ഏതാനും ആഴ്ച കഴിഞ്ഞപ്പോൾ, തെക്കൻ ഏഷ്യയിൽ വമ്പിച്ച മാറ്റം സംഭവിച്ചു. മുമ്പ് ഒരിക്കലും കണ്ടിട്ടില്ലാത്തവിധം അമേരിക്ക പ്രസ്തുത മേഖലയിൽ സ്ഥാനമുറപ്പിച്ചിരിക്കുകയാണ്.

യുദ്ധം തുടരുന്നു

അഫ്ഗാനിസ്ഥാനിലെ യുദ്ധം അമേരിക്കക്ക് പെട്ടെന്ന് വിജയം നേടിക്കൊടുത്തു. താലിബാനെ നീക്കംചെയ്യാനും കഴിഞ്ഞു. അതോടെ, മറ്റിടങ്ങളിലും അത്തരം സൈനിക നീക്കങ്ങൾ നടത്താൻ ആലോചനയായി. ബുഷ് ഭരണകൂടത്തിൽ സ്വാധീനമുള്ള വിഭാഗം ഇറാക്കിലേക്ക് യുദ്ധം വ്യാപിപ്പിക്കാൻ പ്രേരിപ്പിച്ചു. ഇറാഖുമായി അൽ-ഖയ്ദ ബന്ധപ്പെടുന്നതിന് തെളിവൊന്നും ലഭിച്ചില്ല. അമേരിക്കയുടെ അടുത്ത സൗഹൃദരാജ്യങ്ങളായ ബ്രിട്ടനും ഇതര നാറ്റോ രാജ്യങ്ങളും അറബ് രാജ്യങ്ങളുടെ അപ്രീതി നേടേണ്ടിവരുമെന്ന ഭീതിയും കഴുകന്റെ കൈകളെ തടുത്തു നിർത്തി. സോമാലിയ, ലബനോൺ, യമൻ, ഇൻഡൊനേഷ്യ, ഫിലി

പ്പൈൻസ് എന്നീ രാജ്യങ്ങളിൽ ഭീകരവിരുദ്ധ നടപടികൾ സ്വീകരിക്കേണ്ടകാര്യം ആലോചിക്കണമെന്ന് അഭിപ്രായം ഉയർന്നുവന്നു.

ഭീഷണിയായേക്കാവുന്ന രാജ്യങ്ങളിൽ, സൈനിക നടപടി സ്വീകരിക്കാൻ അമേരിക്ക ആഗ്രഹിച്ചു. ഇസ്ലാമിക തീവ്രവാദികളെ അഭിമുഖീകരിക്കേണ്ടിവന്ന ഇൻഡൊനേഷ്യയിലെയും ഫിലിപ്പൈൻസിലെയും ഗവൺമെന്റുകൾ അമേരിക്കയുടെ സൈന്യം പ്രസ്തുതരാജ്യങ്ങളിൽ നേരിട്ട് ഇടപെടുന്നതിനോട് വിയോജിച്ചു. സൈനിക പ്രവർത്തനത്തിന് ആവശ്യമായ വിഭവങ്ങളും സേവനങ്ങളും സംഘടിപ്പിക്കുന്നതു സംബന്ധിച്ച കരാറ് (മ്യൂച്ചൽ ലോജിസ്റ്റിക്സ് സപ്പോർട്ട് എഗ്രിമെന്റ്-എം എൽ എസ് എ) അമേരിക്കയുമായി ഫിലിപ്പൈൻസിലെ ഗവൺമെന്റ് അടുത്തകാലത്ത് ഒപ്പുവച്ചു. തെക്കുപടിഞ്ഞാറൻ മേഖലയിലെ അബു സയഫ് ഗ്രൂപ്പുകൾക്കെതിരെ ഫിലിപ്പൈൻസിലെ സായുധ സൈന്യത്തോടൊപ്പം സംയുക്ത സൈനിക നടപടി സ്വീകരിക്കാൻ 2002 ജനുവരിയിൽ അമേരിക്ക 650 സ്പെഷ്യൽ സൈനികരേയും സൈനികോപദേഷ്ടാക്കളേയും ഫിലിപ്പൈൻസിലേക്ക് അയച്ചു. ഈ നീക്കം വ്യാപകമായ പ്രതിഷേധം വിളിച്ചുവരുത്തി. "അമേരിക്കൻ സൈന്യത്തിന് സ്ഥിരമായ താവളം ഒരുക്കിക്കൊടുക്കാനുള്ള മാർഗ്ഗം തുറക്കുന്ന രഹസ്യസന്ധി" യാണ് എം എസ് എൽ എ എന്ന് പ്രസ്താവിച്ചുകൊണ്ട്, ഫിലിപ്പൈൻസ് വൈസ് പ്രസിഡന്റ് ടിയോലിസ്തൊ ഗ്വിയിങ്ഗോൺ കരാറിനെ എതിർത്തു.

വിപ്ലവപ്രസ്ഥാനങ്ങൾക്കെതിരായി ലക്ഷ്യംവച്ചുകൊണ്ട്

ലോകത്തിനു ചുറ്റും ഇതേമാതിരി നയമാണ് അമേരിക്കയുടേത്. ഗറില്ല ഗ്രൂപ്പുകൾക്കെതിരെ പൊരുതാൻ കൊളംബിയൻ സൈന്യത്തിന് സൈനിക ഉപദേശകരെയും സാമ്പത്തിക സഹായങ്ങളും അമേരിക്ക ഇതിനകം നൽകിക്കഴിഞ്ഞു. സൈനിക സഹായം വർദ്ധിപ്പിക്കുമെന്ന് അമേരിക്ക സെപ്തംബർ 11 നുശേഷം പ്രഖ്യാപിച്ചു.

ആഗോള ഭീകരതയുടെ കാലഘട്ടത്തിൽ, സ്വാതന്ത്ര്യത്തിനായി പൊരുതുന്ന ജനങ്ങളുടെ അനുഭവം എന്താണെന്ന് പലസ്തീനിയൻ ജനതയുടെ അനുഭവം സാക്ഷ്യപ്പെടുത്തുന്നു. അമേരിക്കൻ നടപടി പലസ്തീനിയൻ സമരത്തിനുനേരെ തിരിച്ചുവിടാൻ, ഇസ്രായേലിലെ ഏരിയൽ ഷാറോൺ ഭരണകൂടം പെട്ടെന്ന് തീരുമാനിച്ചു. പലസ്തീനിയൻ അധികൃതമേഖലയിൽ ഇസ്രായേലി ടാങ്കുകളും ഹെലികോപ്ടർ പീരങ്കിക്കപ്പലുകളും സൈന്യവും പ്രവേശിച്ചു. ലബനണിലെ സാബ്രാ, ഷാറ്റില ക്യാമ്പുകളിലെ ആയിരക്കണക്കിന് പലസ്തീനിയൻകാരുടെ കൊലയാളിയായ ഷാറോൺ, യാസർ അറഫാത്തിനെ ഒന്നാംകിട ഭീകരവാദിയായി ചിത്രീകരിച്ചു.

വിവേചനരഹിതവും നിഷ്ഠൂരവുമായ ഭീകരപ്രവർത്തനങ്ങളിൽ ഏർപ്പെടുന്ന സംഘടനകളെ മാത്രമല്ല ഗ്രാമീണ ദരിദ്രരുടെയും മർദ്ദിത ജനതയുടെയും മോചനത്തിന് പൊരുതുന്ന പ്രസ്ഥാനങ്ങളെയും ഭീകര

രുടെ പട്ടികയിൽ ഉൾപ്പെടുത്തുന്ന നയമാണ് അമേരിക്ക സ്വീകരിക്കുന്നത്. ഉദാഹരണത്തിന്, കൊളംബിയയിലെ റവലൂഷണറി ആംഡ് ഫോഴ്സസ് ഓഫ് കൊളംബിയ (എഫ് എ ആർ സി), പലസ്തീനിലെ പോപുലർ ഫ്രണ്ട് ഫോർ ദ ലിബറേഷൻ ഓഫ് പലസ്തീൻ (പി എഫ് എൽ പി), ഫിലിപ്പൈൻസിലെ കമ്യൂണിസ്റ്റുപാർട്ടിയുടെ ന്യൂ പീപ്പിൾസ് ആർമി എന്നിവയെ സ്റ്റേറ്റ് ഡിപ്പാർട്ടുമെന്റ്, വിദേശ ഭീകര സംഘടനകളുടെ പട്ടികയിലാണ് പെടുത്തിയിട്ടുള്ളത്. വിപ്ലവപ്രസ്ഥാനം കെട്ടിപ്പടുക്കേണ്ട രീതിയിൽനിന്ന് ഇപ്പറഞ്ഞ ചില സംഘടനകൾ വ്യത്യസ്തത പുലർത്തുന്നുണ്ടാവാം. അതിനെ തുറന്നു വിമർശിക്കാം. ഭീകരപ്പട്ടികയിൽപ്പെടുത്തുന്നത് വേറെ കാര്യം. വ്യവസ്ഥാപിത ക്രമത്തെയും പ്രതിലോമ ഭരണത്തെയും എതിർക്കുന്ന എല്ലാ പ്രസ്ഥാനങ്ങളെയും ഭീകരതയെന്ന് മുദ്രകുത്തുന്നതിനാണ് അമേരിക്കക്കു താല്പര്യം.

ഭീകരതയെ നേരിടുന്നതിന്, അമേരിക്കയുടെ സമ്മർദ്ദം നിമിത്തം പല ഗവൺമെന്റുകളും അടിച്ചമർത്തൽ നിയമങ്ങൾ അംഗീകരിക്കുന്നു. പ്രതിപക്ഷ പ്രസ്ഥാനങ്ങളെ ഒന്നടങ്കം ഒതുക്കുന്നതിന് ഇത്തരം നിയമങ്ങൾ ഉപയോഗിക്കപ്പെടുന്നു. റിട്ടയർ ചെയ്ത പട്ടാള ഉദ്യോഗസ്ഥന്റെ നേതൃത്വത്തിൽ, ഒരു ഭീകര വിരുദ്ധ കമ്മീഷൻ ഗ്വാട്ടിമാല രൂപീകരിച്ചു. മായൻ ഇന്ത്യക്കാരെയും പ്രതിപക്ഷ നേതാക്കന്മാരെയും കൊലപ്പെടുത്തിയത് ആ പട്ടാളംതന്നെയായിരുന്നു. തങ്ങളുടെ ക്രൂരഭരണം അടിച്ചമർത്തലിലൂടെ നിർവഹിക്കുന്നതിന്, തുർക്കി, ഈജിപ്റ്റ് തുടങ്ങിയ അമേരിക്കൻ അനുകൂല രാജ്യങ്ങൾ താല്പര്യം കാട്ടുന്നു. വെള്ളക്കാരല്ലാത്ത ന്യൂനപക്ഷങ്ങളെ ലക്ഷ്യമാക്കി, ജനാധിപത്യ അവകാശങ്ങൾ റദ്ദാക്കാൻ യൂറോപ്യൻ രാജ്യങ്ങളിലും മർദ്ദന വിരുദ്ധ നിയമങ്ങൾ ഉപയോഗപ്പെടുത്തുന്നു.

സെപ്തംബർ 11 സംഭവത്തിനുശേഷം, സാമ്രാജ്യത്വവിരുദ്ധ പ്രസ്ഥാനങ്ങളെ ദൗർബല്യം ബാധിച്ചിരിക്കുന്നു. അമേരിക്കൻ സൈനിക മേധാവിത്വത്തിന്റെ ശക്തി, ഭീകരപ്രസ്ഥാനങ്ങളെ എതിർത്തു പരാജയപ്പെടുത്താൻ അമേരിക്കൻ ഭരണകൂടത്തിന്റെ ഒന്നിച്ചു നീങ്ങാനുള്ള മിക്ക രാജ്യങ്ങളുടെയും ഭരണകൂടങ്ങളുടെയും സന്നദ്ധത, നവ–ഉദാരവ്യവസ്ഥ അടിച്ചേൽപ്പിക്കാനുള്ള സമ്മർദ്ദം എന്നിവയെല്ലാം ഗൗരവപൂർവം പരിഗണിക്കപ്പെടേണ്ട വിഷയങ്ങളാണ്.

പ്രതിരോധപ്രസ്ഥാനം വളരണം

അന്താരാഷ്ട്രനിലയെ ഈ രീതിയിൽ മാത്രം വീക്ഷിക്കുന്നത് ശരിയല്ല. തൊണ്ണൂറുകളുടെ മധ്യം മുതൽ വളർന്നുവന്ന പ്രതിരോധ പ്രവണതകളെ തുടച്ചുമാറ്റാനൊത്തിട്ടില്ല. അഫ്ഗാനിസ്ഥാനിലെ യുദ്ധത്തിനുവേണ്ടി അമേരിക്ക സംഘടിപ്പിച്ച കൂട്ടുകെട്ട് ഭിന്നവർഗങ്ങൾ അടങ്ങിയതും അനിശ്ചിതവുമായിരുന്നു. ഏകപക്ഷീയമായ അമേരിക്കൻ നടപടിയുടെ വെറും പുറംമോടിയായിരുന്നു ആ സഖ്യം. രാജ്യരക്ഷാ വകുപ്പിന്റെ

ഡെപ്യൂട്ടി സെക്രട്ടറി പോൾ വുൾഫോവിറ്റ്സ് ഇപ്രകാരം പ്രസ്താവിച്ചു: 'ഈ യുദ്ധത്തിന്റെ ആദ്യഘട്ടത്തിൽ നാം രൂപീകരിച്ച കൂട്ടുകെട്ട് വരാനിരിക്കുന്ന മാസങ്ങളിൽ ദീർഘകാലത്തേക്ക് യഥാർഥ സഖ്യമായി നിലനിർത്തുക എന്ന കാര്യം പ്രയാസകരമായിരിക്കും" (ഇന്റർനാഷണൽ ഹെറാൾഡ് ട്രിബ്യൂൺ, 2002 ജനുവരി 9). മധ്യ ഏഷ്യയെ കീഴടക്കാനുള്ള അമേരിക്കൻ ശ്രമത്തെ റഷ്യയും ചൈനയും അനുകൂലിക്കുകയില്ല. മധ്യപൂർവദേശത്ത് അമേരിക്ക പിന്തുണയ്ക്കുന്ന രാജ്യങ്ങളിൽ സൗദി അറേബ്യയെപ്പോലുള്ളവ വളരെ ദുർബലമത്രെ. 1991 ലെ ഗൾഫ് യുദ്ധത്തിൽനിന്ന് വ്യത്യസ്തമായി, ഇറാക്കിനെതിരെ സൈനികാക്രമണം അമേരിക്ക നടത്തുന്നതിനെ അറബ് രാജ്യങ്ങളിലെ പൊതുജനാഭിപ്രായം പിന്തുണയ്ക്കുമെന്നു തോന്നുന്നില്ല. വികസിത മുതലാളിത്ത രാജ്യങ്ങളെ ബാധിച്ചിരിക്കുന്ന സാമ്പത്തിക മാന്ദ്യം സാമ്രാജ്യത്വവും മൂന്നാം ലോക രാജ്യങ്ങളും തമ്മിലുള്ള വൈരുധ്യം വർദ്ധിപ്പിച്ചിരിക്കുന്നു. സെപ്തംബർ 11 നു മുമ്പ് ശക്തിപ്പെട്ടുവന്നിരുന്ന പ്രതിഷേധ ജനകീയ ശക്തികൾ, തൽക്കാലം തളർന്നിരുന്നെങ്കിലും വീണ്ടും കരുത്തു നേടിവരുന്ന സാധ്യത കാണാം. പുരോഗമിച്ച മുതലാളിത്ത രാജ്യങ്ങളിൽ വർദ്ധിച്ചുവരുന്ന തൊഴിലില്ലായ്മയും സാമ്പത്തിക വൈഷമ്യങ്ങളും ജനശ്രദ്ധ യഥാർഥ പ്രശ്നങ്ങളിലേക്ക് തിരിയുന്നതിന് ഇടയാക്കും. ഭീകരതയ്ക്ക് എതിരെ ജനങ്ങളെ സംഘടിപ്പിക്കാനുള്ള ഭരണവർഗപരിപാടി പരാജയപ്പെടാനാണ് ഇടവരിക. വിദേശത്തുനിന്നുവന്ന കുടിയേറ്റക്കാരുടേയും വംശീയ ന്യൂനപക്ഷങ്ങളുടെയും നേരെ ഇപ്പോഴുള്ള ജനപിന്തുണ, സാമ്പത്തിക അസംതൃപ്തിയും ജനാധിപത്യ അവകാശലംഘനവും നിമിത്തം നഷ്ടപ്പെടും.

അമേരിക്ക ഇപ്പോൾ രൂപപ്പെടുത്തിയിരിക്കുന്ന സഖ്യം ദീർഘകാലം നീണ്ടുനിൽക്കാൻ സാധ്യതയില്ല. വിവിധ രാജ്യങ്ങളിലെ ഭരണവർഗങ്ങൾ തമ്മിലുള്ള വൈരുധ്യങ്ങളും നവ ഉദാരീകരണത്തിന്റെ ക്രൂരമായ കടന്നാക്രമണങ്ങളും ജനകീയ പ്രതിഷേധത്തിന്റെയും പ്രതിരോധത്തിന്റെയും ശക്തികളെ വളർത്തിക്കൊണ്ടുവരും.

സ്വാതന്ത്ര്യവും ഭീകരതയും തമ്മിലും ജനാധിപത്യവും മതമൗലികതയും തമ്മിലുമുള്ള പ്രധാന വൈരുധ്യത്തിൽ ദീർഘകാലം ശ്രദ്ധ പിടിച്ചുനിർത്താൻ അമേരിക്കക്കും വലതുപക്ഷ പിന്തുണക്കാർക്കും സാധിക്കുകയില്ല. മനുഷ്യവർഗത്തിന്റെ ഭൂരിഭാഗത്തെയും ബാധിച്ചിരിക്കുന്ന പ്രശ്നം നിമിത്തം, ഇന്ന് പിന്തുടരുന്ന മാതൃക മാറിവരാനാണ് സാധ്യത. വിഭവങ്ങളിൽ വന്നിരിക്കുന്ന ദൗർലഭ്യം, ധനാഗമത്തിന്റെ കുറവ്, ജീവിതനിലവാരത്തകർച്ച, വർദ്ധിച്ചുവരുന്ന അസമത്വം, വിശപ്പിന്റെയും രോഗത്തിന്റെയും സാർവലൗകികസമസ്യകൾ പരിഹരിക്കുന്നതിലുള്ള പരാജയം എന്നിവ സർവവ്യാപകമായിരിക്കുന്നു. നാശത്തിന്റെ വക്കിൽ വന്നുനിൽക്കുന്ന പതിനായിരക്കണക്കിന് പാവങ്ങളെപ്പറ്റി ലോകബാങ്ക് മുന്നറിയിപ്പ് നൽകുന്നു.

സി പി ഐ (എം) ന്റെ 17–ാം കോൺഗ്രസ്സ് കരടു രാഷ്ട്രീയ പ്രമേയത്തിൽ, ചൂണ്ടിക്കാട്ടുന്നു:

> സാമ്രാജ്യത്വം മുന്നോട്ടുവക്കുന്ന ആഗോളീകരണത്തിനെതിരെ വളർന്നുവരുന്ന ജനകീയ പ്രതിഷേധങ്ങളെ ഏകോപിപ്പിക്കേണ്ടതിന്റെ ആവശ്യകത, ഈ പശ്ചാത്തലത്തിൽ വർദ്ധിച്ചിരിക്കുന്നു. "ഭീകരതക്കെതിരായ യുദ്ധം" എന്ന അമേരിക്കൻ നയത്തെയും എല്ലാവിധ മൗലികവാദത്തിൽനിന്നും വളർന്നുവരുന്ന ഭീകരപ്രസ്ഥാനങ്ങളെയും വെല്ലുവിളിക്കേണ്ടത് അത്യാവശ്യമത്രെ..... തൊഴിലാളിവർഗ സാർവദേശീയതയിൽ അധിഷ്ഠിതമായ പാർട്ടി എന്ന നിലയിൽ, സി പി ഐ (എം) സാമ്രാജ്യത്വത്തിന് എതിരായ സമരത്തിൽ ജനങ്ങളെ അണിനിരത്തുന്ന കർത്തവ്യം ഏറ്റെടുത്തിരിക്കുന്നു. ജനാധിപത്യത്തിനും സോഷ്യലിസത്തിനും വേണ്ടി നിലകൊള്ളുന്ന പാർട്ടി, മതേതര ജനാധിപത്യ തത്ത്വങ്ങളുടെ വികാസത്തിനും ലോകപ്രതിരോധത്തിനുവേണ്ടി സംഭാവന സമർപ്പിക്കും. ലോകത്ത് എല്ലായിടത്തുമുള്ള ഏറ്റവും നിന്ദിതരും പീഡിതരുമായ ജനങ്ങളെ അണിനിരത്തുന്ന കടമ നിർവഹിക്കും.
>
> (The Marxist, July-2001)

ദീൻ ബീൻ ഫു : മഹത്തായ യുദ്ധത്തിന്റെ ചരിത്ര വാർഷികം

രണ്ടായിരത്തി നാല് മെയ് 7 ന് ലോകമെങ്ങും ദീൻ ബീൻ ഫു യുദ്ധത്തിന്റെ അമ്പതാം വാർഷികം ആഘോഷിക്കപ്പെട്ടു. ഇരുപതാം നൂറ്റാണ്ടിൽ നടന്ന മഹത്തായ യുദ്ധങ്ങളിൽ ഒന്നായിരുന്നു വിയത്നാമിലെ ദീൻ ബീൻ ഫു യുദ്ധം. കമ്മ്യൂണിസ്റ്റു നേതൃത്വത്തിലുള്ള ജനകീയ സേനയും (വിയത്മിൻ) ഫ്രഞ്ച് കൊളോണിയൽ ആർമിയും തമ്മിൽ വിയത്നാമിലെ വടക്കുപടിഞ്ഞാറൻ ഭാഗത്ത് ലാവോസ് അതിർത്തിയിൽ നിർത്തിയ ഫ്രഞ്ചു കാവൽസേനാമുഖത്ത് 1954 മാർച്ച് 13 മുതൽ 55 ദിവസം നീണ്ടുനിന്ന യുദ്ധമായിരുന്നു അത്.

ഒന്നര മാസത്തെ കടുത്ത പോരാട്ടത്തിനുശേഷം ശത്രുവിന്റെ സൈനിക ക്യാമ്പ് വിയത്മിൻ പടയാളികൾ മെയ് 7 ന് കീഴടക്കി. ജനറൽ ദേ കാസ്ത്രീസിന്റെ നേതൃത്വത്തിലുള്ള ഫ്രഞ്ചു പട്ടാളം കീഴടങ്ങി. വിയത്നാമിലെ ഫ്രഞ്ചു കോളനിവാഴ്ചയുടെ അന്ത്യം ദീൻ ബീൻ ഫു അടയാളപ്പെടുത്തി. ഒരു കൊച്ചുകോളനി രാജ്യം കരുത്തേറിയ ഫ്രഞ്ചു സാമ്രാജ്യത്തെ നിർണ്ണായകമായ നിലയിൽ പരാജയപ്പെടുത്തി. അതിന്റെ അലയൊലി ലോകമെങ്ങും മുഴങ്ങി.

കമാണ്ടർ ഇൻ ചീഫ്, ജനറൽ വൊ നുയൻ ഗ്യാപ് നേതൃത്വം നൽകിയ ജനകീയ സേന ഐതിഹാസിക വിജയം നേടി. ഹാനോയിൽ നടന്ന ഒരു സെമിനാറിൽ, ഗ്യാപ് ചരിത്രവിജയത്തെ ഈവിധം വിവരിച്ചു. "ദീൻ ബീൻ ഫുവിലെ വിജയം ലോകത്തെ പിടിച്ചുകുലുക്കി. അകലങ്ങളിൽ പാർക്കുന്ന അടിമ രാജ്യങ്ങളിലെ ജനങ്ങളിൽ അത് അത്യധികം ആവേശം വളർത്തി."

കമ്മ്യൂണിസ്റ്റുപാർട്ടിയുടെ നേതൃത്വത്തിൽ 1945 ആഗസ്റ്റിൽ വടക്കൻ വിയത്നാമിൽ ദേശീയ വിമോചനപ്രസ്ഥാനം പ്രഥമ വിപ്ലവ ഗവൺമെന്റ് രൂപീകരിക്കുന്നതിൽ വിജയിച്ചു. യുദ്ധാനന്തരകാലഘട്ടത്തിൽ ഫ്രഞ്ചുകാർ തിരിച്ചുവരികയും വിയത്മിനിനെ തകർക്കാനും കോളനി പിടിച്ചെടുക്കാനും യുദ്ധത്തിൽ ഏർപ്പെടുകയും ചെയ്തു. വടക്കൻ വിയത്നാമിൽ

ഹോ ചി മിന്റെ നേതൃത്വത്തിൽ രൂപീകരിച്ച ഗവൺമെന്റിനെ ജനീവാ കോൺഫറൻസ് അംഗീകരിക്കാൻ ഇടയാക്കിയത് ദീൻ ബീൻ ഫുവിലെ വിജയമായിരുന്നു.

ഫ്രഞ്ചുകാർ ദീൻ ബീൻ ഫുവിനെ നശിപ്പിച്ച് ഒരു സൈനികത്താവളമാക്കി മാറ്റാൻ നിശ്ചയിച്ചു. സൈനികത്താവളമായി മാറ്റി തുടർച്ചയായ വെടിവപ്പു യുദ്ധഭൂമിയാക്കി നശിപ്പിക്കാൻ നിശ്ചയിച്ചു. അമേരിക്കക്കാർ സൈനിക പിന്തുണ നൽകി. ജനകീയ സേന വെല്ലുവിളി ഏറ്റെടുത്തു. ഫ്രഞ്ച് വെടിപ്പുര പിടിച്ചെടുക്കാൻ ജനറൽ ഗ്യാപ്പിന്റെ നേതൃത്വത്തിൽ ഉജ്ജ്വലമായ ഒരുക്കം നടന്നു. 1954 മാർച്ചോടെ ഫ്രഞ്ചുകാർ സൈന്യ സംഖ്യ 16,000 ആയി ഉയർത്തി. 50,000 സാധാരണ വിയത്മിൻ സൈനികരെയും ഗറില്ലകളെയും ഗ്യാപ്പ്, ഫ്രഞ്ചു സൈനികത്താവളത്തിനു ചുറ്റും വിന്യസിച്ചു. മനുഷ്യസഹനത്തിന്റെ മഹത്തായ മാതൃകയായിരുന്നു അത്. ആയിരക്കണക്കിന് ആളുകൾ കാടുകളിലൂടെയും മലമടക്കുകളിലൂടെയും പീരങ്കികൾ തള്ളിക്കൊണ്ടുപോയി ശത്രുസേനയുടെ കാവൽപ്പുരകൾക്കു നേരെ വെടിയുതിർത്തു. കിലോമീറ്ററുകളോളം ട്രഞ്ചുകളും തുരങ്കങ്ങളും പണിത് ആക്രമണത്തിന് കരുത്തു പകർന്നു.

ജനകീയസേനയുടെ മഹിമ വിവരിച്ചുകൊണ്ട് ജനറൽ ഗ്യാപ്പ് പ്രസ്താവിച്ചു, “ഞങ്ങളുടെ സൈന്യം ജനങ്ങളുടെ സൈന്യമായിരുന്നു. പണിയെടുക്കുന്നവരുടെ പട. അധ്വാനിക്കുന്നവരുടെ പാർട്ടി നേതൃത്വം നൽകിയ തൊഴിലാളികളുടെയും കർഷകരുടെയും പട.” ദേശീയ മോചനത്തിനായി മോഹിച്ച മുഴുവൻ വിയത്നാം ജനതയുടെയും പ്രകടനമായിരുന്നു ആ സൈന്യം. അതുകൊണ്ടുതന്നെ അത് അജയ്യമായിത്തീർന്നു.

വിയത്നാം വിമോചനത്തിനായി കമ്യൂണിസ്റ്റുപാർട്ടി നേതൃത്വം നൽകിയ പോരാട്ടത്തിന്റെ പ്രഥമഘട്ടത്തിന്റെ പരിസമാപ്തിയായിരുന്നു ദീൻ ബീൻ ഫു. തെക്കൻ വിയത്നാമിൽ പാവ ഗവൺമെന്റിനെ പ്രതിഷ്ഠിച്ച് അമേരിക്കൻ സാമ്രാജ്യത്വം നേരിട്ട് ഇടപെടൽ തുടങ്ങിയപ്പോൾ അതിന് അറുതിവരുത്താൻ പൊരുതിയതും അതേ കമ്യൂണിസ്റ്റുപാർട്ടിയും ജനങ്ങളുടെ പടയും ആയിരുന്നു. മുഴുവൻ രാജ്യത്തെയും മോചിപ്പിക്കാനും ദക്ഷിണ ഉത്തര വിയത്നാമുകളെ പുനരേകീകരിക്കാനും 21 വർഷം നീണ്ടുനിന്ന മറ്റൊരു ജീവന്മരണ പോരാട്ടം വേണ്ടിവന്നു.

1975 ഏപ്രിൽ 30 വരെ ആ പ്രസ്ഥാനം നീണ്ടുനിന്നു. ദീൻ ബീൻ ഫു പോരാട്ടത്തിന്റെ 50-ാം വാർഷികവും ദക്ഷിണ വിയത്നാം വിമോചനത്തിന്റെ 29-ാം വാർഷികവും വിയത്നാമിലെ ജനത ആഘോഷിക്കുന്നു. വിയത്നാമിലെ ജനങ്ങൾക്കും കമ്യൂണിസ്റ്റുപാർട്ടിക്കും അത് ആഹ്ലാദത്തിന്റെ നിമിഷമാണ്.

വിയത്നാം ജനതയുടെ വീര സാഹസികതക്കും വിപ്ലവവീര്യത്തിനും ആദരം ആർപ്പിക്കാൻ ലോകജനതയ്ക്കു ലഭിച്ച അവസരമാണിത്. ഈ മഹത്തായ ചരിത്ര സന്ദർഭത്തിൽ, വിയത്നാമിലെ ജനങ്ങളേയും കമ്യൂണിസ്റ്റു പാർട്ടിയേയും അഭിനന്ദിക്കാൻ ലോകമെങ്ങുമുള്ള പുരോഗമന ശക്തികളോടൊപ്പം കമ്യൂണിസ്റ്റു പാർട്ടി ഓഫ് ഇന്ത്യ (മാർക്സിസ്റ്റ്) യും അണിചേരുന്നു.

(Peoples Democracy, മെയ് 2, 2004)

www.ingramcontent.com/pod-product-compliance
Lightning Source LLC
LaVergne TN
LVHW060443051026
849518LV00002B/595